आवा मारू

टायटॅनिक ऑफ जपान

सुरक्षित प्रवासासाठी संरक्षणाची हमी मिळालेली ही बोट अमेरिकेच्या पाणबुडीनं पाणतीर डागून उद्ध्वस्त केली; मध्यरात्रीच्या गूढ, भयाण अंधारात दोन हजारांहून अधिक माणसं तडफडत, आक्रंदत महासागराच्या तळाशी गेली.... एक सत्य घटना!

रेई किमुरा

अनुवाद

चारुलता प्रभाकर पाटील

मेहता पब्लिशिंग हाऊस

Please contact us at **Mehta Publishing House,** 1941, Madiwale Colony, Sadashiv Peth, Pune 411030.

✆ +91 020-24476924 / 24460313

Email : info@mehtapublishinghouse.com
production@mehtapublishinghouse.com
sales@mehtapublishinghouse.com

Website : www.mehtapublishinghouse.com

◆ *या पुस्तकातील लेखकाची मते, घटना, वर्णने ही त्या लेखकाची असून त्याच्याशी प्रकाशक सहमत असतीलच असे नाही.*

AWA MARU - TITANIC OF JAPAN by REI KIMURA

E-mail : reikimura48@yahoo.com

Translated into Marathi Language by Charulata Prabhakar Patil

आवा मारू – टायटॅनिक ऑफ जपान / अनुवादित कादंबरी

अनुवाद : चारुलता प्रभाकर पाटील, ए-५/२३, 'खग' सनसिटी, आनंदनगर, सिंहगड रोड, पुणे – ४११०५१.

मराठी अनुवादाचे व प्रकाशनाचे हक्क मेहता पब्लिशिंग हाऊस, पुणे.

प्रकाशक : सुनील अनिल मेहता, मेहता पब्लिशिंग हाऊस, १९४१ सदाशिव पेठ, माडीवाले कॉलनी, पुणे – ४११०३०.

मुद्रक : स्पेक्ट्रम ऑफसेट, डी-२/४, सत्यम इस्टेट, सीडीएसएसच्या मागे, एरंडवणे, पुणे – ४११००४.

मुखपृष्ठ : चंद्रमोहन कुलकर्णी

प्रथमावृत्ती : ऑक्टोबर, २०१० / पुनर्मुद्रण : मे, २०१३

किंमत : ₹ २००/-

ISBN 978-81-8498-163-6

This Book is Available in English Also.

१ एप्रिल १९४५ च्या रात्री
आवा मारूच्या दुर्घटनेत प्राण गमावलेल्या
सर्व दुर्दैवी जिवांच्या स्मृतीला समर्पण...
त्यांच्या आत्म्यांना चिरशांती लाभो...

अनुवादिकेचे मनोगत

रेई किमुरा यांचं 'आवा मारू – टायटॅनिक ऑफ जपान' हे मूळ इंग्रजी पुस्तक वाचायला घेतलं आणि पानांमागून पानं झपाटल्यासारखी वाचता वाचता त्यात हरवून गेले. मन सुन्न करून टाकणाऱ्या वेगळ्याच अनुभवांनी थरारून गेले होते मी! आजवर साहित्यकृतीत शब्दबद्ध न झालेली दुसऱ्या महायुद्धाच्या काळातली ही भीषण शोकांतिका आणि काळजाचा थरकाप उडवणारे त्यातले तपशील मराठी वाचकांनीही अनुभवावेत, असं मनापासून वाटलं.

त्या दिवसापासून, अनुवादाची ही प्रक्रिया चालू असेपर्यंत जणू मी त्या विश्वात गुरफटून गेले होते. कधी मी दुसऱ्या महायुद्धाच्या काळात मासाकोबरोबर बोटॅनिकल गार्डनमध्ये आत्मक्लेश करून घेत होते, तर कधी तीन दशकांनंतर क्योकोबरोबर त्या जुन्या, एकाकी जपानी दफनभूमीत वडलांचा शोध घेत फिरत होते. मात्र सर्वांत यातनामय अनुभव होता, तो रात्रीच्या भयाण अंधकारातल्या बर्फाळ पॅसिफिक महासागरातला. हेच सारं मराठी वाचकांना सांगण्याची ही धडपड...

रेई किमुरांनी आवा मारू या बोटीच्या वास्तव घटनेभोवती इतक्या कसबीपणानं कल्पित कथानकाचा हा दुपेडी गोफ विणलेला आहे, की त्याची घट्ट वीण आपल्यालाही त्यात ओढून घेते. अतिशय उत्कंठावर्धक रहस्यमयतेनं गतिमान होत जाणारं हे लेखन, पुस्तक वाचून संपवलं तरी वाचकाला पकडून ठेवतं!

माझ्या या अनुवादाच्या धडपडीत मला सतत प्रोत्साहन लाभलं, ते इंग्रजीचे ज्येष्ठ प्राध्यापक श्री. कमलाकर दीक्षित यांचं. हा अनुवाद वाचून तो अधिकाधिक वाचनीय आणि बिनचूक होण्याच्या दृष्टीनं त्यांनी मला खूप मार्गदर्शन केलं. हा अनुवाद या स्वरूपात पूर्णत्वाला जाऊ शकला, याचं श्रेय मी त्यांना देते. त्यांचं ऋण शब्दांपलीकडचं. या पुस्तकात जपानी संस्कृतीतले-भाषेतले अनेक संदर्भ, शब्द, नावं आलेली आहेत. जपानी भाषेच्या एक शिक्षिका सौ. पूजा आठवले यांनी त्या सगळ्या गोष्टींची मला ओळख करून दिली. या सहकार्याबद्दल मी त्यांच्याविषयी कृतज्ञता व्यक्त करते.

हे पुस्तक मला श्री. सुनील मेहता यांनी विश्वासानं अनुवादासाठी दिलं; त्याबद्दल मी त्यांचे मनापासून आभार मानते. तसंच, 'मेहता पब्लिशिंग हाऊस'च्या कार्यालयातील सर्व सहकाऱ्यांनीही मला खूप साथ दिली; त्याबद्दल मी त्यांचीही आभारी आहे.

आता थोडं अनुवादाविषयी. हा शब्दशः मराठी अनुवाद नाही. हे पुस्तक वाचताना माझ्या मनात ज्या प्रतिमा एखाद्या चित्रफितीसारख्या सलगपणे उमटत गेल्या, त्या मी मूळ आशयाला धरून राहात शब्दबद्ध करत गेले. जपानीसारख्या पूर्णपणे भिन्न संस्कृतीतलं एक अनुभवविश्व, दुसऱ्या भाषेतून मराठीत आणताना हे अपरिहार्यही ठरलं.

रेई किमुरांची ही साहित्यकृती मराठी वाचकांनादेखील समरसतेनं अनुभवता यावी, यासाठी माझा हा प्रयत्न.

चारुलता पाटील

टोकियोतील झोजोजी मंदिराच्या आवारातील एका कोपऱ्यात वृक्षांच्या घनदाट छायेखाली एक काळंशार संगमरवरी पाटीच्या स्वरूपातलं स्मारक विसावलंय. आवा मारूच्या दुर्दैवी विनाशाची आठवण!

१

क्योको तानाका हॉस्पिटलच्या त्या अंधारलेल्या खोलीत आईच्या पलंगाशी बसून ओक्साबोक्शी रडत होती. तोंडातून आवाज फुटू नये, म्हणून तिनं ओठांवर रुमाल गच्च दाबून धरला होता. पिळवटून येणाऱ्या हुंदक्यांनी तिचं अवघं शरीर गदगदत होतं. कालपासून ज्या भीतीनं तिला घेरलं होतं, तिच्यावर अखेर पांढऱ्या गाउनमधल्या एका डॉक्टरनं नुकतंच जणू शिक्कामोर्तब केलं होतं! अगदी निर्विकारपणे! हातातल्या पॅडवर चार शब्द फराटून त्याच सहजतेनं त्यानं तिला सांगितलं होतं : ''तुमची आई – चिएको – आता जेमतेम काही तासांचीच सोबती आहे...''

गेले दोन-तीन दिवस आईची प्रकृती ज्या झपाट्यानं खालावत चालली होती, ते पाहाता खरं तर क्योकोला हे अपेक्षितही होतं. परंतु मृत्यू येऊन आता आईला प्रत्यक्ष भिडलाय, हे सत्य पचवणं सोपं नव्हतं. डॉक्टरांच्या तोंडचे ते शब्द ऐकताच क्षणभर ती सुन्न झाली! एक विचित्र शिरशिरी तिच्या सर्वांगातून सरसरत गेली. भानावर आली, तेव्हा तिच्या लक्षात आलं, डॉक्टर खोलीबाहेर चाललेत. सैरभैर होत तिनं डॉक्टरांकडे धाव घेतली आणि त्यांचा हात पकडून त्यांना अडवत, काकुळतीच्या सुरात म्हणाली,

''नाही, नाही... डॉक्टर! बघा, अजूनही नक्की काहीतरी करता येईल!... काहीतरी करा आणि माझ्या आईला वाचवा, डॉक्टर!... साठ वर्षं... म्हणजे तसं अगदी फारही वय नाही हो झालंय तिचं! ...आणि डॉक्टर, आता इतके प्रगत उपचार आलेत यावर... १९७० साल आहे हे...''

डॉक्टर हायाशींनी मान डोलावली. त्यांच्या शांत निर्विकार चेहऱ्यावर आता प्रथमच काही भाव उमटले. बहुधा एक अस्पष्टसा नि:श्वासही टाकला त्यांनी. रुग्णाच्या काळजीनं खचलेल्या नातेवाइकांना मृत्यूचा 'असा' सांगावा देण्याची

आजच्या दिवसातली त्यांची ही तिसरी वेळ! त्यांच्यासारख्या सरावलेल्या, मुरब्बी डॉक्टरलाही आत कुठेतरी हलल्यासारखं वाटत होतं. आता कमीत कमी आज तरी ही वेळ आणखी पुन्हा ओढवू नये – त्यांना मनोमन वाटलं.

त्या तरुण जपानी स्त्रीला – क्योकोला ते समजावणीच्या सुरात म्हणाले,

''खरं आहे तुमचं म्हणणं! बरेच प्रगत उपचार आता उपलब्ध आहेत यावर. परंतु एक लक्षात घ्या, दुर्दैवानं तुमच्या आईचा कॅन्सर फार उशिरा लक्षात आलाय ...आणि मुख्य म्हणजे आमच्या कोणत्याही उपचाराला त्यांचं शरीर आता साथ देत नाहीये. त्यामुळे... माफ करा, पण आता याहून अधिक आम्ही काही करू शकू, असं नाही वाटत...''

स्वत:च्याही नकळत क्योकोनं मान हलवली. भारल्यासारखी. तिची जीभ जणू टाळ्याला चिकटली होती!

डॉक्टर हलकेच खोलीबाहेर निघून गेले.

काही क्षण त्या खोलीत केविलवाणी शांतता पसरली. एकाएकी क्योकोच्या कंठात विलक्षण वेदना दाटून आली. आतून उष्ण कढ उसळू पाहात होते. दोन्ही हात तोंडावर गच्च दाबून धरत क्योकोनं जवळच्या खुर्चीचा आधार घेतला. दु:खानं, अगतिकतेनं ती ओक्साबोक्शी रडू लागली.

खोलीतला अंधूक प्रकाश जंतुनाशकाच्या तीव्र वासानं अधिकच मरणकळा आल्यासारखा उदास भासू लागला होता...

पलंगावर हलकीशी चुळबुळ जाणवली, तसं क्योकोनं चटकन स्वत:ला सावरलं आणि डोळे पुसून ती आईपाशी धावली. उशीवर मान टाकून आई पुन्हा निपचित झाली होती. क्योकोची चाहूल लागताच तिनं मोठ्या प्रयासानं डोळे उघडले. तिचे ओठ थरथरल्यासारखे हलत होते.

क्योको तिच्या कपाळावरून हलकेच हात फिरवू लागली.

गाढ झोपेतून जाग आल्यासारखं तिनं क्योकोकडे पाहिलं आणि ओढलेल्या खरबरीत आवाजात ती म्हणाली,

''क्योको... बाळा, मला नं... तुझ्या एकटीशी काहीतरी... बोलायचंय गं... बोलू का गं?''

तिच्या थकल्या नजरेत विलक्षण आर्जव होतं.

क्योकोचा जीव गलबलला.

''असं विचारतेस का, ममा?'' आईच्या डोक्यावरून हात फिरवत क्योको म्हणाली, ''बोल ना... काय बोलायचंय तुला?''

— नेमक्या त्याच क्षणी तिचा नवरा – मासाओ दार लोटून आत आला. त्याच्या हाताशी त्यांची छोटी मुलगी मायुमी होती. क्योकोकडे पाहून त्यानं मान

हलवली आणि मायुमीला घेऊन तो बाजूच्या सोफ्याकडे गेला. परंतु मासाओ सोफ्यावर टेकतो ना टेकतो, तोच क्योको झपाझप चालत त्याच्यापाशी गेली, आणि त्याच्या कानाशी हलक्या कुजबुजत्या स्वरात म्हणाली,

"मासाओ, प्लीज, मायुमीला घेऊन तू जरा बाहेर जाशील? ...नाहीतर असं कर, तू तिला खालच्या रेस्टॉरंटमध्ये नेऊन आइस्क्रीम खाऊ घाल. ....मला वाटतं, ममाला नं माझ्याशी एकटीशी काहीतरी बोलायचंय..."

"हो, हो! ठीक आहे नं!" मासाओनंही तत्परतेनं संमती दर्शवली. शेजारी चुळबुळत बसलेल्या मायुमीला त्यानं झटकन उचललं आणि तिच्या गालावर थोपटून तिला खुलवीत तो म्हणाला,

"चल बेटा, आपण खाली रेस्टॉरंटमध्ये जाऊ. तुझ्या आईनं तुला आइस्क्रीम खायची परवानगी दिल्येय. आहे नं गंमत? चला, चला लवकर! तिचा विचार बदलायच्या आत आपण खाली जाऊन आइस्क्रीम खाऊन टाकू."

छोटीचा पापा घेत मासाओनं झटकन एकवार पलंगावर निजलेल्या चिएकोच्या चेहऱ्यावर नजर टाकली आणि तो चटकन बाहेर गेला.

ती दोघं बाहेर पडल्यावर दार लावेपर्यंत क्योकोनं जेमतेम धीर धरला; आणि त्यानंतर ती धावतच आईपाशी आली. चिएकोचा फटफटीत निस्तेज चेहरा आणि चार शब्द बोलण्यासाठी तिच्या चिराळलेल्या शुष्क ओठांची होणारी धडपड पाहून क्योकोचा जीव कळवळला. आईच्या गालावरून मायेनं हात फिरवीत तिनं हलकेच हाक मारली,

"ममा..."

चिएकोनं मोठ्या कष्टानं डोळे किंचितसे उघडले.

"फार थोडा वेळ उरलाय... आता माझ्याकडे... बाळा!..." चिएको आपली सारी शक्ती एकवटून खोल आवाजात, अडखळत बोलू लागली, "पण... आत्ता नाही बोलले... तर माझ्याबरोबरच जाईल गं ते!... क्योको... बाळा.... माफ कर... पण तुझ्याबद्दलची एक गोष्ट... मी... मी लपवून ठेवल्येय... तुझ्यापासून! इतकी वर्षं ठेवलं... लपवून... ते गुपित... मी..." पुढे तिला बोलवेना.

एवढे शब्द उच्चारतानाही कमालीचे श्रम झाले होते तिला. हॉस्पिटलच्या सफेद चादरीवर निपचित पडलेली ती कृश कुडी तेवढ्यानंही शिणली. डोळे मिटून घेत थकून तिनं मान उशीवर टाकली. आता श्वासोच्छ्वासही जड वाटू लागला होता तिला.

"पाणी... पाणी दे..." खोल आवाजात शब्द उमटले.

क्योकोनं झटकन तिच्या तोंडात पाण्याचे दोन घोट घातले.

आईची अवस्था बघून क्योकोच्या छातीत धडधडू लागलं.

तिच्या मनात आलं, मृत्यूशी झगडताना अक्षरश: प्राणांतिक वेदना भोगत्येय ममा! आणि तरीही एवढी कोणती गुप्त गोष्ट मला सांगण्यासाठी धडपडत्येय ही?...

ते गुपित उलगडून सांगण्याचा तिच्यावर आलेला ताण क्योकोला स्पष्ट जाणवत होता. हे सारं सहन न होऊन आत्ताच हिला काही झालं तर?...

क्योकोचा जीव कासावीस झाला.

''प्लीज ममा, तू आता काहीही बोलू नकोस!'' काकुळतीला येऊन क्योको म्हणाली, ''ममा, तुला उगीचच वाटतंय, तू माझ्यापासून काहीतरी लपवलंय्स असं. पण खरंच, तसं काहीही नाहीये गं! ...आणि असेल ना, तरी मला त्याची बिलकूल पर्वा नाहीये! खरंच ममा, मला काहीही फरक पडत नाही, ते नाही कळलं तरी. पण तू आता बोलण्याचे श्रम करू नकोस. त्रास होईल तुला. शांत पडून राहा, ममा!''

क्योको आईच्या डोक्यावर हलकेच थोपटू लागली.

परंतु चिएकोनं मान हलवून निग्रहानं नकार दिला. एवढी कुठली शक्ती अचानक संचारली होती तिच्यात, देव जाणे!

तिचा आवेश पाहून क्योको चकित झाली!

खरबरीत आवाज रेटीत चिएको तशीच बोलू लागली,

''नाही! आता तरी... तुला कळलीच पाहिजे... ती... खरी गोष्ट! ... खरं तर मी... हे सगळं फार पूर्वीच... सांगायला पाहिजे होतं तुला. प्रामाणिकपणे... पण मला ना गं क्योको... भीती वाटत होती गं! ...तुला सगळं कळलं तर... तर तू दुरावशील माझ्यापासून! ...प्रेम ... प्रेम कमी होईल तुझं माझ्यावरचं... एवढ्याच एका गोष्टीसाठी कचरायचं मन प्रत्येक वेळी... सांगायला. आज सांगू, उद्या सांगू, करता करता एकामागून एक वर्षं लोटली... आणि मग ...आणखीनच कठीण होऊन बसलं ते सांगणं...''

फार बोलली चिएको, फार बोलली! थकव्यानं तिची मान उशीवर कलंडली. धाप लागली होती तिला. श्वासासाठी धडपडत होती ती. क्योकोला तिच्या चेहऱ्यावर हिरवट-निळसर झाक दिसू लागली. जणू मृत्यूची छाया आता चेहऱ्यावर कोरली गेली होती!

क्योको चरकली.

''प्लीज, प्लीज ममा! आता एक शब्दही बोलू नकोस तू. शांत पडून राहा...'' ती आईला विनवू लागली.

परंतु चिएको पुन्हा बोलण्याचा प्रयत्न करू लागली,

''नाही... मला लवकर सांगून टाकू दे ते! नाहीतर...''

परंतु तिचा आवाज आता खोल गेला होता. घुसमटत्या स्वरात ती रेटून पुढे बोलू लागली –

''बाळा, माझ्या खोलीत... सम्राट हिरोहितोंच्या तसबिरीमागे... गुप्त कप्पा आहे एक. त्याच्यात एक... एक पत्र्याची पेटी मिळेल तुला... त्या पेटीत... बाळा, तुझा हरवलेला पूर्वेतिहास दडलाय!... तुझ्या... तुझ्या आयुष्याचा एक तुकडा. तो मी.. लपवून ठेवला होता... तुझ्यापासून! आता... आता परत करत्येय तो तुझा तुला...''

क्योकोनं आईचे पांढरेफटक पडलेले अशक्त हात हळुवारपणे हातात घेतले. लेकीशी शेवटचे चार शब्द बोलण्यासाठी आई जिवाच्या करारानं जणू मृत्यूला थोपवत होती! ती भोगत असलेल्या वेदनांचा ताण क्योकोला स्पष्ट जाणवत होता आपल्या हातांवर.

''...मला वचन दे... मी गेल्यावर तू ती... पेटी ताब्यात घेशील म्हणून!... खरं तर मला तुला... खूप खूप गोष्टी सांगायच्यात गं... पण... पण... बाळा, मी ना आता थकल्येय गं!...''

बोलता बोलता तिचे पुढले शब्द तोंडातल्या तोंडात घुटमळत खोल घरंगळत गेले. डोळ्यांवरच्या निळसर पापण्यांचे पातळ पंख एकवार फडफडून निमिषार्धातच अलगद मिटले. मान एका बाजूला कलंडली.

– क्योकोच्या जिवानं आकांत मांडला! हुंदके देत ती दाराकडे धावली. बाहेर दाराशीच एक नर्स दक्षतेनं घुटमळत होती. खोलीबाहेर येणाऱ्या क्योकोला पाहून ती त्वरेनं आत धावली. तिनं चिएकोची नाडी पाहिली आणि हळुवारपणे क्योकोला सांगितलं,

''कोमात गेल्यात त्या....''

''कोमा?...'' क्योकोच्या छातीत धस्स् झालं!

– आत्ता इतक्यात तर बोलत होती आपली आई आणि आत्ता कोमात गेली?... मृत्यूनं पुरं विळख्यात घेतलंय! ...आता कोणत्याही क्षणी तो अलगद उचलेल तिला! ...मिटले आपल्या ममाचे डोळे! आता हे डोळे पुन्हा कधीच दृष्टीस पडणार नाहीत का आपल्या?... मायेनं, काळजीनं ओथंबलेली ही दृष्टी आता कधीच लाभणार नाही आपल्याला? – क्योकोचा विश्वासच बसेना!

रात्रभर क्योको आईच्या शेजारी बसून होती. चिएकोच्या मंद मंद होत जाणाऱ्या श्वासोच्छ्वासाचा एक विचित्र आवाज खोलीत घुमत होता. जगण्यासाठी मृत्यूशी चाललेली ती झुंज पाहून क्योकोचं अंत:करण पिळवटून निघत होतं. दोनतीनदा ममाच्या शुष्क ओठांची किंचितशी हालचाल झाली, तेवढीच! नंतर फक्त एकदाच अश्रूचा एक छोटासा थेंब तिच्या डाव्या डोळ्याच्या कोपऱ्यातून खाली ओघळला.

क्योकोचा जीव कासावीस झाला! …'माझ्या ममाला इथे प्राणांतिक क्लेश होतायत्, आणि मी ते हलके करण्यासाठी काहीही करू शकत नाही!!… बघत बसल्येय नुसती!' – क्योको अगतिकतेनं रडू लागली.

रडून रडून थकलेल्या क्योकोनं अखेर स्वत:ला सावरण्यासाठी प्रयत्नपूर्वक आपलं लक्ष दुसरीकडे वळवायचं ठरवलं. अचानक तिला ती पेटी आठवली आणि मग तिच्याही नकळत ती सम्राट हिरोहितोंची तसबीर आणि त्याच्यामागे दडवलेली पत्र्याची पेटी यांचा विचार करू लागली…

— लग्नानंतरही क्योको आणि मासाओ तिच्या ममाकडेच राहात होते. याचं एक कारण म्हणजे चिएकोचं घर खूप मोठं होतं. ही दोघं दुसरीकडे राहायला गेली, तर एवढं मोठं घर आपल्याला एकटीला खायला उठेल, असं चिएकोचं म्हणणं होतं; आणि दुसरं म्हणजे या नवपरिणीत जोडप्यालाही ताबडतोब घर घेणं कठीणच होतं.

मासाओला चिएकोच्या खोलीत टांगलेल्या सम्राट हिरोहितोंच्या तसबिरीबद्दल नेहमीच खूप कुतूहल वाटायचं. थोडी जास्तच भपकेबाज होती ती तसबीर! रुंदशा झगझगीत सोनेरी चौकटीवर मढवलेलं दाट उठावाचं नक्षीकाम! साध्या राहणीच्या चिएकोला ही एवढी एकच गोष्ट इतक्या दिखाऊपणे नटवायची काय गरज होती? – मासाओच्या मनात अनेकदा येऊन जाई हे! क्योकोचं मात्र त्या तसबिरीकडे फारसं कधी लक्षही जायचं नाही. …'आणि आता तर आपली आई अखेरच्या घटका मोजत असताना नेमका त्याच तसबिरीचा उल्लेख करत्येय! तोही काहीतरी गूढ गुपित असल्यासारखा… किती विचित्र!…' – क्योकोच्या मनात आश्चर्य दाटून आलं.

— या आणि अशा अनेक विचारांत तिचं थकलेलं मन दोरा तुटलेल्या पतंगासारखं भरकटत राहिलं आणि अखेर पहाट फुटण्यापूर्वी कधी ती थकून आईच्या बिछान्यावरच कलंडली आणि गाढ झोपेत शिरली, ते तिचं तिलादेखील कळलं नाही!

पहाटेचे पहिले प्रकाशकिरण उघड्या तावदानातून खोलीत घुसले, तशी क्योकोला खडबडून जाग आली. रात्र सरतासरता केव्हातरी चुकून आपला डोळा लागला, हे लक्षात येताच तिच्या जिवाचा थरकाप उडाला! …आपली आई इथे मृत्युशय्येवर अखेरचे क्षण मोजत असताना आपल्याला अशी निर्धास्त गाढ झोप कशी काय लागू शकली? – तिला भयंकर अपराधी वाटू लागलं. तिनं ममाच्या चेहऱ्याकडे पाहिलं… निरखून पाहिलं. इतका का शांत, मुलायम दिसतोय हिचा

चेहरा?... जीव तोडून काढणाऱ्या वेदनांचा, आयुष्यभरातल्या चिंतांचा, काळज्यांचा, ताणांचा – कशाकशाचाही लवलेश दिसत नव्हता आता तिथे! होतं केवळ एक शांत निवलेपण!

— क्योकोच्या छातीत धस्स् झालं! ...म्हणजे? ....ममा गेली? हे काय झालं? आणि आपली आई या जगातून जात असताना आपण गाढ झोपून गेलो? ... तिच्या अखेरच्या धडपडीत पार एकटं सोडलं आपण तिला!! काय झालं हे!... क्योकोच्या जिवानं आक्रोश मांडला.

ओक्साबोक्शी रडत तिनं खोलीबाहेर धाव घेतली.

बाहेर अभ्यागतांसाठी ठेवलेल्या सोफ्यावर मासाओ हातात डोकं खुपसून बसला होता. शेजारी अंथरलेल्या ब्लँकेटवर मायुमी गाढ झोपली होती.

"मासाओऽऽऽ..."

मासाओ खाड्कन उठून उभा राहिला.. त्याला गदागदा हालवत क्योको आक्रोश करू लागली,

"मला झोप लागली.. मी झोपलेऽऽ मासाओ! ...ममाचा शेवटचा निरोपही नाही घेतला मी! किती निष्ठुर मुलगी आहे मी... मासाओ, अखेरच्या क्षणी तिला आधार हवा असणार रे माझा... पण तोही नाही दिला मी..." – क्योकोचा शोक अनावर झाला.

मासाओनं तिला दोन्ही हातांनी घट्ट पकडून धरलं.

"क्योको, शांत हो... शांत हो! अगं, तुझ्या ममाला नेमकं हेच हवं असेल! असंच अलगद निघून जायचं असेल तिला शांतपणे... आयुष्य असंच जगली ना ती, कुणालाही त्रास न देता; मग तसंच जायचं असेल तिला या जगातून... कुणालाही न दुखावता!..."

क्योको थोडी शांत झाली. मासाओ तिला घेऊन खोलीत आला.

मृत्यूच्या स्पर्शानं पांढराफटक पडलेला ममाचा निस्तेज देह दिसताच क्योकोच्या अश्रूंचा बांध पुन्हा फुटला. ...किती जिवापाड प्रेम होतं हिचं आपल्यावर! सर्वस्व उधळून जपत होती ही आपल्याला. सतत आपलीच काळजी, आपलेच विचार! मग... मग तरीही काल ते काय सांगितलं ममानं? स्वत:च्या आयुष्याचा एक खासगी असा कोपरा का राखून ठेवला तिनं? का लपवून ठेवला तो आपल्यापासून? आणि आत्ता, अखेरच्या घटकेला तो कप्पा उघडून आपल्याला आत घेण्याचा प्रयत्न केला तिनं; परंतु आपण तिथे पाऊल टाकण्यापूर्वीच ती हे जग सोडून निघून गेली!

गेली आपली आई!...

चिएकोचं तोंड किंचित उघडं राहिलं होतं. जणू शेवटचा श्वास घेण्यापूर्वी तिनं

काहीतरी बोलण्याचा प्रयत्न केला असावा. काय बोलायचं होतं ममाला?... क्योकोचा जीव कळवळला. खाली वाकून तिनं आपल्या ममाचे विलग झालेले ओठ अलगद मिटले.

"...तुला शांती लाभो, ममा!..." – आईच्या कपाळावर हलकेच थोपटत गदगदलेल्या स्वरात ती म्हणाली. जणू ती तिला आश्वासन देत होती, 'ममा, मी ती पेटी ताब्यात घ्यावी, अशी इच्छा आहे ना तुझी? घेईन, मी ती पेटी शोधून काढीन... नक्की काढीन शोधून, ममा!'

चिएकोच्या अंत्ययात्रेची तयारी चालू झाली. क्योको शोकात बुडून गेली होती; तरीही आईनं अंतिम घटकेला सांगितलेलं ते पेटीचं रहस्य वारंवार तिच्या मनाच्या एका कोपऱ्यात डोकं वर काढत होतं. त्या शब्दांनी जणू तिला झपाटलं होतं! हळूहळू त्या शब्दांची बाधा इतकी वाढू लागली, की जणू चिएको तिथे उभी राहून तिला 'आधी चल आणि ती पेटी शोध' सांगत पुढे ढकलत्येय!

चिएकोनं मृत्यूनंतर आपलं दहन केलं जावं, अशी इच्छा व्यक्त केली होती; त्यानुसार सारं करायचं ठरलं. अखेर ओकच्या लाकडाच्या साध्याशा शवपेटिकेत पार्थिव ठेवलं गेलं. ती शवपेटिका भट्टीत लोटली, तेव्हा मात्र क्योकोचा स्वत:वरचा ताबा सुटला. आपल्या किंकाळ्या दडपून टाकण्यासाठी तिनं तोंडात रुमालाचा बोळा कोंबला. ज्वालांच्या असंख्य लपलपत्या जिभांनी शवपेटिकेला वेढून तिचा घास घेतला, तेव्हा तर दु:खानं वेडीपिशी झाल्यासारखी ती आक्रोश करू लागली. परंतु आता ज्वाला तिच्या प्रतिकाराला जुमानणार नव्हत्या. तिच्या आईच्या देहाची राखरांगोळी होणार होती! हे सारं असह्य होऊन क्योकोनं तिला सावरू पाहणारे सारे हात झटकून टाकले आणि त्या दहनकक्षातून मागच्या बाजूनं ती धावत सुटली....

त्या भूमीतून बाहेर पडल्यावर क्षणभर ती थबकली; परंतु हुंदके देत ती पुन्हा धावू लागली. आपल्या घराच्या दिशेनं. अडखळत... धडपडत... मध्येच चालत.... मध्येच धावत.

धापा टाकत आलेली क्योको घराच्या दाराशी खीळ बसल्यागत थांबली. जणू त्या दारानं बेभान झालेल्या क्योकोला गच्च कवेत पकडून ठेवलं होतं!

...त्या सुबक लाकडी दर्शनी दाराचा ममाला कोण अभिमान वाटायचा! क्योकोनं एकवार त्या दारावरून अलगद हात फिरवला आणि ती तिथेच पायरीवर टेकली.

मात्र थोड्याच वेळात संमोहित झाल्यासारखी ती उठली आणि तडक आपल्या ममाच्या खोलीत गेली.

...चिएकोची खोली. गेली तीस वर्षं याच हवेशीर तातामीच्या खोलीत चिएको झोपत होती. त्या दिवशी हॉस्पिटलमध्ये जाताना खोली जशी होती, त्याच स्थितीत आत्ताही दिसत होती. नीटनेटकी. जणू आत्ताच इथे हात फिरवून ती आतल्या खोलीत गेल्येय! ...व्यवस्थित घडी केलेल्या चादरी कपाटात एकावर एक छान रचून ठेवलेल्या; आणि तिचा आवडता युकाता, उभ्या निरुंद आरशाच्या मागे आपल्या नेहमीच्या जागी अडकवून ठेवलेला.

क्योकोचं लक्ष आता सम्राटांच्या तसबिरीकडे गेलं. खोलीत रोझवुडच्या छोट्याशा ड्रेसिंग टेबलाच्या वर भिंतीवर, अगदी महत्त्वाचं स्थान पटकावून सम्राटांची तसबीर विराजमान झालेली होती. रुंद सोनेरी चौकटीच्या त्या तसबिरीला क्योकोनं कधीच फारसं महत्त्व दिलं नव्हतं. आज मात्र त्या तसबिरीकडे ती प्रथमच पाहात असल्यासारखी निरखून बघू लागली. खरोखर! चष्मा लावलेल्या सम्राटांच्या जवळपासही जाण्याचं धाडस कुणी करणार नाही, अशीच रुबाबदार आणि करारी छबी होती त्यांची. आणि हे अगम्य सम्राट जणू एका गूढ, रहस्यमय गुपिताची राखण करत होते! 'ममाला खरोखरच जर एखादं गुपित लपवून ठेवायचं असेल, तर तिनं त्याचा रक्षणकर्ता अगदी योग्य शोधून काढलाय.' – त्याही परिस्थितीत क्योकोच्या मनात आलं, 'सम्राटांची करडी मुद्रा कुणाही आगंतुकाला जवळपाससुद्धा फिरकू देणार नाही!'

मात्र सम्राटांच्या करड्या पहाऱ्यातली ती गुप्त जागा शोधून काढण्यात क्योकोला खरोखरच मनापासून फारसा रस वाटत नव्हता. बराच वेळ ती खोलीच्या मध्यभागी द्विधा मन:स्थितीत घुटमळत राहिली... परंतु तिच्या डोळ्यांसमोर मरणोन्मुख ममाचा डोळ्यांत प्राण आणून आर्जवं करणारा चेहरा उभा राहिला, तशी क्षणार्धात तिनं त्या तसबिरीकडे धाव घेतली. मात्र सम्राटांची ती जड तसबीर जोर लावून खाली काढतानाही ती मनाशी म्हणाली, 'मला चांगलं माहित्येय, यात काहीही अर्थ नाही! अखेरच्या घटकांमध्ये ममाचा मेंदूवरचा ताबा सुटणं अगदी स्वाभाविक होतं. त्या भ्रमात बरळली ती काहीतरी. नाहीतर कुठला गुप्त कप्पा नि कुठली पेटी!'

मात्र, तसबीर खाली घेतल्यानंतर समोर जे दृष्टीस पडलं, ते पाहून क्योकोला प्रचंड धक्का बसला! मंत्रमुग्ध झाल्यासारखी ती डोळे विस्फारून पाहातच बसली... ममानं सांगितल्याप्रमाणे खरोखरच तसबिरीच्या मागे भिंतीत एक मोठ्ठं भोक होतं! वेडंवाकडं पोखरलेलं. खोल.

तिचे हात थरथर कापू लागले!

— काड्कन काहीतरी मोडून पडल्याचा आवाज झाला, तशी क्योको भानावर आली. सम्राटांची ती जडशीळ, नक्षीदार तसबीर तिच्या हातातून निसटली होती. सर्वत्र विखुरलेला काचांचा चकाकता खचकोळ आणि लाकडी चौकटीचे झगझगीत

सोनेरी तुकडे यांच्या मधोमध क्योको खिळल्यासारखी उभी होती. ...हे ...हे असं काहीतरी प्रत्यक्ष असेल, याची कधी कल्पनाही केली नव्हती आपण! – क्योको दिङ्‌मूढ झाली!

मोहिनी पडल्यासारखी क्योको हळूहळू पुढे झाली आणि तिनं त्या भोकात हात घातला. काहीतरी कठीण, थंडगार स्पर्श झाला बोटांना. तिनं बोटांनी अलगद चाचपलं. धातूची वस्तू असावी बहुधा ती. तिनं प्रयत्नपूर्वक ती वस्तू बोटांनी पकडली आणि हलकेच पुढे ओढली. ...बाप रे! पत्र्याची छोटीशी पेटीच होती ती! धुळीनं माखलेली... कडा गंजलेली... क्योकोचा स्वत:च्या डोळ्यांवर विश्वास बसेना. हीच ती लपवलेली पेटी, जी आपल्याकडे सोपवण्यासाठी ममा मृत्युशय्येवर तळमळत होती!...

क्योको एकटक त्या पेटीकडे पाहात राहिली. क्षणभर तिला वाटलं, द्यावी ढकलून ही पेटी पुन्हा या भोकात आणि निघून जावं! किती शांत आणि साधं, सरळ आयुष्य आहे आपलं! आता या पेटीतून कुठलंतरी कौटुंबिक गौप्य बाहेर पडेल; आणि कुणी सांगावं, कदाचित आपलं सारं जीवन ढवळून निघेल त्यानं!... छे! हे असलं काहीही नको होतं आता तिला. ...काहीही गरज नाही कुठल्यातरी जुन्या गोष्टी उकरून काढण्याची! ठेवून द्यायची ही पेटी पुन्हा होती तिथे. – तिच्या मनानं निर्णय घेतला.

परंतु बोटांनी तिच्या मनाची बोली झुगारून दिली. क्योकोही समजून चुकली, की आता मागे फिरणं कठीण आहे! आपल्या आईनं हेतुपूर्वक आपल्याला या दडवलेल्या रहस्यात ओढलंय. तिला नक्की यातून आपल्या हाती काहीतरी खूप महत्त्वाचं असं सोपवायचंय... काहीतरी मोलाचं, पण तरीही मनाला त्रास देणारं!

काय असेल हे?...

क्योको ती पेटी उघडण्याचा प्रयत्न करू लागली; परंतु घट्ट बंद करून अनेक वर्षं भिंतीत दडपून ठेवलेली ती पेटी सहजासहजी उघडेना. अखेर खूप खटपट करून तिनं कात्रीनं तिचं झाकण एका बाजूनं तोडलं आणि जोर लावून ती उचकटली.

पेटीत कागदांचा एक छोटासा गठ्ठा होता. फिकट लाल धाग्यानं बांधलेला. ते कागद खूप जुने असावेत, कारण ते पिवळट पडले होते. आता मात्र क्योकोचा मनावर ताबा राहिला नाही. भयंकर अधीर झाली ती! तिनं तो धागा झपाट्यानं तोडला आणि ते कागद मोकळे करून जमिनीवर पसरले. वरच एक कोरा कागद होता. तिनं तो बाजूला सारला आणि झडप घातल्यासारखे खालचे कागद उचलले. वरच्याच एका ओळखपत्रानं तिची नजर खिळवून ठेवली! तिच्या आईचाच पुसट झालेला फोटो होता त्या ओळखपत्रावर. तिनं झटकन ते उचललं आणि अधाशासारखी

ती त्या फोटोखालची अक्षरं वाचू लागली. १९४२ साली सिंगापूर नावाच्या कुठल्याशा ठिकाणी तिला दिलं गेलं होतं ते ओळखपत्र. क्योको थक्क झाली! ...सिंगापूर? कुठे आहे हे सिंगापूर? ...आणि ममाला तिथलं ओळखपत्र कसं मिळालं? ...मुळात ममा तिथे गेली होती कधी? ...आणि कशासाठी? मुख्य म्हणजे आजवर तिच्या तोंडून कधीच या ठिकाणाचा साधा उल्लेखही कसा आला नाही?... ती सिंगापूरला गेली होती, ही गोष्ट तिनं आपल्याला कधीच का सांगितली नाही? का लपवून ठेवली एवढी मोठी गोष्ट तिनं आपल्यापासून?...

त्या पिवळट कागदांच्या चवडीतला एक फिकट झालेला जुना फोटो तर जणू तिचं लक्ष वेधून घेण्यासाठी तिला खुणावत होता. दोन जोडपी, एक छोटी मुलगी आणि तिच्यापेक्षा थोडासा मोठा मुलगा, एवढे होते त्या फोटोत. ही सारी मंडळी फोटोसाठी खास ठेवणीतलं हसू हसत मोठ्या आतुरतेनं थेट कॅमेऱ्यात पाहात होती!... क्योकोनं तो फोटो उजेडात धरून नीट निरखून पाहिला. त्या दोनातल्या एका जोडप्याला तिनं पाहताक्षणीच ओळखलं; आणि तिला आश्चर्याचा धक्काच बसला! ते तिचेच आईवडील होते. तिनं आपल्या वडलांना प्रत्यक्ष पाहिलेलं नव्हतं; ती खूप लहान असतानाच ते या जगातून गेलेले होते. परंतु तो चिरपरिचित चेहरा तिनं पाहताक्षणीच ओळखला. ममाच्या बैठकीशेजारच्या छोट्या चौरंगावर त्यांचं एक सुरेख व्यक्तिचित्र मांडलेलं होतं. चांदीच्या नाजूकशा चौकटीतलं ते चित्र ती बालपणापासून पाहात आली होती. खोल कोरला गेला होता तो चेहरा तिच्या मन:पटलावर. ...आणि ती छोटी मुलगीही क्योकोला कुठेतरी पाहिल्यासारखी वाटली. खूप आठवायचा प्रयत्न केला तिनं, परंतु कुठे, ते काही केल्या तिच्या लक्षात येईना!...

तो फोटो पुसट झालेला असला, तरी एक गोष्ट मात्र स्पष्ट जाणवत होती, की ती चार मोठी माणसं आणि दोन लहान मुलं यांचं परस्परांशी अगदी जिव्हाळ्याचं नातं असावं. क्योकोच्या डोक्यात नाना अस्वस्थ प्रश्नांचं मोहोळ उठलं! ...या फोटोतले आपल्या आईवडलांसोबतचे हे सगळे लोक कोण? आणि इतकं जर त्यांचं परस्परांशी निकटचं नातं होतं, तर मग ममानं आपल्याला कधीच त्यांच्याविषयी का सांगितलं नाही?... हे अजाणता घडलं, की...? तिच्या मृत्यूनंतरच आपली त्यांच्याशी गाठ पडावी, असं का वाटलं तिला?... या सहाजणांच्या हसऱ्या, आनंदी चेहऱ्यांमागे काही रहस्य वगैरे तर दडलेलं नाहीये ना?

क्योकोच्या मनात उलटसुलट विचारांचं वादळ घोंघावू लागलं!

त्या फोटोच्या एका कोपऱ्यात अगदी बारीक अक्षरांत काहीतरी लिहिलेलं होतं. मात्र डाग पडून ती अक्षरं अगदीच अस्पष्ट झालेली होती. बहुधा त्यावर पाणी पडून ते तसंच राहिलेलं असावं. वाचणं कठीणच होतं ती पुसट अक्षरं. क्योकोनं तो

फोटो उजेडात धरला आणि वेगवेगळ्या कोनांतून निरखत ती, ती अक्षरं वाचण्याचा प्रयत्न करू लागली. बऱ्याच प्रयासानंतर अखेर तिला सर्व शब्द लागले...

— ''सिंगापूर, २७ मार्च १९४५. निघण्यापूर्वीचा दिवस.''

पाण्यानं अस्पष्ट झालेली ती अक्षरं बारकाईनं निरखत निरखत क्योकोनं ती पुन्हा पुन्हा वाचली. एकदा... दोनदा.. तीनदा... परंतु त्यावरून तर इतकाच बोध होत होता, की २७ मार्च १९४५ या दिवशी तिच्या आईवडलांनी या लोकांबरोबर हा फोटो काढून घेतलाय; आणि तो दिवस त्यांच्या कुठल्याशा प्रवासाचा आदला दिवस होता.

...म्हणजे दुसऱ्या दिवशी हे लोक कोणत्या प्रवासाला गेले?

हे सारं काय गौडबंगाल आहे? हे रहस्य तर आता अधिकच गुंतागुंतीचं आणि गहन होत चाललंय!... क्योको उद्विग्न मनानं त्या समोर पसरलेल्या कागदांकडे एकटक पाहात बसली. ...हे कसलं नवीन वादळ उठू पाहातंय आपल्या शांत, स्वस्थ जीवनात? तिला वाटलं, अस्संच उठावं आणि धावत जाऊन ममालाच हे सारे प्रश्न विचारावेत घडाघडा! पण... पण आता ममा आहेच कुठे?... ती तर कायमची विरून गेली अनंतात, हे सारं गुपित पोटात साठवून. आता मागे उरलाय एका संगमरवरी चबुतऱ्यावर केवळ एक रक्षेचा प्रचंड ढीग.

क्योकोला खूप हताश वाटू लागलं.

मात्र त्याच वेळी तिला स्पष्टपणे कळून चुकलं, की अखेरच्या रात्री ममानं आपल्या आयुष्याच्या हरवलेल्या तुकड्याचं रहस्य एखाद्या गहन कोड्यासारखं आपल्यापुढे मांडून ठेवलंय आणि त्याचं उत्तर आपलं आपल्यालाच एकटीला शोधायचंय!... नव्हे, आता ते शोधण्यावाचून गत्यंतरच नाही!!...

२

शिगे सावादा होकोकू मारूच्या डेकवर कठड्याशी रेलून उभा होता. सिंगापूरला निघालेल्या या बोटीनं योकोहामा बंदर सोडल्याला आज दोन दिवस झाले होते.

शिगेची नजर समुद्राच्या निळ्याशार विस्तारावरून फिरत दूर क्षितिजाला जाऊन भिडली. टक लावून तो क्षितिजाकडे पाहू लागला. प्रखर सूर्यप्रकाशानं डोळे दिपले त्याचे, आणि मन त्याच्याही नकळत पाखरासारखं भिरभिरत काही वर्षं मागे गेलं...

...त्याही वेळी तो असाच एका बोटीच्या डेकवर उभा होता. विमनस्क मनानं! चौफेर असाच क्षितिजापर्यंत अमर्याद पसरलेला महासागर. दृष्टी पोचेल तिथवर फक्त पाणी. चमचमणारं. क्षितिजाशी आकाशाला भिडलेलं. सागराच्या अफाटपणानं त्याची छाती दडपून गेली होती. त्यावेळी तो युनायटेड स्टेट्सहून जपानला परतत होता. हातात होती कॅलिफोर्नियाच्या एका दर्जेदार कॉलेजची इंग्लिश भाषाभ्यासाची उच्च पदवी आणि मनात अमेरिकेतील तीन वर्षांच्या वास्तव्याच्या अगणित कडूगोड आठवणी...

शिगेच्या वडलांची खूप इच्छा होती, की मुलानं आपल्या कुटुंबाच्या परंपरेनुसार एक उत्तम इंजिनिअर म्हणून नाव कमवावं. परंतु जेव्हा त्यांनी पाहिलं, की शिगेचा भाषांच्या अभ्यासाकडेच उपजत कल आहे, तेव्हा ते संभ्रमात पडले. भाषांमधली त्याची जाण, त्याची प्रतिभा त्यांनाही अनेकदा चकित करायची. त्यामुळे त्यांनी स्वत:च्या इच्छेला मुरड घातली आणि शिगेला त्याच्या मनाप्रमाणे अभ्यासक्रम निवडण्याची मुभा दिली. शिगेला शहरातल्या एका नामांकित भाषाशास्त्राच्या कॉलेजमध्ये जाण्याची इच्छा होती, ती त्यांनी पुरी केली. त्याच्या शिक्षणासाठी लागेल तेवढा खर्च करण्याची त्यांची तयारी होती; आणि त्यांनी तो केलाही.

शिगेनंही त्याचं चीज केलं. अमेरिकेतल्या एका विद्यापीठात इंग्लिश भाषेचं पदव्युत्तर शिक्षण घेण्यासाठी असलेली एक प्रतिष्ठेची शिष्यवृत्ती त्यानं पटकावली. शिगेच्या वडलांना यातच सारं भरून पावलं!

आजही शिगेला तो परतीचा प्रवास लख्ख आठवत होता...

सॅन फ्रान्सिस्को बंदर दूर जात जात क्षितिजात विलीन झालं होतं. डेकवर उभा राहून शिगे एकटक पाहात होता. मन अनेक संमिश्र भावनांच्या दाटीनं कातर झालं होतं! एकीकडे घरी परतण्याचा, आपल्या माणसांत जाण्याचा आनंद; तर दुसरीकडे ज्या जीवनक्रमात तो गेली तीन वर्षं रुळला होता, तो सोडावा लागणार याचा खेद! मात्र त्याचं मन तीव्रतेनं व्याकूळ झालं होतं, ते सायाकोसाठी! सायाको... त्याची प्रेयसी. एक गोड जपानी-अमेरिकन मुलगी. तिच्या प्रेमात तो आकंठ बुडाला होता!... शिष्यवृत्तीचा तीन वर्षांचा कालावधी संपल्यानंतर करारानुसार त्याला जपानला परतून सरकारी नोकरीत रुजू होणं भाग होतं. सायाको मात्र त्याच्याबरोबर जपानला यायला बिलकूल तयार नव्हती. अमेरिका सोडण्याची भयंकर भीती वाटत होती तिला. शेवटी शिगेचाही नाइलाज झाला. बिचारा एकटाच परतला. वियोगाच्या वेदनांनी मन विदीर्ण झालं होतं त्याचं!

मात्र शिगे एकनिष्ठ होता तिच्याशी. खूप प्रामाणिक. जपानहून तो सातत्यानं तिला पत्रं लिहीत होता. अखेर एके दिवशी त्याच्या सर्व पत्रांचा एक गठ्ठा त्याच्या हाती आला. अमेरिकेहून तिच्या वडलांनी पाठवला होता तो. सोबत एक पत्र. त्यात सक्त ताकीदवजा एकच वाक्य – 'सायाकोचा विवाह एका जपानी-अमेरिकन डॉक्टरशी होत आहे.'

शिगे पार कोलमडला! त्याला कळून चुकलं, की आपल्या प्रेमाचा पार चोळामोळा झालाय!... त्या प्रचंड महासागरानं आपल्याला कायमचं तोडलंय तिच्यापासून...

अपमानित झालेल्या शिगेनं मग कठोरपणे स्वत:ला कामात झोकून दिलं. आता त्याच्या मनानं फक्त एकच ध्यास घेतला होता – सरकारच्या विदेश मंत्रालयाच्या गुप्तहेर यंत्रणेतला एक उच्चपदस्थ अधिकारी म्हणून नावारूपाला यायचं! आपलं इंग्लिश भाषेवरचं प्रभुत्व हे यातलं महत्त्वाचं बलस्थान आहे, हे त्यानं बरोबर ओळखलं होतं. त्या दृष्टीनं त्यानं आपली सारी शक्ती आणि कौशल्यं पणास लावली.

पुढे मासाको भेटल्यानंतर किंवा अगदी त्यांच्या विवाहानंतरसुद्धा शिगे सायाकोला आपल्या मनातून काढून टाकू शकला नाही! सायाकोचं प्रेम आणि तिच्या सहवासातला तीन वर्षांचा सुखानं मोहरलेला काळ यांनी त्याच्या मनाचा एक कोपरा सदैव व्यापूनच राहिला. तिला मनातून दूर करणं आपल्याला कधीही शक्य होणार नाही,

हे शिगेला स्पष्टपणे कळून चुकलं होतं!

आत्ता या क्षणीसुद्धा क्षितिजाकडे एकटक पाहात डेकवर उभ्या असलेल्या शिगेचं मन नकळत सायाकोभोवतीच रुंजी घालू लागलं होतं. सायाको... सायाको... त्याचं मन नकळत साद घालू लागलं! तिचा तो नाजूकसा गोड जपानी चेहरा आणि त्याच्याशी पार विसंगत असा अमेरिकन लहेजा! विसंगतीतही इतकी विलक्षण मोहकता असू शकते?... शिगेच्या मनात येई. त्या मोहक विसंगतीनं पार वेडं केलं होतं त्याला!

सॅन फ्रान्सिस्कोत सायाकोला प्रथम पाहिलं, त्या दिवसाची आठवण अजूनही त्याच्या मनाला हुरहुर लावत होती!... जेमतेम महिनाच झाला असेल त्याला तिथे जाऊन. शिगे कॉलेजच्या कॅफेटेरियात बसला होता. अचानक मागून कुणा मुलीची अमेरिकन सुरातली कुजबुज त्याच्या कानी आली. त्या मधाळ, मादक स्वरानं त्याच्या काळजाचा ठोका चुकला! त्यानं चमकून मागे वळून पाहिलं. एक गोड चेहऱ्याची जपानी मुलगी कुणाशी तरी बोलत होती. पाहाताक्षणीच ती मुलगी – सायाको – त्याला विलक्षण आवडली. खूप कुतूहल निर्माण झालं त्याच्या मनात तिच्याविषयी!

जपानी-अमेरिकन संस्कृती आणि समाज यांच्याशी शिगेचा पहिला परिचय झाला तो असा सायाकोमुळेच. केवळ राहणी आणि जीवनशैलीच नव्हे, तर मनाची बैठकच अमेरिकन वळणाची, आणि त्याच्याशी पूर्ण विसंगत असा आशियाई चेहरा, असा एक नवीनच तरुणवर्ग त्यावेळी उदयास येत होता. आशियाई–अमेरिकन.अतिशय मोहक होता तो विसंगत मिलाफ. शिगेला त्या संस्कृतीचं खूप आकर्षण वाटायचं. आजही त्याच्या मनातलं ते आकर्षण यत्किंचितही कमी झालेलं नव्हतं.

जपानला परतल्यानंतर सुरुवातीला शिगेचं मन फार अस्वस्थ असे. एकतर सायाकोच्या आठवणींनी तो बेचैन होई. खेरीज अमेरिकेतल्या तीन वर्षांच्या वास्तव्यात तिथल्या भिन्नभिन्न संस्कृतींच्या संमिश्र जीवनाची त्याला इतकी गोडी लागली होती, की जपानच्या एकरंगी समाजातल्या एकसुरी जीवनाचा त्याला वीट येई!

— माशांची एक झुंडच्या झुंड सपासप उड्या मारीत आली आणि पाण्याची कारंजी उंच उसळली! त्या आवाजानं शिगे भानावर आला. ...'आपण होकोकू मारूच्या डेकवर उभे आहोत!' समोरून त्याची गरोदर पत्नी मासाको त्यांच्या मुलाला – छोट्या हिरोला घेऊन त्याच्याचकडे येत होती. शिगेनं सायाकोची ओढ आणि अमेरिकेतल्या त्यांच्या साऱ्या मधुर स्मृती चटकन जणू मनाच्या तळाशी

राखून ठेवलेल्या कप्प्यात सारल्या; तिथे त्यांना कुणीही स्पर्श करू शकत नव्हतं! त्यानं हसून मासाकोला प्रतिसाद दिला आणि त्याच्याकडे झेपावणाऱ्या हिरोला उचलून घेतलं. त्याला खांद्यावर ठेवून झुलवत झुलवत तो त्याच्याशी खेळू लागला. आनंदानं खिदळणाऱ्या हिरोच्या दंग्यात शिगेच्या मनातली हुरहुर हळूहळू कधी निवली, ते त्याचं त्यालादेखील कळलं नाही!

जपान अमेरिकेच्या विरुद्ध हिरिरीने युद्धात उतरलेला होता. शिगेवर त्याच्या खात्यानं महत्त्वाची जबाबदारी टाकली होती. 'आपण आता गुप्तहेर यंत्रणेतले एक महत्त्वाचे अधिकारी आहोत आणि देशासाठी युद्धाच्या कामगिरीवर निघालोय,' ही जाणीव डेकवर फेऱ्या घालताना त्याच्या मनाला दंश करू लागली! ....तो सावध झाला! ...'छे, छे! यावेळी आपलं मन पूर्णपणे आपल्या कामावर, आपल्यावर सोपवलेल्या जबाबदारीवर केंद्रित झालं पाहिजे. आपलं पहिलं कर्तव्य आहे हे! – शिगेनं स्वत:च्याच मनाला सक्त ताकीद दिली, आणि मनातले इतर सारे विचार बाजूला सारले.

शिगे आधी विदेश मंत्रालयात संपर्काधिकारी म्हणून काम करत होता. मात्र युद्धाला तोंड फुटताच ताबडतोब त्याची बदली लष्करात करण्यात आली; आणि याचं एकमेव कारण म्हणजे त्याचं इंग्लिश भाषेवरचं प्रभुत्व. जपानी सैन्याच्या दृष्टीनं, विशेषत: त्यांच्या दुसऱ्या देशांतल्या हालचालींसाठी, आणि एकूणच युद्धाच्या कारवायांसाठी शिगेची इंग्लिश भाषा बोलण्याची-जाणण्याची क्षमता ही अत्यंत मोलाची गोष्ट होती. त्यामुळे आपल्याकडचं हे महत्त्वाचं शस्त्र त्यांनी ताबडतोब आपल्या ताब्यात घेतलं. शिगेला मात्र, युद्धाच्या पार्श्वभूमीवर आपल्याला हे हेरखात्यातलं उच्च अधिकाऱ्याचं पद दिलं जातंय, या गोष्टीचा धक्काच बसला! हे काहीतरी अनिष्ट घडतंय... त्याच्या मनात काळजीचं पातं फिरू लागलं. परंतु त्या धक्क्यातून पुरतं बाहेर पडण्यापूर्वीच त्याच्या हातात, ताबडतोब सिंगापूरला जाऊन हजर होण्याचा हुकूम पडला. ते १९४१ साल होतं. सर्वत्र महायुद्धाचा वणवा पेटला होता. मात्र शिगेला आता पाऊल पुढे टाकण्यावाचून गत्यंतर नव्हतं. आवश्यक ते तपशीलही हातात येऊन पडले.

– सिंगापूर हे उष्ण कटिबंधातलं, मलाया द्वीपकल्पाच्या दक्षिणेकडचं एक छोटंसं बेट. त्यावर ब्रिटिशांची सत्ता होती; आणि नुकतंच जपानी सैन्यानं युद्धात ते बळकावून त्यावर आपली सत्ता प्रस्थापित केली होती.

जगात सर्वत्र युद्धाचा भडका उडालेला असताना बोटीचा प्रवास करणं – तोही इतक्या दूरचा – हे अत्यंत धोक्याचं होतं. परंतु शिगेनं कुटुंबाला सोडून न जाण्याची जणू प्रतिज्ञाच केली होती. गेल्या खेपेला तो आपल्या प्रेयसीला मागे ठेवून सॅन

फ्रान्सिस्कोला बोटीत बसला, आणि तिला कायमचा मुकला! त्यामुळे यावेळी त्यानं निश्चय केला, की याची पुनरावृत्ती होऊ देणार नाही. वास्तविक, मासाकोला दिवस गेलेले होते. तिची तब्येतही जरा नाजूकच होती. परंतु, 'सिंगापूरमध्ये जपानी लष्कराची अतिशय सुसज्ज हॉस्पिटलं आहेत आणि निष्णात डॉक्टरांचे ताफे तिथे काम करतात; तुमची कोणतीही गैरसोय तिथे होणार नाही!' – असं आश्वासन शिगेला खात्याकडून देण्यात आलेलं होतं. त्यामुळे शिगेच्या मनातली ती काळजी तरी मिटली होती.

मासाकोच्या कुटुंबीयांना मात्र युद्धाच्या या अनिश्चित काळात मुलीनं जपान सोडून बाहेर पडावं, आणि तेही अशा नाजूक अवस्थेत, हे बिलकूल मान्य नव्हतं. त्यांनी मासाकोला न्यायला स्पष्टच नकार दिला.

"म्हणजे मासाकोला या अशा परिस्थितीत तुम्ही त्या सिंगापूर का कुठल्या दूरच्या बेटावर नेणार का?" मासाकोची आई काळजीनं म्हणाली, "...आणि आम्ही कोणीही मदतीला नसताना ती तिथे एकटी बाळंत होणार? समजा, उद्या बाळंतपणात काही गुंतागुंत निर्माण झाली, पोरगी अडली, तर? जिवाशी गाठ येईल माझ्या पोरीच्या. नाही बाई! मी अजिबात जाऊ देणार नाही तिला!" – मासाकोच्या आईनं मुलीला न्यायला स्पष्टच विरोध केला.

"मुख्य म्हणजे तिथले डॉक्टर कसे आहेत, हॉस्पिटलं तरी धड आहेत की नाहीत, काय माहीत आपल्याला! बाई गं! मला तर भीतीच वाटते. काय वाढून ठेवलंय या पोरीच्या नशिबी, कोण जाणे!" – मासाकोच्या भल्यामोठ्या कुटुंबाची काळजी वाहणाऱ्या तिच्या वयस्कर अविवाहित आत्यानं तर गळा काढून रडायलाच सुरुवात केली.

परंतु शिगेनं परराष्ट्रनीतीतली आपली सारी मुत्सद्देगिरी पणाला लावली आणि सर्वांचा विरोध आधी सौम्य केला. हळूहळू का कूं करत का होईना, पण शेवटी विरोध मावळलासा झाला आणि मासाकोला शिगेबरोबर त्या दूरच्या बेटावर पाठवायला घरची माणसं एकदाची तयार झाली!

लवकरच एके दिवशी भल्या पहाटे शिगे मासाको आणि हिरोला घेऊन सिंगापूरला जाण्यासाठी होकोकू मारू या बोटीवर चढला. वरच्या डेकवर शिगे आणि मासाको हिरोला घेऊन उभे होते. बोटीनं योकोहामा बंदर सोडलं. धक्क्यावर दोघांचेही कुटुंबीय, मित्रमंडळी आणि नातेवाईक हात हलवीत त्यांना निरोप देत होते. तो क्षण मोठा अवघड होता. वियोगाच्या दुःखानं दोघांचेही कंठ दाटून आले होते. हात हलवून साऱ्यांचा निरोप घेताना त्यांना अश्रू अनावर झाले. बोट बंदरापासून जसजशी दूर जाऊ लागली, तसतशा धक्क्यावरच्या माणसांच्या आकृती छोट्या छोट्या होत अस्पष्ट होत गेल्या; आणि अखेर दिसेनाशा झाल्या.

मासाकोला जेव्हा कळलं, की बोटीवरचे आपले सगळेच सहप्रवासी काही सैन्यातले किंवा युद्धाशी संबंधित नाहीत, तर अन्य बिगरलष्करी नागरिकांचीही कुटुंबंच्या कुटुंबं भरपूर आहेत, तेव्हा तिच्या जिवात जीव आला! जसजसं घर मागे पडू लागलं, तसतशी बोटीवरल्या माणसांची आपापसात जान-पहचान होत होत ओळखी वाढू लागल्या; आणि हळूहळू त्यांच्यात मैत्रीचे धागेही जुळत चालले. कुठे बायका-बायकांचे लहानलहान कंपू तयार होऊन गप्पागोष्टी रंगू लागल्या; तर कुठे पुरुषांची टोळकी डेकवर जमून हास्यविनोद चालू झाले, चर्चा झडू लागल्या.

शिगे-मासाको आणि एक तरुण नाविक इंजिनिअर मोरी तानाका आणि त्याची पत्नी चिएको या चौघांचे विशेष भावबंध जुळले. शिगे आणि मोरी संध्याकाळी डेकवर सिगारेट्स ओढत मजेत एकत्र फिरत आणि समुद्राचे, आकाशाचे बदलते रंग न्याहाळीत. रात्रीच्या जेवणानंतर तर मद्याचे घुटके घेत घेत त्यांच्या अनेक विषयांवर गप्पा चालत.

चिएकोला लहान मुलांची खूप आवड होती. तिनं लहानग्या हिरोचा ताबा घेतला. त्याचे लाड करण्यात, त्याला खेळवण्यात तिचा वेळ मजेत जाऊ लागला. मासाकोला आधीच कडक डोहाळे लागले होते. त्यातच भर म्हणजे तिला बोट लागली. त्यामुळे ओकाऱ्यांनी ती हैराण झाली होती. बिचारीचं डोकं सतत टेकलेलं असे. परंतु त्या त्रासाच्या दिवसांत चिएकोनं हिरोची संपूर्ण जबाबदारी उचलली होती.

कधीकधी मासाकोची तब्येत ठीक असे. मग अशा वेळी ती आणि चिएको वरच्या डेकवरच्या लाकडी आरामखुर्च्यांवर मजेत पहुडत आणि चहाचे घुटके घेत घेत गप्पा मारीत. गप्पा कोणत्याही विषयावरून सुरू झाल्या, तरी त्या येऊन ठेपत सिंगापूर आणि उष्ण कटिबंध या महत्त्वाच्या विषयावर! दोघींनाही सिंगापूरची फारच थोडी माहिती होती. मग, सिंगापूरमध्ये आपले दिवस कसे जातील, कसं असेल आपलं तिथलं आयुष्य या धास्तीचं ओझं दोघीही एकमेकींशी बोलून थोडं हलकं करीत.

हिरोचीही बोटीवरच्या लहान मुलांशी गट्टी जमली. तो त्यांच्यात छान रमून गेला.

चिएको एकदा मासाकोला सांगू लागली, ''अगं, मोरीनं जेव्हा मला सांगितलं ना, की त्याला सिंगापूरला पाठवतायत, तेव्हा भीतीनं माझ्या पोटात गोळा उठला! पण मग मी काय केलं, मी लगेच सिंगापूरबद्दल माहिती मिळवायला सुरुवात केली. प्रथम मी सरळ उठले आणि ग्रंथालय गाठलं. तिथे जेवढं म्हणून उपलब्ध होतं सिंगापूरविषयी, तेवढं सगळं घेऊन वाचलं. पण खरं सांगू का, या सिंगापूरवरची फारशी पुस्तकंही नाहीयेत...'' चिएकोच्या स्वरात आता काळजी दाटून आली, ''मला तर अजूनही माहीत नाहीये, की तिथे जाऊन आपल्याला कशाकशाला तोंड

द्यावं लागणार आहे! पण एक गोष्ट मात्र नक्की, की प्रचंड उष्मा आणि दमट हवा या दोन गोष्टींची आपल्याला मानसिक तयारी केलीच पाहिजे! तिथली हवा नेहमीच खूप उष्ण असते, आणि सर्वांत वैताग म्हणजे तिथे म्हणे डासांचा आणि सत्राशे साठ प्रकारच्या कीटकांचा नुसता बुजबुजाट आहे!''

लवकरच बोटीचे कप्तान इनोउए यांनी बोटीनं प्रवासाचा अर्धा टप्पा पार केला असल्याची उद्घोषणा केली. आता अधिकृतपणे त्यांनी उष्ण कटिबंधात प्रवेश केला होता. आणि मग जणू काही चिएकोचं तिथल्या हवेबद्दलचं वक्तव्य खरं करून दाखवण्यासाठीच सूर्यानं डोळे वटारले आणि कडकडीत उन्हाचे चटके बसायला सुरुवात झाली. बोटीवरच्या माणसांची उष्म्यानं उलघाल होऊ लागली. घामानं चिपचिपलेली अंगं, चेहरे घामाच्या चमकत्या थेंबांनी डवरलेले आणि जिवाची नुसती काहिली! माणसं अस्वस्थपणे फेऱ्या मारू लागली.

अखेर तेरा दिवसांचा प्रवास संपवून बोट सिंगापूरच्या सेलेतार नाविक तळाला लागली, आणि प्रवाशांनी सिंगापूरच्या भूमीवर पाऊल टाकलं. हळूहळू सर्वजण आपापल्या मार्गानं गेले. मात्र, या दोन जोडप्यांतले – विशेषत: मासाको आणि चिएको या दोघींमधल्या मैत्रीचे, जिव्हाळ्याचे भावबंध आणि त्यांच्या विधिलिखितांचे गोफ दोघींच्याही कल्पनेपलीकडे परस्परांत घट्ट गुंफले गेले होते!

आत्ताही शयनगृहात विश्रांती घेत पडलेल्या मासाकोच्या मनात या अनोख्या, दाट मैत्रीचेच विचार घोळत होते. खूप समाधान वाटत होतं तिला! ते सुखद विचार मनात घोळवतच ती उठली आणि खिडकीपाशी गेली. तिनं खिडकीचे पडदे सारले. आत घुसलेल्या बोचऱ्या वाऱ्यानं तिचं अंग शहारलं. बाहेर आकाश काळ्याकुट्ट ढगांनी कोंदलं होतं. ही चिन्हं मासाकोच्या आता परिचयाची झाली होती!... सोसाट्याचं वादळ घोंघावत येणार होतं. मासाकोनं घाईघाईनं पटापट साऱ्या घराच्या खिडक्या बंद केल्या.

गेली तीन-साडेतीन वर्षं मासाको सिंगापूरमध्ये राहात होती; पण अजूनही तिला उष्ण कटिबंधातल्या या भयानक वादळांची सवय होत नव्हती. वादळ आलं, की मासाकोच्या छातीत धडकी भरे! ...झंझावाती वारे तुफान वेगानं वाहू लागत. साऱ्या आसमंतात त्याचा एक भयानक आवाज घुमू लागे. मासाको सारं घर बंद करून, मुलांना जवळ घेऊन बसून राही. परंतु तुफानी वाऱ्यांच्या तडाख्यांनी घराच्या खिडक्या खडाखडा वाजत. अखंड चालणाऱ्या त्या खडखडाटाचा आवाज फार वाढला, की मासाकोचा जीव घाबरा होई. कधीकधी तर झंझावात खिडक्यांवर अशा

धडका देई, की जणू त्या आक्रस्ताळ्या तुफानाला घरात घुसायचं असे! कडकडणाऱ्या विजा आणि ढगांचा गडगडाट आकाशाची कवटी फोडून त्याच्या चिंध्या-चिंध्या करेल की काय, मासाकोच्या मनात येई! वादळाची रौद्रता पाहून तिच्या छातीत धडधडू लागे!

सिंगापूरमधलं पहिलं वर्ष फार खडतर गेलं मासाकोला! जपानच्या, जपानमधल्या आपल्या घराच्या आठवणीनं ती सतत झुरत बसे. तिथल्या बदलत्या ऋतूंची नव्हाळी, मऊशार हिमाच्या भुरभुरत्या झडी, एप्रिलमधल्या चेरीवृक्षाच्या बहराचं, त्या शुभ्रसफेद-गुलाबी फुलांच्या पखरणीचं मनाला वेड लावणारं वैभव आणि शरद ऋतूत निसर्गाला येणारं विविध रंगांचं उधाण! – हे सारं आठवून मासाकोचं मन व्याकूळ होई, आणि मग या उष्ण प्रदेशातल्या घुसमटून टाकणाऱ्या दमट हवेनं आणि साऱ्या शरीराला डसणाऱ्या उष्म्यानं तिचा जीव आणखीनच उबून जाई! त्यातच डासांच्या आणि लहानमोठ्या किड्यांच्या झुंडीच्या झुंडी अखंडपणे भोवती भुणभुणत. त्या त्रासानं तिचं डोकं उठे. परंतु या सगळ्यापेक्षा तिला अधिक वीट आला होता, तो जाणाऱ्या प्रत्येक दिवसाच्या एकसुरीपणाचा. एकूण, इथल्या कुठल्याच गोष्टीत तिचं मन रमत नव्हतं. नवखी माणसं, नवखी भाषा, अपरिचित गंध – ध्वनी साऱ्याचाच तिच्या मनावर एक विचित्र ताण येत होता. केवळ चिएको आणि मोरी या दांपत्याच्या भक्कम मानसिक आधारामुळेच मासाको आणि शिगे बऱ्यापैकी तग धरू शकले. मासाकोला तर, चिएको नसती तर या परमुलखात आपलं काय झालं असतं, याची कल्पनासुद्धा नकोशी वाटे!

दोघी मैत्रिणींमध्ये चिएको ही अधिक प्रगल्भ आणि वास्तवाला धरून विचार करणाऱ्यातली होती. अतिशय खंबीर आणि धीराचीही. त्याचं प्रत्यंतर मासाकोला सिंगापूरला आल्यानंतर थोड्याच दिवसांत आलं.

त्या आठवड्यात शिगेवर त्याच्या हेरखात्यानं विशेष महत्त्वाची कामगिरी सोपवून त्याला मलायाला पाठवलं होतं. मासाको त्याच आठवड्यात प्रसूत होणार, ही अटकळ शिगेनं आधीच बांधलेली होती. पण अर्थात, लष्कराच्या दृष्टीनं बायकोचं बाळंतपण हे थोडंच लष्करी कामगिरी सोडून घरी बसायचं कारण होऊ शकतं? शिगे हुकुमानुसार मलायाला गेला आणि इथे मासाकोला प्रसूतिवेदना सुरू झाल्या. नवखा प्रदेश, जवळ नवरा नाही, आई नाही; परंतु चिएकोनं कुणाचीही उणीव भासू दिली नाही. त्या अवघड वेळी ती मासाकोपाशी खंबीरपणे धीर देत उभी राहिली.

त्यामुळे, मासाकोला मुलगी झाली, तेव्हा तो इवलुसा लालेलाल चुळबुळता गोळा जपानी सुइणीच्या हातातून प्रथम चिएकोनंच घेतला, आणि हलकेच थकलेल्या

मासाकोच्या कुशीत ठेवला. ते चिमुकलं गोड बाळ पाहून चिएकोच्या अंगावर रोमांच फुलले! ती टक लावून त्या बाळाकडे पाहू लागली...

मात्र चिएकोच्या डोळ्यांत तरारलेले अश्रू मासाकोच्या नजरेतून सुटले नाहीत. तिचं हृदय हेलावलं!... चिएकोचा दोन वेळा गर्भपात झाला होता! मासाकोनं हलकेच चिएकोचा हात हाती घेतला; आणि त्याच क्षणी मनोमन ठरवून टाकलं, की हे बाळ आपल्याइतकंच चिएकोचं देखील असेल. तिला या बाळाचं हवं तेवढं कोडकौतुक करू दे. आपल्याइतकंच ते तिच्याही अंगाखांद्यावर खेळेल. चिएको या बाळाची दुसरी आई! ...धर्ममाता!

या दुसऱ्या बाळाच्या जन्मानंतर मासाकोला कामाला दिवस पुरेना. छोट्या बाळाचं संगोपन आणि घरातल्या बाकीच्यांचं हवं-नको बघताना दिवसांमागून दिवस झरझर उलटू लागले. त्यामुळे सिंगापूरमधल्या दुसऱ्या वर्षी जपानचं वेड तिच्या डोक्यातून कधी गळून पडलं, ते तिचं तिलादेखील कळलं नाही! इथल्या आपल्या नव्या आयुष्यात ती पुरती बुडून गेली.

इकडे शिगेनं आपल्या धडाडीनं आणि कर्तृत्वानं जपानी गुप्तहेर यंत्रणेत स्वत:चा असा काही ठसा उमटवला होता, की त्याची गणना आता जपानी सैन्यातली एक महत्त्वपूर्ण व्यक्ती म्हणून होऊ लागली होती. जपानी फौजांनीही एकूणच सिंगापूरमध्ये आपली पकड इतकी बळकट केली होती, की इथलं आपलं वास्तव्य आता प्रदीर्घ काळ असणार आहे, हे मासाकोला कळून चुकलं होतं. मात्र हल्ली एक काळजी तिचं मन सारखं पोखरत असायची! शिगे कधीकधी अचानक काही गुप्त कामगिरीवर कित्येक दिवसच्या दिवस बाहेर जायचा! मासाकोलासुद्धा तो आपण कुठे जातोय, कशासाठी जातोय, केव्हा येणार, याचा काहीही थांगपत्ता लागू द्यायचा नाही. अशा वेळी, हा कुठे गेला असेल, यानं कुठे जीव धोक्यात तर घातलेला नाहीये ना, या काळजीनं तिच्या काळजाचं पाणी पाणी व्हायचं! जीव मुठीत धरून ती वेड्यासारखी त्याच्या वाटेकडे डोळे लावून बसायची, आणि तो परतला, की अश्रू पुसत सुटकेचा नि:श्वास टाकायची!

मधल्या काळात बिचाऱ्या चिएकोचा पुन्हा एकदा गर्भपात झाला, आणि दोघी मैत्रिणींच्या अंकुरलेल्या सुखद आशा पार चुरडल्या गेल्या! चिएको विषण्ण झाली! तिची मन:स्थिती आणि प्रकृती नीट ताळ्यावर यायला बराच काळ लागला.

त्यानंतर काही महिनेच लोटले असतील. एके दिवशी सकाळी अचानक चिएको धावतच मासाकोकडे आली. ती खूप उत्तेजित झालेली असावी, कारण ती घरात शिरली, तीच मासाकोला मोठमोठ्यानं हाका मारीत! खुसुखुसु हसत ती मासाकोसमोर येऊन उभी राहिली. तिचा चेहरा आनंदानं निथळत होता.

"मासाको ऽऽ...! मासाको, काय झालंय ओळख!"

मासाको हिरोच्या डब्यासाठी सुशी बनवत होती. ती पुढे होऊन चिएकोच्या चेहऱ्याकडे वेड्यासारखी पाहातच राहिली! पण तिला काही बोलू न देता चिएको उत्साहानं भडाभडा बोलू लागली,

"अगं, ही मी आत्ताच येत्येय डॉक्टरांकडून.. मासाको, मला नं दिवस गेलेत. ...गरोदर आहे गं मी! या वेळी डॉक्टर मला काही खास औषधोपचार करणार आहेत. ते म्हणाले, ऑक्टोबर महिन्यात अगदी सुखरूप जन्माला येणार आहे तुमचं बाळ!... अगं, त्यांचा स्वतःचाच इतका विश्वास आहे त्या औषधांवर, की मलाही अगदी आतून वाटतंय गं, की यावेळी काहीही वाईट घडणार नाही. खरंच, यावेळी काहीतरी वेगळंच जाणवतंय मला!"

तिचे डोळे पाणावले होते. हलक्या आवाजात कुजबुजल्यासारखी ती मासाकोला म्हणाली,

"मासाको, यावेळी आपण आशा बाळगायला खरंच काही हरकत नाहीये... होय ना?"

"हो, गं हो!" – मासाकोनं हातातली सुशी ताटलीत सारली आणि दोघी मैत्रिणींनी आनंदानं एकमेकींकडे झेपावत घट्ट मिठी मारली. अगदी जिवाभावाच्या मैत्रिणींनासुद्धा अशा जवळिकेत येण्याची सक्त मनाई असणाऱ्या संकोची जपानी संस्कृतीतल्या त्या दोघी मैत्रिणी, सारे संकेत मोडून अत्यानंदानं एकमेकींच्या गळ्यात पडल्या.

"मला तर इतका आनंद झालाय म्हणून सांगू!" – मासाको आनंदानं चित्कारत म्हणाली.

तिची जिवलग मैत्रीण गेली चार वर्षं बाळासाठी रात्रंदिवस झुरत होती. परंतु दुर्दैवानं तीन वेळा तिच्या सुखद स्वप्नांना नख लावलं होतं! त्यामुळे चिएकोच्या दृष्टीनं या नव्या चाहुलीचं मोल काय आहे, ते मासाकोइतकं चांगलं कोण जाणू शकणार होतं?

आता मासाको चिएकोची खूप काळजी घेऊ लागली. आपलं घर सांभाळता सांभाळता तिच्या मदतीला धावू लागली.

परंतु याही वेळी त्यांचा आनंद अल्पकाळच टिकला! तिसऱ्या महिन्यातच एका पहाटेस चिएकोला रक्तस्राव होऊ लागला आणि दिवस मावळेस्तोवर तिचा गर्भपात झालाही!!

चिएकोचं दुःख सांत्वनापलीकडचं होतं. नियतीनं तिला मातृत्व नाकारलं होतं, हे आता स्पष्ट झालं. तरीसुद्धा ती मासाकोच्या मुलांवर – हिरो आणि ताइयोचानवर स्वतःच्या मुलांवर करावं तसं जिवापाड प्रेम करत होती. ताइयोचानवर तर फार

जीव होता तिचा. त्या छोटीनं त्यांच्या उदास आयुष्यात सोनेरी किरणांची झळाळी आणली होती, म्हणून चिएकोनंच तिचं हे लाडाचं नाव ठेवलं होतं – ताइयोचान. सूर्यकिरणांची प्रभा. मासाकोनं तर आपल्या मैत्रिणीला अनेकदा स्पष्ट बोलूनही दाखवलं होतं, की मुलांच्या बाबतीत आता आपण अगदी निर्धास्त आहोत! ती म्हणायची – "उद्या माझं आणि शिगेचं जर इथे काही बरंवाईट झालं, तर मला खात्री आहे, की तुम्ही दोघं त्यांचे आईवडील व्हाल आणि पोटच्या पोरांसारखी त्यांच्यावर माया कराल!..."

अशा वेळी चिएको मासाकोचा हात हातात घेऊन थोपटे; आणि दोघी मैत्रिणी आश्वासक नजरेनं एकमेकींकडे पाहात.

१९४२ साल सरलं आणि १९४३ च्या नवीन वर्षाचं सिंगापूरमध्ये मोठ्या उत्साहानं, धूमधडाक्यात स्वागत झालं. सिंगापूरमध्ये आता जपानी समाज झपाट्यानं वाढत चालला होता. लष्करातले लोक, वेगवेगळ्या क्षेत्रांतले तज्ज्ञ व्यावसायिक, इंजिनिअर यांचे जथेच्या जथे सिंगापूरमध्ये येऊन दाखल होत होते. अनेक जपानी कंपन्यांनीही तिथे शिरकाव करून घेऊन आपलं जाळं विणलं आणि सिंगापूरच्या अर्थव्यवस्थेवर झपाट्यानं ताबा मिळवला. ब्रिटिशांचा पाडाव करून सिंगापूरमध्ये जपानची सत्ता प्रस्थापित करण्याच्या सुरुवातीच्या अस्थिर काळात या जपानी वसाहतींनी परिस्थितीशी खूप जुळवून घेतलं होतं. आपल्या सवयीच्या अनेक गरजा त्यांनी बाजूला सारल्या होत्या. परंतु थोडंसं स्थैर्य आल्याबरोबर, खास त्यांच्याच अशा वेगवेगळ्या गरजा भागवणाऱ्या अनेक सेवा आणि त्या पुरवणारे लोक जोमानं पुढे सरसावले.

आता मासाको आणि तिच्या कुटुंबाला सिंगापूरमध्येसुद्धा त्यांचे जपानमधले नित्याच्या सवयीचे खास अन्नपदार्थ मिळू लागले. त्यांचे सारे सण-समारंभ त्यांना तिथल्या पद्धतीनं इथे साजरे करता येऊ लागले. इतकंच नव्हे, तर त्यांच्या आवडीचं खास संगीतही इथे त्यांना सहज उपलब्ध होऊ लागलं. जणू त्यांचा उबदार, सुरक्षित कोश त्यांना पुन्हा गवसला होता, आणि त्यात शिरून ते त्यांचं सवयीचं सुरक्षित आयुष्य मजेनं जगू लागले होते!

या साऱ्या लोकांची सतत एकच धडपड असायची, ती म्हणजे सिंगापूरमध्ये आपल्या जन्मभूमीतल्यासारखं वातावरण निर्माण करायचं. जास्तीत जास्त. इथे आल्यानंतर त्यांनी आपली 'जपानी संघटना' स्थापन केली होती. सुरुवातीला जेमतेम धुगधुगी असणाऱ्या त्या संघटनेनं १९४३ सालाच्या सुमारास एक नवी उभारी घेतली. आता त्या संघटनेच्या संपर्कात वसाहतीतल्या साऱ्याच लोकांना

हलकं वाटू लागलं. या संघटनेत वसाहतीतल्या जपानी स्त्रियांनी एकत्र येऊन आधारगट स्थापन केले होते. हे आधारगट, वसाहतीतल्या मुलांच्या शिक्षणापासून ते सिंगापूरमध्ये नव्यानं दाखल होणाऱ्या जपानी लोकांना मदत करणं – विशेषत: पहिल्या वर्षी 'घरा'च्या आठवणीनं व्याकूळ होणाऱ्यांना इथे रुळण्यासाठी आधार देणं – इथपर्यंतच्या सर्व बाबतींत साहाय्य करीत असत. परिणामी, या नव्या प्रदेशात हळूहळू एक गजबजतं 'जपान टाउन' आकारास आलं. त्यांच्या बाजारपेठेत, या जपानी लोकांना लागणाऱ्या नानाविध खाद्यपदार्थांनी आणि चीजवस्तूंनी ओसंडणारी भपकेबाज, भव्य दुकानं सजली. त्या झगमगाटी दुकानांशेजारी पाठोपाठ छोटे छोटे इझाकाया – जपानी पद्धतीची मद्यालयं थाटली गेली. उंची कापडांच्या पडद्यांनी शोभिवंत केलेली त्यांची प्रवेशद्वारं आणि रात्री प्रकाशाचा उत्सव मांडणारे दारातले लालचुटुक सुबक कंदील यांनी रस्तेही कमालीचे आकर्षक दिसू लागले!

जगात महायुद्ध पेटलेलं असूनदेखील सिंगापूरमधल्या या जपानी लोकांसाठी जपानहून खास त्यांच्या आवडीच्या तांदळाच्या पोत्यांनी आणि इतर गरजेच्या वस्तूंनी लादलेल्या बोटी केप्पेल बंदरावर अगदी नियमितपणे येऊन ठेपत होत्या, आणि इथल्या त्यांच्या दुकानांमध्ये तो माल ठासून भरला जात होता. जपानी स्त्रियांना सिंगापूरमध्ये त्यांच्या जपानी थाटानं घर चालवताना कशाचीही उणीव भासू नये, म्हणून सारी बाजारपेठ सज्ज होती. सगळं कसं अगदी तंतोतंत जपानमधल्यासारखं झालं होतं! फक्त रस्त्यावर गस्त घालणारे जपानी सैनिक दिसले, की त्यांना बाहेर युद्ध चालू आहे, याची आठवण होई. त्यांच्या आलबेल विश्वाला तेवढंच एक गालबोट असे!

क्वचित कधीतरी तिथल्या स्थानिक लोकांमध्ये काही खळबळजनक घटना घडल्याचं त्यांच्या कानावर येई, इतकंच! शिगेनं मासाकोला, कोणत्याही वादग्रस्त गोष्टीपासून दहा हात दूर राहायचं, असं निक्षून बजावलं होतं. बाकी मासाको आणि तिच्यासारख्याच अनेक जपानी कुटुंबांना त्यांच्या-त्यांच्या लोकांच्या गोतावळ्यात राहाताना एखाद्या संरक्षक तटाच्या आत राहिल्यासारखं सुरक्षित वाटायचं. इतकं, की जणू ते त्यांच्या 'घरी' – जपानमध्येच आहेत! फक्त सगळ्या सार्वजनिक इमारती आणि शाळांच्या समोर ब्रिटिशांच्या ध्वजाऐवजी जपानचा राष्ट्रध्वज गर्वाने फडकताना दिसला, की त्यांना आपण ब्रिटिशांना उलथवून इथली सत्ता बळकावली आहे, याची तीव्रतेनं जाणीव होई.

त्यांच्या सरकारनं जपानी शाळा पुन्हा चालू केली; आणि युद्धापूर्वी विशेष योग्यता प्राप्त केलेले जे शिक्षक तिथे काम करत होते, त्या सर्वांना बोलावून त्यांची नेमणूक करून टाकली. मासाकोला शाळेच्या व्यवस्थापन समितीची सदस्य म्हणून

आमंत्रित केलं गेलं. जपान सरकारच्या असं लक्षात आलं, की नजीकच्या काळात शाळेत घालावं लागेल, अशा वयाच्या मुलांची संख्या दिवसेंदिवस वाढते आहे. त्यातच शिक्षणाच्या बाबतीत सरकारनं एक महत्त्वाचं पाऊल उचललं; ते म्हणजे सर्व स्थानिक शाळांमध्ये शिक्षणाचं माध्यम जे इंग्लिश होतं, ते बदलून जपानी केलं. या सर्व बदलाचा महत्त्वाचा परिणाम असा झाला, की जपानहून अर्हताप्राप्त शिक्षकांची मोठ्या प्रमाणात मागणी निर्माण झाली.

दोघी मैत्रिणींमध्ये मासाको ही मुळातच खूप उत्साही, उद्योगी आणि कार्यक्षम अशी स्त्री होती. जपानी संघटनेतून समाजाचे जे अनेक वेगवेगळे उपक्रम चालत, त्यात ती सक्रियपणे सहभागी होत असे. वेगवेगळ्या योजना आखण्यात आणि त्या कार्यान्वित करण्यात तिनं हळूहळू स्वत:ला झोकून दिलं होतं. ही बाहेरची कामं करताना आपल्या दोन्ही मुलांची जबाबदारी ती बहुधा चिएकोवर टाकी. त्यामुळे चिएको तिच्या दोन्ही मुलांची जणू आई झाली होती. मुलांचं अगदी उत्तम संगोपन करणारी एक सक्षम माता!

इथे शिगे स्वत:च्या कर्तृत्वानं जपानच्या गुप्तहेर यंत्रणेत महत्त्वाच्या उच्च पदावर जाऊन पोचला होता. ओघानंच त्याचा दर्जा उंचावला आणि सावादा कुटुंब एका मोठ्या घरात राहायला गेलं. त्या घरात युद्धापूर्वी ब्रिटिशांचा कोणी एक उच्च-पदस्थ अधिकारी राहात होता. आता शिगे तिथे रुबाबात राहू लागला!

ते नवं घर खूपच सुंदर आणि प्रशस्त होतं. मासाको तर त्या घराच्या पांढऱ्याशुभ्र गुळगुळीत भिंती आणि चकचकीत काचेचे दरवाजे-खिडक्या पाहून थक्क झाली! पण सगळ्यांत अधिक जर तिला काय आवडलं असेल, तर घरातल्या त्या मोठाल्या हवेशीर खोल्या आणि घराभोवतीची विस्तीर्ण बाग. त्या बागेच्या तर ती प्रेमातच पडली! त्या ऐसपैस बागेत आता तिची मुलं मनसोक्त हुंदडू शकणार होती. मासाकोला कधी एकदा ते घर लावते आणि झक्कपैकी सजवते, असं झालं होतं! तिनं आपल्या मैत्रिणीला – चिएकोला मदतीसाठी बोलावलं, आणि मग दोघींनी मिळून झटपट ते घर जितकं म्हणून जपानी थाटानं सजवता येईल, तितकं सजवलं. जणू त्यामुळे त्यांना जपानमध्येच असल्यासारखं वाटणार होतं आणि मनाला लागलेली जन्मभूमीची तळमळ काही अंशी तरी कमी होत जाणार होती!

शेवंतीच्या बहरलेल्या झाडांची आणि बगळ्यांची नक्षी असलेल्या झोकदार जपानी पडद्यांनी मासाकोच्या घराच्या भिंती सजल्या. तिनं ठरवलं होतं, की या नवीन घराच्या दोन तरी खोल्या अस्सल 'जपानी' करायच्या! त्याप्रमाणे तिनं दोन्ही खोल्या तातामींनी - खास जपानी चटयांनी सुशोभित केल्या. त्यांना सरकती दारं

बसवली आणि खिडक्यांच्या लाकडी चौकटींना सुरेख झिरझिरीत चुरमुरी कागद लावले. सारी सजावट पूर्ण झाल्यावर दोघी मैत्रिणी इतक्या खूष झाल्या, की एकमेकींच्या कलात्मकतेला दाद देत त्यांनी म्हटलं, ''वा! इथे तर अगदी जपानमध्ये असल्यासारखं वाटतंय!''

मात्र मासाको तेवढ्यावरच थांबली नाही. तिनं हळूहळू घराच्या बाहेरच्या चौकटीही काढून टाकल्या आणि तिथे जपानी शैलीचे लाकडी व्हरांडे काढून त्याला सुबकशा खिडक्या बसवल्या.

मोरी तानाका आणि त्यांच्यासारख्याच आणखीही अनेक जपानी कुटुंबांनी त्याच रस्त्यावरची रिकामी घरं पटापटा घेतली आणि तेही तिथेच राहायला आले. मासाकोनं आपल्या घराचं केलेलं 'जपानीकरण' सर्वांच्याच मनात भरलं. तेही सारे दूर राहिलेल्या आपापल्या घरांच्या आणि जन्मभूमीच्या आठवणीनं खंतावतच होते. मग मासाकोच्या पावलावर पाऊल टाकून त्यांनीही आपापल्या घरांचं नूतनीकरण जमेल तितकं जपानी थाटाचं केलं आणि त्याच पद्धतीनं घरं सजवूनही टाकली. परिणामी, तिथे जपानी घरांची एक छोटीशी वसाहतच वसली, ज्याला ते 'साकुरा दोरी' म्हणत. गजबजलेली ती वस्ती कुणाला जर जपानमधल्या एखाद्या छोट्याशा गावातली आळी म्हणून दाखवली असती, तर ते सहज खपून गेलं असतं!

याच काळात मासाको आणि चिएकोचा चिन नावाच्या एका तरुण सुताराशी विशेष परिचय झाला. दोघींनाही तो माणूस खूप विश्वासू वाटला. त्यांनी त्याला 'शोजी', म्हणजे खास जपानी पद्धतीचे लाकडी चौकटीचे कागदी पडदे बनवण्याचं तंत्र शिकवायला सुरुवात केली. चिननंही ते तंत्र इतकं छान आत्मसात केलं, की तो बघताबघता त्यात वाकबगार बनला. हळूहळू त्यानं आपला सगळा व्यवसाय फक्त या फोफावणाऱ्या जपानी समाजाला लागणारं खास जपानी पद्धतीचं फर्निचर आणि त्यांच्या गरजेच्या इतर वस्तू बनवण्याकडे वळवला. थोड्याच अवधीत चिन त्या वसाहतीत 'घरचाच' असल्यासारखा झाला. ज्याच्या-त्याच्या तोंडी त्याचंच नाव खेळू लागलं. कुणाला शोजी पडदा बनवायचा असो, नाहीतर घरातली साधी तातामी दुरुस्त करून घ्यायची असो, ज्याला-त्याला बारीकसारीक प्रत्येक गोष्टीसाठी चिनच लागे. सगळे म्हणत – चिन आमचा 'जपानी' सुतार आहे!

चिन आपल्या दुकानाच्या काउंटरवर रंगीबेरंगी गोळ्यांनी गच्च भरलेली एक बरणी ठेवत असे. शाळा सुटल्यावर धक्काबुक्की करत घरी जाणारी मुलं वाटेतल्या ह्या दुकानासमोर आली, की ब्रेक लागल्यासारखी थांबत. गोळ्या घेतल्याशिवाय त्यांचं पाऊल पुढे पडत नसे. सिंगापूरमधल्या सगळ्या जपानी कुटुंबांतल्या मुलांचा तो लाडका 'ओजीसान' - काका - झाला होता!

जपानी स्त्रियादेखील जातायेता खूपदा त्याच्या दुकानाशी थांबून त्याची, त्याच्या

कुटुंबाची आस्थेनं विचारपूस करत. बहुतेक वेळा या बायकांच्या गप्पांची गाडी हळूहळू एकाच मुद्द्यावर येऊन ठेपे, तो म्हणजे तिथले स्थानिक लोक. सिंगापूरमधल्या स्थानिक लोकांबद्दल या स्त्रियांना फारच थोडी माहिती होती. परंतु एक गोष्ट मात्र त्यांना खात्रीपूर्वक कळली होती, की आपला प्रदेश बळकावून बसलेल्या जपान्यांबद्दल त्यांच्या मनात संताप खदखदतोय! आणि दुसरं म्हणजे जपानी लोकांच्या बाबतीत ते अत्यंत सावध आहेत. त्यामुळे चिन भेटला, की त्या त्याच्याकडे ह्या लोकांची खोदून खोदून चौकशी करत. या स्त्रियांनी चिनला आपल्या आयुष्यातही जणू सामावून घेतलं होतं. अगदी निर्धास्तपणे! याचं कारण, तो त्याच्या स्वत:च्या समाजातून जवळजवळ बाहेर फेकला गेलाय, ही गोष्ट त्यांना माहीत होती.

सिंगापूर काबीज करणाऱ्या जपान्यांशी आणि त्यांच्या सरकारशी चिननं आपले व्यावसायिक का होईना, पण संबंध दृढपणे जोडल्यामुळे त्याच्या स्वत:च्या समाजात तो आपली सारी विश्वासार्हता आणि प्रतिष्ठा पार गमावून बसला होता. छी: थू: झाली होती त्याची समाजात. त्याच्याविषयी इतका कडवा संताप खदखदत होता सर्वांच्या मनात, की सत्ताधाऱ्यांची दहशत नसती, तर त्यांनी त्याला केव्हाच उचलून फेकून दिला असता!

"माझ्याच माणसांनी वाळीत टाकलंय मला! हद्दपार केलंय समाजातून.. जातीनं गद्दार ठरवलेला माणूस आहे मी, मिसेस सावादा!... माझा सख्खा भाऊसुद्धा माझ्यावर संशय घेतो... " – चिन सुतार डोळ्यांत पाणी आणून खेदानं मासाकोला सांगे.

थोड्याच दिवसांनी त्याच्या बायकोनंही त्याला सोडलं. तिच्या माहेरच्या माणसांनीच तिच्यावर 'या गद्दाराला लाथ मारून हाकलून काढ' – असा दबाव आणला आणि तिचा तिच्या एका चुलतभावाशी पाट लावून दिला. चिनच्या दृष्टीनं समाधानाची बाब एवढीच होती, की बायको त्यांच्या मुलीला – मेइलिंगला त्याच्याकडे सोडून गेली होती.

बायको सोडून गेल्यानंतर मुलीची जबाबदारी सर्वस्वी एकट्या चिनवर पडली. बिचाऱ्याला लोकांच्या घरी कामाला जातानासुद्धा मेइलिंगला बरोबर नेण्यावाचून गत्यंतर नसे. मासाकोच्या घरी तर तो तिला अगदी आवडीनं नेई, कारण तिथे तिच्याशी खेळायला तिच्या पुढच्या-मागच्या वयाची दोन लहान मुलं होती. हिरो, ताइयोचान आणि तिथे खेळायला जमणाऱ्या आजूबाजूच्या सगळ्या मुलांशी मेइलिंगची छान गट्टी जमली.

मोठी गोड मुलगी होती मेइलिंग! डोक्यावर दोन बाजूंना, कानांच्या किंचित वर शिंगांसारख्या उभ्या राहिलेल्या दोन घट्टमुट्ट वेण्या आणि खळी पडणारे गोबरे गाल.

गंमत म्हणजे, ती गोड पोर दिसायचीसुद्धा इतकी तंतोतंत जपानी, की या जपानी पोरांच्यात ती जपानी म्हणून सहज खपून जात होती!

शिगेनं एके दिवशी मुलांसाठी एक गंमत आणून त्यांना आनंदानं वेडं करून सोडलं! त्यानं मुलांना बागेत खेळायला एक छानपैकी झोपाळा आणला आणि तो त्यांच्याच आवडत्या लालचुटुक रंगानं रंगवून एका मोठ्या झाडाला टांगून दिला. जाड, मजबूत दोरांनी त्यानं तो एका दणकट आडव्या फांदीला भक्कम करून टाकला होता. सारी पोरं एकदम खूश! त्यांच्या आनंदाला पारावार उरला नाही. आता उंच उंच झोके घेणाऱ्या मुलांच्या किलकाऱ्यांनी सावादांचं घर गजबजून गेलं! मेइलिंगलासुद्धा तो लालेलाल झोपाळा इतका आवडला, की तिचा मुक्काम आता जास्तीत जास्त वेळ सावादांच्या बागेतच असे.

या मुलांच्या आया चिनचीही काही कमी काळजी नाही घ्यायच्या. आठवड्यातून कमीत कमी एकदा तरी त्या चिनसाठी बेन्तो – छानपैकी जेवणाचा डबा – आणून द्यायच्या. आकर्षक पद्धतीनं पॅकबंद केलेले ते पदार्थ पाहून चिन मंदपणे हसायचा आणि मान डोलवून म्हणायचा, ''वा! हे खायला तर मोठी मजा येणार आहे!'' परंतु तो बेन्तो त्याच्या दुकानाच्या काउंटरच्या एका कोपऱ्यात संध्याकाळपर्यंत तसाच पडून असायचा. मग कुणीतरी जबरदस्तीनं त्याला खायला लावायचं; नाहीतर कधीकधी ते अन्न तसंच पडून शेवटी वाया जायचं!

बाहेरच्या रौद्र तुफानाकडे एकटक बघता बघता मासाकोच्या मनातही आज अनेक विचारांची, भावनांची आवर्तं घेरून आली होती...

– या प्रदेशावर कब्जा मिळवल्याच्या पहिल्या वर्षी, अनिश्चित भविष्याच्या भेडसावणाऱ्या सावल्या त्यांच्या डोक्यावर सतत घिरट्या घालत होत्या. तरी त्यातूनही ते सारेजण हळूहळू सावरले, स्थिरावले आणि दुसऱ्या वर्षी तर त्यांची घडी तिथे अगदी व्यवस्थित बसली. खरोखरच, १९४२ चं ते वर्ष मासाकोच्या कल्पनेपेक्षा कितीतरी पटीनं चांगलं गेलं.

एकूण जपानी समाजाचीच सिंगापूरमध्ये भरभराट झाली होती. तिथल्या मुख्य रस्त्यावर या टोकापासून त्या टोकापर्यंत दोन्ही बाजूंना ओळीनं जपान्यांची भपकेबाज दुकानं दिमाखात उभी राहिली होती. त्यात शिंप्यांच्या दुकानांपासून ते वाणसामानाच्या दुकानांपर्यंतची मालानं शिगोशीग भरलेली दुकानं होती; आणि अधेमधे सजलेल्या जपानी रेस्टॉरंट्सनी तर त्या बाजारपेठेची शान आणखीनच वाढवली होती. सिंगापूर-सारख्या दूरच्या प्रदेशात एका समृद्ध जपानी गावानं आपलं अस्तित्व सिद्ध करून स्वत:चं एक स्थान निर्माण केलं होतं.

जपान्यांच्या उत्कर्षाची साक्ष पटवणाऱ्या त्या रस्त्यावरून फेरफटका मारताना मासाकोचं मन गर्वानं फुलून यायचं; नवीन उघडलेल्या रेस्टॉरंट्सच्या आणि मद्यालयांच्या समोर टांगलेले तुकतुकीत लाल रंगाचे कागदी कंदील आणि प्रवेशद्वारांवर झुलणारे पडदे, हे जपानमधलं चिरपरिचित दृश्य पाहून ती स्मृतिरंजनात रंगून जायची; आणि मग आपण जणू हजारो मैलांवरच्या आपल्या आईवडलांच्या नूडल्सच्या दुकानापाशी येऊन ठेपलोय, असा एक सुखद भास तिच्या मनाला व्हायचा! पाठीवरून फिरणाऱ्या आईच्या हाताच्या प्रेमळ स्पर्शाला आसुसलेलं तिचं मन त्या विभ्रमांनीही थोडं शांत व्हायचं आणि मनातले सारे ताण दूर करणाऱ्या आईच्या आश्वासक शब्दांना वंचित झाल्याचं दुःख हलकं वाटू लागायचं!

परंतु यातल्या कुठल्याच गोष्टी फार काळ टिकू शकल्या नाहीत. जपान्यांच्या उत्कर्षाला हळूहळू ग्रहण लागलंच. ज्या झपाट्यानं जपानी फौजा सिंगापूरमध्ये सत्तास्थानी चढल्या होत्या, त्याच गतीनं जपानी साम्राज्याच्या सत्तेचा हा सूर्य ढळू लागला.

ते १९४४ साल होतं.

शिगे आपल्या लष्करी गुप्तहेर यंत्रणेतील एकाही हालचालीची वाच्यता कधीही घरी करत नसे, तरी देखील मासाकोला बाहेरच्या परिस्थितीचा अंदाज येत चालला होता. शेवटी तर तिला स्पष्टपणे कळून चुकलं, की हा सारा औट घटकेचा खेळ ठरणार आहे! जिंकलेल्या प्रदेशावरचं जपानचं नियंत्रण हळूहळू सुटत चाललंय. मित्रराष्ट्रांच्या प्रचंड एकत्रित बळापुढे जपानी फौजांना नांगी टाकण्यावाचून गत्यंतर उरलेलं नाहीये!

मित्रराष्ट्रांच्या फौजा मोठ्या संख्येनं सिंगापूरमध्ये उतरू लागल्या, तशी जपानी वसाहतींमध्ये एक अस्वस्थ शांतता दाटून आली. युद्धानं घेतलेलं हे नवं अनपेक्षित वळण त्यांना स्पष्ट दिसू लागलं होतं!

जपानच्या पराभवाची अस्पष्टशी कल्पनासुद्धा सर्वांचा थरकाप उडवणारी होती. जेव्हा ती भीती प्रत्यक्षात खरी ठरली, तेव्हा सिंगापूरमधले सारे जपानी हादरले! आता 'अफवा' म्हणून येणाऱ्या बातम्यांकडे दुर्लक्ष करण्याची वा नाकारण्याची वेळही निघून गेल्याचं स्पष्ट झालं होतं. कालपर्यंत जे हे सारे लोक आपल्या देशाच्या युद्धातल्या विजयाच्या आणि सत्तेच्या बळावर या बळकावलेल्या प्रदेशात बेदरकारपणे मजा मारत होते, तेच आता जिवाच्या भीतीनं क्लबांमध्ये, शाळांमध्ये किंवा एकमेकांच्या घरी विचारविनिमयासाठी गुपचूप जमू लागले. सिंगापूरमध्ये जपानचा पराभव झाला, तर त्याचा आपल्यावर काय परिणाम होईल, त्या बिकट परिस्थितीला कसं तोंड द्यायचं, याच्या चर्चा दबक्या आवाजात बंद दारांआड सुरू झाल्या.

युद्धात जपान पराभूत होत आहे, ही गोष्ट सिंगापूरमधल्या स्थानिक लोकांनाही कळून चुकली होती. परिणामी, मधल्या काळात माना खाली घालून दहशतीखाली वावरणाऱ्या या लोकांच्या डोळ्यांत आता जपान्यांबद्दल तुच्छतेची, औद्धत्याची आणि उन्मत्तपणाची छटा उघडउघड दिसू लागली होती. बिचाऱ्या चिन सुताराच्या दृष्टीनं तर ही गोष्ट अत्यंत वाईट ठरली. 'ना घर का ना घाट का' अशी केविलवाणी अवस्था होणार होती त्या बिचाऱ्याची! आपल्या स्वत:च्या समाजापेक्षाही ज्या जपानी कुटुंबांसाठी तो काम करत होता, त्या लोकांना त्यानं आपली सारी निष्ठा वाहिली होती; आणि आता आपल्या या वागण्याची फार मोठी किंमत मोजण्याची वेळ त्याच्यावर येऊन ठेपली होती!

मासाकोच्या काळजाचा भयानं थरकाप उडाला होता! ...काय भयानक परिस्थिती ओढवली ही! उद्या युद्धाचं पारडं पार फिरलं आणि जपानचा पराभव झाला तर?... काय भवितव्य असेल आपलं?... – तिला कल्पनाही करवेना!

मात्र त्याही अवस्थेत तिला चिनची काळजी वाटू लागली. ...बिचारा चिन आणि त्याची ती अजाण पोर – मेइलिंग! काय फरपट होईल त्या बिचाऱ्यांची!!

जपानी समाजानं झटकन आपल्यात एक बदल करून घेतला. सिंगापूरवर कब्जा केल्याच्या पहिल्या वर्षी जसे ते वागत होते, तसाच त्या सर्वांनी आपल्याभोवती एक कोश विणला आणि त्या कोशातच ते सावधपणे वावरू लागले. यावेळी त्यांना सर्वात जास्त दहशत वाटत होती, ती तिथल्या स्थानिक लोकांची! जपानी फौजा माघार घेत असल्याच्या बातम्यांनी त्या लोकांमध्ये आनंदाची, उत्साहाची एक लाट उसळल्याचं आणि ते धीटपणे पुढे होऊ लागल्याचं चित्र दिसू लागलं होतं. त्यांच्या वागण्यात एक गुर्मीही येऊ लागली होती. ...त्यांची सूडभावना पेटली तर?... त्या भयावह विनाशाच्या धास्तीनं वसाहतीतल्या साऱ्या लोकांचा थरकाप उडाला होता! त्या कोशातसुद्धा सगळ्यांनी एकमेकांना घट्ट धरून ठेवलं!

शिगे दिवसेंदिवस कामावरून अधिकाधिक लवकर घरी येऊ लागला. तोंडानं तो बोलत नसला, तरी त्याच्या चेहऱ्यावर चिंतेच्या रेषा स्पष्ट उमटल्या होत्या. सगळ्यांचीच कोंडी झाली होती! जपानी वस्तूंवर आणि सेवांवर सिंगापूरमधल्या स्थानिक लोकांनी आणि त्याबरोबरच इतर राष्ट्रांतल्या लोकांनीही पूर्ण बहिष्कार घातला होता. त्यामुळे जपान्यांचे सर्व व्यवसाय आणि व्यापारउदीम झपाट्यानं थंडावले.

प्रचंड पैसा खर्चून उभारलेली आणि थाटामाटाच्या समारंभांनी सुरू केलेली बहुसंख्य भव्य दुकानं, रेस्टॉरंट्स आणि मद्यालयं मूकपणे दु:खाचे कढ गिळून

आधीच बंद झाली होती. बघता बघता, चैतन्यानं ओसंडणारा एका समृद्ध विश्वाचा तो डोलारा एखाद्या पत्त्यांच्या बंगल्यासारखा पार भुईसपाट झाला! दारं घट्ट मिटून घेतलेल्या त्या दुर्दैवी अंधाऱ्या इमारती जणू दहशतीची आणि विनाशाची दु:खद आठवण करून देत होत्या!

जपानी संघटनेचं गजबजलेलं 'क्लब हाऊस' मुकाट झालं! तिथे होणारे प्रेक्षणीय सांस्कृतिक कार्यक्रम, फुलांच्या कलात्मक सजावटीचे – इकेबानाचे आणि पाकशास्त्राचे वर्ग, सगळं जिथल्या तिथे थांबलं. त्या गजबजलेल्या जागी आता भेदरलेल्या जपान्यांच्या चटाचट सभा उरकल्या जात; आणि त्या सभांमध्ये, स्थानिक लोकांच्या सुडाला तोंड द्यायची वेळ आलीच, तर ते कसं द्यायचं; गोष्टी खरोखरच वाईट थराला गेल्या, तर जपानला पळ कसा काढता येईल, याच्या गंभीर चर्चा बंद दरवाजांच्या आत गुपचूप दबक्या आवाजात चालत.

लहान मुलं तर पार गोंधळून गेली होती. कालपरवापर्यंत आपण शाळा सुटल्यावर रमतगमत, दंगामस्ती करत सावकाशपणे घरी येत होतो. मग आत्ताच आपल्याला शाळा सुटल्याबरोबर तडक घरी येण्याची ताकीद का दिली जात्येय?...

"काय सांगायचं गं या मुलांना? माझी तर खरोखर काही अक्कलच चालत नाहीये!" मासाको डोळ्यांत पाणी आणून चिएकोला सांगू लागली, "खरं सांग, या मुलांना युद्धाची भीषणता, क्रौर्य सांगून चालेल? ...राष्ट्रांचे परस्परांवर हल्ले, हा सत्तासंघर्ष आणि त्यासाठीचा भीषण संहार याची काय स्पष्टीकरणं द्यायची मुलांना?"

मुलांनी सकाळपासून आपल्या आईला युद्धाविषयी नाना प्रश्न विचारून भंडावून सोडलं होतं. विशेषत: ताइयोचाननं. मासाको काय उत्तरं देणार? शेवटी तिचा तोल सुटला आणि तिनं कातावून मुलांना अशा शब्दांत दम भरला, की दोघंही बिचारी घाबरून स्फुंदू लागली! त्यांचे केविलवाणे चेहरे पाहून मासाकोला पश्चात्ताप झाला. तिनं त्यांना पोटाशी घेतलं; आणि स्वत:च रडकुंडीला येऊन चिएकोपाशी गाऱ्हाणं मांडू लागली.

"यात मुलांची तरी काय चूक आहे गं?" चिएको मासाकोला अंमळ रागेजल्या स्वरात म्हणाली. हुंदके देणाऱ्या ताइयोचानच्या विखुरलेल्या केसांतून हलकेच हात फिरवीत ती बोलत होती, "हिला तर आजूबाजूच्या सगळ्या गोष्टी अचानक बदलताना दिसतायत्. मग त्या का बदलतायत्, असं तिच्या मनात येणं स्वाभाविकच नाहीये का गं?"

परंतु शेवटी मुलांच्याही लक्षात आलं, की जगात काहीतरी भयंकर चुकीचं घडलंय. मग तीही समजुतीनं वागू लागली. मोठ्यांना त्रास होईल, असे प्रश्न विचारणं त्यांनी थांबवलं आणि शाळा सुटल्याबरोबर कुठेही न रेंगाळता ती तडक घरी येऊ लागली.

त्याच आठवड्यातली रात्रीची गोष्ट. मुलं वर झोपायला गेल्यानंतर शिगे आणि मासाको, काहीतरी महत्त्वाचं बोलायचं होतं, म्हणून मुद्दाम खाली दिवाणखान्यात रेंगाळले. शिगे गंभीरपणे काही बोलण्याच्या बेतात होता, अचानक मासाकोला जाणवलं, की जिन्याच्या तोंडाशी एक छोटीशी आकृती भुतासारखी उभी आहे. तिनं चमकून पाहिलं... ती ताइयोचान होती. पांढराशुभ्र नाइटड्रेस, काळेभोर केस अस्ताव्यस्त झालेले आणि लालसर डोळ्यांत भयंकर भीती! ती झोपेतून दचकून जागी झालेली असावी!

''मम्माऽऽ...'' आईपाशी धाव घेऊन तिला बिलगत ती घुसमटत्या स्वरात म्हणाली, ''मम्मा, मला नं झोपेत खूप खूप मेलेली माणसं दिसली. ...अशी सगळीकडे खाली पडलेली होती ती. ...आणि ...आणि नं मम्मा, सगळीकडे आग लागलेली होती. ...मम्मा, मला माहित्येय, आपण सगळेजण आता मरणार आहोत, होय ना?...'' – बोलता बोलता ती तोंडावर हात दाबून विचित्र आवाजात रडू लागली.

– मासाकोच्या काळजाचा ठोका चुकला!

''नाही गं बाळा, तसं काहीही नाहीये!'' मासाकोनं तिला उचलून छातीशी घट्ट कवटाळलं. गळ्यात दाटून आलेले कढ गिळून बळेच अवसान आणत ती म्हणाली, ''नाही, नाही! असं काहीही होणार नाहीये! तुला ना राजा, वाईट स्वप्न पडलं. सगळं स्वप्न होतं ते. ...आणि तुला एक गंमत सांगू? तुला तर खूप खूप मोठ्ठं आयुष्य आहे! आमची ताइयोचान आधी मोठ्ठी होणार, माझ्याएवढी... मग आणखी खूप खूप वर्षांनी आणखी मोठ्ठी! छान छान म्हातारी! असे सुरेख चंदेरी चंदेरी केस... आणि हे सफरचंदासारखे लाल गोबरे गाल कुठे गायब होणार गं? ...मग तू किनई, ताइयोचान, अगदी तुझ्या आजी-आजोबांसारखी दिसशील. चंदेरी केस आणि सुक्या प्लमसारखे सुरकुतलेले गाल! ...छान छान म्हातारी! गोड गोड म्हातारी..''

– ताइयोचानचे पापे घेऊन तिला झुलवत मासाकोनं बोलण्याला वेगळंच वळण दिलं आणि ती आपल्या निरागस लेकीला त्या दुष्ट स्वप्नापासून दूर नेण्याचा प्रयत्न करू लागली.

परंतु त्या मुलीची समजूत काही पटू शकली नाही. त्यानंतर ती पोर बदललीच! तिच्या चेहऱ्यावरची गोजिरवाणी निर्भयता लोपून तिथे कसलीतरी हाय खाल्ल्यासारखी एक नैराश्याची छटा दिसू लागली. मासाकोच्या हृदयाला पीळ पडत होता! ...हे कसलं सावट पडलं माझ्या पोरीवर! तिच्या चेहऱ्यावर पुन्हा पहिल्यासारखं खळाळतं हास्य यावं, यासाठी तिनं खूप प्रयत्न केला; पण तिच्या चेहऱ्यावरचं ते सावट मासाको नाहीच पुसून टाकू शकली.

घरातही वरवर सारं सुरळीत वाटत असलं, तरी आतून सारेजणच एका विचित्र

तणावाखाली वावरत होते. हा ताण विकोपाला जाऊन त्याचा स्फोट झाला, एका क्षुल्लक घटनेनं. शाळेत निघालेला हिरो रस्त्यात मारामारी करून घरी आला. भयंकर संतापलेला होता तो. डोळ्यांत सुडाची आग पेटलेली दिसत होती त्याच्या. हात मनगटाशी सुजून हिरवानिळा झाला होता.

"मम्माऽऽ..." मासाको समोर दिसताच संतापातिरेकानं तो मोठमोठ्यानं किंचाळून रडू-ओरडू लागला, "मम्मा, एका चिनी मुलानं मला अडवलं आणि चिडवायला लागला – 'ए, बघा रे बघा! हा घाणेरडा रानटी मुलगा बघा! ए मुला, तुला घरच नाहीये रे... अरेरे ऽऽऽ!' आणि मग न मम्मा, त्याच्या बरोबरची सगळीच चिनी मुलं मला चिडवत नाचायला लागली – 'ए, तुझं घर कुठेय, घर कुठेय..' ...मी सरळ धावून गेलो त्यांच्या अंगावर. आमची मारामारी झाली. पण सगळ्यांनी मला गटारात ढकलून दिलं आणि पळून गेलीऽऽ..."

मासाकोनं त्याला जवळ घेण्याचा, शांत करण्याचा प्रयत्न केला. पण तिचे हात झिडकारून तो संतापानं किंचाळतच राहिला.

"का मम्मा? का?... का हे लोक आपल्याला असं बोलायला लागलेत? इतके दिवस असं नव्हतं. मग आत्ताच का? सांग ना!"

अनावरपणे हुंदके देत तो मोठमोठ्यानं रडत होता. आपण कमी पडलो, म्हणून तो स्वत:वरच चिडला होता. संतापानं त्याच्या हाताच्या मुठी घट्ट आवळल्या गेल्या होत्या.

मुलाचा आक्रोश पाहून मासाकोचा जीव कळवळला!... अवघा सात वर्षांचा तर आहे हिरो. आपल्या चिमुकल्या विश्वात किती निर्धास्तपणे वावरत होता हा आजवर. सॉकरच्या सामन्यांसाठी लहान गटात आपली निवड होईल की नाही, ही एवढीच चिमुकली याची काळजी. कुठल्याही दु:खाचा, काळजीचा स्पर्शही झालेला नाही आजवर याच्या मनाला. आणि आता कुठल्या परिस्थितीला तोंड द्यावं लागतंय माझ्या बाळांना!..."

– मासाको दु:खानं व्याकूळ झाली!

त्या रात्री मासाकोनं निश्चय केला, बस्स! आता इथे अधिक राहणं शक्य नाही. सिंगापूरमधला आपला गाशा आता लवकरात लवकर गुंडाळणंच श्रेयस्कर! जास्त उशीर होण्यापूर्वी काहीही करून इथून सुखरूप बाहेर पडलं पाहिजे. नंतर कदाचित आपल्या हातात काहीच उरणार नाही. परिस्थिती दिवसेंदिवस चिघळत चालल्येय!...

"काहीही करून आपल्याला जपानला परत जायचा मार्ग शोधला पाहिजे! लवकरात लवकर..." – मासाको खूप घाबरली होती. ती शिगेला म्हणाली, "आपल्या जपानी लष्कराच्या फौजा जवळजवळ प्रत्येक ठिकाणी माघार घेतायत्. इथे सिंगापूरमध्ये तर जपान्यांचा पराभव आता फारसा लांब राहिलेला नाहीये!

जपानचा पाडाव झाला, तर इथे आपण कशाच्या बळावर राहणार आहोत, शिगे? आणि शिगे, तुझ्या एक लक्षात आलंय का, ...जपानच्या गुप्तहेर यंत्रणेत मोलाची कामगिरी बजावलेल्या तुझ्यासारख्या माणसाला हे लोक दयामाया दाखवतील, असं वाटतं तुला?...''

मासाको मनातलं बोलून गेली खरी, पण आपलेच शब्द ऐकून तिचा थरकाप उडाला!

मासाकोचं बोलणं ऐकून शिगेही थरारला. दोघेही अभावितपणे परस्परांकडे झेपावले आणि त्यांनी एकमेकांना घट्ट मिठी मारली. युद्धाच्या संहारक खेळीच्या विध्वंसक परिणामांचे हे बळी जणू परस्परांच्या बाहुपाशात सांत्वन शोधत होते!

युद्धाची ही भयानक खेळी खेळली जात होती, तिथून तीन हजार मैल दूरच्या देशातून आणि त्याचा एक पवित्रा म्हणून ते इथे सिंगापूरमध्ये आलेले होते. शत्रूच्या बळकावलेल्या प्रदेशावरची आपल्या देशाची सत्ता पंजात घट्ट पकडून ठेवण्यासाठी. मजबूत करण्यासाठी!

परंतु त्यांच्याही नकळत ते या प्रदेशात रमले. चार वर्षं हेच तर त्यांचं 'घर' होतं; आणि आता युद्धाच्या उलटलेल्या डावासरशी इथेच ते 'बेघर' ठरले?

– पण हे झालं खरं!

एका बाजूला, गेली तीनचार वर्षं जिथे ते राहिले, संसार केला; जिथे मुलं खेळली–बागडली, त्या या मुलखाबद्दलचं प्रेम आणि दुसरीकडे जन्मभूमीशी असलेलं अतूट प्रेमाचं नातं, तिची ओढ अशा परस्परविरोधी भावनांच्या कात्रीत शिगे आणि मासाको – दोघांचीही मनं घुसमटू लागली.

दुसऱ्या दिवशी मासाको उठली, ती तडक चिएकोकडे धावली. तिनं चिएकोला, आपला जपानला परत जाण्याचा निर्णय झालेला असल्याचं सांगितलं. दोघींनीही बसून त्यावर बराच विचारविनिमय केला आणि शेवटी चिएकोनं, त्या दोघांनासुद्धा जपानला परतण्याची तातडी असल्याचं सांगितलं.

''आपण सगळे बरोबरच जाऊ,'' चिएको म्हणाली, ''माझ्या तर असं कानावर आलंय, की जपानला आता इथून काही प्रवासी बोटी निघाल्यात. लष्करातल्या ज्या माणसांची तिथे निकड आहे, ते लोक आणि जपानला परत जाऊ इच्छिणारे अन्य नागरिक अशा सगळ्यांना या बोटींवर प्रवेश देणार आहेत.''

''ठीक आहे! आपल्याला यातल्याच एखाद्या बोटीवर जागा मिळवली पाहिजे...''

— मासाकोच्या विचारांना आता निश्चित दिशा मिळाली.

सिंगापूरमधल्या सर्व जपानी लोकांप्रमाणेच सावादा आणि तानाका ही दोन्ही

कुटुंबं दोन जगांना बांधलेल्या एका दोराला लटकलेली होती; आणि त्या दोरावरचा ताण क्षणाक्षणाला वाढत होता. या क्षणापर्यंत तरी दोर शाबूत होता; पण कोणत्या क्षणी तो ताण मर्यादेपलीकडे जाईल आणि दोर तुटेल, याचा नेम नव्हता! तसं झालंच, तर लटकलेले ते सारेच खोल गर्तेत कोसळून नामशेष होणार होते! त्यामुळे तो दोर तुटण्यापूर्वीच काहीही करून त्यांना जपानच्या बोटीत बसायचं होतं.

जपानला परत गेल्यावर तिथे आणखी कशाकशाला तोंड द्यावं लागणार आहे, याची या दोन्ही कुटुंबांना भीती वाटत असली, तरी युद्धाचं पारडं फिरून जपानचा पराभव झाला, तर इथे सिंगापूरमध्ये आपल्यावर काय ओढवेल, याच्या कल्पनेनंही त्यांच्या काळजाचा थरकाप उडत होता!

जपानी लोकांच्या झुंडीच्या झुंडी रोज सकाळी उठून बोटीवर प्रवेश मिळवण्यासाठी लोटू लागल्या. या नाहीतर त्या, कुठल्यातरी बोटीवर जागा मिळावी, यासाठी माणसं जिवाच्या करारानं इथेतिथे धावाधाव करीत, धडपडत आणि अखेर संध्याकाळी हात हलवीत हताश मनानं घरी परतत. शिगे आणि मोरीसुद्धा त्यांच्यापैकीच एक होते. पॅसिफिक महासागरालगत युद्धाचा वणवा भडकताच, दक्षिण-पूर्व आशिया आणि जपान यांच्या दरम्यान आधी जी मुक्तपणे बोटींची वाहतूक होत होती, ती जवळजवळ बंद होत आली होती. विशेषत: प्रवासी बोटींची. आता फक्त युद्धसाहित्य आणि शस्त्रास्त्रांची ने-आण करणाऱ्या लष्करी बोटींची वाहतूक तेवढी चालू होती.

सावादा आणि तानाका कुटुंबांची, जपानला जायचं तर एकत्रच, अशी जणू बोली होती. त्यामुळे त्यांना दोन्ही कुटुंबांना प्रवेश मिळेल, अशीच बोट हवी होती. मासाकोला कळत होतं, की एकदम सहा जणांना एकत्र जागा देणारी बोट मिळणं फार मुश्कील आहे. कदाचित त्यासाठी आपल्याला खूप काळ थांबावं लागेल. परंतु तशा जागा मिळेपर्यंत धडपडण्याखेरीज गत्यंतरही नव्हतं!

३

चिएकोचे अंत्यसंस्कार आणि इतर क्रियाकर्मं अतिशय साधेपणानं आणि थोडक्यात पार पडली. स्वत: चिएको आयुष्यभर साधेपणानं राहिली होती; त्यामुळे तोच साधेपणा, सुटसुटीतपणा तिच्या अंत्यसंस्कारातही जपण्याचा क्योकोनं प्रयत्न केला.

घरी जमलेले सारे लोक एकएक करून हळूहळू पांगले. शेवटच्या पाहुण्याला निरोप दिल्यानंतर थकलेली क्योको जड पावलांनी मागे फिरली.

तिच्याही नकळत तिची पावलं आपोआप आईच्या खोलीकडे वळली. खूप उदास झालं होतं तिचं मन. एक प्रचंड रितेपण आतून-बाहेरून घेरून राहिलं होतं तिला. डोक्यातही एक विचित्र हल्लकपणा जाणवत होता.

क्योको आपल्या ममाच्या लाकडी पलंगावर टेकली. क्षणभर काळजात तुटल्यासारखं झालं तिच्या! मात्र त्याच वेळी तिला जाणवलं, की आज आपण दु:खापेक्षाही प्रचंड थकव्यानं गळून गेलेलो आहोत. ...केवढी उलथापालथ झाली होती गेल्या तीन दिवसांत! शोकाकुल वातावरणात, अनावर होणारे अश्रूंचे कढ आवरता आवरता अंत्यसंस्कारांतल्या साऱ्या सोपस्कारांची तयारीही तिलाच करावी लागली होती. पार थकून गेली होती ती.

परंतु क्योकोला एका गोष्टीचं मात्र आश्चर्य वाटू लागलं, की शरीर आणि मन इतकं थकलेलं-भागलेलं असतानाही ही एक अनामिक ओढ कसली लागल्येय आपल्या मनाला? तिनं डोळे मिटून मन एकाग्र करण्याचा प्रयत्न केला!... काही क्षण ती तशीच शांतपणे बसून राहिली. ...हळूहळू सारं लक्षात येऊ लागलं तिच्या; आणि तिची नजर भिरीभिरी काहीतरी शोधत अखेर कोपऱ्यातल्या खुर्चीवर स्थिरावली.

— होती! ...तिथेच होती ती वस्तू. ती पत्र्याची छोटी पेटी... आपणच नाही का ठेवली होती ती तिथे त्या दिवशी! – क्योकोला एकदम खूप हायसं वाटलं.

मात्र तिला स्वत:चंच आश्चर्य वाटू लागलं! ...का खेचल्या जातोय आपण पुन:पुन्हा या वस्तूकडे? एवढं कसलं गारूड केलंय या पेटीनं आपल्यावर? झपाटून टाकलंय जणू या पेटीतल्या ऐवजानं आपल्याला. इतकं, की टाळूही शकत नाही आपण त्याला! हा कसला विचित्र बंध?... क्योको विचारात हरवून गेली.

— अचानक कुणाची तरी चाहूल लागली. प्रचंड दचकून क्योकोनं मागे वळून पाहिलं. तिचा नवरा मासाओच दार लोटून आत येत होता. तिला दचकलेली पाहून तोही क्षणभर जागच्या जागी थबकला. नवऱ्याला पाहून क्योकोला शांत वाटलं.

तिचा हात हळुवारपणे हातात घेत मासाओ म्हणाला,

"सारं आटोपलं, अखेर!... पण सगळं अगदी व्यवस्थित पार पडलं. होय ना? तू मात्र फार थकलीस, क्योको!"

क्योकोचा कंठ दाटून आला.

"तू अजिबात धीर सोडू नकोस," तिच्या खांद्यावर हलकेच थोपटीत मासाओ म्हणाला, "मला माहित्येय, फार मोठी पोकळी जाणवत असेल तुला ममांच्या मृत्यूनं. ...पण मी आहे ना! आपण दोघं मिळून पचवू हा धक्का!"

क्योकोनं नवऱ्याकडे पाहिलं. कृतज्ञतेनं तिचा ऊर भरून आला. ...किती काळजी घेतो हा आपली! किती भक्कम आधार देतो आपल्याला प्रत्येक बाबतीत. खरोखर, खूप भाग्यवान आहोत आपण! इतर पुरुषांच्या पठडीतला नाहीये आपला नवरा. पाहातो ना आपण आजूबाजूला एकएक पुरुष. 'घरातल्या एकाही कामाला हात लावणार नाही, आणि एकही जबाबदारी उचलणार नाही,' या अटींवरच जणू लग्नाला उभे राहतात. घरात कितीही अडचणी उभ्या राहोत, यांचे हात आपले वर!

खरोखरच, नवरा म्हणून मासाओ या सगळ्यांत एक दुर्मीळ अपवाद होता. अतिशय जबाबदार माणूस. क्योकोवर उत्कट प्रेम करणारा, तिला खूप जपणारा. आणि एक आदर्श पिताही. आपल्या मुलीमध्ये पूर्ण गुंतलेला. तिच्या संगोपनात मनापासून रस घेणारा. क्योकोला नेहमी वाटायचं, की कुटुंबातल्या वडलांनी जसं वागायला हवं, तसंच वागतो मासाओ. घराची कोणतीही जबाबदारी आजवर त्यानं कधी टाळायचा प्रयत्न केला नव्हता, याचं तर विशेष वाटायचं तिला! खरंच, क्योको खूप भाग्यवान होती नवऱ्याच्या बाबतीत. म्हणून तर तिच्या साऱ्या मैत्रिणी मनातल्या मनात हेवा करीत तिचा.

त्यामुळेच आत्तासुद्धा क्योकोला विश्वासानं वाटत होतं, की या पत्र्याच्या पेटी-बद्दलची आपल्या मनातली ही अनामिक ओढ, ही खळबळ मासाओच समजून घेईल. तिनं ठरवलं, त्याला हे पेटीचं रहस्य सांगूनच टाकायचं!

"मासाओ, मला तुला काहीतरी सांगायचंय..." त्याच्या नजरेला नजर भिडवीत ती म्हणाली.

"काय गं...?" मासाओनं उत्सुकतेनं विचारलं.

"गेले काही दिवस ना मासाओ, एक गोष्ट माझ्या मनाला फार त्रास देत्येय. म्हणजे... पुढे कदाचित... हा सगळा माझ्या मनाचाच काहीतरी काल्पनिक खेळ होता, असंही निष्पन्न होईल, ...पण मासाओ, या घटकेला तरी मला हे सगळं अगदी खरं आहे, असं मनापासून वाटतंय!..."

क्षणभर मासाओ चमकला! परंतु दुसऱ्याच क्षणी स्वत:ला सावरत त्यानं तिच्या खांद्यावर हलकेच थोपटलं. ममतेनं दाटलेल्या सुरात तो हळुवारपणे म्हणाला,

"हे बघ, हे असं होणं अगदी स्वाभाविक आहे गं! मला तर यात काळजी करण्यासारखं काहीच वाटत नाहीये. शेवटी काही झालं, तरी आई म्हणजे आपल्या आयुष्यातली सर्वांत महत्त्वाची स्त्री असते ना!... आणि ती आईच गेल्येय तुझी. या धक्क्यातून, दु:खातून सावरायला थोडा वेळ तर लागेलच तुला..."

"तू म्हणतोय्स ते खरं आहे!" मासाओचं बोलणं मध्येच तोडत क्योको म्हणाली, "ममा गेल्याच्या दु:खानं फार खचल्यासारखं वाटतंय मला. ...पण ...पण मासाओ, मी त्याबद्दल नाहीये रे बोलत! ...ती बघ, तिथे खुर्चीवर एक पत्र्याची छोटी पेटी दिसत्येय तुला?... तिच्याबद्दल... तिच्याबद्दलच सांगायचंय मला तुला. ...तुला आठवतंय, मासाओ, त्या दिवशी हॉस्पिटलमधे ममाला माझ्याशी एकटीशी काहीतरी बोलायचं होतं? तेच ते!... त्या छोट्या पेटीत ना मासाओ, माझ्या... माझ्या आयुष्याच्या पटाचा एक तुकडा जतन करून ठेवलाय म्हणे तिनं!"

"काय?..." मासाओच्या चेहऱ्यावर आश्चर्य दाटून आलं होतं.

"होय..." भिंतीतल्या त्या मोठ्या भोकाकडे बोट दाखवीत क्योको म्हणाली, "इतकी वर्षं या इथल्या खोबणीत दडवून ठेवली होती ती पेटी तिनं. ...आणि हे रहस्य तिनं मला सांगितलं कधी, तर त्या दिवशी... अगदी शेवटच्या घटकेला!... मासाओ, तिचे शब्द ना घर करून बसलेत माझ्या मनात!"

आणखीही खूप बोलायचं साचलं होतं तिच्या मनात, पण ती तिथेच थांबली. पेटीत सापडलेल्या त्या पुसट फोटोशी आपले काहीतरी अनामिक बंध असल्याचं जे आपल्याला आतून जाणवतंय, त्याची वाच्यता मात्र ती मासाओपाशीसुद्धा करू शकली नाही! परंतु, तो फोटो पाहिल्यापासून तिच्या आयुष्यातली काही गूढ आणि चमत्कारिक अशी धूसर क्षणचित्रं, पाण्याच्या तळातून वर उसळणाऱ्या बुडबुड्यांसारखी तिच्या मनात वरवर येऊ लागली होती. क्योको चक्रावून गेली होती! त्यातल्या काही चित्रांची तर धड संगतीही लावता येत नव्हती तिला. जणू तळातलं काही गूढ, अतर्क्य ढवळून निघालं होतं. त्यातच तिला वारंवार दिसत होता, ममाच्या चेहऱ्यावरचा निग्रही नकार. ताठर. जेव्हा जेव्हा म्हणून तिच्या आयुष्याच्या पहिल्या

तीन-चार वर्षांतल्या आठवणींचा काही संदर्भ निघे, तेव्हा तेव्हा ममाच्या चेहऱ्यावर तो हटकून दिसे. जणू त्या विषयावर तिथल्या तिथे पडदा टाकून ती तो कुलूपबंद करी!

ममाच्या स्वभावाचं आणखी एक मोठ्ठं कोडं तिला कधीच उलगडलं नव्हतं; ते म्हणजे समुद्र, बोटी यांच्याशी संबंधित प्रत्येक गोष्टीविषयी तिच्या मनात प्रचंड तिटकारा असे. क्योकोच्या डोळ्यांपुढे आत्ताही शाळेत असतानाचा तो प्रसंग लख्ख उभा राहिला आणि तिचं अंग शहारलं!

...साधारण चौदा-पंधरा वर्षांची असेल ती तेव्हा. नाविक दलाची एक युद्धनौका जपानच्या समुद्रकिनाऱ्याशी नांगरून ठेवली होती. क्योकोच्या शाळेनं ती बोट मुलींना आतून दाखवण्याची परवानगी मिळवली आणि त्यासाठी मुलींची समुद्रकिनाऱ्याची एका दिवसाची सहल काढली. क्योको सहलीच्या परवानगीसाठी आईकडे हट्ट करत होती. परंतु परवानगी राहिली बाजूलाच. त्या साध्या गोष्टीवर चिएकोची प्रतिक्रिया इतकी विचित्र झाली, की क्योको भीतीनं थरथर कापू लागली!

''...नाही, क्योको नाही!'' चिएको तोल सुटल्यासारखी किंचाळून बोलू लागली, ''जीव गेला तरी मी तुला समुद्राच्या किंवा बोटीच्या जवळपाससुद्धा फिरकू देणार नाही. धोक्याचं आहे गं बाई ते फार! फार.. फार धोक्याचं आहे!...''

''पण ममा,'' क्योको तरीही आपली बाजू लावून धरत म्हणाली, ''आम्ही काय बोटीतून फिरायला वगैरे जाणार आहोत का गं समुद्रात? अगं, आम्ही फक्त समुद्रकिनाऱ्यावर थोडा वेळ खेळणार, मजा करणार... आणि ती बोट ना ममा, तिथे उभी आहे, गच्च! आम्ही फक्त आतून फिरून ती बघणार. त्यात एवढं घाबरण्यासारखं काय आहे?... आणि ममा, मी अजूनपर्यंत कधी समुद्रकिनारा पाहिलाय तरी का गं? बोट पाहणं तर दूरच!...''

क्योको फुरंगटून बोलत होती; परंतु तिचं बोलणं अर्धवटच राहिलं. ममाची भयानक अवस्था पाहून ती हादरली!

— चिएकोचा चेहरा पांढराफटक पडला होता, आणि भीतीनं ती लटलट कापत होती! क्योको घाबरून तिच्या जवळ जायला लागली, परंतु चिएको वेड्यासारखी वेडीवाकडी पळत खोलीबाहेर धावली आणि बाथरूममध्ये शिरली.

क्योकोला बाहेरून तिच्या जोरजोरात ओकण्याचा आणि रडण्याचा आवाज ऐकू येत होता.

क्योको कमालीची घाबरून गप्प झाली. सुन्नपणे बिचारी आई शांत होण्याची वाट बघत बसली!

निराशेपेक्षाही आपल्या ममाच्या या विचित्र वागण्यानं घाबरून क्योको रात्री पांघरुणाखाली चोरून रडत होती. रडता रडता एका गोष्टीची मात्र तिनं मनाशी

पक्की खूणगाठ बांधली, की यापुढे चुकूनही कधी ममापुढे बाहेर कुठे सहलीला जायचा विषय काढायचा नाही. नव्हे, काढून चालायचंच नाही!

आज मात्र एका गोष्टीचं क्योकोला राहूनराहून आश्चर्य वाटत होतं, की ती पत्राची पेटी आणि त्यातले फोटो बघून आपल्या मनातल्या त्या विशिष्ट घटनेच्या स्मृतीच इतक्या तीव्रतेनं का जाग्या झाल्या? समुद्राचं, बोटीचं नाव काढल्याबरोबर ममाची झालेली ती विचित्र प्रतिक्रिया इतकी का सरसरून वर उफाळून आली आपल्या मनात? वास्तविक, गेली कित्येक वर्षं आपण पार विसरून गेलो होतो ती घटना!

''दाखव बरं मला ती पेटी...'' मासाओ म्हणाला, ''बघू या तर खरं, आपण त्याचा काही अर्थ लावू शकतो का ते!''

मासाओच्या शब्दांनी क्योको दचकून भूतकाळाच्या तंद्रीतून बाहेर आली.

तिनं खुर्चीवरची ती पेटी त्याच्या हातात दिली. प्रथम त्यातलं आपल्या आईचं ते ओळखपत्र काढून त्याच्यासमोर धरलं; आणि मग पाठोपाठ तिला झपाटून टाकणारा तो दुसरा फोटोही त्याला दाखवला... दोन जोडपी आणि दोन लहान मुलं यांचा हसरा ग्रूपफोटो.

मासाओनं पेटीतला सगळाच ऐवज बारकाईनं न्याहाळला. त्या ओळखपत्राची संगती काही त्याला तात्काळ ममांच्या आयुष्याच्या कुठल्याही भागाशी लावता आली नाही. परंतु त्यातला ग्रूपफोटो मात्र तिच्याच समोर धरत तो सहजगत्या म्हणाला,

''यात एवढं अस्वस्थ होण्यासारखं काय आहे बरं, क्योको? या फोटोत तर स्पष्टपणे तुझे आईवडीलच दिसतायत्. त्यांच्यासोबत आणखी एक जोडपं आहे, दोन लहान मुलं आहेत, आणि सगळेजण अगदी छान, आनंदी मूडमध्ये आहेत. मला तर तुझ्या डोक्यात काय चाललंय, तेच समजत नाही!''

क्योको चिडली. ...उघड दिसतंय त्याच्या पलीकडे दुसरं काही बोलताच येत नाहीये ना याला, म्हणून मग आपला काहीतरी बोलायचं म्हणून बोलतोय!

मात्र उघडपणे ती म्हणाली,

''ते तर मलाही दिसतंय रे! पण माझ्या आईवडलांबरोबर ही जी दुसरी माणसं आहेत ना, त्यांचा मी सारखा विचार करत्येय. मी तर त्यांना ओळखत नाहीच, पण ममाच्या तोंडूनही त्यांचा उल्लेख आजवर कधीच कसा आला नाही? कोण असतील ही माणसं?... मासाओ, तो फोटो पाहिल्यापासून ना, या एकाच गोष्टीचा अक्षरशः भुंगा लागलाय् माझ्या डोक्याला!''

''खरं आहे तुझं म्हणणं. पण दुर्दैवाची गोष्ट अशी, की या सगळ्या प्रश्नांची उत्तरं द्यायला तुझी ममा आता या जगात नाही. ...पण मला अगदी शंभर टक्के

खात्री आहे, की या सगळ्याचं काहीतरी सुसंगत असं स्पष्टीकरण असणारच! आता राहता राहिला प्रश्न, तुझ्या आईनं ते तुला का सांगितलं नाही, हा. ...तर माझ्या मते, त्यालाही काहीतरी कारणच असणार!...''

मासाओ ते ओळखपत्र तिच्यासमोर धरत पुढे म्हणाला,

''बघ, हे ओळखपत्र बघ. त्यावर स्पष्टपणे तुझ्या आईचं नाव आहे; आणि त्याच्या खालचा हा शब्द वाच : 'सिंगापूर', आणि वर्ष '१९४२'. ही नोंद आणि हे फोटो यावरून एक गोष्ट नक्की सिद्ध होत्येय, की तुझे आईवडील १९४२ साली सिंगापूर नावाच्या एका ठिकाणी होते. अगदी नक्की होते! आता ते तिथे काय करत होते, कशासाठी गेले होते, आणि मुख्य म्हणजे त्यांच्या आयुष्यातली ही एवढी विशेष अशी गोष्ट ममांनी आजवर तुला का सांगितली नाही, हे तसं... म्हणजे खरोखर रहस्यच आहे!''

''मला तर इतकं निराश वाटतंय, मासाओ!'' एक खोल निःश्वास टाकत क्योको म्हणाली, ''मी हजार वेळा तरी ते ओळखपत्र आणि फोटो निरखून पाहिले असतील. मी माझ्या आईवडलांना जे काही ओळखते... म्हणजे, त्यांच्याबद्दल मला जेवढी काही माहिती आहे ना, त्याच्याशी ह्या दोन गोष्टींचा संबंध जुळवण्याचा मी आटोकाट प्रयत्न केला. परंतु मला त्याचा काही म्हणता काहीसुद्धा धागादोरा लागू शकला नाही!... मासाओ, का ही गोष्ट माझ्यापासून लपवून ठेवली गेल्येय? ...हे काही गूढ वगैरे आहे का? भयंकर मनस्ताप होतोय रे मला या गोष्टींचा!'' – बोलता बोलता क्योकोनं पलंगावर पुन्हा बसकण मारली. रडकुंडीला येऊन ती म्हणाली,

''...आणि हे गूढ – गूढच म्हणते मी याला – उकलायचं कसं? म्हणजे शोधून काढायचं म्हटलं, तरी नेमकी सुरुवात कुठून करायची, हेदेखील मला समजत नाहीये. माझी तर बाबा, मतीच कुंठित झाल्येय!...''

''हे बघ क्योको, मला एक कल्पना सुचल्येय.'' तिच्यासमोर बसत मासाओ म्हणाला, ''शिबुयामध्ये युद्धेतिहास माहिती कार्यालय आहे. तिथे युद्धाच्या काळातल्या सगळ्या नोंदी ठेवलेल्या आहेत. तू सरळ तिथे का जात नाहीस? तिथे जाऊन तू तिथल्या दप्तरातल्या या विशिष्ट काळातल्या सगळ्या नोंदी बघायला माग. मला वाटतं, तिथे तुला आपल्याला हवी असलेली सगळी माहिती मिळू शकेल. अगदी खात्रीलायक!''

— बोलता बोलता मासाओ क्षणभर कुठल्यातरी विचारात हरवला; पुढल्याच क्षणी तो एकदम चुटकी वाजवत म्हणाला,

''क्योको, आत्ता या गोष्टीचा विचार करताना मला एक गोष्ट चटकन आठवली. पूर्वी एकदा बोलता बोलता तुझ्या ममानं मला सांगितलं होतं, की तुझे वडील युद्धकाळात कुठेतरी परदेशात नोकरी करत होते. पण जेव्हा मी त्याविषयी अधिक

विचारायला लागलो, तेव्हा त्या एकदम गप्प झाल्या. पुढे बोलायचं टाळलंच त्यांनी. मला त्यांच्या ताठरलेल्या चेहऱ्यावरून स्पष्ट कळत होतं, की कोणत्याही कारणानं असेल, पण या विषयावर अधिक बोलण्याची त्यांची इच्छा नाहीये!... मग मीही ते तिथेच सोडून दिलं.

"...आता, ही घटना मी तुला यापूर्वी का सांगितली नव्हती, कोण जाणे! बहुधा मी असा विचार केला, की आपल्या वडलांविषयीची ही गोष्ट तुला नक्कीच माहीत असणार. अगदी पूर्ण माहिती असणार तुला तुझ्या वडलांची... त्यांच्या नोकरीची... पण तुझ्या आईप्रमाणेच, तुलाही आता ते गेल्यानंतर त्यांच्याविषयी चर्चा करणं आवडत नसावं..."

क्योकोनं खेदानं मान हलवली, "नाही, नाही! मला काहीही माहीत नाहीये माझ्या वडलांविषयी. जेव्हा जेव्हा मी ममाला त्यांच्याविषयी काही विचारायची ना, तेव्हा तेव्हा ती मला, ते नौदलात कोणीतरी अधिकारी होते, एवढंच मोघम सांगायची! ...आणि तिची उत्तरंही अगदी संदिग्ध असायची. मला तिला नेहमी खूप गोष्टी विचारायच्या असायच्या. एक प्रश्न तर मासाओ, मला नेहमीच सतावायचा, की नौदलातल्या एका अधिकाऱ्याची पत्नी असूनही ममाच्या मनात समुद्राविषयी, बोटीविषयी इतकी धास्ती का? का इतका तिरस्कार? वास्तविक, हा सगळा तिच्या आयुष्याचाच एक भाग असायला हवा होता! परंतु मी तिला कधीही काही विचारू शकले नाही, कारण तिचा स्वभाव मला माहीत होता. तिला जर एखाद्या गोष्टीबद्दल बोलायची इच्छा नसेल ना, तर ती तुम्हांला सरळ तिथल्या तिथे तट्कन तोडून टाकणार! त्यावेळी ती बिलकूल विचार करणार नाही तुमच्या मनाचा. मी हे खूप वेळा अनुभवलंय! ...खरं सांगू मासाओ, कधीकधी तर मला वाटायचं, की आपण आपल्या आईला नीटसं ओळखतच नाही... माझ्या स्वतःच्या आयुष्याच्या पोतडीतले कितीतरी कप्पे मला खूपदा रिकामे जाणवायचे... खूप डाचायचे ते मला! पण ममानं निग्रहानं नाकारलं ते भरून काढणं. कधीकधी तर ना मासाओ, खूप अधांतरी वाटायचं मला... एखाद्या त्रिशंकूसारखं. पण.. पण... ममानं नाहीच कधी समजून घेतली माझ्या आतल्या जिवाची ही खंत!..."

कितीतरी वेळ ते दोघे आपापल्या विचारात हरवून समोरासमोर स्तब्ध बसले होते. एक निःशब्द शांतता खोलीत अवघडून उभी होती.

...अचानक क्योकोचे डोळे चमकले आणि त्यासरशी दोघांचीही तंद्री भंगली. मासाओनं तिला जी कल्पना सुचवली होती, युद्धेतिहास माहिती कार्यालयात जाऊन तिथे प्राथमिक चौकशी करण्याची आणि दप्तरातल्या नोंदी पाहण्याची, त्याची तिला एकाएकी आठवण झाली होती, आणि तिला पुन्हा एकदा हायसं वाटलं होतं. ...एवढी साधी गोष्ट आपल्याला आधी का सुचली नाही? – क्योकोला स्वतःचंच

आश्चर्य वाटलं. तिनं ठरवलं, उद्याच्या उद्या तिथे जायचं. नाही काही हाती लागलं तरी हरकत नाही, पण कमीत कमी या शोधाच्या दिशेनं पहिलं पाऊल तरी पडेल आपलं! कदाचित त्यानं आपला पुढचा मार्ग थोडा सोपा होईल!

"खरंच मासाओ, फार छान तोडगा काढलायस् तू! खूप छान सुचवलंस..." क्योको म्हणाली.

मासाओनं सुचवलेला मार्ग तिला इतका आवडला, की आनंदानं उत्तेजित होऊन त्या भरात ती उठून उभी राहिली. जणू आपल्या आयुष्यातलं एक गूढ उकलण्याचा मार्गच तिच्या दृष्टिपथात आला होता!

"उद्या सकाळी उठून मी पहिली त्या ऑफिसमध्ये जाईन!" – तिनं आपला दुसऱ्या दिवशीचा कार्यक्रम जाहीर केला.

दुसरा दिवस उजाडला, तोच कंटाळवाणा! आभाळात मळभ आलं होतं आणि वातावरणात नुसती मरगळ. पण क्योकोच्या उत्साहावर त्याचं विरजण पडू शकलं नाही. तिनं झपाझप रेल्वे स्टेशन गाठलं आणि गाडीत बसून ती शिबुयाला उतरली.

घाईघाईनं शिबुया स्टेशनच्या बाहेर पडताना क्योको एकाएकी थबकली; आणि तिनं मनातल्या मनात कपाळावर हात मारून घेतला! ...उत्साहाच्या भरात आपण बाहेर पडलो खऱ्या; पण ते माहिती कार्यालय आहे कुठे, एवढा साधा प्रश्नसुद्धा आपण मासाओला विचारला नाही. पत्ता घेणं तर दूरच! आता एवढ्या मोठ्या शहरात ते ऑफिस शोधून तरी कसं काढायचं?...

क्षणभर विचार करून क्योको मागे वळली आणि स्टेशनच्या ऑफिसमध्ये शिरली. तिथल्या एका कारकुनाला ही अडचण सांगितल्यावर, तोही बापडा पटकन उठला. त्यानं एक जुनी शहर-मार्गदर्शिका हुडकून काढली, आणि बराच वेळ शोधून शोधून शेवटी त्यातनं तिला त्या ऑफिसचा पत्ता मिळवून दिला.

ते युद्धेतिहास माहिती कार्यालय एका मळकट करड्या रंगाच्या जुनाट इमारतीत होतं. ...इतकी महत्त्वाची माहिती पोटात साठवणाऱ्या एखाद्या इमारतीला एवढी प्रचंड अवकळा कशी काय येऊ शकते, कोण जाणे! – क्योको सखेद आश्चर्यानं मनात म्हणाली. इमारतीचं खुजं प्रवेशद्वार पाहून तर ती दचकलीच. जणू 'इथे कुणीही फिरकू नये,' अशी अदृश्य पाटी गळ्यात अडकवून ते द्वार अलिप्तपणे जांभया देत उभं होतं!

— क्षणभर क्योको आत जावं की जाऊ नये, या विचारानं घुटमळली. तिच्या मनात आलं, कित्येक दशकांच्या युद्धविषयक तपशिलांच्या फायली या ऑफिसमध्ये ठासून भरलेल्या असतील. अशा वेळी आपण फक्त एक ओळखपत्र, तेसुद्धा जेमतेम दोन शब्द लिहिलेलं, नेऊन दाखवायचं आणि तिथली माणसं आपल्याला

त्याविषयी अधिक माहिती पुरवतील अशी अपेक्षा बाळगायची, हे वेडेपणाचंच नाही का? परंतु तिच्यासमोर दुसरा पर्यायही नव्हता; शिवाय तिथे गेल्यानं काही मोठंसं बिघडणारही नव्हतं. अखेर तिनं मनाचा हिय्या केला आणि काही एक निश्चय करून त्या प्रवेशद्वारातून पाऊल आत टाकलं.

ऑफिसची ती खोलीही नमुनेदारच होती! तिन्ही बाजूंना जुन्या फायलींनी खच्चून भरलेल्या रॅक्स आणि मधोमध एक टेकीस आलेलं आडवं टेबल. उतारवयाचा एक चश्मीस मनुष्य त्या टेबलामागे वर्तमानपत्रात डोकं खुपसून बसला होता. क्योको हलकेच त्याच्यापाशी गेली, तसं त्यानं वर्तमानपत्रातली नजर उचलून वर तिच्याकडे पाहिलं. आपल्या वाचनात व्यत्यय आणणाऱ्या आगंतुक बाईविषयीची किंचितशी चीड त्याच्या लालसर दुखऱ्या डोळ्यांत उमटली. क्योको चपापली. पण मग डोळ्यांच्या कोपऱ्यातून चटकन टाकलेल्या एका कटाक्षात तिनं टिपलं, की तो मनुष्य वर्तमानपत्रातलं कोडं सोडवण्यात गर्क झालेला होता!

"काय हवंय तुम्हांला, मॅडम?" – व्यवस्थापनाच्या त्या कुडमुड्या नोकरशहानं चष्म्यावरून नजर रोखीत तिला चिरक्या आवाजात विचारलं. त्याचं ते ध्यान बघून क्योकोला गंमत वाटली. तिच्याही नकळत तिच्या चेहऱ्यावर किंचितसं हसू उमटलं. त्यामुळे एक झालं, तिच्या मनावरचा खिन्नतेचा ताण बऱ्यापैकी ओसरला.

"सर, माझं एक काम आहे... माझी आई वारल्यानंतर तिच्या घरी मला काही जुनी कागदपत्रं सापडल्येत. त्यात एक नोंद आहे; आणि त्याबद्दलचीच अधिक माहिती मिळवण्यासाठी म्हणून मी इथे आल्येय..." – क्योकोनं एका दमात सारं सांगून टाकलं. आपल्या म्हणण्याला पुष्टी देण्यासाठी तिनं आईचं ते ओळखपत्र त्या माणसासमोर टेबलावर ठेवलं आणि त्याच्या प्रतिक्रियेची वाट पाहात ती उभी राहिली.

त्या अधिकाऱ्यानं हातातलं वर्तमानपत्र शांतपणे घडी घालून बाजूला ठेवलं आणि क्योकोनं पुढे केलेलं ओळखपत्र उचललं. बराच वेळ तो ते ओळखपत्र बारकाईनं निरखून पाहात होता. हळूहळू त्याच्या लालसर दुखऱ्या डोळ्यांत, 'काहीतरी रस वाटतोय,' अशी एक चमक दिसायला लागली. ...चला, निदान या गृहस्थाचं लक्ष वेधून घेण्यात तरी आपण यशस्वी झालो! – क्योकोला थोडंसं हुश्श वाटलं.

"हं! मला वाटतं, या दस्तऐवजासंबंधीची थोडीफार माहिती मी तुम्हांला पुरवू शकेन!" तिच्याकडे चौकस नजरेनं रोखून बघत तो अधिकारी म्हणाला.

हे ऐकताच क्योकोचा नूर एकाएकी पालटला. ती गंभीर झाली. तिचं हृदय इतक्या वेगानं धडधडू लागलं, की तिनं जर जवळच्या खुर्चीचा आधार घेतला नसता, तर कदाचित ती खाली कोसळली असती. ...हळूहळू ती खुर्चीवर टेकली. आता ती एखाद्या दगडी पुतळ्यासारखी निश्चल झाली होती. त्या ओळखपत्रावरच्या

अक्षरांचा वेध घेत फिरणाऱ्या त्या अधिकाऱ्याच्या हाडकुळ्या बोटाकडे टक लावून पाहाता पाहाता जणू तिला भूल पडली होती!

तिच्याकडे एक कटाक्ष टाकून तो मनुष्य सावकाश उठला आणि बाजूच्या एका रॅकमधून त्यानं मोठ्या आकाराचं एक जाडसं पुस्तक काढून आणलं. बराच वेळ पानं उलटत त्याची शोधाशोध चालू होती. अखेर चष्म्यावरून तिच्याकडे रोखून बघत तो म्हणाला,

''इथे जे लिहिलंय, त्यानुसार असं दिसतं, की हे एक प्रमाणित ओळखपत्र आहे. युद्धकाळात परदेशात सत्तेवर आलेल्या जपान सरकारनं आपल्या प्रदेशात राहणाऱ्या जपानी लोकांना अशी ओळखपत्रं दिलेली होती. त्यांचा ठावठिकाणा राहावा, या उद्देशानं. विशेषत: जे लोक लष्करात होते, त्यांच्या बाबतीत तर सरकार अत्यंत जागरूक होतं.''

''म्हणजे... याचा अर्थ युद्धकाळात माझी आई सिंगापूर नावाच्या प्रदेशात जाऊन राह्यलेली होती?...''

''अर्थात! याचा अर्थ निश्चितपणे हाच आहे. तुम्हांलाही स्पष्ट कळू शकेल, की हे ओळखपत्र फोटोतल्या या व्यक्तीला सिंगापूरमध्ये १९४२ साली दिलं गेलंय.''

क्योको तिथून बाहेर पडली, ती डोक्यात ममा, सिंगापूर आणि १९४२ साल असा प्रचंड गोंधळ घेऊन! या तीन गोष्टींच्या परस्परसंबंधाचा गुंता सोडवता सोडवता तिच्या डोक्यात उलटसुलट विचारांचं इतकं काहूर माजलं होतं, की परतीच्या प्रवासात आपलं स्टेशन कधी मागे पडलं, तेही तिला समजलं नाही! भानावर आली, तेव्हा आपण खूप पुढे आल्याचं तिच्या लक्षात आलं. मग त्यानंतर आलेल्या पहिल्या स्टेशनवर उतरून तिनं उलटी गाडी पकडली आणि ती पुन्हा मागे आली. यात तिचा अर्धा तास वाया गेला. परंतु आज तिला त्याची बिलकूल पर्वा नव्हती! कारण आज तिनं एका गुप्त गोष्टीचा शोध लावला होता. एकूण, सिंगापूरचं हे रहस्य आता अधिकच गहन आणि गंभीर होत चाललं होतं. गाडीचा घोटाळा ही त्याच्यापुढे अगदीच मामुली बाब वाटत होती तिला!

खरं तर, युद्धेतिहास माहिती कार्यालयातून मिळालेली ही माहिती कधी एकदा मासाओला सांगते, असं क्योकोला झालं होतं. परंतु तिनं मनाशी एक ठरवलं होतं, की त्यानं स्वत:हून तो विषय काढल्याशिवाय आपण काहीही बोलायचं नाही. आपण एक या प्रकरणानं पछाडले गेलोय तेवढं पुरे. त्याला आणखी नसत्या काळजीत ओढायचं नाही!

रात्री जेवायला बसल्यावर तिनं दहा वेळा तरी ओठाशी आलेले शब्द गिळले असतील. परंतु शेवटी तिच्या मनासारखं झालंच. नेहमीचं थोडंसं बोलणं झाल्यावर मासाओनंच विषय काढला. म्हणाला, ''...हं, आता सांग. आज त्या शिबुयातल्या

माहिती कार्यालयात गेली होतीस ना? मिळाली का काही माहिती तिथे?''

क्योकोला खूप बरं वाटलं! मनावरचं दडपण जरा कमी झालं. तिनं मासाओला त्या ऑफिसमधला सगळा वृत्तान्त अगदी सविस्तर सांगितला. बीअरचा ग्लास हातात धरून मासाओ तिचं सारं बोलणं लक्षपूर्वक ऐकत होता.

तिचं बोलणं संपल्यावर बीअरचा एक मोठा घोट घेत मासाओ, ''अच्छा! असं आहे का!...'' एवढंच बोलला; आणि विचारात मग्न होऊन कितीतरी वेळ तसाच बसून राहिला.

शांततेचे ते मोजके क्षणसुद्धा क्योकोला चिरंतन असल्यासारखे वाटू लागले. शेवटी असह्य होऊन ती थोड्या त्राग्याच्या सुरातच ओरडून बोलली,

''अरे, बोल ना मासाओ... काय वाटतं तुला?''

क्योकोच्या सहनशक्तीचा असा स्फोट झालेला पाहून मासाओ चमकला; पण मग तिच्या हातावर हलकेच थोपटत, समजावणीच्या सुरात तो म्हणाला,

''हे बघ, तुझ्या आईचा युद्धकाळात सिंगापूरशी काहीतरी संबंध होता, ही गोष्ट आता निर्विवाद आहे. तुझ्या दृष्टीनं ही गोष्ट किती महत्त्वाची आहे, हे मी जाणतो. त्यामुळे आज दुपारी मीही त्यासंबंधी थोडा शोध घेण्याचा प्रयत्न केला. तुला माहित्येय, हे सिंगापूर कुठे आहे ते?... दक्षिण-पूर्व आशियामध्ये, अगदी थायलंड, मलेशियाच्या पार दक्षिणेकडे हे एक छोटंसं बेट आहे, आणि...''

''खरंच?...'' त्याचं बोलणं अर्धवट तोडत क्योको म्हणाली, ''मला मात्र मासाओ, खरोखरच कळत नाहीये, की माझे आईवडील जपानपासून एवढ्या दूरच्या त्या बेटावर का गेले असतील?... आणि ते करत काय होते तिथे जाऊन?...''

पण यावेळी क्योकोचं मन दुपारसारखं अस्वस्थ झालं नाही. आपल्या नवऱ्यानं आपल्या माहेरच्या कौटुंबिक प्रश्नात इतका मनापासून रस घेतलेला पाहून तिला एक दिलासा लाभला होता. ....खरंच! किती जिवाला जीव देतो हा! – तिच्या मनात आलं, नाहीतर पुरुष आपल्या बायकोच्या कुठल्या कौटुंबिक गोष्टीत इतकं लक्ष घालतील? छे! नावच नको. अगदीच अंगावर आलं, तर थोडंसं काहीतरी केल्यासारखं करतील आणि टाकतील झटकून विषय बाजूला!

मासाओच्या हातांचा विळखा खांद्याभोवती पडल्याचं क्योकोला जाणवलं. त्या आश्वासक स्पर्शानं ती सुखावली. तिचा चेहरा आपल्याकडे वळवत तो म्हणाला, ''हे बघ...''

क्योकोनं त्याच्याकडे पाहिलं. त्याच्या डोळ्यांत एका वेगळ्याच उत्साहाची चमक दिसत होती.

मासाओ म्हणाला, ''क्योको, मी या गोष्टीचा खूप विचार केला. ...मला असं वाटतं, की तू काही दिवसांसाठी सरळ सिंगापूरला जावंस आणि या रहस्याचा छडा

लावण्याचा प्रयत्न करावास. नाहीतर मग, ह्या बाबतीत आपण पूर्ण अंधारात आहोत आणि या गोष्टीचा शोध घेण्याचा आपण पुरेसा प्रयत्नच केला नाही, ही भावना पुढे आयुष्यभर तुझं मन कुरतडत राहील! ...काय, पटतंय का माझं म्हणणं?''

मासाओची कल्पना ऐकून क्योको अक्षरश: थरारली! मुख्य म्हणजे तिला खूप म्हणजे खूप आश्चर्यही वाटलं. कारण, आदल्याच रात्री अंथरुणावर पडल्यापडल्या जेव्हा ती आपल्या आयुष्याच्या 'त्या हरवलेल्या गुप्त तुकड्या'चा विचार करत होती, तेव्हा नेमकी हीच कल्पना तिच्याही मनात चमकून गेली होती! परंतु दुसऱ्याच क्षणी, 'छे! हे काही आपल्या आवाक्यातलं नाही,' असं म्हणून तिनं ती झटकूनही टाकली होती. ....आणि आता मासाओनंही नेमकं हेच सुचवावं?... तिला वाटलं, खरंच! मासाओ म्हणतोय तसं शक्य झालं, तर सिंगापूरला जाऊन या रहस्याची पाळंमुळं खणून काढता येतील आपल्याला!... आणि मग आपल्या आयुष्याचा तो रिता, काळोखी कप्पाही भरून घेता येईल नव्या प्रकाशानं!...''

खेरीज, फार पूर्वीपासून तिच्या मनात परदेशी जाण्याची – जपानच्या पलीकडचं जग बघण्याची खूप उत्कट इच्छा होती; आणि ज्या दिवशी ममाच्या ओळखपत्रावरचा तो पुसटलेला 'सिंगापूर' हा शब्द तिनं वाचला, तेव्हापासून तर तो प्रदेश जणू खुणावून तिला आपल्या जवळ बोलावू लागला होता! मोहिनी पडल्यासारखी तिलाही आतून ओढ लागली होती तिथे जायची. ...खरंच! सिंगापूरला जायला मिळालं, तर आपलं एक स्वप्न वास्तवात उतरल्यासारखं होईल. ...क्योकोच्या मनात निर्भर आनंदाची उसळती कारंजी फुलू लागली!

परंतु जेव्हा ती प्रत्यक्ष जाण्याचा विचार करायला लागली, तेव्हा मात्र तिचं मन कच खाऊ लागलं. थोड्या दिवसांसाठी का होईना, पण मासाओला आणि मुख्य म्हणजे छोट्या मायुमीला सोडून जावं लागणार होतं. छे! छे! ती तर कल्पनाही तिला करवेना. किती लहान आहे मायुमी! आपल्याशिवाय राहील का ती?... शिवाय तिला शाळेत दुपारच्या जेवणाचा डबा द्यावा लागतो, तो कोण देईल? माशाचे छोटे छोटे केक लागतात हल्ली बाईसाहेबांना डब्यात. छे! घर सोडून जाणं कठीण आहे आपल्याला. आणि... उत्साहाच्या भरात एक महत्त्वाची गोष्ट तर आपण विसरलोच! हे सिंगापूरला जाणं, तिथे राहाणं, असली महागडी चैन परवडेल तरी का आपल्याला?

मासाओनं तिची घालमेल बरोब्बर हेरली! तो म्हणाला,

''हे बघ, तुझ्या मनात काय चाललंय, ते मला समजतंय! पण क्योको, प्रश्न अगदी थोड्या दिवसांचाच आहे; आणि मायुमीची सगळी काळजी घ्यायला मी पूर्णपणे समर्थ आहे, असं नाही का तुला वाटत?... आता राहता राहिला प्रश्न

खर्चाचा. तर त्याबाबत एक लक्षात ठेव. तुझ्या आईनं तुझ्यासाठी हे घर ठेवलंय, आपली सगळी संपत्तीही तुझ्या नावे केल्येय. मग तू तिचं काहीच देणं लागत नाहीस का?''

क्योकोला पटलेलं दिसलंसं पाहून मासाओ हसला आणि चेष्टेच्या सुरात म्हणाला, ''बरं, ते जाऊ दे! मुख्य म्हणजे, कायम एक रहस्य कुरवाळत बसणाऱ्या दु:खी बायकोबरोबर संसार करण्यापेक्षा, तिला त्या रहस्याच्या पाठीमागे आठवड्याची 'रजा' देऊन पाठवणं, हे कितीतरी पटीनं अधिक सुखाचं आहे, नाही का?''

दोघंही मनमोकळेपणानं हसू लागले.

मासाओ म्हणाला, ''उद्याच्या उद्या आपण जपान पर्यटन मंडळाच्या ऑफिसमध्ये जाऊ आणि सिंगापूरचं विमानाचं तिकीट काढू. शिवाय...'' डोळे विस्फारून क्योकोकडे पाहात चेष्टेच्या सुरात तो म्हणाला, ''...सिंगापूरमध्ये आमच्या बाईसाहेबांची राहाण्याची सोयही नको का करायला?''

मासाओचं आश्वासक बोलणं, त्याच्या मनाचा मोठेपणा या साऱ्यानं क्योकोचं मन गहिवरून आलं!

त्या रात्री खूप दिवसांनी प्रथमच क्योको आणि मासाओ इतक्या उत्कटतेनं परस्परांच्या जवळ आले! ...त्यांचा मधला काळ फारच विचित्र गेला होता. मम्माचं लांबत गेलेलं आजारपण, तिच्या वेदना, हॉस्पिटल, ते उपचार आणि अखेर निधन... या सगळ्याचा इतका प्रचंड मानसिक ताण आला होता क्योकोला, की एकेकाळची तिची जोमदार वासना त्या काळात जणू कोमेजून गळून गेली होती. आणि मासाओलाही तिच्या अशा नाजूक मन:स्थितीत आग्रह धरणं बिलकूल पटत नव्हतं.

दूरच्या प्रवासाला जाण्याच्या कल्पनेनं असेल, पण त्या रात्री क्योकोच्या चित्तवृत्ती बहरून आल्या होत्या. औदासीन्याची मलिन सावटं गळून पडली होती. निर्भर असोशीनं उधाणलेली ती रात्र रंध्रारंध्रांतून जोमानं फुलू पाहात होती...

...परस्परांना सुखानं मनसोक्त चिंब करीत त्यांची ती रात्र कधी सरली आणि कधी पहाटे थकून डोळा लागला, ते त्यांचं त्यांनाही कळलं नाही!

सिंगापूरला जायची एकदा मनाची तयारी झाल्यानंतर क्योकोनं ठरवलं, की आता मात्र जितक्या लवकर निघता येईल, तितकं निघायचं. कुठलं तरी कारण उद्भवून बेत रहित करावा लागला, किंवा आपलाच उत्साह मावळला, असं व्हायला नको. सगळ्या गोष्टी आलबेल आहेत, तोवर झटकन निघायचं.

अखेर जाण्याचा दिवस येऊन ठेपला. दाराशी टॅक्सी येऊन उभी राहिली. मासाओचा आणि छोट्या मायुमीचा जड अंत:करणानं निरोप घेऊन क्योको टॅक्सीत

बसली. वडलांना बिलगलेल्या मायुमीचं तोंड कसनुसं झालं होतं. डोळे अश्रूंनी डबडबले होते. टॅक्सी वळणावरून दिसेनाशी होईपर्यंत दोघेही हात हलवून तिला निरोप देत होते.

टॅक्सी हानेदा विमानतळाच्या दिशेनं धावू लागली. क्योकोचं मन आपल्या लहानग्या लेकीच्या काळजीनं कासावीस झालं होतं. परंतु आश्चर्याची गोष्ट म्हणजे, जसजसा टॅक्सीचा वेग वाढू लागला, तसतसा पुढल्या रोमांचक प्रवासाच्या आणि शोधाच्या थरारानं तिच्या मनाचा ताबा घेतला. विचार करता करता अचानक क्योकोच्या लक्षात आलं, की घर सोडताना आपण अजिबात रडलो नाही!

सहा वर्षांपूर्वी ती आणि मासाओ हनिमूनला हवाईला गेले होते, त्यानंतर जपानच्या बाहेर अशी ती प्रथमच जात होती. विमानतळावर प्रचंड कोलाहल होता. माणसं सामान लादलेल्या ट्रॉलीज ढकलीत इकडून तिकडे घाईघाईनं चालली होती. खूप रोमांचक वाटत होतं क्योकोला ते सगळं वातावरण! अगदी विमानांच्या उड्डाणांची माहिती देणाऱ्या थंड आवाजातल्या निर्विकार, एकसुरी निवेदनांनीसुद्धा तिला खूप उत्तेजित वाटत होतं. कोलाहलानं खुललेल्या विमानतळावरच्या गडबडगोंधळात क्योको रमून गेली. हळूहळू तीही त्या वातावरणाशी इतकी एकरूप झाली, की तिच्या विमानाच्या उड्डाणाचं निवेदन झाल्याबरोबर तिलाही वाटलं, की आपण चटकन सार्वजनिक फोनवर जाऊन मासाओला पुन्हा एकदा फोन करू शकू.

विमानातल्या निरुंदशा आल्हाददायक आसनावर क्योको अंग सैलावून बसली. किती छान वाटत होतं तिला! अभिमानानं, आनंदानं तिचं मन पाखरासारखं हलकं होऊन तरंगू लागलं. मान मागे विसावून, डोळे मिटून ती अलगद आपल्या तंद्रीत शिरली. इतकी मनसोक्त, की इंजिनाचा आवाजही तिच्या तंद्रीला धक्का लावू शकला नाही!

जमिनीवरून वेगानं धावणाऱ्या विमानानं अलगद पाय उचलून निळ्याभोर आभाळात झेप घेतली, तेव्हा क्योकोच्या मनात आलं, ममा असती तर तिला आपला किती अभिमान वाटला असता!

४

१९४४ सालची अखेर होती ती. जपानी फौजा वेगानं पराभवाच्या छायेत चालल्याच्या बातम्यांनी सिंगापूरमध्ये रोज नवी खळबळ माजत होती; आणि जपान्यांच्या वसाहतीत बंद दारांआड एकच घबराट उडत होती. सिंगापूरमधले सारे जपानी आता जपानला – आपल्या मायभूमीत सुरक्षित परत जाण्याचा मार्ग शोधण्यासाठी जिवाचा आटापिटा करू लागले. पराभूत झाल्यानंतर मागे राहिलेल्या जपान्यांना शत्रूनं इतर प्रदेशांमध्ये कसं निर्घृणपणे घरातून ओढून काढून छावण्यात फेकून दिलं आणि नंतर त्यांचे कसे हालहाल केले, याच्या वार्ता त्यांच्या काळजाचा थरकाप उडवीत होत्या. त्यामुळे जपानचा पूर्ण पाडाव होण्यापूर्वीच काहीही करून इथून निसटण्यासाठी ते जिवाच्या आकांतानं धडपडू लागले होते.

एके दिवशी दुपारी शिगे अचानक धापा टाकत घरी आला. त्याला मिळालेली बातमी इतकी स्फोटक होती, की संध्याकाळपर्यंतही धीर धरणं त्याला शक्य नव्हतं.

अत्यंत उत्तेजित होऊन तो सांगू लागला, “मासाको, आनंदाची बातमी आहे!” सचिंत मुद्रेनं विचार करत स्वयंपाकघरात काम करणाऱ्या मासाकोकडे धाव घेत तो म्हणाला, “आवा मारू नावाची एक बोट थोड्याच दिवसांत इथे येऊन पोचत्येय. अमेरिकेनं ‘ही बोट सुरक्षितपणे जपानला जाऊ देण्यात येईल’, असं आश्वासन दिल्याची चर्चा आहे सगळीकडे! आता अमेरिकाच नेतृत्व करत्येय सगळ्या मित्रराष्ट्रांच्या फौजांचं, त्यामुळे त्यांच्या वचनावर आपण अगदी निर्धास्तपणे विश्वास टाकू शकतो, मासाको!... आणि मुख्य म्हणजे ही बोट फक्त जपानला परत जाऊ इच्छिणाऱ्या प्रवाशांसाठीच आहे. ...हे खूप चांगलं होतंय ना?”

क्षणभर मासाको स्तंभित झाली! तिचा स्वत:च्या कानांवर विश्वास बसेना. आनंदाच्या या अनपेक्षित धक्क्यानं तिचे हातपाय थरथरू लागले.

मात्र पुढल्याच क्षणी असंख्य उलटसुलट विचार एकाच वेळी तिच्या डोक्यात थैमान घालू लागले...

अखेर एक बोट आपल्याला सुरक्षितपणे जपानला नेऊ शकणार आहे!

परंतु फक्त एकच बोट; आणि तिच्यावर जास्तीत जास्त दोन हजार जागा.

इथल्या प्रत्येकालाच काही बोटीवर प्रवेश नाही मिळू शकणार!

मग... मग... जे मागे उरतील, त्यांचं काय?

केवळ कल्पनेनंही मासाकोच्या काळजाचं पाणी पाणी झालं! भोवळ येतेसं वाटून तिनं शेजारच्या खुर्चीचा आधार घेतला आणि ती मट्कन खुर्चीवर बसली.

शिगे हतबुद्ध होऊन तिच्याकडे पाहात राहिला!

...काही क्षण असेच ताणाखाली सरले.

मग एक दीर्घ श्वास घेऊन मासाको उभी राहिली. ताठ. खंबीरपणे. तिनं मनाशी काहीतरी ठाम निश्चय केला होता. ...काय वाट्टेल ते झालं, तरी या बोटीवर प्रवेश मिळवायचाच. ही आवा मारू सिंगापूर सोडेल, तेव्हा या बोटीवर आपलं कुटुंब, चिएको आणि मोरी – असे आपण सगळे असूच असू. नव्हे, आता आकाश-पाताळ एक करून या बोटीवर जागा मिळवायच्या.

आपला हा निश्चय तिनं शिगेला सांगून टाकला.

दुसऱ्या दिवशी सकाळीच ती चिएकोला घेऊन घराबाहेर पडली आणि त्यांनी शिपिंग कंपनीच्या ऑफिसचा रस्ता धरला. तिथे खूप गर्दी असेल, ही अटकळ मनाशी बांधूनच त्या निघाल्या होत्या, परंतु प्रत्यक्षात तिथे जे दृश्य दिसलं, ते पाहून त्या अक्षरश: हवालदिल झाल्या!

— तिथला भलामोठा स्वागतकक्ष माणसांच्या गर्दीनं ओसंडून गेला होता. ज्यांना आत शिरायलाही जागा मिळाली नव्हती, अशा माणसांचे घोळकेच्या घोळके बाहेर तगमगत उभे होते. सिंगापूरमधल्या जवळजवळ प्रत्येक जपानी कुटुंबातला कमीत कमी एकतरी प्रतिनिधी तिथे आलेला असेल!

मासाको हताश झाली! चौकशीसाठी पुढे पाऊलही टाकणं शक्य नव्हतं त्यांना. रांगेत उभं राहायचं म्हटलं, तरी माणसांची लांबलचक रांग रस्त्याच्या टोकापर्यंत जाऊन, पुढे वळून कुठल्याकुठे गेली होती! दोघीजणी तिथेच एका बाजूला अंग चोरून गर्दीचा अंदाज घेत उभ्या राहिल्या. मधेच कधीतरी रांग मोडली जाई किंवा कुणीतरी मधे घुसायचा प्रयत्न करी. अशा वेळी माणसं एकमेकांवर कुत्र्यासारखी तुटून पडत; भांडणाचा गदारोळ माजे आणि संतापाच्या लाटा रांग धरून पसरत जात. मासाकोनं असं दृश्य आजवरच्या उभ्या आयुष्यात कधी पाहिलं नव्हतं! ...कुठे, गेलं तरी कुठे जपानी माणसाचं सारं सामंजस्य, शिस्त आणि एकोपा...? – खेदानं तिचं मन कसंनुसं झालं. तिथे कुणी कुणाचं नव्हतं. होतं

एक-एक स्वतंत्र कुटुंब. आपापल्या अस्तित्वासाठी झगडणारं. युद्धाच्या भीषण दहशतीनं भयभीत झालेल्या, प्रचंड चिंतेनं तगमगणाऱ्या मनांची एक लांबलचक रांग होती ती. धक्काबुक्की करणाऱ्या त्या माणसांच्या चेहऱ्यावरचं भय आणि केविलवाणी हताशा पाहून मासाको हतबुद्ध झाली.

दिवसाच्या अखेरीस दार बंद करण्याची वेळ आली, तेव्हा आतल्या माणसांना अक्षरश: बाहेर हुसकावून लावण्यात आलं. मासाको आणि चिएको तर रांगेच्या पहिल्या अर्ध्या भागातसुद्धा पोचू शकल्या नव्हत्या. निराश होऊन दोघीही मुकाट्यानं घरी परतल्या. परतीच्या वाटेत एकमेकींशी एक शब्दही बोलणं जमू शकलं नाही त्यांना!

दुसऱ्या दिवशी सकाळी दरवाजे उघडण्याच्या वेळेलाच दोघी तिथे जाऊन पोचल्या. परंतु तिन्हीसांजेला दारं बंद होण्याच्या वेळेपर्यंत त्यांच्या हाती काहीही पडू शकलं नाही. वळणावरून पुढे गेलेल्या रांगेतून स्वागतकक्षाचं साधं दर्शनही नाही होऊ शकलं त्यांना. त्याही दिवशी निराश होऊनच दोघी खालमानेनं घरी परतल्या. दोघीही रडकुंडीस आल्या होत्या. ...केवळ चिकाटीनं रांगेत उभं राहून बोटीत जागा मिळवणं अशक्यप्राय आहे, हाच विचार दोघींच्याही मनात उचल खाऊ लागला होता.

तरीही लागोपाठ चार दिवस दोघीजणी लवकर उठून रांग पकडायला धावत होत्या. त्यानंतर मात्र मासाकोला त्यातला फोलपणा कळून चुकला. '...या पद्धतीनं कितीही प्रयत्न केला, तरी काहीही साध्य होणार नाही; आवा मारूवर जागा पटकवायची असेल, तर कुणाचीतरी जबरदस्त मध्यस्थी आवश्यक आहे! ...मध्यस्थी मिळवली पाहिजे.' – मासाकोचं मन तिला स्पष्ट ग्वाही देऊ लागलं.

रात्री मासाको विनवणीच्या सुरात शिगेला म्हणाली, "शिगे, मी काय बोलते ते ऐक." एक एक शब्द नीट तोलत ती बोलू लागली, "शिगे, तू लष्कराच्या गुप्तहेर यंत्रणेत आहेस. ....म्हणजे एका अतिशय महत्त्वाच्या आणि खास अशा विभागात काम करतोय्स. आणि... तुझी कर्तव्यं तू अत्यंत धडाडीनं, चोख बजावल्येस, अशी तुझी ख्याती आहे! शिगे, त्यांच्यासाठी एकएक कामगिरी पार पाडताना तू तुझ्या जिवाचीही पर्वा केलेली नाहीयेस. होय ना?... मग शिगे, तुमचं हे लष्कर आपल्या सर्वांसाठी आवा मारूवर जागा मिळवण्याकरता आपलं थोडंसं वजन नाही का वापरू शकणार?... अरे, अजूनही त्यांच्या हातात तेवढी सत्ता आणि ताकद नक्की आहे! फक्त त्यासाठी तू थोडासा प्रयत्न केला पाहिजेस. म्हणजे... वरिष्ठांकडे तू एखादा शब्द टाकला पाहिजेस. करशील ना शिगे, एवढं?..."

बोलता बोलता मासाकोचा जीव भीतीनं गोळा झाला होता! त्याचे हात धरून थरथरत्या आवाजात ती पुढे म्हणाली,

"शिगे, अखेर जपानच्या गुप्तहेर यंत्रणेतला एक महत्त्वाचा मोहरा आहेस तू! ...उद्या जर जपानचा पराभव झाला, तर शत्रूच्या हल्ल्याचं इतर कुणाहीपेक्षा पहिलं लक्ष्य आपण असू, हे लक्षात आलंय का तुझ्या? मग अशा परिस्थितीत लष्करानं आपल्याला इथून लवकरात लवकर बाहेर पडायला मदत नको का करायला?"

परंतु दुसऱ्या दिवशी शिगे घरी आला, तोच एक निराशाजनक बातमी घेऊन. पडलेल्या चेहऱ्यानं.

काळजीच्या सुरात तो सांगू लागला, "मासाको, अगदी सध्या सैन्यात आणि बाहेरही सगळीकडे भयंकर गोंधळाची परिस्थिती निर्माण झाल्येय गं! अक्षरश: अंदाधुंदी माजल्येय सगळीकडे. सगळी व्यवस्थाच पार कोलमडल्येय. प्रत्येकजण फक्त स्वत:च्या काळजीनं पछाडलाय. स्वत:चा जीव वाचवण्यासाठी धडपडतोय जो तो! तुला काय सांगणार मासाको, पण कितीतरी उच्चपदस्थ अधिकारी, अगदी माझ्यापेक्षासुद्धा कितीतरी पटीनं वजनदार असणारी माणसंसुद्धा हतबल होऊन आपापल्या कुटुंबांना आणि संबंधितांना इथून बाहेर काढण्यासाठी धडपडतायत्!..." निराशेनं हात झटकीत तो पुढे म्हणाला, "काहीतरी भलतंच होऊन बसलंय गं हे! मला तर काहीही आशा..."

बोलणं अर्धवट टाकून तो शून्यात पाहिल्यासारखा मासाकोकडे पाहू लागला.

त्या रात्री मासाको अंथरुणात चोरून गुपचूप रडत होती. एक विचार तिला सतत भेडसावत होता, की मित्रराष्ट्रांच्या फौजांनी इथे जपान्यांचा पाडाव केला, आणि शिगे हा गुप्तहेर यंत्रणेतला महत्त्वाचा अधिकारी आहे, याचा जर त्यांना सुगावा लागला, तर?... ते आपल्याला तुरुंगात डांबतील, की जीवे मारून टाकतील? ...कदाचित गुप्त गोष्टी वदवून घेण्यासाठी ते हालहाल करतील आपले!

— तो भयानक विचार तिचं काळीज चिरत गेला!

त्यासरशी झटकन कूस पालटून ती शिगेकडे वळली. तोही असाच अस्वस्थपणे तळमळत होता. भयाकूल झालेली मासाको शिगेच्या कुशीत शिरली. भीषण आणि अशाश्वत भविष्याच्या कल्पनेनं ती थरथरत होती!

शिगेच्या डोक्यात विचारांची रणधुमाळी माजली होती!

दुसऱ्या दिवशी मासाको भल्या पहाटे उठून घराबाहेर पडली आणि झराझरा चालत तिनं बोटॅनिकल गार्डन गाठलं. रात्रभरच्या जागरणानं तिचं डोकं ठणकत

होतं. डोळेही तारवटून गेले होते. परंतु पहाटेच्या ताज्या, थंड हवेत तिला खूप ताजंतवानं वाटू लागलं. खोल श्वास घेत ती ताजी हवा तिनं छातीत भरून घेतली. पायाखालचं कोवळं ओलसर गवत तिच्या पावलांना सुखावत होतं. उष्ण कटिबंधात दिवस कसा सुळ्कन वर येतो. ती बागेत आली, तेव्हा सूर्य नुकताच उगवला होता. तिनं कोपऱ्यातला एक बाक हेरला आणि तिथे जाऊन बसली.

मासाकोनं चौफेर एक नजर फिरवली. निसर्गाची मुक्त उधळण असलेली एरवीची ती विलोभनीय बागही युद्धाच्या पाशवी पंजातून सुटलेली नव्हती. फुलांचे कोळपलेले दुर्लक्षित ताटवे, अस्ताव्यस्त वाढलेली कुंपणं, उंचउंच वाढलेल्या झुडपांना रानटी तणांचे पडलेले विळखे आणि सर्वत्र गवत माजलेलं... सारंच विस्कटलं होतं! बागेची ही दुर्दशा पाहून मासाकोचं मन कळवळलं.

...युद्ध! ....युद्ध! या पाशवी युद्धानं पार विनाश करून टाकलाय जगातल्या सगळ्या चांगल्या गोष्टींचा. पार विध्वंस केलाय माणसाचा! – मासाकोच्या डोक्यात विचारचक्र सुरू झालं. आज तिला एकटीलाच बसून शांतपणे विचार करायचा होता आपल्या घोर समस्येचा. आपल्या कुटुंबाला या वणव्यातून सुरक्षितपणे कसं बाहेर काढता येईल याचा. आजच्या दिवसात काय वाट्टेल ते झालं, तरी तिला एकदाचा काय तो निर्णय घेऊन सगळ्याचा सोक्षमोक्ष लावून टाकायचा होता. म्हणून तिनं चिएकोलाही आपण कुठे जातोय याचा थांगपत्ता लागू दिला नव्हता.

मासाको पाच वर्षांची असतानाच तिला स्वत:च्या बाबतीत एक विलक्षण शोध लागला होता. तो म्हणजे, जेव्हा म्हणून ती एखाद्या पेचात सापडायची, निराश व्हायची आणि घनघोर विचार करून तिला त्यावर तात्काळ काहीतरी जालीम उपाय शोधून काढायचा असायचा, तेव्हा स्वत:ला काहीतरी पीडा दिल्यानंतरच तिला तो सुचायचा! जणू तिच्या आत्मक्लेशांचं अलगद हाती पडलेलं फळच असायचं ते. परिस्थिती जितकी बिकट आणि निराशाजनक, तितके आत्मक्लेश कठोर. कधीकधी तर स्वत:ला काहीतरी शारीरिक यातना करून घेतल्यावाचून भागत नसे तिचं!

— म्हणूनच तिनं हेतुपूर्वक जो बाक निवडला होता, तो झाडांच्या सावलीपासून खूप दूर होता.

सकाळची तिरपी उन्हं विचारात हरवलेल्या मासाकोला स्पर्शून जात होती. मात्र बघता बघता उष्ण कटिबंधातला तो सूर्य वरवर चढत प्रखर उन्हाची आग ओकू लागला. मासाको ध्यानाला बसल्यासारखी निश्चल बसली होती. उघड्या डोळ्यांनी. हळूहळू सूर्य माथ्यावर तळपू लागला. शीतल जलाशयात देह अलगद पसरावा आणि पाण्याचा सुखद स्पर्श रोमारोमांत भरून घ्यावा, तशी मासाको वरून कोसळणाऱ्या उकळत्या उन्हाच्या प्रवाहात न्हात होती. ती क्रूर, निष्ठुर आग

दिवसभर तिची मुलायम, नाजूक त्वचा भाजून–करपून काढत होती. सर्वांगातून वाहणाऱ्या घामाच्या धारा त्वचेवरच्या लाल-काळ्या करपलेल्या डागांमधून चिकट रेषा ओढीत मार्ग काढत होत्या. सर्वांगाची आग-आग होत होती. तरीही मासाको ढळली नाही. अखेर संध्याकाळी झाडांच्या लांबलेल्या सावल्यांकडे पाहाता पाहाता, तिच्या ठणकणाऱ्या, तापलेल्या डोक्यात एक विलक्षण कल्पना विजेसारखी चमकली!

"मासाकीसान!..." – सुकलेल्या ओठांवरून आपली शोष पडलेली जड जीभ फिरवत ती पुटपुटली,

"मासाकी उनो!..."

मासाकोच्या डोळ्यांसमोर तो उंच-धिप्पाड, किंचितशा मोठ्या पोटाचा आणि गुळगुळीत टकलाचा गृहस्थ उभा राहिला. पाहणाऱ्याच्या मनात आदरयुक्त दरारा निर्माण व्हावा, असंच व्यक्तिमत्त्व होतं मासाकी उनोंचं! 'निप्पोन यूसेन के के लाईन' या शिपिंग कंपनीचे ते प्रमुख होते; आणि आवा मारू ही बोट त्याच कंपनीची होती.

उनो सिंगापूरमध्ये प्रथम आले, तेव्हा शिगेची आणि त्यांची काही निमित्तानं गाठ पडली होती. उनो सिंगापूरमध्ये खूप एकटे पडले होते; आणि मुख्य म्हणजे त्यांच्या नोकरीत ते समाधानी नव्हते. सतत स्वतःच्या विचारात हरवणाऱ्या उनोंची ती विमनस्क अवस्था शिगेच्या लक्षात आल्यावाचून राहिली नव्हती!

त्यानंतर काही दिवसांनीच 'निप्पोन यूसेन के के लाईन'मध्ये एक जागा रिक्त असल्याचं शिगेच्या कानी आलं. शिगेनं ताबडतोब उनोंशी संपर्क साधला आणि पुढे योग्य वेळी त्यानं त्या कंपनीत उनोंची शिफारसही केली. उनोंची तिथे निवड झाली. पुढे स्वतःच्या कर्तृत्वाच्या बळावर वरवर चढत अखेरीस ते त्या शिपिंग कंपनीत सर्वोच्च पदावर जाऊन पोचले होते.

काही महिन्यांपूर्वीच शिगे आणि मासाकोनं उनोंना, त्यांच्या या यशाचा आनंद साजरा करण्यासाठी म्हणून आपल्या घरी जेवायला बोलावलं होतं. उनो वेळात वेळ काढून मोठ्या आनंदानं त्यांच्या घरी आले. जाताना शिगेचा हात आपल्या हातात घेऊन तो प्रेमानं किंचित दाबत मासाकी उनो कृतज्ञतेच्या स्वरात शिगेला म्हणाले,

"शिगे, मी ज्यावेळी कोणीच नव्हतो, अगदी निराश मनःस्थितीत दिवस ढकलत होतो, तेव्हा तू मला आधार दिलास. मला आठवतंय, त्या काळात मी कुणाला भेटायला गेलो, तरी लोक मला तासन्‌तास ताटकळत ठेवायचे. तुझ्यामुळे सावरलं गेलंय माझं विस्कटलेलं आयुष्य. त्याबद्दल मी आयुष्यभर कृतज्ञ आहे तुझा! ...तुला एक मनापासून सांगतो शिगे, तुला कधीही माझ्या मदतीची गरज वाटली, अगदी कसलीही गरज लागली, तरी कोणताही संकोच न बाळगता मला भेट. मला खूप आनंद वाटेल तुझ्यासाठी मला काही करायची संधी मिळाली तर!"

...आणि मग हसत हसत ते पुढे म्हणाले, ''मी कुठे भेटेन, हे तर माहीतच आहे तुला!''

आपल्यापेक्षा वयानं ज्येष्ठ आणि एका नामांकित कंपनीत सर्वोच्च पदावर कार्यरत असणाऱ्या उनोंसारख्या त्या मोठ्या माणसाचे हे सौजन्यपूर्ण उद्‌गार ऐकून शिगे अवघडला. त्यानं उनोंचे मनापासून आभार मानले.

मात्र शिगेच्या मनात उनोंच्या या बोलण्याचा नंतर पुन्हा कधी विचारसुद्धा डोकावला नाही. तो ते सारं विसरूनही गेला. शिगे हाही मोठ्या दिलाचाच माणूस होता. तो अनेकांना अडचणीच्या वेळी मदत करत असे, आणि ते विसरूनही जात असे. कुणासाठी काही केलं, म्हणून त्याच्या परतफेडीची अपेक्षा कधीच त्याच्या मनाला शिवली नाही. त्याच्या या उदार आणि नि:स्वार्थी वृत्तीच्याच तर मासाको प्रेमात पडलेली होती! मात्र तरीही कधीकधी तिला त्याच्या याच वृत्तीचा रागही येई आणि नवराबायकोचे चांगले खटके उडत!

परंतु आता वेळच अशी आली होती, की मासाकोपुढेसुद्धा दुसरा पर्याय नव्हता! आता या जगात मासाकी उनो ही एकच व्यक्ती त्यांना आवा मारूवर जागा मिळवून देऊ शकत होती. ...'काय परिस्थिती ओढवली ही! इतक्या मोठ्या माणसाला ईरेला घालण्यावाचून गत्यंतर उरलं नाही!' – मासाको खेदानं मनातल्या मनात पुटपुटली.

मात्र, या विचारासरशी मासाको त्या तापलेल्या बाकावरून ताड्‌कन उठून उभी राहिली, आणि वेगानं चालत घराच्या रस्त्याला लागली. स्वत:वर लादलेल्या जालीम शिक्षेतून तिच्या अंगात एक नवाच जोम संचारला होता!

पुढे मासाकोनं कयास केला होता, तसंच घडलं! शिगेनं तिची कल्पना साफ धुडकावून लावली. तरी तिनं फार जपून, सौम्य शब्दांत हा प्रस्ताव शिगेपुढे मांडला होता. परंतु शिगे ते ऐकून भडकलाच.

''नाही, मासाको, अजिबात नाही! तुला माहित्येय, मी कुणालाही मदत केली, तरी त्याच्याकडून परतफेडीची अपेक्षा कधीच ठेवत नाही. आणि माझे बाई, तूही ठेवू नयेस! मला तर खरोखरच कमाल वाटते तुझी, की त्या एवढ्याशा मदतीचा एवढा मोठा मोबदला मागायचं तुझ्या मनात तरी कसं आलं?... हँ! अत्यंत चुकीचं आहे, ही अशी गळ घालणं, लक्षात ठेव!...'' – शिगे हातवारे करत तावातावानं बोलत होता.

''हो, हो! माहित्येय मला हे सगळं! तुझ्या या दुर्मीळ, उदार मनाच्याच तर प्रेमात पडले ना मी. ...आणि तुलाही चांगलं ठाऊक आहे हे!'' मासाको अगतिकतेनं रडू लागली, ''...पण शिगे, आता आपण भयानक परिस्थितीत सापडलोय रे!... अशा वेळेला कसला स्वाभिमान नि कसला उदारपणा कवटाळून बसलायस तू!

जरा विचार कर बाबा, की येत्या काही दिवसांत जपानचा पूर्ण पाडाव झाला, आणि तोपर्यंत आपण इथून बाहेर नाही पडू शकलो, तर आपली, आपल्या मुलांची काय दशा होईल?... मला तर शिगे, काळाकुट्ट अंधार दिसतोय आपल्या भविष्यात! वाटतंय, एका खोल अंधाऱ्या दरीच्या कडेला लोंबकळतोय आपण. ...म्हणून ...म्हणून रे शिगे, ही कल्पना आली माझ्या डोक्यात. ...आणि दुसरं लक्षात ठेव, आपण जाऊ शकत असलो ना, तर चिएको आणि मोरीलाही न्यायचं आपल्यासोबत. आपली दोन्ही कुटुंबं एकमेकांशी घट्ट बांधली गेल्येत आता! आता संकटाच्या वेळी तर आपल्याला त्यांना सोडून नाहीच चालणार.''

— मासाको मनाला येईल ते ते भडाभडा बोलत होती. त्यानंतर क्षणभरच थांबली असेल ती बोलायची. पुन्हा ती शिगेपाशी गेली. तिचा चेहरा आता भयानं वेडावाकडा झाला होता. शिगेचे हात घट्ट पकडीत ती म्हणाली,

''आपण पराभूत झालो, की जेत्यांची आणि इथल्या स्थानिक लोकांचीही सूडभावना कशी प्रचंड पेटून उठेल, याची कल्पना आहे ना तुला शिगे? ...त्या वणव्यात इथे कसा निभाव लागणार आपला? कुठे पळणार आपण? कुठेही गेलो, तरी ते आपला पाठलाग करतील. आणि शिगे, तू गुप्तहेर यंत्रणेतला अधिकारी आहेस हे गुपित जेव्हा बाहेर फुटेल ना, तेव्हा... विचार कर रे, काय ओढवेल आपल्यावर!! मी तर कल्पनाही करू धजत नाही त्याची. आपल्या मुलांचे काय हाल होतील, याचा तरी तू काही विचार केलायस् का?...

''कदाचित जिवंत राहू आपण, पण लूत लागलेल्या कुत्र्यासारखं भिकारडं, लाजिरवाणं जिणं जगावं लागेल आपल्याला. पराभूताचं लाचार जिणं!... मरण परवडलं त्यापेक्षा शिगे!''

रात्रभर मासाको नवऱ्याला ताड्ताड्, वाट्टेल ते बोलत होती. सुरुवातीला वैफल्यानं, पण मग हळूहळू तिच्या डोक्यात संताप चढू लागला आणि अखेर ती मनावरचा ताबा सुटल्यासारखी ओरडून, किंचाळून बोलू लागली.

शेवटी बोलून बोलून बिचारी थकली आणि तिथेच खुर्चीवर टेकली. टेबलावर पसरलेल्या हातांवर डोकं टेकून जेव्हा ती पुन्हा बोलू लागली, तेव्हा तिचा चिरलेला आवाज धड फुटतही नव्हता. जणू शांतपणे आलेल्या भोगाला सामोरं जाण्याची तिच्या मनाची तयारी झाली होती.

''ठीक आहे तर मग! तुझ्याच्यानं जर हे होणार नसेल, तर मी चिएकोला घेऊन मासाकी उनोंकडे जाईन. त्यांच्या पायावर डोकं घासू आम्ही!... फार फार तर काय, सर्वांना हे समजेल, की कुटुंबप्रमुख म्हणून हिच्या नवऱ्यानं सर्वांचे प्राण वाचवायची जबाबदारी नाकारली, आणि म्हणून या बाईवर ही पाळी आल्येय!

...कळू देत, माझाही नाईलाज आहे!''

त्यानंतर मात्र शिगे आतून पार ढासळला! भावनातिरेकानं त्याचा चेहरा लालबुंद झाला आणि डोळ्यांत पाणी तरळू लागलं.

असह्य होऊन दोघांनीही बिछान्यावर आपले देह लोटून दिले. आधी युद्धानं आणि आता येऊ घातलेल्या पराभवाच्या प्रचंड दहशतीनं त्यांच्या सुखाच्या आयुष्यांचा पार चोळामोळा करून टाकला होता. परस्परांना घट्ट बिलगून जणू ते त्या दुःसह यातनांना तोंड देण्याचं बळ गोळा करत होते!

बाहेर नव्या दिवसाची पहाट फुटत होती.

सकाळी शिगे उतरलेल्या चेहऱ्यानं वावरू लागला. मासाको सुन्नपणे बसलेली होती. त्यानंतर शिगेनं आपला सगळ्यात भारी सूट चढवला; उत्तम प्रतीच्या साकेची शेवटची बाटली घरात राखून ठेवलेली होती, ती नीट गुंडाळून घेतली आणि तो मासाकी उनोंची भेट घेण्यासाठी घराबाहेर पडला.

इथे मासाको दिवसभर डोळ्यांत प्राण आणून शिगेची वाट बघत ताटकळत बसली होती. घरातल्या एकाही कामाला आज तिच्याच्यानं हात लाववला नव्हता. एक-एक क्षण तिला युगासारखा लांबलचक भासत होता. ...परमेश्वरा, कधी संपणार ही प्रतीक्षा आणि कधी येणार शिगे! असह्य होऊ लागला तिला काळ. मुलांना तर तिनं गेले काही दिवस चिएकोकडेच नेऊन ठेवलं होतं. त्यांचं करायला तरी तिचं मन कुठे थाऱ्यावर होतं? ...का एवढा उशीर होतोय शिगेला यायला? ...याचा अर्थ, तो चांगली बातमी आणणार आहे, की... की... बातमी वाईट आहे, म्हणून तो बाहेर वेळ काढतोय?... नाही, नाही! शिगे आपल्याशी असं नाही वागू शकणार! संकटात सापडलेल्या माणसानं ईश्वरकृपेसाठी आर्ततेनं तळमळावं, तशा आपण इथे व्याकूळ होऊन त्याची वाट बघतोय, हे काय त्याला माहीत नाही?...

अखेर संध्याकाळी सहा वाजता बाहेरच्या दरवाजात किल्ली सरकवल्याचा तो परिचित आवाज तिच्या कानी पडला! ...आला! शिगे आला!... तिचं हृदय वेगानं धडधडू लागलं. एरवी शिगे आल्याची ही चाहूल लागताच, ती आतल्या खोलीत असेल, तर लगबगीनं त्याच्या स्वागताला बाहेर धावायची. परंतु आज मात्र तिला त्याच्यासमोर जायचंही भय वाटू लागलं. पिंजऱ्यात कोंडलेल्या श्वापदासारख्या स्वयंपाकघरात अस्वस्थपणे येरझारा घालताना, शिगेची चाहूल लागताच तिची पावलं जागच्या जागी खिळली. प्रचंड धाप लागल्यासारखा तिचा ऊर धपापू लागला.

....'परमेश्वरा, काही वाईट बातमी असेल, तर कृपा करून ती पचवण्याचं बळ दे!' – डोळे मिटून मासाको ईश्वराला आळवू लागली. मन शांत ठेवण्याचा ती

आटोकाट प्रयत्न करीत होती.

लांब लांब ढांगा टाकीत शिगे थेट स्वयंपाकघरात शिरला आणि हातातली ब्रीफकेस त्यानं अलगद टेबलावर भिरकावली. त्याच्या त्या साध्याशा हालचालीतली अस्वाभाविक सहजता मासाकोला जाणवल्यावाचून राहिली नाही. तिचा धीर सुटू लागला!... त्याच्या भुवईच्या वरची एक शीर थाड्थाड् उडत होती. जेव्हा तो अतोनात दमलेला असे किंवा कुठल्यातरी प्रचंड ताणाखाली असे, तेव्हा त्याच्या कपाळावरची ही शीर अशीच थडथडे. मासाकोच्या ते चांगलंच परिचयाचं होतं.

मासाको वेड्यासारखी त्या उडणाऱ्या शिरेकडेच पाहात बसली. का अशी भुरळ पडली होती तिला? थड्... थड्... थड्... थड्... शीर आपली त्याच वेगात थडथडत होती.

मासाको तंद्रीतून बाहेर आली, तेव्हा तिच्या लक्षात आलं, की आपण धावत जाऊन शिगेवर आदळलोय, आणि तो मान हलवीत स्वत:शीच काहीतरी असंबद्ध पुटपुटतोय!

"मिळाली गं... मासाको, अखेर मिळाली! आपल्या सर्वांना आवा मारूवर जागा मिळाली!"

"काय?... काय म्हणालास तू, शिगे?... शिगे, तू...तू काय बोलतोयस ते खरंच मला कळत नाहीय रे! अरे, मला वेड लागेल, वेड!"

— भावनांचा उद्रेक होऊन मासाको वेड्यासारखी बरळू लागली होती.

"मी म्हणालो –" शिगे मासाकोला गदागदा हलवीत मोठ्यानं ओरडून म्हणाला, "मासाको, अगं नीट ऐक. आपल्याला आवा मारूवर प्रवेश मिळाला! याचा अर्थ, आपल्यावरचं फार मोठं संकट टळलंय. आता आपण सुखरूपपणे आपल्या देशात, आपल्या घरी जाऊन पडणार!... ऐकतेस ना मासाको?"

मासाकोचा स्वत:च्या कानांवर विश्वास बसेना. तिच्या सर्वांगातून एक सुखद संवेदना लहरत गेली आणि अंगावर रोमांच फुलले! या अनुभूतीची तर तिनं गेल्या कित्येक दिवसांत कल्पनाही केली नव्हती. गेल्या काही काळात, दिवस-रात्री भयाच्या अनेक लाटा तिच्या सर्वांगातून जहरी सर्पांसारख्या सरसरल्या होत्या आणि त्या वेदना तिनं ओठ घट्ट मिटून पचवल्या होत्या.

– परंतु आता नियतीची लहर जणू फिरली होती.

तिचं हृदय अत्यानंदानं उचंबळून आलं. शिगेला घट्ट मिठीत घेऊन त्या आनंदात तिला त्यालाही न्हाऊ घालायचं होतं. ती आपले हात उचलू पाहात होती, परंतु तिच्या गात्रांतली सारी शक्ती जणू निचरून गेली होती! आनंदाचा हा धक्का तिच्याच्यानं साहवला नव्हता. एक खोल उसासा टाकत ती तिथेच – शिगेच्या पायाशी कोसळली!

तिचं सारं देहभान जणू हरपलं होतं. मनात फक्त शिगेच्या शब्दांचे प्रतिध्वनी तेवढे घुमत होते – 'आपल्याला आवा मारूवर प्रवेश मिळाला... आपण आपल्या देशात, आपल्या घरी जाणार आहोत!' – जणू ती तरंगत उंच पर्वतशिखरावर जाऊन उभी होती आणि उंच अवकाशातून त्या शब्दांची आवर्तनं पुन:पुन्हा तिच्या कानी येत होती. खूप दुरून, तरीही स्पष्ट आणि आश्वासक!

...मासाकी उनो! ..नक्की मासाकी उनोच ते. त्यांनीच शब्दाला जागून आपलं ऋण फेडलं!

मासाकोचं मन कृतज्ञतेनं भरून आलं.

...तिनं डोळे उघडले, तेव्हा घाबराघुबरा झालेला शिगे तिला हलवून सावध करत होता.

शिगेच्या मदतीनं ती कशीबशी उठून बसली. परंतु पुढल्याच क्षणी त्याचा हात घट्ट पकडत तिनं विचारलं, "...पण... थांब, चिएको आणि मोरी? त्यांचं काय?"

"अर्थात, मासाको! चिएको आणि मोरीसुद्धा!" – तिचा आनंद द्विगुणित करत शिगे उत्तरला.

मासाकोनं हुंकारत एक दीर्घ उसासा टाकला. जणू आत्तापर्यंत छातीत ठासून भरलेला ताणच उद्रेकासरशी बाहेर पडला होता!

त्या दिवशी, मासाकोनं भोगलेल्या प्रचंड मानसिक-शारीरिक यातना अखेर अविस्मरणीय अशा सुखात अलगद वितळल्या होत्या.

मात्र या साऱ्या धक्क्यातून सावरायला तिला थोडा अवधी लागलाच. त्यानंतर शिगेला प्रेमभरानं एक आलिंगन देऊन तिनं पहिली चिएकोच्या घरी धाव ठोकली. चिएकोलाही ही बातमी ऐकून आनंदाचा मोठा धक्काच बसला! दोघी मैत्रिणी भावनोद्रेकानं हर्षवायू झाल्यासारख्या हसू लागल्या; आणि त्याचं पर्यवसान अखेर एकमेकींना मिठी मारून रडण्यात झालं. भविष्याला मिळालेल्या या अनपेक्षित कलाटणीनं मोरीची तर मतीच कुंठित झाली!

२३ मार्च १९४५ या दिवशी भर दुपारी आवा मारू या बोटीचं सिंगापूरला आगमन झालं, तेव्हा मासाको आणि चिएको दोघीही मोठ्या उत्साहानं केप्पेल बंदरावर गेल्या. आपल्या आयुष्यात देवदूतासारखी अवतरलेली ही बोट त्यांना आत येताना डोळे भरून पाहायची होती.

आवा मारू ही बोट प्रचंड मोठी, अवाढव्य होती. मातकट हिरव्या रंगाच्या त्या अजस्त्र आणि अवजड बोटीचं वर्णन कुणीही 'राक्षसी', 'बेढब' असंच केलं असतं. परंतु मासाकोच्या नजरेला मात्र ती, तिनं आजवरच्या आयुष्यात पाहिलेल्यातली सर्वांत देखणी गोष्ट वाटली! जणू हिरवी वस्त्रं लेवून समुद्रातून तरंगत आलेली

रूपगर्विता जलपरीच!

ती बोट पाहून मासाकोला असं झालं, की कधी एकदा आपण कुटुंबासहित त्या बोटीत शिरून तिच्या सुरक्षित गर्भात जाऊन दडतो आणि जपानी फौजा शत्रूच्या हाती पडल्यानंतर इथे गुदरणाऱ्या भीषण परिस्थितीपासून दूर दूर पळतो!

आवा मारू जपानला पोचायला किती दिवस लागणार आहेत, किंवा तिथे गेल्यानंतर आपलं भवितव्य काय, या कशाशीही तिला काहीही कर्तव्य नव्हतं! तिला फक्त ताबडतोब या वणव्यापासून दूर, आपल्या स्वत:च्या हक्काच्या देशात परतायचं होतं. आपण अखेर आपल्या उबदार, सुरक्षित कोशात परत जातोय, एवढी एकच गोष्ट तिच्या दृष्टीनं महत्त्वाची होती!

— आणि ते खरोखरच आता आपल्या देशात निघाले होते!

आता मासाकोला कळून चुकलं, की इतकी वर्षं सिंगापूरमध्ये राहात असताना आपण आपल्या मनाची निव्वळ फसवणूक करत होतो! 'सिंगापूर हेच आता आपलं घर आहे; आपला देश आहे; आपण जपान सोडून इथे आलोय, ते आपल्या भल्यासाठीच', हे जे आपण सतत म्हणत होतो, ते केवळ मनाला बळ देण्यासाठीच होतं. इथे राहताना मन विचलित होऊ नये, यासाठी निराशाजनक विचारांना दिलेला तो एक सोनेरी मुलामा होता. फसवा. आत दडलेलं सत्य वेगळंच होतं. आपल्या अंतर्यामी असलेली मायभूमीची तृष्णा आपण कधीच दडपून टाकू शकलो नव्हतो. खूप झुली पांघरल्या, पण आतली लसलसती ओढ नाही मारून टाकू शकलो आपण!

...आज तिची तिलाच ही अंतरीची खूण आकळली. ज्या क्षणी तिनं हे स्वत:शीच खुल्या दिलानं कबूल केलं, त्या क्षणापासून तिच्या मनावरचा सारा ताण हलका होऊ लागला!

५

सहा वर्षांपूर्वी क्योको आणि मासाओ हवाईला हनिमून साजरा करण्यासाठी चालले होते, तेव्हाच्या विमानप्रवासाची आठवण येऊन क्योकोला हसू आलं. ...किती रोरावत चाललं होतं ते विमान! डोकं नुसतं सुन्न झालं होतं आपलं. मात्र या जेट विमानाची शान काही औरच आहे! शांतपणे, एखाद्या डौलदार पक्ष्यासारखं निळ्याभोर आभाळातून अलगद तरंगत चाललंय! – क्योकोचं मन सुखावलं.

विमान सिंगापूरला पोचलंही नियोजित वेळेपेक्षा पंधरा मिनिटं आधीच. हानेदा विमानतळावरून उड्डाण केल्यापासून बरोबर नऊ तास आठ मिनिटांनी जेव्हा क्योकोनं उष्ण कटिबंधातल्या उष्ण आणि दमट हवेत पहिलं पाऊल टाकलं, तेव्हा क्षणभर ती दचकलीच! एका वेगळ्याच चमत्कारिक वातावरणात येऊन पडल्यासारखं झालं तिला! जणू एखाद्या उष्ण हवेच्या डोहात उतरलोय आपण. त्यात आणखी सभोवतालचे सारे आवाज अपरिचित, चेहरे अपरिचित, इतकंच नव्हे, तर वातावरणातले गंधदेखील खूप अपरिचित!

विमान सिंगापूरला उतरलं, तेव्हा भर मध्यान्हीचं प्रखर ऊन रणरणत होतं. क्योकोच्या डोळ्यांवर मात्र झोपेची प्रचंड झापड होती; आणि मनात असंख्य विचारांची दाटी! ...अगदी, पंचवीस वर्षांपूर्वी आपल्या आईला भर युद्धाच्या त्या धुमश्चक्रीत सिंगापूरला बोटीनं प्रवास करायला किती काळ लागला असेल, असल्या डोकं शिणवणाऱ्या निरर्थक विचारांपासून, ते भावनेच्या भरात आपण पुढला-मागला काहीही विचार न करता एकदम अशा सिंगापूरला धावत सुटलो, हे कितपत योग्य आहे, अशा गंभीर विचारांपर्यंत.

मात्र बघता बघता ते निरुपद्रवी विचार त्याच, मन उद्विग्न करून सोडणाऱ्या जटिल वळणाशी येऊन ठेपले. ...का गेले होते आपले आईवडील सिंगापूरला?

...आणि ममानं ही गोष्ट इतकी का गुप्त ठेवली? जणू त्यात काहीतरी लपवण्यासारखं होतं, म्हणून तिला ते सांगायची लाज वाटत होती!

....आणि त्या फोटोतलं ते दुसरं जोडपं आणि ती दोन लहान मुलं कोण? का ते गोड हसरे चेहरे उसळी मारून पुन:पुन्हा आपल्या स्मरणात येतात आणि प्रत्येक वेळी आपल्याला नव्यानं बुचकळ्यात टाकतात?... सर्वांत महत्त्वाचं म्हणजे, या सगळ्यातून आपल्याला कोणती गोष्ट कळावी अशी ममाची इच्छा होती? ते जे काही आहे, ते काही गूढ वगैरे असेल का?... आणि एवढं कसलं गूढ?

अस्वस्थ होऊन तिच्याही नकळत तिनं पर्समधून झटकन तो फोटो बाहेर काढला, आणि ती पुन्हा तो बारकाईनं पाहू लागली. खूप एकाग्र केलं चित्त तिनं, पण छे! त्या हसऱ्या चेहऱ्यांवरून तिला कुठलाच अंदाज बांधता येईना. पुन्हा एक विचित्र औदासीन्य तिचं मन व्यापून टाकू पाहात होतं. ...मात्र, बघता बघता आज अचानक काही वेगळंच घडलं. काळ्याकुट्ट अंधारावर लख्खकन् विजेची नक्षी उमटावी, तशी एक गोष्ट आज प्रथमच एकाएकी तिच्या लक्षात आली! ....तिच्या आईचा एक हात त्या मुलीच्या खांद्याभोवती घट्ट वेढलेला होता. कणखर संरक्षण दिल्यासारखा. त्या हाताचा त्या छोट्या पोरीला होणारा आश्वासक स्पर्श त्या फिकटलेल्या फोटोतूनही आज क्योकोला स्पष्ट जाणवू लागला. हे प्रथमच होत होतं! आणि मग त्या मुलीचा चिमुकला चेहरा आणि प्रखर सूर्यप्रकाशात डोळे किलकिले करून बघण्याची तिची लकबही आपल्या दाट परिचयाची असल्यासारखी क्योकोला वाटू लागली. ...काहीतरी आंतरिक बंध आहे या सगळ्याशी आपला, नक्की आहे, अशी एक विलक्षण हुरहुर तिच्या मनाला लागली. ...आणि या मुलीलाही आपण नक्की ओळखतो... ओळखतो नव्हे, अगदी काहीतरी जिव्हाळ्याचं नातं आहे आपलं तिच्याशी! ...खूप विचार केला क्योकोनं; परंतु ती कोण, कुठली, ते काही केल्या तिच्या लक्षात येईना! पण मग एकाएकी क्योकोला ते सारंच खूप हास्यास्पद वाटू लागलं. वाटलं, किती खुळचटासारखे विचार करतोय आपण! एक आईवडील सोडले, तर जी माणसं ना आजवर कधी पाहिली, ना देखली, त्यांच्याशी वेड्यासारखं जिव्हाळ्याचं नातंबितं कसलं जोडू पाहातोय?

— तिनं ते सारे वेडे विचार मनातून झटकून टाकले.

टोकियो आणि सिंगापूरच्या वेळेत फक्त एका तासाचंच अंतर होतं. ...आणखी थोड्या वेळानं उन्हं उतरू लागतील. आता याच्यापुढे कामासाठी बाहेर पडलो, तर एकही काम धड होणार नाही; आणि उशीरही खूप होईल. तिनं ठरवलं, आता सरळ हॉटेलवरच जायचं आणि उद्या सकाळी लवकर उठून ताज्या दमानं कामाला सुरुवात करायची. ...अखेर, एक अवघड कामगिरी पार पाडण्यासाठी आलोय आपण या परक्या देशात. शरीराला, मनाला त्यासाठी पुरेशी विश्रांती देणंही

आवश्यक आहे. खेरीज, या नव्या, अनोळखी वातावरणाशी परिचय करून घ्यायचा, तर कमीत कमी काही काळ तरी द्यावाच लागेल आपल्याला. थोडं धीरानंच घेतलं पाहिजे!

विमानात शेजारी बसलेल्या बाईंशी क्योकोची जी काही चार-सहा वाक्यांची देवाणघेवाण झाली, त्यातून तिला तिच्या मुद्द्याची एक गोष्ट कळली; ती म्हणजे सिंगापूरमध्ये एकदा विमानतळाच्या बाहेर पडलं, की सार्वजनिक फोन मिळणं महामुश्कील! तेव्हा घरी अगदी ताबडतोब फोन वगैरे करायचा असेल, तर तो विमानतळाच्या इमारतीतूनच करणं श्रेयस्कर. त्यामुळे कागदपत्रांच्या तपासणीचे, चौकशीचे वगैरे सगळे सोपस्कार पार पडल्याबरोबर क्योको प्रथम पलीकडे दिसणाऱ्या टेलिफोनच्या रांगांकडे धावली आणि एका नव्याकोऱ्या निळ्याशार फोनवरून तिनं पहिला आपल्या नवऱ्याला फोन केला.

एवढ्या लांबचा विमानाचा प्रवास, त्याआधीची तयारीची दगदग या साऱ्यानं खरं तर क्योको पार गळून गेली होती. त्यात आणखी भर म्हणजे, सिंगापूरच्या अपरिचित वातावरणात उतरल्याबरोबर एकाएकी तिला, आपण घरापासून हजारो मैल दूर, एका अनोळखी देशात एकट्या येऊन पडलोय, असं काहीतरी प्रकर्षानं वाटू लागलं, आणि मनात एक अनामिक भीती दाटून आली!

मात्र मासाओचा फोनवर नुसता आवाज ऐकूनही क्योकोला खूप धीर आला. त्याच्याशी खूप बोलावंसं वाटत होतं तिला, परंतु फोनच्या बिलाचा विचार मनात आल्याबरोबर तिनं घाईघाईनं बोलणं आवरतं घेतलं. तरीही त्या खरखरणाऱ्या फोनवरून झालेल्या चार शब्दांच्या देवाणघेवाणीनंही तिचा सारा शीण दूर झाला आणि मनात जणू एक नवं चैतन्य संचारलं! जेमतेम काही वाक्यंच बोलले असतील ते; पण त्यातही मासाओनं तिला पुन्हा तीच ग्वाही दिली – "तू सिंगापूरला जाण्याचा आपला निर्णय अगदी योग्य आहे, बरं का! त्याबद्दल आता मनात काहीही शंकाकुशंका आणू नकोस. तुझी ममा तुझ्या 'आयुष्याच्या पूर्वेतिहासाचा तुकडा' की काय म्हणत होती ना, त्याचा शोध घेणं अतिशय आवश्यक आहे, होय ना?" – मासाओच्या या आश्वासक शब्दांनी क्योकोचं मन शांत झालं.

सिंगापूरला जायचं ठरल्यानंतर क्योकोनं पुस्तकांची अनेक दुकानं पालथी घालून सिंगापूरवरची एक मार्गदर्शिका मिळवली होती. अगदी छोटी होती ती. मुळात सिंगापूर हा फारसा प्रसिद्ध नसलेला एक चिमुकला प्रदेश होता. नुकताच मलेशियापासून विभक्त झालेला. मार्गदर्शक पुस्तिकेमध्ये भरपूर ठोस माहिती असावी, इतकी वैशिष्ट्यपूर्णताही अजून त्याला लाभलेली नव्हती. परंतु त्यात जेवढी म्हणून माहिती होती, तेवढी सगळी क्योकोनं पुन:पुन्हा, अगदी अभ्यासपूर्वक वाचून काढली होती; आणि आता विमानातून बाहेर पडताना ती पुस्तिका आपल्या

घामेजल्या हातांमध्ये तिनं अशी गच्च पकडून ठेवली होती, की जणू तिचं सारं आयुष्य त्या मार्गदर्शिकेवर अवलंबून होतं!

कस्टम्सच्या लांबलचक रांगेतून सहीसलामत सुटल्यानंतर आणि आपली बॅग ताब्यात घेतल्यानंतर क्योको पुढे उसळलेल्या गर्दीतून काहीशी रेटारेटी करतच मार्ग काढू लागली. विमानतळाच्या बाहेर टॅक्सीसाठी भलीमोठी रांग लागलेली तिला काचेतून दिसत होती. 'बाप रे!..' ती मनाशी म्हणाली. पण याहून मोठा धक्का तिला अजून बसायचा होता. काचेचा भलामोठ्ठा जाडजूड दरवाजा लोटून ज्या क्षणी तिनं बाहेर पाऊल टाकलं, त्याच क्षणी उष्ण-दमट हवेचा एक झोत सप्कन तिच्यावर जणू चालून आला. क्षणभर क्योकोला वाटलं, आपण गरम वाफाऱ्यात उभ्या आहोत! 'आता याला तर तोंड द्यावंच लागणार,' – क्योकोनं स्वत:च्याच मनाला बजावलं. मात्र काही मिनिटांतच जेव्हा तिला जाणवलं, की आपले सारे कपडे आणि केस घामानं ओलेचिंब झालेत, तेव्हा ती पार वैतागली! ...हे तर आपल्या कल्पनेपलीकडचं निघालं! – ती मनातल्या मनात पुटपुटली.

सलामीलाच हैराण झालेल्या क्योकोनं उन्हापासून बचाव करण्यासाठी समोर आलेल्या पहिल्याच टॅक्सीच्या दिशेनं धाव घेतली. टॅक्सीवाला एक म्हातारा चिनी माणूस होता. त्यानंही पटकन दार उघडून तिला झटपट आत घेतलं.

टोकियोतल्या ट्रॅव्हल एजंटनं तिच्यासाठी 'रॅफल्स हॉटेल' नावाच्या एका महागड्या, उंची हॉटेलची शिफारस केली होती. हे हॉटेल मासाओच्या खिशाला चांगलीच चाट देणारं होतं. परंतु त्यानं क्योकोला या बाबतीत अजिबात तडजोड करू दिली नाही. ...असेना का कितीही महागडं! पण क्योकोसारखी एक घरंदाज स्त्री प्रथमच इतक्या दूरच्या अपरिचित देशात काही दिवस जाऊन राहणार होती, आणि तीही एकटी. तेव्हा तिच्या सुरक्षिततेच्या दृष्टीनं त्याला हॉटेल उत्तमच हवं होतं. त्या ट्रॅव्हल एजंटनंसुद्धा, हे हॉटेल फार चांगल्या, सुसंस्कृत वस्तीत असल्याचं सांगून, तिथल्या सेवाही दर्जेदार असल्याचा, आणि मुख्य म्हणजे बाईसाहेबांना एकट्यांना राहण्याच्या दृष्टीनं ते अतिशय सुरक्षित असल्याचा निर्वाळा दिला होता. त्यावर आणखी कळस म्हणजे, क्योकोनं सिंगापूरला विमानतळाच्या बाहेर टॅक्सी ड्रायव्हरला हॉटेलचं नाव सांगितल्याबरोबर, त्या म्हाताऱ्या टॅक्सी ड्रायव्हरच्या मुद्रेवर 'वा! छान!' असे जे पसंतीचे भाव उमटले, आणि ज्या प्रकारे त्यानं अदबीनं मान डोलावली, त्यावरून तर क्योकोची खात्रीच पटली, की खरोखरच आपण एका चांगल्या सुरक्षित आणि प्रतिष्ठित ठिकाणीच चाललो आहोत.

एक सफाईदार वळण घेत टॅक्सी गुळगुळीत रस्ता कापत वेगानं हॉटेलच्या दिशेनं धावू लागली. क्योको उत्कंठेनं बाहेर पाहात होती. स्वच्छ, नीटनेटके प्रशस्त

रस्ते, रस्त्याच्या दोन्ही बाजूंना उभ्या असलेल्या भव्य इमारती आणि ठिकठिकाणी दिसणारे आधुनिक वास्तुकलेचे देखणे नमुने पाहून क्योको थक्क झाली. कुठे नवीन रस्त्यांची, तर कुठे अत्याधुनिक इमारतींची बांधकामं वेगानं चालली होती. ही तर सारी सिंगापूरच्या विकासाची आणि प्रगतीचीच द्योतकं आहेत!... तिच्या मनात आलं.

आपली सिंगापूरबद्दलची कल्पना कशी सपशेल चुकली, याचं क्योकोला हसू येऊ लागलं. काय भलतंच चित्र रंगवलं होतं आपण मनाशी सिंगापूरचं! '...सिंगापूर म्हणजे जगभरातून आलेल्या माणसांचा नुसता बुजबुजाट असेल,' 'दाटीवाटीचं ते शहर खूप गचाळ असेल; आणि सगळीकडे नुसती अव्यवस्था आणि गोंधळ माजलेला दिसेल!' त्यामुळे वीस मिनिटांच्या टॅक्सीच्या रपेटीत दिसलेलं शहराचं रूप पाहून तिला आश्चर्याचा सुखद धक्काच बसला. अतिशय कौशल्यपूर्ण नियोजन केलेलं, देखण्या वास्तुरचनांचं, स्वच्छ आणि सुंदर शहर आहे हे! – अखेर तिनं मनाशी कबूल केलं.

मात्र तिच्या मनात पाठोपाठ विचार आला, आपले आईवडील इथे राहत होते, त्या काळात हे शहर कसं असेल? त्यावेळीही इथे असेच फरसबंद रुंद रस्ते आणि मोटारी असतील का?... आपली ममा त्यावेळी कशी दिसत असेल? काय करत असेल?... आणि आपले वडील? ते इथे काय काम करत असतील? कसे वावरत असतील ते इथे?... आज आयुष्यात प्रथमच तिच्या मनात आपल्या वडलांचा विचार इतक्या उत्कटपणे उचंबळून आला! त्यांची जी छबी तिच्या मनात कोरली गेलेली होती, ती तिनं घरातल्या त्यांच्या फोटोमध्ये जी पाहिलेली होती, तीच होती. उमदं व्यक्तिमत्त्व आणि विलक्षण देखणा, लोभस चेहरा. अकाली ओढवलेल्या मृत्यूनं ऐन तारुण्यातच जणू तो गोठवून बंदिस्त केला होता फोटोत!

पूर्वी खूपदा तिला अगदी आतून वाटायचं, की बागेतल्या तळ्याभोवती आपल्या मागे पळणाऱ्या, आपल्याशी खेळणाऱ्या एका माणसाची अंधूकशी प्रतिमा आपल्या डोळ्यांसमोर येत्येय!... अंघोळीच्या टबमध्ये तरंगणारी रबराची बदकं सोडून तो माणूस खूप दंगामस्ती करत, मोठमोठ्यानं हसत आपल्याशी खेळतोय, असंही एक दृश्य तिनं अनेकदा आपल्या मनःचक्षूंनी पाहिलं होतं. परंतु मोठी झाल्यानंतर खूप विचार करून क्योकोनं, हा सगळा वडलांसाठी झुरणाऱ्या आपल्या मनाचाच काल्पनिक खेळ आहे, असा निष्कर्ष काढला होता आणि मन कठोर करून त्या प्रतिमांवर कायमचा पडदा टाकला होता. मात्र तिच्या मैत्रिणी गप्पा मारताना जेव्हा आपापल्या प्रेमळ वडलांच्या लटक्या तक्रारी एकमेकींना सांगायच्या, तेव्हा ती तासन्‌तास त्यांचं बोलणं आशाळभूतपणे ऐकत बसायची!...

एका सुंदर, प्रशस्त रस्त्यावर डौलदार वळण घेऊन टॅक्सी हॉटेलसमोर येऊन उभी राहिली, तेव्हा एखाद्या राजवाड्यासारखी दिसणारी ती शुभ्र संगमरवरी रंगाची

अप्रतिम वास्तू पाहून क्योकोची छाती दडपून गेली! हिरव्यागार सळसळत्या पाम वृक्षांच्या पार्श्वभूमीवर रॅफल्स हॉटेलची ती इमारत इतकी देखणी दिसत होती, की क्योकोची नजर त्या दृश्यावर खिळून राहिली, आणि 'आऽऽहा' असा एक उत्स्फूर्त उद्गार आपोआप तिच्या तोंडून बाहेर पडला. पर्यटनांच्या जाहिराती करणाऱ्या मासिकांच्या गुळगुळीत पानांवर अशा वैभवशाली इमारती तिनं अनेकदा पाहिल्या होत्या. परंतु प्रत्यक्ष नजरेनं, अशी अभिजात सौंदर्यानं झळाळणारी वास्तू आपल्या आयुष्यात ती प्रथमच पाहात होती.

क्योको टॅक्सीतून खाली उतरताच एक शुभ्र गणवेशातला, डोक्यावर पगडी घातलेला चुणचुणीत कृष्णवर्णीय दारवान लगबगीनं पुढे सरसावला आणि त्यानं अदबीनं वाकून तिच्यासाठी हॉटेलचं प्रवेशद्वार उघडून धरलं. हॉटेलच्या बाह्यरूपानं थक्क झालेल्या क्योकोनं आत, लॉबीत नजर टाकली मात्र, मंत्रमुग्ध झाल्यासारखी श्वास रोधून ती पाहातच राहिली!...

अत्यंत कलात्मकतेनं सजवलेलं होतं ते दालन. पामच्या रसरशीत हिरव्यागार झाडांच्या कुंड्या आकर्षक रचनेत सर्वत्र ठेवलेल्या होत्या; आणि युरोपीय थाटाच्या शानदार आरामखुर्च्यांची कलात्मक मांडणी ते सौंदर्य अधिकच खुलवीत होती. कोपऱ्यातल्या काळ्याशार तुकतुकीत पियानोतून हळुवारपणे उमटणारे शास्त्रीय संगीताचे मुलायम स्वर त्या साऱ्या समृद्ध आणि कलात्मक वातावरणावरून सुखदपणे ओघळत होते. सौंदर्य, कलासक्तता आणि उच्च श्रेणीचा सुखविलास यांच्या त्या एकवट मिलाफाच्या दर्शनानं क्योकोला डोळ्यांचं पारणं फिटल्यासारखं झालं आणि आपण एका दुसऱ्याच स्वर्गवत् जगात येऊन पडलोय, असा भास तिच्या मनाला होऊ लागला.

विमानात एका जागी बराच वेळ बसून क्योकोच्या पाठीला रग लागली होती. खोलीतला आरामदायक मऊ-मुलायम बिछाना नुसता डोळ्यांनी पाहूनच ती सुखावली! समृद्धीनं थक्क करणाऱ्या आलिशान लॉबीपेक्षा तिला खोलीतली आल्हाददायक, पण साधीशी सजावटच अधिक प्रसन्न वाटली. शुभ्र वेताचं फर्निचर, उच्च अभिरुचीची साक्ष देणारे सौम्य रंगाचे आकर्षक पडदे आणि भिंतीवरचे-छतावरचे कलात्मक दिवे यांनी त्या खोलीला एक आगळंच सौंदर्य बहाल केलं होतं. बाथरूम तरी किती प्रशस्त आणि सुंदर असावी!... क्योको त्यावर बेहद्द खूश झाली. थंडगार पाण्याची अंघोळ ही तर त्या क्षणाची तिची आत्यंतिक गरज होती. सामान ठेवून ती पहिली बाथरूममध्ये शिरली आणि शॉवरखाली उभी राहिली. थंडगार पाण्याच्या धारा अंगावरून मनसोक्त वाहून गेल्यावर तिला खूप ताजंतवानं वाटू लागलं.

हळूहळू खोलीतली नि:स्तब्ध शांतता क्योकोला हवीहवीशी वाटू लागली. परमोच्च आराम देणारं खोलीतलं वातानुकूलन तर केव्हाचं तिच्यासाठी सज्ज होतं.

क्योकोनं हलकेच पलंगावर अंग झोकून दिलं. परीटघडीच्या पांढऱ्याशुभ्र मुलायम चादरीचा स्पर्श तिच्या शरीराला सुखवू लागला. थंडगार हवेचा सुखद झोत अंगावर खेळवीत असताना क्योको कधी गाढ झोपेच्या कुशीत शिरली, ते तिचं तिलादेखील कळलं नाही!

रात्रभर क्योकोला गाढ झोप लागली. सकाळी सूर्याची चटचटणारी किरणं खोलीत घुसली, तेव्हा तिला एकदम दचकून जाग आली. रात्री झोपताना खिडक्यांचे पडदे ओढून घ्यायचे राहिले होते. तिनं घाईघाईनं टेबलावरच्या घड्याळात पाहिलं. ...बाप रे! सकाळचे नऊ वाजले होते! आपला मोलाचा वेळ नाहक झोपण्यात वाया गेला. क्योकोला स्वत:चाच राग आला. ती ताड्कन उठली. घाईघाईनं सारं आवरून तिनं कपडे चढवले आणि ती जाण्यासाठी सज्ज झाली. '...अजून नाश्ता व्हायचाय. आता त्यात आणखी थोडा वेळ जाणार!' – ती त्रासिकपणे स्वत:शीच पुटपुटली आणि खाली येऊन झपाझप कॉफी–हाऊसमध्ये शिरली.

आतलं दृश्य पाहून क्षणभर ती दारातच थबकली. कॉफी–हाऊस माणसांनी गच्च फुलून गेलं होतं.

आजवरचं क्योकोचं सारं आयुष्य एकजिनसी जपानमधल्या जपानी लोकांच्यातच गेलेलं होतं. एकरंगी, एकसुरी वातावरणच अनुभवलं होतं तिनं! त्यामुळे इथे वेगवेगळ्या वंशांच्या, रंगांच्या, भाषांच्या, पेहरावांच्या माणसांना एका ठिकाणी मुक्तपणे वावरताना पाहून, तिला कुठल्यातरी वेगळ्याच जगात आल्यासारखं वाटू लागलं. भान विसरून ती त्या खाणाऱ्या-पिणाऱ्या आणि इथेतिथे लगबगीनं फिरणाऱ्या स्त्री-पुरुषांकडे पाहात बसली; आणि मग झटपट खाणं उरकून कूच करायचा विचार कधी तिच्या डोक्यातून ओघळून गेला, ते तिचं तिलादेखील कळलं नाही. एक-एक घास हळूहळू चावत-चघळत ती ठरल्यापेक्षा कितीतरी जास्त वेळ तिथे बसून राहिली.

मागल्या भिंतीवर एखाद्या पुराणपुरुषासारख्या उभ्या ठाकलेल्या भल्यामोठ्या घड्याळाचे ठाण्ठाण् ठोके पडले, तशी क्योको भानावर आली. ...'छे, छे! आपण इथेही बराच वेळ वाया घालवला!' तिनं स्वत:च्याच मनाला ताकीद दिली, आपण काही इथे मजा करायला आलेलो नाही! फार थोडा वेळ आहे आपल्या हातात आणि तेवढ्या अवधीत खूप काही साध्य करून घ्यायचंय आपल्याला!

घाईघाईनं दोन घोटात कॉफी संपवून तिनं पर्स उचलली आणि ती गडबडीनं काचेच्या मुख्य प्रवेशद्वारातून बाहेर पडली. त्या पगडीवाल्या दारवानानं तिला पाहून अदबीनं मान तुकवली आणि पुढे होऊन एका टॅक्सीला खूण केली. क्योको पायऱ्या उतरून झटपट टॅक्सीत जाऊन बसली.

"जपानी दूतावास..." तिनं टॅक्सीवाल्याला सांगितलं.

मासाओनं क्योकोला जपानहून निघताना बजावून सांगितलं होतं, की सिंगापूरला गेल्याबरोबर प्रथम जपानी दूतावासात जाऊन, आपण इथे भेट द्यायला आलोय याची अधिकृत नोंद कर. उद्या जर काही अडचण उद्भवलीच, तर ते महत्त्वाचं ठरेल. मात्र दूतावासात गेल्यानंतर क्योकोला अचानक सुचलं, की जो शोध घेण्यासाठी आपण इथे आलोय, त्याची सुरुवात कदाचित इथूनच होऊ शकेल. ...'वा! हे फारच छान सुचलं आपल्याला!' – क्योकोनं खूश होऊन स्वत:लाच शाबासकी दिली. नोंदणीच्या फॉर्ममधले सगळे तपशील पटापट भरून तिनं तो एकदाचा तिथल्या अधिकाऱ्याच्या हवाली केला आणि ती ताबडतोब चौकशी–कक्षात गेली.

तिथे बसलेल्या संबंधित स्त्रीनं हसून विचारलं,

"बोला मॅडम, मी आपल्याला काय मदत करू शकते?"

क्योको विचारपूर्वक एक-एक शब्द उच्चारत बोलू लागली,

"सिंगापूरमध्ये पूर्वी जे जपानी लोक येऊन गेलेले आहेत, त्यांच्याही नोंदी इथे असतील ना? त्या नोंदींच्या दप्तरांसंदर्भातले इथले प्रमुख अधिकारी कोण आहेत, हे मला समजू शकेल का?... मला त्यांना भेटायचंय."

क्षणभर विचार करून त्या स्त्रीनं तिला त्या विभागाच्या प्रमुख अधिकाऱ्याकडे पाठवलं.

दूतावासात आपल्याला कितपत प्रतिसाद मिळेल, याबद्दल क्योको साशंकच होती. मात्र आपलं काम पुढे नेण्यासाठी ती इतकी अधीर झालेली होती, की कुठलाही अधिक विचार न करता ती तडक त्या संबंधित अधिकाऱ्याच्या पुढे जाऊन उभी राहिली.

"माफ करा, पण मी आपल्याला एक तसदी देऊ शकते का?" क्योको नम्रपणे बोलू लागली, "पूर्वी सिंगापूरमध्ये राहात असलेल्या एका जपानी कुटुंबाविषयी काही माहिती मिळवण्याच्या उद्देशानं मी मुद्दाम जपानहून इथे आल्येय. १९४०-४५ च्या दरम्यान, म्हणजे ऐन महायुद्धाच्या काळात माझे आईवडील इथे सिंगापूरमध्ये येऊन राहिलेले होते. त्या काळात इथे राहिलेल्या जपानी लोकांच्या काही नोंदी किंवा त्यांच्या संबंधातली काही जुनी कागदपत्रं वगैरे इथे दूतावासात जतन करून ठेवलेली आहेत का, हे मला जाणून घ्यायचंय..."

"त्याचं असं आहे, मॅडम, आमच्याकडे इतक्या जुन्या काळातल्या नोंदी नाहीयेत. पण तुम्ही जर जपानी संघटनेच्या ऑफिसमध्ये गेलात, तर ते लोक तुम्हांला या बाबतीत निश्चितपणे मदत करू शकतील. नुकतंच काही महिन्यांपूर्वी त्यांनी यासंबंधीचं एक स्वतंत्र ग्रंथालय उघडलंय. सिंगापूरमध्ये त्या काळात राहणाऱ्या जपानी समाजासंबंधीचे सगळे तपशील तुम्हांला तिथे मिळतील. त्यावेळच्या समाजातल्या लोकांची नावं, त्यांच्यासंबंधीची काही आवश्यक अशी महत्त्वाची

माहिती या सगळ्याचा फार चांगला संग्रह केलाय या संस्थेनं. मला वाटतं, तुम्हांला हवी असलेली सगळी माहिती तिथे नक्की मिळू शकेल.'' तो अधिकारी उत्तरला.

तो अधिकारी केवळ एवढंच बोलून थांबला नाही, तर त्यानं लगेच टेबलावरचा एक कागद ओढला आणि जपानी संघटनेचा पत्ता त्यावर लिहून तो कागद तिच्या हाती ठेवला.

ज्या तळमळीनं त्यानं ही माहिती पुरवली, त्याचं क्योकोला विशेष वाटलं. त्या अधिकाऱ्याचे मनापासून आभार मानून क्योको तिथून बाहेर पडली.

बाहेर ऊन रणरणत होतं. त्या प्रखर उन्हाचे तिच्या उघड्या त्वचेला चटके बसू लागले. परंतु आज तिला त्याची बिलकूल पर्वा नव्हती! आपल्या शोधातला पहिला दुवा सापडला, या आनंदानं ती भलतीच उत्तेजित झाली होती. तिच्या चेहऱ्यावरूनही तो आनंद ओसंडत असावा, कारण समोरून येणाऱ्या एका स्त्रीनं चमकून तिच्याकडे पाहिलं. क्योकोच्या तेही लक्षात आलं नाही! आनंदाच्या भरात तिनं ओरडून समोरून जाणाऱ्या एका टॅक्सीला हात केला आणि ती घाईघाईनं पुढ्यात येऊन थांबलेल्या टॅक्सीत बसली.

हा टॅक्सी ड्रायव्हर कृष्णवर्णीय होता. तिनं हातातल्या कागदावरचा पत्ता त्याला दाखवला.

त्यानं टॅक्सी चालू केली आणि काही मिनिटांतच पुन्हा रस्त्याच्या कडेला घेत थांबवली.

क्योको दचकली.

''काय झालं?...'' गोंधळून जाऊन तिनं विचारलं.

त्यानं शांतपणे शेजारच्या इमारतीकडे बोट दाखवलं. क्योकोनं बाहेर नजर टाकली.

''अच्छा! म्हणजे...''

आता क्योकोच्या ध्यानात आलं!

ती टॅक्सीत बसून नीट स्थिरस्थावर होण्यापूर्वीच त्यानं तिला जपानी संघटनेच्या दाराशी आणून सोडलंही होतं.

आता क्योकोला स्वत:चंच हसू आलं. ...एकतर, हे सिंगापूर खूप छोटं तरी असलं पाहिजे, नाहीतर इथली प्रत्येक गोष्ट पायाला चाकं लावून विजेच्या वेगानं पळत तरी असली पाहिजे!

इथल्या जपानी संघटनेचा परिसर कसा असेल, याचा क्योकोला आधी काहीच अंदाज बांधता आलेला नव्हता. परंतु एका दृष्टिक्षेपात तिच्या लक्षात आलं, की ही काही मळकट करड्या रंगाची जुनाट वगैरे इमारत नक्कीच नाहीये; कळा आलेली आणि 'सिंगापूरची जपानी संघटना' अशा बटबटीत काळ्या रंगाच्या अक्षरांची पाटी गळ्यात अडकवलेली! त्यानंतर जेव्हा तिनं जाड काचेच्या दारातून आत पाऊल

टाकलं, तेव्हा तिला आश्चर्याचा सुखद धक्काच बसला! ...एका शीतल, आल्हाददायक लॉबीत ती उभी होती. बाहेरच्या लाही-लाही करणाऱ्या उन्हाचा तिथे लवलेशही नव्हता. वातावरणातल्या सुखद गारव्यात एक हवाहवासा वाटणारा गंध दरवळत होता, आणि डोळ्यांना सुखावणाऱ्या सौम्य रंगांच्या ऐसपैस आरामखुर्च्यांना बांबूच्या दिव्यांतून पाझरणाऱ्या हलक्या प्रकाशानं अधिकच घरेलूपण लाभलं होतं. त्या शांतवणाऱ्या वातावरणात क्योकोचे उन्हानं रखरखणारे डोळे निवले आणि सूर्यकिरणात धुकं वितळावं, तसा तिच्या मनावरचा सारा ताण नाहीसा झाला. सहजपणे चालत ती समोरच्या टेबलाच्या दिशेनं गेली.

टेबलाशी एक वयस्क लहानखुरी स्त्री बसली होती; आणि समोर मांडलेल्या कागदपत्रांत ती बारकाईनं काहीतरी शोधत होती. क्योकोची चाहूल लागूनही तिनं मान उचलून वर पाहिलं नाही. आपलं काम तिनं चालूच ठेवलं. क्षणभर क्योकोला अवघडल्यासारखं झालं; पण मग हलकेच घसा खाकरून ती म्हणाली,

"मॅडम.."

आता त्या स्त्रीनं नजर उचलून क्योकोकडे पाहिलं आणि आपल्या मृदू स्वरात ती म्हणाली,

"बोला! काय मदत करू शकते मी तुम्हांला?"

क्षणभर क्योको घुटमळली. विषयाला सुरुवात कशी करावी, ते तिला पटकन सुचेना. एवढ्या दुरून इथे येण्याचं तिनं धाडस केलं होतं, ते केवळ एकाच गोष्टीच्या आधारावर, ते म्हणजे आईचं ओळखपत्र. तेही जेमतेम वाचता येईल इतकं जुनं आणि पुसट झालेलं!

एकाएकी हताशपणाची एक विचित्र भावना क्योकोच्या मनात घेरून येऊ लागली. ...ही बाई नक्की आता उलटसुलट प्रश्न विचारून आपली चाळण करणार! त्यापेक्षा पळून जावं इथून... तिचं मन परत फिरण्यासाठी उचल खाऊ लागलं होतं; मात्र क्षणार्धात काय घडलं कोण जाणे! तिनं स्वत:ला सावरलं; ते सारे दळभद्री विचार झटकून मन घट्ट केलं आणि स्वत:कडून काहीतरी विपरीत कृती घडण्यापूर्वीच घाईघाईनं आईचं ते ओळखपत्र तिनं त्या बाईंच्या समोर टेबलावर ठेवलं. आत्मविश्वासाचं उसनं अवसान आणत ती म्हणाली,

"गुड मॉर्निंग, मॅडम! मी इथे काही चौकशी करण्यासाठी म्हणून आल्येय. प्रथम मी जपानी दूतावासात गेले होते; पण त्यांनी मला सांगितलं, की माझं जे काम आहे, त्या बाबतीत तुम्हीच मला मदत करू शकाल. ...काय आहे मॅडम, की माझी आई नुकतीच गेली आणि तिच्या निधनानंतर मला तिचं हे ओळखपत्र तिच्या सामानात मिळालं. हे ओळखपत्र तिला १९४२ साली सिंगापूरमध्ये दिलं गेलंय. ...म्हणजे तशी नोंदच आहे त्यावर. या गोष्टीसंबंधीची थोडी अधिक माहिती

मिळवणं, माझ्या दृष्टीनं काही कारणामुळे खूप आवश्यक आहे. त्यामुळे मी जपानहून खास तेवढ्यासाठीच काल इथे आल्येय.

"युद्धकाळात इथे जे जपानी लोक राहात होते, त्या लोकांसंबंधीच्या त्या काळातल्या काही महत्त्वाच्या नोंदी आणि कागदपत्रं वगैरे दस्तऐवज तुमच्या या ग्रंथालयात जतन करून ठेवलेले असतील, या आशेनं आल्येय मी इथपर्यंत... दूतावासातही, तुम्ही ही मोलाची कामगिरी केल्येय, अशी माहिती मला दिली गेली. मला हवी असलेली माहिती जर इथे मिळाली, तर माझ्या आईवडलांच्या, कुटुंबाच्या त्या काळातल्या जीवनावर, त्यांच्या स्थितीवर नक्कीच काहीतरी प्रकाश पडू शकेल! ...आज माझ्या दृष्टीनं तिथे पूर्ण अंधार आहे. ...आणि त्यासाठीच चालल्येय माझी ही सारी धडपड!"

ती स्त्री सारं चित्त एकवटून क्योकोचं बोलणं ऐकत होती. त्यानंतर तिनं ते ओळखपत्र उचललं आणि बराच वेळ ती ते बारकाईनं निरखून पाहात होती. मग तिनं एका वहीत त्या ओळखपत्रावरचे जे काय दोनचार शब्द होते, ते लिहून घेतले आणि काळजीपूर्वक ते ओळखपत्र क्योकोच्या स्वाधीन केलं.

"ठीक आहे," ती स्त्री क्योकोकडे पाहात म्हणाली, "१९३० आणि ४० च्या दरम्यान इथे जे जपानी येऊन राहिलेले होते, त्यांच्यासंबंधीच्या जुन्या कागदपत्रांची काही दप्तरं आमच्यापाशी आहेत. त्यांच्या नावांच्या काही याद्याही आहेत. मी त्या तपासून त्यात तुमच्या आईचं नाव कुठे सापडतंय का, ते बघते. ...तुम्ही उद्या सकाळी येऊ शकाल का? तुम्ही म्हणताय तशी काही माहिती जर मला मिळाली, तर ती मी उद्या तुम्हांला जरुर देईन."

जपानी संघटनेच्या त्या इमारतीतून क्योको बाहेर पडली, ती काहीशी खट्टू होऊनच! या शोधाच्या प्रवासात आपलं एकतरी पाऊल पुढे पडू शकतंय, याचा तिला थोडासा आनंद झालेला असला, तरी शंभर टक्के सगळी माहिती मिळू शकेल, अशी शाश्वती तिला बिलकूल वाटत नव्हती! त्या बाईंनीही तसं काही आश्वासन दिलं नव्हतं. खेरीज, ममाचं नाव त्यांच्याकडच्या यादीत आहे की नाही, हे साधं समजायलासुद्धा तिला दुसऱ्या दिवसापर्यंत कळ काढावी लागणार होती!... हे मात्र असह्य आहे! – तिच्या मनात आलं. त्यामुळे ती बाहेर रस्त्यावर येऊन उभी राहिली, ती अस्वस्थतेचा भुंगा मागे घेऊनच.

बाहेर सूर्य निष्ठुरपणे आग ओकत होता. त्या वातानुकूलित इमारतीतून बाहेर पाऊल टाकताच क्योकोला त्या झळांचे चटके बसू लागले, आणि थोड्याच अवधीत तिच्या सर्वांगातून घामाच्या धारा निथळू लागल्या. ती टॅक्सी शोधत होती; परंतु जवळपासच्या सर्व ऑफिसांची जेवणाची मधली सुट्टी झालेली असल्यामुळे तिला टॅक्सीही मिळेना. स्त्री-पुरुषांचे घोळकेच्या घोळके रस्त्यावरून चालले होते,

त्यामुळे तिला झपाझपा पुढेही जाता येईना. साधारण वीसएक मिनिटं त्या उन्हात होरपळल्यानंतर एकदाची तिला टॅक्सी मिळाली. टॅक्सीचं दार उघडून तिनं अक्षरश: स्वत:ला आत झोकून दिलं. ...आता हॉटेलमध्ये गेल्याबरोबर प्रथम कुठलंतरी मोठ्ठं थंडगार पेय घ्यायचं आणि नंतर पुन्हा एकदा गार पाण्याचा मनसोक्त शॉवर! कधी एकदा हॉटेलमध्ये पोचते, असं झालं क्योकोला.

मात्र पुढल्याच क्षणी क्योकोच्या लक्षात आलं, की ह्या टॅक्सीचा ड्रायव्हरही एक मोठ्या वयाचा चिनी माणूस आहे. बहुधा वयानं हा आपल्या आईच्याच बरोबरीचा असावा. कदाचित त्या काळात हा इथे राहातही असेल. याला नक्की त्या काळी इथे राहाणाऱ्या जपानी समाजाविषयी काहीतरी माहिती असणार!...

तिनं त्या टॅक्सी ड्रायव्हरशी हळूहळू गप्पा मारायला सुरुवात केली. तो माणूसही मोठा गप्पिष्ट निघाला.

क्योकोनं त्याला, आपण इथे कोणत्या उद्देशानं आलोय, ते स्पष्ट सांगितलं. त्या चिनी माणसानंही तिचं सगळं बोलणं मन:पूर्वक ऐकलं आणि टॅक्सी हळूहळू रस्त्याच्या कडेला घेऊन उभी केली.

मागे वळून तो क्योकोला म्हणाला, ''मॅडम, दाखवा बरं मला तो फोटो!''

क्योकोनं पर्समधून तो पुसट झालेला ग्रूपफोटो काढून त्याच्यासमोर धरला.

बघता बघता त्या माणसाच्या चेहऱ्यावरचे भाव पालटले. बहुधा त्याच्या मनातल्या त्या विशिष्ट कालखंडातल्या इतिहासजमा झालेल्या स्मृती चाळवल्या गेल्या असाव्यात. कारण तो स्मरणरंजनात गुंगला आहे, हे क्योकोला स्पष्ट दिसत होतं. क्योकोची आशा पालवली. उत्तेजित होऊन ती काही बोलणार, तोच त्यानं मोठ्या उत्साहानं मान डोलावली आणि म्हणाला,

''अगदी बरोबर आहे!... महायुद्धाच्या काळात पुष्कळसे जपानी लोक ज्या भागात राहात होते, तिथेच काढलेला आहे हा फोटो. मी ओळखतो ना! हे लोक तिथे व्यवसायही करत होते. जपानी लोकांची एक छोटीशी वसाहतच होती ती. आम्ही लोक त्याला 'जपान टाउन' म्हणायचो.

''या लोकांची तिथे रेस्टॉरंट्स होती, मद्यालयं होती, मोठमोठी किराणामालाची दुकानं होती... आणि हे सगळं अगदी खास जपानी पद्धतीचं होतं! टुमदार आणि आकर्षक सजावटीचं. संध्याकाळी सगळे जपानी पुरुष त्यांच्या मद्यालयांमध्ये जमून मजा करायचे. ...मद्य प्यायचे, गाणी गायचे. आणि त्या मद्यालयात काम करायला बायका असायच्या. त्याही त्यांच्यासोबत गायच्या, नाचायच्या. खूप छान छान किमोनो घातलेले असायचे त्या बायकांनी! मला चांगलं आठवतंय...''

आठवणीत रमलेला तो म्हातारा गालातल्या गालात हसत सांगू लागला,

''मी लहान होतो तेव्हा! मला इतकं आकर्षण वाटायचं त्या सगळ्या गोष्टींचं,

की मी चोरून त्यांची ही मजा बघत बसायचो. तुम्हांला सांगतो मॅडम, त्या रंगीबेरंगी किमोनो घातलेल्या बायकांना बघण्याचं तर मला त्यावेळी वेडच लागलेलं होतं!...''

क्योकोचं हृदय धडधडू लागलं. पंचप्राण एकवटून ती त्या वृद्ध टॅक्सी ड्रायव्हरचं बोलणं ऐकत होती. जपानी लोकांच्या ज्या वसाहतीचं तो रसभरित वर्णन करत होता, त्या वसाहतीत आपले आईवडीलही राहात असतील, असं एक कल्पनाचित्र रंगवण्याचा ती प्रयत्न करू लागली. नव्हे, तिची हळूहळू खात्रीच पटत चालली. मात्र आपल्या मनातली खळबळ चेहऱ्यावर दिसू न देता तिनं शांतपणे त्या ड्रायव्हरला, तो ज्या भागाविषयी बोलत होता, तिथे टॅक्सी घ्यायला सांगितली; परंतु दुर्दैवानं त्या माणसानं या गोष्टीला मात्र स्पष्ट नकार दिला. त्याचं म्हणणं होतं, की त्या भागात आता फार मोठमोठी बांधकामं चालल्येत; त्यामुळे तिथला रस्ता इतका खराब झालाय, की टॅक्सी तिथपर्यंत नेणं मुश्कील आहे.

क्योको निराश झाली. तिनं त्याला खूप आग्रह केला. नंतर विनवण्याही केल्या. परंतु तो माणूस आपल्या नकारावर ठाम होता. इतका, की शेवटी शेवटी क्योकोला वाटू लागलं, की या माणसाला त्या भागात जायची भीती वगैरे तर वाटत नाहीये ना?

मात्र तिची तिथे जाण्याची तळमळ पाहून बहुधा त्याला तिची दया आली असावी. चेहऱ्यावर उमटू पाहणारा अपराधी भाव लपवीत तो म्हातारा ड्रायव्हर अखेर तिला म्हणाला,

''हवं तर मी तुम्हांला त्या भागाचं नाव लिहून देतो. दुसरं कुणी तुम्हांला तिथे न्यायला तयार असेल, तर बघा... माझी अडचण जरा समजून घ्या...'' त्यानं स्वत:जवळच्या एका जुन्या तिकिटाच्या मागे त्या भागाचं नाव लिहिलं आणि तो तुकडा तिच्या हाती ठेवला.

टॅक्सी हॉटेलपाशी येऊन थांबली, तोवर क्योकोचा मूड बराच पालटला होता. एकूणच आता तिला चित्र आशादायक दिसू लागलं होतं. अंगात एक जोम नव्यानं संचारल्यासारखी ती टॅक्सीतून उतरून हॉटेलमध्ये शिरली.

...जपानी संघटनेकडून जे मिळवण्यासाठी आपण तळमळत होतो, ते – त्या जपानी वसाहतीचा धागादोरा – बहुतेक आपल्या हाती येणार आणि आज ना उद्या आपण नक्की त्या वसाहतीपर्यंत जाऊन पोचणार! – तिचं मन तिला ग्वाही देऊ लागलं होतं. ...काही का असेना, एका दिवसात आपण बऱ्यापैकी मजल मारली! त्या टॅक्सी ड्रायव्हरकडून नेमकी मुद्द्याची माहिती मिळाली आपल्याला. आता एक गोष्ट मात्र साधायला हवी, ती म्हणजे त्या विशिष्ट भागात आपल्याला घेऊन जाईल, असा टॅक्सीवाला मिळवायला हवा. म्हणजे मग ममानं आपल्यासमोर ठेवलेल्या कोड्यातले विखुरलेले तुकडे जुळायला लवकर सुरुवात होईल! – क्योको आपल्या खोलीच्या दिशेनं चालता चालता मनातल्या मनात आराखडे जुळवू लागली.

तो दिवस क्योकोला खूपच लांबलचक वाटू लागला. त्यावर उपाय म्हणून शेवटी तिनं ठरवलं, की आज रात्री लवकर झोपून जायचं. त्याप्रमाणे रात्री ती लवकर जेवून आली आणि दिवे मालवून पलंगावर पडलीही.

...मात्र झोपेच्या अर्धवट गुंगीत असताना अचानक तिला कसलासा गंध खूप दुरून तरंगत आपल्या खोलीत येतोय, असं काहीतरी जाणवू लागलं. खूप परिचित वाटला तो गोडूस गंध तिला. जणू त्याचा एक मोहकसा ढग बनून तो तिच्याभोवती घुटमळत होता! ...कसला आहे हा दरवळ? ती नाही ओळखू शकली. मात्र खूप पूर्वी, आयुष्याच्या कुठल्यातरी टप्प्यावर खूप जिव्हाळ्यानं भेटलेला आहे हा आपल्याला; तेव्हापासून मनाच्या तळाशी ...खोल खोल डोहात हा दडलेला असावा आणि आता आपल्या स्मृतीत, संवेदनांत घुटमळू पाहातोय, एवढं जाणवलं तिला. खूप सुखावह वाटली तिला ती संवेदना. खूप शांतवणारी. त्या गुंगीत गाढ झोपेच्या कुशीत शिरताना ती मनाशी म्हणाली, 'ममानं मागे ठेवलेलं हे रहस्य आता अधिकच गहन होत चाललंय. मात्र आपल्या हाती आलेल्या त्याच्या या नव्या धाग्याच्या अगदी मुळापर्यंत जाऊन खणून काढायचं आपण!'

दुसऱ्या दिवशी क्योकोला खडबडून जाग आली, तेव्हा दिवस चांगलाच वर आला होता. आता तर रात्रभर गाढ आणि स्वस्थ झोप झाली होती तिची. तरीही जाग आल्याक्षणी तिला पहिली जाणीव झाली, ती त्याच गंधाची. तो विशिष्ट गोडसर गंध पुन्हा आपल्या संवेदनांना कुरवाळत आपल्याभोवती रेंगाळतोय... तिला स्पष्ट जाणवू लागलं. जणू तो गंध खुणावून तिला एका दुसऱ्याच दुनियेत बोलावत होता. मात्र ती दुनिया तिच्या स्मृतीला चकवा देत तिच्यापासून दूर दूर पळत होती.

क्योकोच्या मनालाही आतून त्याची एक ओढ वाटू लागली... तिचं अंग शहारलं!

'मला वाटतं, मला सडकून भूक लागल्येय, म्हणून चाललेत हे कल्पनेचे अनिर्बंध खेळ!' – वेढून टाकणाऱ्या गंधाचा कैफ झटकून टाकत तिनं स्वत:ची समजूत घालण्याचा प्रयत्न केला. ...परंतु तिच्या मनात आलं, हा एवढा तीव्र दरवळ या बंद खोलीत येतोय तरी कुठून? आणि आपल्यावर त्याची इतकी मोहिनी का पडत्येय? – क्योको पुन्हा संभ्रमात पडली! मात्र हळूहळू तिच्या विस्मयाचं भीतीत रूपांतर होऊ लागलं. विचारासरशी ती ताड्कन उठली आणि पटकन वातानुकूलन यंत्र बंद करून तिनं खिडकीकडे धाव घेतली. खिडकी उघडताच सूर्याचे कोवळे किरण खोलीत घुसले. तिला थोडं बरं वाटलं. ते किरण अंगावर झेलत ती शरीरात ऊब आणू लागली.

खाली रस्त्यावर माणसांची वर्दळ चालू झाली होती. वेगानं धावणाऱ्या गाड्यांच्या रांगा पुढे सरकत होत्या. वाहत्या जीवनाचा तो ओघ पाहाता पाहाता

तिच्यावरची त्या गंधाची मोहिनी थोडी उतरली. आता ती खिडकीकडे पाठ करून उभी राहिली आणि साऱ्या खोलीवरून तिनं धीटपणे एक नजर फिरवली. तिनं मनाशी ठरवलं, या गंधाचा आपल्या आयुष्याशी काही संबंध असेलच, तर तो जोवर उमगत नाही, तोवर राहू दे त्याला आपल्यासोबत. त्याला अंगभर असं लपेटूनच राहायचं! न भिता!

क्योको नाश्त्यासाठी खाली कॉफी-हाऊसमध्ये गेली. उत्तमोत्तम स्वादिष्ट पदार्थांचा, श्रीमंती थाटाचा बुफे मांडलेला पाहून तिची भूक चाळवली. मनसोक्त खाऊन ती बाहेर पडली आणि टॅक्सीत बसून तिनं सरळ 'जपानी संघटने'चा रस्ता पकडला.

लॉबीतल्या टेबलाशी त्या कालच्याच वयस्क बाई बसलेल्या होत्या. आज त्यांच्या छातीवर त्यांच्या नावाचं कार्ड लावलेलं होतं. त्यावरून त्यांचं नाव एस. हारिमा असल्याचं क्योकोला कळलं. हारिमाबाई कालच्याच ठिकाणी, कालच्याच पद्धतीनं बसून कालच्यासारखंच खाली मान घालून गंभीरपणे काम करत होत्या. इतकंच नव्हे, तर त्यांचे कपडेही कालच्यासारखेच, जणू कालचेच असावेत, असे दिसत होते. बाईंच्या एकूण सगळ्या थाटाची क्योकोला इतकी गंमत वाटली, की तिच्या मनात एक मिस्कील विचार डोकावला... ही तऱ्हेवाईक बाई काल जी इथे येऊन बसल्येय, ती अजून उठलेलीच नाहीये की काय?

चेहऱ्यावरचं हसू झटपट पुसून क्योको टेबलाशी जाऊन उभी राहिली, आणि तिनंही कालच्यासारखंच किंचितसं खाकरून बाईंचं लक्ष वेधून घेण्याचा प्रयत्न केला. हारिमाबाईंनी मान वर केली. क्योकोकडे पाहून त्या ओळखीचं औपचारिक हसू हसल्या; आणि त्यांनी तिला मानेनंच खुणावून बसायला सांगितलं. त्यानंतर त्या हलकेच उठल्या आणि ताठच्या ताठ चालत शेजारच्या खोलीत गेल्या. दहा मिनिटांनी त्या परत आल्या, तेव्हा त्यांच्या हातात पुठ्ठ्याचा एक मोठ्ठा खोका होता. बहुधा त्यात ठासून कागदपत्रं भरलेली असावीत.

"ही बघा.." हारिमाबाई खोका उघडत बोलू लागल्या, "१९३० आणि ४० च्या दरम्यान इथे राहणाऱ्या जपानी लोकांच्या संबंधीची कागदपत्रं मी शोधून काढल्येत. त्यात तुम्ही ज्या स्त्रीच्या नावाचा काल उल्लेख केलात, ते नाव आहे. चिएको तानाका... बरोबर आहे ना? त्या तुमच्या आई आहेत, असं तुम्ही सांगितलंत, बरोबर?..."

छातीतली धडधड थोपवत क्योकोनं अधीरपणे मान डोलावली.

हारिमाबाईंनी आतल्या गठ्ठ्यातून एक कागदांची चळत बाहेर काढली आणि त्यातले कागद त्या एकामागून एक सावकाशपणे टेबलावर मांडू लागल्या. त्या सगळ्या कागदांना त्यांनी खुणेसाठी जाड चौकोनी कागदांचे तुकडे टाचून ठेवलेले होते. मांडता मांडता त्या पुन्हापुन्हा त्या कागदांवरच्या मजकुरावरून नजर फिरवीत

होत्या. त्या कागदांमध्ये आपल्या आईवडलांबद्दल काय माहिती आहे, हे जाणून घेण्यासाठी इकडे क्योकोचा जीव व्याकूळ होऊ लागला; परंतु बाईंची आपली संथपणे कागदांची मांडामांडच चालली होती!

बराच वेळ झाला, तरी बाईंची मांडामांड संपेना. क्योकोचे प्राण कंठाशी आले. 'अनंत काळापर्यंत चालणार की काय ही मांडामांड?...' – तिच्या सहनशीलतेचा अंत झाला. वैफल्यानं डोकं असं सणकलं की तिला वाटलं, फराफरा हिसकावून घ्यावेत ते कागद या बाईंच्या हातातून आणि त्यात काय आहे, ते एकदाचं भराभरा वाचून पाहावं!

परंतु असं करून चालणार नव्हतं. नव्हे, उतावळेपणानं किंवा नैराश्यापोटी हातून घडलेल्या क्षुल्लक चुकीमुळेही तिच्या सगळ्या उद्देशावर बोळा फिरला असता! अगदी तिच्या एखाद्या अनावश्यक हालचालीनंदेखील तिच्या शोधाच्या धडपडीकडे सर्वांचं नाहक, नको तितकं लक्ष वेधलं गेलं असतं आणि कदाचित तिच्या हेतूविषयी गैरसमज निर्माण होऊन सगळ्याचाच विचका झाला असता! क्योकोला शांत राहण्याशिवाय दुसरा पर्याय नव्हता. तिनं आपले ओठ रक्त फुटेपर्यंत घट्ट चावले आणि मनाला वेळीच आवर घातला.

साधारण वीस ते पंचवीस कागद पुन:पुन्हा बारकाईनं चाळल्यानंतर हारिमाबाईंनी त्यातला एक पिवळा पडलेला जुनाट कागद हुडकून काढला आणि सारं चित्त एकवटून त्या त्यातला मजकूर बारकाईनं न्याहाळू लागल्या. जणू त्या आकाशातल्या एखाद्या नव्या ताऱ्याचा शोध लावत होत्या! अखेर त्यांना पाहिजे होतं, ते सापडलं आणि त्या आनंदात त्यांनी जाहीर केलं,

"सापडला! हा बघा, हा कागद.. काल तुम्ही मला ते ओळखपत्र दाखवलंत ना, त्याला लागू असणारी माहिती या... या कागदावर आहे. पाहा... तुम्हीसुद्धा पाहा."

इतका वेळ तो कागद वाचण्यासाठी व्याकूळ झालेल्या क्योकोचे हात, तो कागद खरोखरच हाती घेण्याची वेळ आली, तेव्हा थरथरू लागले. धडधडत्या अंत:करणानं तिनं तो कागद घेतला आणि मन घट्ट करीत त्यातला एक-एक शब्द ती काळजीपूर्वक वाचू लागली... कोणत्याच दृष्टीनं त्याला खास दस्तऐवज असं म्हणता आलं नसतं. ती निव्वळ एक नावांची यादी होती. त्या काळी सिंगापूरमध्ये येऊन राहिलेल्या जपानी लोकांची जपानी संघटनेत जी नोंद केलेली होती, ती नोंद होती ती केवळ! प्रत्येक कुटुंबातल्या व्यक्तींची नावं, आणि त्याखाली त्यांचा पत्ता. जगाच्या दृष्टीनं जरी ती साधी नावांची यादी असली, तरी क्योकोला मात्र तो आपल्या सर्वस्वाचा अमूल्य ठेवा असल्यासारखं वाटत होतं! काळ्या शाईतली पुसट झालेली आपल्या आईवडलांची ती नावं आपल्याकडे आर्ततेनं झेपावू पाहातायत,

असा काहीतरी भास तिला होऊ लागला. तिचं मन कातर झालं!... डोळ्यांत पाणी येईल, या धास्तीनं तिनं झर्रकन त्या अक्षरांवरून नजर दूर केली. नावांच्या खाली स्पष्ट अक्षरांत पत्ताही लिहिलेला होता.

...अचानक क्योकोच्या लक्षात आलं, की हारिमाबाई अधीरपणे आपल्याकडेच पाहात समोर उभ्या आहेत! ती घाबरली. तिच्या मनात आलं, आत्ता या क्षणाला जर या बाईंचा विचार बदलला आणि त्यांनी आपल्या हातातून हा कागदच हिसकावून घेतला तर?... तिनं एका हातात तो कागद गच्च पकडून ठेवला आणि दुसऱ्या हातानं झडप घातल्यासारखा टेबलावरचा एक कोरा कागद आणि पेन्सिल उचलून, ती भराभरा त्यावर आपल्या आईवडलांच्या नावाखालचा तो पत्ता उतरवू लागली. लिहून झाल्यानंतर तिनं कमीत कमी पाच वेळा तरी तो तपासून पाहिला असेल. पत्त्यातली चूक यावेळी तरी तिला परवडणारी नव्हती!

हारिमाबाईंचे अगदी मनापासून आभार मानून क्योको तिथून बाहेर पडली. त्या मौल्यवान कागदाची घडी तिनं आपल्या मुठीत गच्च धरून ठेवली होती. घाईघाईनं रस्त्यावर येऊन ती टॅक्सी शोधू लागली. तिला आता एक क्षणही वाया न घालवता ताबडतोब त्या टिपून घेतलेल्या पत्त्यावर जाऊन पोचायचं होतं!

...मात्र, त्याच क्षणी अचानक तिच्या ध्यानात ते तिकीट आलं! ...त्या गप्पिष्ट टॅक्सी ड्रायव्हरनं त्या तिकिटाच्या मागे एक पत्ता नव्हता का लिहून दिला आपल्याला! कुठे गेला तो?...

तिनं घाईघाईनं पर्स उघडली, आणि आतल्या वस्तूंच्या पसाऱ्यात कुठेतरी खोचून ठेवलेलं ते तिकीट ती धुंडाळू लागली. अखेर सापडलं ते तिकीट. तिनं त्या पत्त्यावरून नजर फिरवली मात्र, तिच्या काळजाचा ठोका चुकला! ...तोच तो भाग – 'मधला रस्ता.' हेच शब्द काही मिनिटांपूर्वी आपण त्या जुन्या कागदावरून उतरवून घेतले होते!

...क्योकोचं डोकं सैरभैर झालं! सकाळपासून इतक्या परस्परविरुद्ध टोकांच्या भावनांवर हेलकावत होती ती, की त्या ताणानं एकतर तिला थकल्यासारखं झालं होतं. टॅक्सीत बसल्यानंतरसुद्धा एक विचार पुन:पुन्हा उसळी मारून तिच्या मनाला त्रास देऊ लागला, की आणखी थोड्या वेळानं आपण एका पत्त्यावर जाऊन पोचणार आहोत, पण तिथे नेमकं काय दृष्टीस पडणार आहे आपल्या?...

— विचार करकरून क्योकोला, आपल्या डोक्यात घणाचे घाव पडतायत्, असं काहीतरी वाटू लागलं. पण अखेर, तिला जिथे जायचं होतं, तिथे ती निघाली होती!

मात्र टॅक्सी सुरू झाली, तेव्हाच त्या एकूण घटनेला काहीसं गालबोट लागल्यासारखं वाटलं तिला! झालं असं, की क्योकोनं जेव्हा टॅक्सी ड्रायव्हरला तो

पत्ता दाखवला, तेव्हा त्यानं एकदम चमकून तिच्याकडे बघितलं. मान हलवून त्यानं त्या ठिकाणी जाण्याची तयारी दर्शवली, परंतु समोरच्या आरशात दिसणाऱ्या त्याच्या कावऱ्याबावऱ्या नजरेच्या एका कटाक्षावरून तिला स्पष्टपणे जाणवलं, की तो अस्वस्थ झालाय! क्योकोला हे सगळं काहीतरी चमत्कारिक वाटलं... जणू तिनं त्याला एखाद्या दूरच्या एकाकी दफनभूमीत घेऊन जायला सांगितलं होतं!

...टॅक्सी रस्ता कापीत गावाबाहेर पडली आणि एक मोठं वळण घेऊन एका निर्जन, ओसाड रस्त्याला लागली. रस्ता अतिशय खराब होता. ड्रायव्हर खड्डे चुकवत चालला होता, तरीही टॅक्सीला वेडेवाकडे हादरे बसत होते. 'फार त्रासात टाकतोय आपण या माणसाला' – क्योकोला अपराधी वाटू लागलं. तिनं बाहेर नजर टाकली... रस्ता कसला, ओसाड माळावरची कच्ची वाट होती ती. बाहेर एक चिटपाखरूसुद्धा दिसत नव्हतं. ती धसकली! काही झालं, तरी एका परक्या देशात, तेही अशा निर्जन भागात एकटी होती ती टॅक्सीत. परंतु दैवाला तेही कमी वाटलं म्हणून की काय, उजव्या हाताला एक मोठीच्या मोठी चिनी दफनभूमी लागली. टॅक्सी ती ओलांडून जाऊ लागली, तेव्हा श्वास रोधून क्योकोनं तिकडे एक चोरटी नजर टाकली. अस्ताव्यस्त वाढलेल्या गवतात जुनी-पुराणी थडगी दिसत होती. क्योकोच्या अंगावर काटा सरसरून आला!

टॅक्सी दफनभूमी ओलांडून पुढे गेली, तसा क्योकोनं मोकळा श्वास घेतला; परंतु आणखी थोडं पुढे गेल्यानंतर ड्रायव्हरनं अचानक रस्त्याच्या मधोमध टॅक्सी उभी केली.

— भीतीनं क्योकोच्या छातीत धडधडू लागलं.

"...इथेच उतरावं लागेल. तुम्हांला ज्या ठिकाणी जायचंय ना, ते ठिकाण.. ते पाहा, तिकडे आहे." समोरच्या एका टेकडीकडे हात करत तो शांतपणे म्हणाला, "समोर तो चढ दिसतोय ना, त्यावरून वरती जायला लागेल तुम्हांला... पायी-पायी. शिवाय, पुढे मोठमोठी बांधकामं चालल्येत; रस्ता बेकार आहे सगळा!"

अशा प्रकारे तिला काहीही बोलायची संधी न देता, तिथेच उतरायला सांगून टॅक्सीवाल्यानं हात झटकून टाकले!

क्योको खरोखरच घाबरली होती. खरं तर आता उलट तिला त्या टॅक्सीवाल्याचाच आधार वाटू लागला होता. एवढ्या मोठ्या ओसाड, निर्जन माळावर एकटं पडायची भीती वाटू लागली तिला... त्यात आणखी मागे काही पावलांवरच ती दफनभूमी! टॅक्सी सोडायला तिचं मन धजेना.

ती विचारात पडली.

...आता आपल्यापुढे दोनच पर्याय आहेत. एकतर आल्या पावली मागे फिरायचं; किंवा मग आपला उद्देश तडीस नेण्यासाठी धैर्यानं पुढे जायचं!

अखेर तिनं मनाचा हिय्या केला. ...काय वाट्टेल ते झालं तरी बेहत्तर, पण पुढे जायचं!

टॅक्सीवाल्याचे पैसे चुकते करून ती शांतपणे खाली उतरली.

टॅक्सी मागे वळून दिसेनाशी होईतो क्योको तिच्याकडे एकटक पाहात उभी होती. आता तिला जाणवू लागलं, की खरोखरच त्या ओसाड माळावर आपण अगदी एकट्या उभ्या आहोत. एकाकी, आणि रस्ता तिथल्या तिथेच गोल फिरून समोरच्या टेकडीशी लुप्त झालाय! झपाझप पावलं उचलत क्योको पुढे गेली. थोड्या अंतरावरच तिला एक पाऊलवाट वळून टेकडीवर चढलेली दिसली. क्योकोनं घाईघाईनं त्या पाऊलवाटेनं टेकडीचा चढ चढायला सुरुवात केली. अंगावर काटा आणणाऱ्या त्या चिनी दफनभूमीतल्या थडग्यांपासून तिला लवकरात लवकर दूर पळायचं होतं!

क्योकोनं सभोवार नजर टाकली. दूरपर्यंतचा रखरखीत मोकळा माळ सूर्याच्या प्रखर उन्हानं जणू पेटला होता! त्या निर्जन, भयाण शांततेत तिच्याच पावलांचे आवाज तिला अधिक दचकवत होते. तरीही, सारं धैर्य गोळा करून ती सपासप चालत होती.

....मात्र जसजशी क्योको टेकडी चढून वर वर जाऊ लागली, तसतसं तिच्या मनावरचं भीतीचं दडपण कमी होऊ लागलं. बाहेरच्या नि:शब्द शांततेच्या भयानं धडधडणाऱ्या तिच्या हृदयाला अंतर्यामी एक वेगळीच शांती जाणवू लागली. एक विलक्षण समाधान. ...ही कसली अनुभूती? ...फारा वर्षांनी घरी परतताना तृप्तीचा क्षण जवळ आल्यावर जे एक अनामिक सुख जाणवतं जिवाला, तसं काहीसं का वाटतंय आपल्याला? तिला कशाचंच काही आकलन होईना! सारं अगम्य वाटू लागलं! मात्र काही क्षणांनी जणू ती भानावर आली, आणि तिनं स्वत:लाच बजावलं, ...हे सारे आपल्याच मनाचे विभ्रम आहेत. अगदी हास्यास्पद! ज्या जागी आपण कधीही आलेलो नाही, नव्हे, जे ठिकाण आत्तापर्यंत आपल्या दृष्टीनं अस्तित्वातही नव्हतं, त्या ठिकाणाविषयी जणू आपली नाळ जोडलेली असावी अशी आत्मीयता वाटणं, हे हास्यास्पदच नाही तर काय? अति विचार करकरून खुर्दा झालाय आपल्या डोक्याचा, एवढाच याचा अर्थ!

मात्र जेव्हा ती चढ चढून टेकडीच्या माथ्यावर पोचली, तेव्हा डोळ्यांसमोर उलगडलेलं दृश्य पाहून तिचा श्वास रोधला गेला! मंत्रमुग्ध झाल्यासारखी ती पाहातच बसली... प्रखर उन्हात एवढा चढा चढ चढून आपल्याला धाप लागल्येय, आपण भाजून निघतोय, या निर्जन जागी एकटेपणाला आपण घाबरलोय, या साऱ्या साऱ्या गोष्टींचा तिला क्षणात विसर पडला! इतका, की जणू असं काही झालेलंच नाही!

...समोर प्रशस्त रस्त्याच्या कडेनं तंतोतंत जपानी शैलीची घरं सुबकपणे

ओळीत उभी होती!

क्योको थक्क झाली! तिचा स्वत:च्या डोळ्यांवर विश्वास बसेना. ...आता या घरांच्या आवारांत किमोनो घातलेल्या स्त्रियासुद्धा वावरताना दिसणार की काय?...

— याचा अर्थ, हेच ते जपानी गाव! 'जपान टाउन!' ज्याची आपल्या जिवाला तळमळ लागली होती. ज्याचं त्या टॅक्सी ड्रायव्हरनं रसभरित वर्णन केलं होतं. क्योको आनंदानं वेडीपिशी झाली! ह्याच.. ह्याच वसाहतीत आपले आईवडील राहात असले पाहिजेत!... आणि कदाचित लहानपणी आपणसुद्धा इथेच राहिलेल्या असू!... या विचारासरशी तिच्या छातीत धडधडू लागलं. ...नक्की, ...अगदी नक्की! कदाचित याच गावात आपला जन्मसुद्धा झालेला असेल! आणि याच रस्त्यावरून लहानपणी आपली पावलं दुडदुडली असतील! वडलांचं बोट धरून असंख्य वेळा आपण इथून आलो-गेलो असू; त्यांच्याबरोबर नाचलो-बागडलो असू...

आता तिच्या ध्यानात आलं, टेकडीचा चढ चढताना घरी आल्याची वेडी सुखद भावना मनात का दाटून आली होती ते!

आता क्योकोचं आजूबाजूला कुठेच लक्ष नव्हतं! दृष्टी त्या घरांवर खिळली होती. ती रस्त्यावरून त्या घरांच्या दिशेनं चालू लागली, तेव्हाच तिच्या लक्षात आलं, की आपण काही इथे एकट्या नाहीयोत; अजूनही लोक राहतायत् त्या घरांमध्ये. थोडं जवळ गेल्यावर तिनं निरखून पाहिलं, खिडक्यांवरचे पडदे पटापट बाजूला सारले जात होते. याचा अर्थ, आतल्या माणसांना आपली चाहूल लागलेली आहे. पाहातायत् ती आपल्याला!

पलीकडल्या टोकाच्या एका घराच्या अंगणात तर काही मुलं खेळत असलेली तिला दिसली.

....मात्र ते उजवीकडून दुसरं घर... त्या घरानं क्योकोचं लक्ष वेधून घेतलं! ...इतकं का ओळखीचं वाटतंय हे घर आपल्याला? – क्योको संभ्रमात पडली. एकाएकी तिला आपल्याकडच्या त्या ग्रूपफोटोची आठवण झाली, आणि ती जागच्या जागी थबकली. तिनं झपाट्यानं पर्स उघडली आणि थरथरत्या हातानं तो फोटो बाहेर काढला. ...फोटो पाहाताच तिच्या तोंडून एक अस्फुट चीत्कार बाहेर पडला! ...फोटोमध्ये बसलेल्या आपल्या आईवडलांच्या मागे दिसणारं घर आणि हे... हे... समोरचं घर... दोन्ही एकच आहेत! नक्की, अगदी नक्की!!

हेच आहे ते घर!

क्योको भावनातिरेकानं थरथरू लागली!

...अखेर तिला आपल्या आईवडलांचं सिंगापूरमधलं घर गवसलं होतं! ...आणि ती त्या घराच्या अगदी समोर येऊन उभी होती....

६

आवा मारू बरेच दिवस सिंगापूरच्या गोदीत उभी होती. इथे जपानला जाण्यासाठी बोटीत प्रवेश मिळालेल्यांची कच्ची यादी तयार झाली होती. परंतु लष्करी आणि नाविक अधिकाऱ्यांमध्ये यादीवरून सारखी रस्सीखेच चालू होती. पुनःपुन्हा असलेल्यांतली काही नावं खोडली जात होती, आणि त्या जागी नव्या नावांची भरती होत होती. त्यामुळे बोट निघायच्या आदल्या दिवसापर्यंत – म्हणजे २७ मार्च १९४५ या दिवसापर्यंत बोटीनं जाणाऱ्यांची पक्की अंतिम यादी तयार झालेली नव्हती.

त्या अवाढव्य बोटीच्या बाहेरच्या सर्व बाजूंवर आणि डेकवरच्या मोठाल्या धुराड्यांवर प्रचंड मोठमोठे पांढऱ्या रंगाचे क्रॉस रंगवले होते. ही बोट सिंगापूरहून जपानला जाणाऱ्या सर्वसामान्य नागरिकांची असून, या बोटीला सुरक्षित प्रवासाची हमी मिळालेली आहे, हे त्या पॅसिफिक महासागरात सर्वत्र दबा धरून बसलेल्या शत्रूच्या विनाशिकांना दुरूनही स्पष्ट कळावं, या हेतूनं हे प्रचंड मोठे पांढरे क्रॉस रंगवण्याची खबरदारी घेतली गेली होती.

आवा मारू ही बोट निप्पोन यूसेन काइशा (NYK) या प्रथितयश कंपनीच्या मालकीची होती. नागासाकीतल्या 'मित्सुबिशी हेवी इंडस्ट्रीज शिपयार्ड'मध्ये उभारणी झालेल्या या बोटीला हे नाव शिकोकूतल्या 'आवा' या दाट डोंगराळ प्रदेशावरून देण्यात आलेलं होतं. कोणत्याही दृष्टीनं पाहाता आवा मारू ही एक प्रचंड शक्तिशाली बोट होती. ५०८ फूट लांब, ४१ फूट रुंद आणि ११,२४९ टन वजनाच्या या बोटीला १४,००० अश्वशक्तीचं शक्तिशाली मित्सुबिशी डिझेल इंजिन होतं. १७ नॉट्स या प्रचंड वेगानं ही बोट समुद्रात पाणी कापीत असे.

सर्वांत महत्त्वाचं म्हणजे, आवा मारू ही बोट जितकी शक्तिशाली, तितकीच

अत्यंत दणकट होती. कॅप्टन हामादा मात्सुतारो यांच्यासारख्या अतिशय धडाडीच्या आणि भरवशाच्या, परंतु काहीशा तऱ्हेवाईक कप्तानाच्या हुकमतीखाली, त्यांच्या १४८ नौसैनिकांच्या ताफ्यासह, तिनं अनेक मोठमोठे हल्ले पचवले होते!

१९४२ च्या एकाच वर्षात कॅप्टन हामादांनी तीन वेळा, तीन प्रचंड मोठ्या संकटांतून बोट सुखरूपपणे बाहेर काढली होती. त्यानंतर १९४४ साली तर आवा मारू अक्षरश: उद्ध्वस्त होता होता थोडक्यात बचावली होती!... बोटींचा एक ताफा संरक्षक दलाचे सैनिक आणि शस्त्रास्त्रांचा प्रचंड मोठा साठा घेऊन मनिलाला चालला होता. त्या ताफ्याला मार्गदर्शन करण्याची जबाबदारी आवा मारूवर होती. दुर्दैवानं त्यावेळी शत्रूच्या पाणबुड्यांनी बोटींचा ताफा घेरला आणि त्यावर एकामागोमाग एक सोळा पाणतीरांचा तुफान मारा केला! कॅप्टन हामादांनी त्याप्रसंगी चहूबाजूंनी घेरलेलं आपलं जहाज योजनाबद्ध चाली आखत मोठ्या कौशल्यानं बाहेर काढलं आणि सुरक्षितपणे मनिला बंदरात आणलं.

— दुसऱ्या दिवशी नव्या कामगिरीवर जाण्यासाठी कॅप्टन हामादांनी पुन्हा जोमानं शिडं उभारली!

होता होता आवा मारू पुन्हा टोकियोला आली. लवकरच त्यांची दक्षिणेकडे आणि सिंगापूरकडे कूच करण्याची तयारी सुरू झाली.

यावेळी, आवा मारूचा अंत जवळ आल्याची पूर्वकल्पना कुणाला तरी आली असेल का?...

कॅप्टन हामादा तर मोठ्या उत्साहानं आणि जलदीनं आपली कामं पुरी करत होते. त्यांच्या मनात आपल्या जहाजाच्या सुरक्षेची बिलकूल चिंता नव्हती. परंतु ते जेवढे निश्चिंत होते, तेवढे निश्चिंत इतर सर्वजण मात्र निश्चित नव्हते!

बोटीवरच्या एका इंजिनिअरला यावेळी बोटीच्या सुरक्षेची फारशी खात्री वाटत नव्हती. आपल्या मनातली ही चिंता त्यानं आपल्या विश्वासातल्या एका मित्राजवळ बोलूनही दाखवली. त्या इंजिनिअरला त्याच्या एका कामगिरीनिमित्त पारितोषिक म्हणून एक खिशातलं घड्याळ मिळालं होतं. ते घड्याळ त्यानं आपल्या या मित्राच्या हातात ठेवलं, आणि सांगितलं, की माझं काही बरंवाईट झालं, तर हे घड्याळ माझ्या पत्नीला दे.

त्या बोटीवर ताकेउची या नावाचे जपानचे एक उपमंत्री होते. त्यांनी आपल्या कुटुंबीयांना जे पत्र लिहिलं होतं, त्यात त्यांनी धैर्याचं मोठं अवसान आणलेलं असलं, तरी त्यांच्या मनातली भीती आणि अनिश्चितता काही लपत नव्हती!

या पत्रात ताकेउचींनी, टोकियोवर बॉंबफेक होण्याचा मोठा धोका असून आपण सर्वांनी अत्यंत सतर्क असावं, अशी आपल्या कुटुंबीयांना सक्त ताकीद दिली होती; सर्वांनी खूप जपून राहावं, असा काळजीचा सल्ला देऊन पुढे त्यांनी लिहिलं होतं,

की बहुधा आम्ही इथे आवा मारूवर बऱ्यापैकी सुरक्षित आहोत; कारण या बोटीला मिळालेल्या सुरक्षित प्रवासाच्या हमीच्या खुणा म्हणून बोटीवर सर्वत्र मोठमोठे पांढरे क्रॉस रंगवलेले आहेत. त्यामुळे आवा मारूवर हल्ला होण्याची शक्यता फारच कमी आहे. एकूण त्यांचे हे शब्द काहीसे पोकळच वाटत होते. त्यावरून बहुधा ताकेउचींनाही बोट सुरक्षितपणे जपानला परत जाईलच, याची खात्री वाटत नसावी.

इथे तीन हजार मैल दूर सिंगापूरमध्ये, सावादा आणि तानाका कुटुंबातली माणसं मनातल्या दु:खाला आवर घालीत आपापली तीन वर्षांची इथली आयुष्यं आणि संसार निवडून-निवडून पुठ्ठ्याच्या मजबूत खोक्यांमध्ये भरत होती. मासाकोचा घरातली प्रत्येक गोष्ट बांधून ठेवण्याचा अट्टहास चालला होता. तिच्याच्यानं काहीही फेकवत नव्हतं. मात्र तिला हेही माहीत होतं, की शेवटी या सगळ्या गोष्टी आपल्याला इथेच सोडून द्याव्या लागणार आहेत! आवा मारूवर जिथे माणसांसाठी जागा शिल्लक नाही, तिथे प्रत्येक कुटुंबानं आपल्याबरोबर भरमसाठ पेटारे आणले, तर ते कसे घेतले जातील?...

शेवटी तर मासाकोला कळलं, की आपल्याला फक्त माणशी एक बॅग घेण्याची परवानगी आहे. तिचा जीव हळहळला! संसारातल्या प्रत्येक गोष्टीत तिचा जीव नुसता गुंतलेला होता. जणू सिंगापूरमधल्या तिच्या आयुष्याचे मौल्यवान तुकडे होते ते! त्यांना बेवारश्यासारखं इथे तसंच टाकून निघून जाण्याची कल्पनाही तिला सहन होत नव्हती. त्यामुळे प्रत्येक वस्तू मऊ कापडात व्यवस्थित गुंडाळून खोक्यांमध्ये भरण्यात ती दिवसच्या दिवस खर्च करत होती.

तिथे शिगे रोज ऑफिसमध्ये जाऊन आपल्यावरच्या सगळ्या जबाबदाऱ्यांची आणि कामांची व्यवस्थित निरवानिरव करत होता. बहुसंख्य जपानी कुटुंबांतल्या फक्त स्त्रियांना अणि मुलांनाच बोटीवर प्रवेश देण्यात आलेला होता. मात्र मासाकी उनोंनी सावादा आणि तानाका कुटुंबांतल्या पुरुषांचाही समावेश करण्याची खबरदारी घेतली होती. इतकंच नव्हे, तर ते अधूनमधून 'ही नावं यादीत आहेत ना', या गोष्टीची स्वत: खात्रीही करून घेत होते.

'आवा मारू २८ मार्च १९४५ या दिवशी सिंगापूरहून निघेल; दुपारी एक वाजेपर्यंत सर्व प्रवाशांनी प्रवेशपत्रांची तपासणी करून घेऊन बोटीवर चढावे,' – असं निवेदन अगोदरच प्रसृत करण्यात आलं होतं. मात्र तो दिवस जसजसा जवळ येऊ लागला, तसतशी मासाकोची मन:स्थिती झपाट्यानं पालटू लागली. बोटीवर जागा मिळाल्याचा आनंद आता जणू ओसरला होता! आता प्रचंड भीती, चिंता आणि वाईटसाईट तर्ककुतर्कांनी तिचं मन खचत चाललं होतं. विचार करता करता

मधूनच तिच्या सर्वांगातून भीतीच्या लहरी सरसरून जात आणि हातपाय गार पडत! त्यातच तिला तीन वर्षांपूर्वीचा जपानहून येतानाचा तो भयंकर प्रवास आठवू लागला होता...

त्यावेळी ती गरोदर होती आणि मुख्य म्हणजे आपल्या छोट्याशा गावापलीकडे फारशी कधी गेलेली नव्हती. प्रवासभर ती शिगे आणि आपली नवी मैत्रीण चिएको यांना अक्षरश: चिकटून राहिली होती. महासागरातल्या त्या मोसमी वादळी वाऱ्यांत बोट भीतिदायक आवाज करीत इतकी हेलकावत होती, की भीतीनं मासाकोच्या काळजाचं पाणी पाणी होत होतं. त्यातच आणखी भर पडली होती उलट्यांची. खरं तर, त्यावेळी तिनं शपथ घेतली होती, की पुन्हा म्हणून आयुष्यात या अशा धोक्याच्या आणि वीट आणणाऱ्या बोटीच्या प्रवासाचं नाव म्हणून घेणार नाही! परंतु आता दैवाचे फासेच असे उलटे पडले होते, की गेल्या काही महिन्यांत तिनं पुन्हा त्या बोटीवरच आपल्या सगळ्या कुटुंबासाठी जागा मिळवण्याकरता जिवाचं रान करून संघर्ष केला होता!...

सिंगापूरमधले त्यांचे शेवटचे दिवस अश्रूंनी भिजलेल्या निरोपांमध्ये जाऊ लागले. बोटीवर प्रवेश मिळवण्याची चढाओढ एव्हाना संपली होती. आता जे लोक मागे राहणार होते, ते मोठ्या मनानं आपल्या जाणाऱ्या मित्रमैत्रिणींना निरोप देत होते. कुणी त्यांना घरी जेवायला बोलावत होते, आणि निघताना त्यांच्या हातात प्रेमानं काहीबाही भेटवस्तू देत होते. कुणी निरोपाच्या कविता लिहिल्या होत्या, तर कुणी भावनेनं ओथंबलेली पत्रं लिहून त्यांच्या हाती ठेवली होती. दैवगती, आशा, प्रियजनांच्या वियोगाचं दु:ख अशा संमिश्र भावनांनी ओथंबलेल्या कविता आणि पत्रं वाचून जाणाऱ्यांची मनं गहिवरून आली होती.

सिंगापूरहून निघण्याच्या आदल्या दिवशी मासाको चिएकोबरोबर आपल्या दिवाणखान्यात सुन्न होऊन बसली होती. याच दिवाणखान्यात त्यांनी आठवडेच्या आठवडे संसाराच्या अनेक योजना आखण्यात घालवले होते! इथेच त्यांच्या घराच्या सजावटीच्या अनेक चर्चा झडल्या होत्या. आज त्या दोघी मूकपणे जणू त्या वास्तूचा निरोप घेत होत्या. त्यांच्या तोंडून उमटणाऱ्या एखाद्या हुंकाराचेही त्या मोठ्या रिकाम्या खोलीत भिंतींवर आपटून प्रतिध्वनी उमटत होते. कालपरवापर्यंत ज्या भिंती कलात्मक चित्रांनी आणि आकर्षक पडद्यांनी सजल्या होत्या, त्याच आता कमालीच्या फटफटीत आणि भकास दिसत होत्या!..

"मला नं चिएको, आता सगळं संपल्यासारखं वाटायला लागलंय! बघ नं, कुठेही नजर टाक घरात... राह्यलंय का गं काही शिल्लक?..." डोळ्यांतलं पाणी टिपत मासाको म्हणाली.

तिचा आवाज क्षीण झाला होता. सारं चैतन्य जणू आटून गेलं होतं! चिएकोनं तिचा हात घट्ट धरला. दोघींनाही आता आपल्यापुढल्या संकटांची, आव्हानांची आणि अनिश्चित भविष्याचीही पूर्ण कल्पना येऊन चुकली होती. त्यातल्या त्यात समाधानाची गोष्ट त्यांना एवढीच वाटत होती, की संकटांनी आणि प्रतिकूलतेनं व्यापलेल्या महासागराच्या त्या दीर्घ प्रवासात, त्या दोघी एकमेकींचे हात तरी घट्ट धरून असणार होत्या!

आजसुद्धा दोघींचीही मन:स्थिती सारखीच होती. उलटसुलट विचारांनी त्यांच्या डोक्यात थैमान घातलं होतं! सिंगापूर सोडण्यासाठी, बोटीत जागा मिळवण्यासाठी ज्या ह्या स्त्रिया घायकुतीला आल्या होत्या, त्याच आता आपल्या ह्या निर्णयाबद्दलच साशंक झाल्या होत्या! जपानी सैन्यानं मित्रराष्ट्रांपुढे शरणागती पत्करण्याची वेळ इतकी जवळ येऊन ठेपलेली असतानाच्या काळात – विशेषत: जपान्यांच्या दृष्टीनं परिस्थिती अत्यंत प्रतिकूल असताना, आपण घर सोडून असा धोकादायक समुद्रप्रवास करण्याचा हा जो निर्णय घेतलाय, तो चुकला तर नाही ना; आपण आपले प्राण आणखी धोक्यात तर घालत नाही ना, या विचारानं त्यांच्या काळजाचं पाणी पाणी होत होतं!

बराच विचार करून अखेर मासाकोनं बोलायला तोंड उघडलं, तेव्हा तिचा चेहरा काहीसा शांत आणि निश्चयी दिसत होता. ती म्हणाली,

"हे बघ, आवा मारूचा जपानपर्यंतचा प्रवास अगदी सुरक्षितपणे होईल, अशी स्पष्ट हमी अधिकृतपणे देण्यात आलेली आहे. मित्रराष्ट्रांकडून तसं स्पष्ट वचनच मिळालेलं असल्यामुळे, कुठलाही दगाफटका संभवत नाही. मुख्य म्हणजे, या बोटीवर खुणेसाठी सर्व बाजूंना मोठमोठे पांढरे क्रॉस रंगवलेत. हे क्रॉस पाहून तर शत्रूच्या सर्व युद्धनौकांना एक संदेश नक्की पोचेल, की अभय मिळालेली सर्वसामान्य प्रवाशांची बोट ती हीच आहे; हिला सुखरूप जाऊ द्या. त्यामुळे आपण अगदी निश्चित सुखरूपपणे जपानला पोचू. ...आता एक प्रश्न असा उद्‌भवू शकतो, की हे क्रॉस शत्रूच्या विनाशिकांना दुरून दिसतील का? तर त्यासाठीच हे क्रॉस इतके प्रचंड मोठे रंगवलेले आहेत, की कोणत्याही बोटीच्या नजरेतून ते सुटण्याची सुतराम शक्यता नाही!... बरोबर?"

मासाकोच्या स्वरातला ठामपणा आणि स्पष्टता पाहून चिएकोलाही धीर आला.

चिएको निघून गेल्यानंतर मासाको जड पावलांनी उठली आणि जेवणाच्या खोलीत गेली. त्या रिकाम्या खोलीकडे बघता बघता तिला भडभडून आलं! बसकण मारून ती तिथेच जमिनीवर भिंतीला टेकून बसली. तिच्या मनात आलं, संसारातली सारी सुबत्ता आणि समृद्धी आपण इथेच तर अनुभवली! कितीक मेजवान्या झाल्या

या ठिकाणी... काय ते जेवणाचे थाटमाट, खाद्यपदार्थांची रेलचेल आणि पाहुण्यांचं आदरातिथ्य करण्यासाठी आपली आणि शिगेची चाललेली धावपळ. ...मात्र बोटीनं जाण्याच्या निर्णयाची मनाला आतून लागलेली टोचणी त्याही क्षणी तिला स्वस्थ बसू देत नव्हती; तरीही तिनं निग्रहानं ते विचार बाजूला सारले आणि या घरातल्या आपल्या सुखी संसारातले आनंदानं-सुखानं चिंब भिजलेले छोटे छोटे क्षण – जे तिनं हृदयात जपून ठेवले होते, ते ती डोळे मिटून आठवू लागली...

समुद्राच्या भीतीचं जुनं भूत पुन्हा अधूनमधून डोकं वर काढून जे तिच्या मानगुटीवर बसत होतं, त्यात आता आणखी नव्या भीतीची भर पडली होती. ...शत्रूच्या शस्त्रास्त्रांनी सज्ज युद्धनौका आणि पाणबुड्या! त्या तर पॅसिफिक महासागरात गस्त घालतच असतील. आपली बोट त्यांच्या दृष्टीस काही झालं तरी पडणार. उद्या त्यांनी जर ठरवलंच, की बोटीवर क्रॉस असोत की नसोत, शत्रूची प्रत्येक बोट उडवायचीच, तर?...

भीतीच्या आणखी नव्या विखारी लाटा आपल्या सर्वांगातून सरसरत चालल्याचं मासाकोला जाणवलं. क्षणभर तिला वाटू लागलं, आपण वाहात चाललोय त्या लाटांबरोबर. ...पण पुढल्याच क्षणी भानावर येऊन तिनं मन घट्ट केलं आणि ते सारे भयानक विचार मनातून निर्धारानं झटकून टाकले. एक दीर्घ श्वास घेऊन तिनं स्वत:लाच कठोरपणे बजावलं, 'बस्स! आता असल्या विचारांना मनात बिलकूल थारा द्यायचा नाही. आता खूप पुढे आलोय आपण. अतिशय विचारपूर्वक आपण हा जाण्याचा निर्णय घेतलाय. ...आणि अट्टहासानं, मासाकी उनोंच्या आपल्याविषयीच्या सद्भावनांवर एक प्रकारे दडपण आणून आवा मारूवरच्या या जागा मिळवल्यात. आता इथून माघार नाही. नव्हे, तो विचारही मनात आणून चालणार नाही. ही हातपाय गाळून बसायची वेळच नव्हे! ...आणि अंगात मूर्खासारख्या उठणाऱ्या या भीतीच्या लहरींनी, धैर्यानं पुढे जाणाऱ्यांना तोंडघशी पाडणं, हे तर तद्दन चूक आहे! ...खेरीज, चिएको आणि मोरीही आहेत आपल्यासोबत!'

कोणत्याही संकटाशी दोन हात करताना ही जिवलग मैत्रीण सोबत असली, की मासाकोला नेहमीच खूप सुरक्षित वाटायचं; तिचं बळ जणू दुणावायचं. आणि खरोखरच चिएको ही, जिच्या भरवशावर विसंबून राहता येईल, अशी नेक स्त्री होती. तिचे पाय कायम जमिनीवर असत. कितीही अवघड पेच निर्माण होऊ दे, चिएको त्यातून बरोबर मार्ग काढायची. म्हणूनच या प्रसंगातही मासाकोला तिचा खूप आधार वाटत होता.

मासाकोनं स्वत:ला पटवून दिलं, की ही सगळी भीती, हे धसके, ही जीव जाळणारी मनाची द्विधावस्था हे सगळे आपल्याच मनाचे अनिर्बंध खेळ आहेत! आणि दुसरं म्हणजे, उद्या जर आपण घाबरून बोटीवरच्या जागा सोडून दिल्या,

आणि घरीच बसलो, आणि तिथे आवा मारू सुखरूपपणे जपानला जाऊन पोचली, तर पश्चात्तापानं आपल्याला वेड लागेल!... पण पुन्हा प्रश्न एवढ्यावरच संपत नाही. उद्या जपानी फौजा मित्रराष्ट्रांपुढे शरणागती पत्करतील, तेव्हा इथे उसळणाऱ्या वणव्यात आपल्या साऱ्या कुटुंबाचे हालहाल होण्याचा केवढा मोठा धोका आहे! इथे आड, तिथे विहीर!... नाही, नाही! असं होता कामा नये. उद्या आवा मारू सिंगापूर सोडेल, ती आपल्या दोन्ही कुटुंबांना घेऊनच!....

मासाकोच्या मनात आता याबद्दल बिलकूल संदेह उरला नव्हता.

अखेर सिंगापूरच्या घरातली त्यांची शेवटची रात्र आली. मुख्य दाराच्या आतल्या अंगाला पाच मोठमोठ्या ट्रंका शेजारी-शेजारी नीट लावून ठेवल्या होत्या. सावादा कुटुंबाची सारी ऐहिक मालमत्ता आणि सिंगापूरमधलं त्यांचं तीनचार वर्षांचं आयुष्य हळव्या आठवणींच्या बासनात बांधून त्या पाच ट्रंकांमध्ये कुलूपबंद झालं होतं!

सर्व सामानाची बांधाबांध झाल्यानंतर मासाकोनं सारं घर झाडून-पुसून आरशा-सारखं लख्ख केलं. आता ते घर लखलखू लागलं होतं. त्या घरात राहणाऱ्या लोकांनी, त्या घरावर गेली काही वर्षं जे भरभरून प्रेम उधळलं होतं, त्याचंच तेज जणू त्या वास्तूला चढलं होतं.

जे सामान ते बरोबर नेऊ शकत नव्हते, ते सर्व त्यांनी पुठ्ठ्याच्या खोक्यांमध्ये भरलं होतं, आणि दिवाणखान्यात त्या बदामी खोक्यांचा एक डोंगरच्या डोंगर रचला होता. मासाकोनं दोन दिवसांपूर्वीच ती सारी खोकी चिनच्या हवाली करून त्यातलं सामान त्याला इथे राहिलेल्या जपानी लोकांमध्ये वाटून टाकायला सांगितलं होतं. मात्र जेव्हा तिनं चिनला, '...पण आधी तुम्हां दोघांना यातलं जे जे हवंसं वाटेल, ते ते सर्व तुमच्यासाठी काढून घ्या,' असं सांगितलं, तेव्हा त्यानं मान खाली घालून मानेनंच नकार दिला होता. आपल्या डोळ्यांतले अश्रू तो मोठ्या प्रयासानं परतवीत होता, हे मासाकोच्या नजरेतून सुटलं नाही.

बहुधा स्त्रियांसारखं अश्रू ढाळणं आपल्याला शोभणार नाही, असं वाटल्यामुळेच चिन सुतार काही क्षण तसाच उभा राहिला. मग एक आवंढा गिळून तो म्हणाला,

"नको! त्या वस्तू पाहून तुम्हां सर्वांच्या आठवणीनं अधिकच बेचैन होईन मी! फार वाईट वाटतंय आम्हां दोघांना तुम्ही लोक जाताय याचं. ...या वस्तूंना माणसांच्या आठवणी चिकटल्या नसत्या, तर फार बरं झालं असतं! जपानी समाजाच्या सहवासात गेली काही वर्षं फार आनंदात गेली आमची. ...आणि आता हे सगळंच तुटून जातंय! मला तर हेही माहीत नाही, की आपल्यापुढे काय काय

भोग वाढून ठेवलेत! ...या मुलांसारखे असायला हवे होतो बघा, आपण! आपल्या प्रिय माणसांपासून दुरावण्याचं दु:ख काय असतं, तेही त्यांना ठाऊक नसतं, आणि भविष्याच्या अंधारात कुठे जाऊन पडणार आहोत आपण, या भीतीचाही स्पर्श नसतो त्यांच्या मनाला!...''

मुलं तर काय, अखेर मोठ्ठ्या बोटीनं प्रवास करायला मिळणार, म्हणून भलतीच उत्तेजित झाली होती. बागेत उड्या काय मारत होती, घराभोवती गोल गोल चकरा मारत पळत काय होती! जिन्यावरून धावत खाली येताना आणि रिकाम्या खोल्यांतून सैरावैरा धावताना होणाऱ्या त्यांच्या बुटांच्या खाड्खाड् आवाजांनी सारं घर दणाणून गेलं होतं. ...शिगे आणि मासाकोला मात्र आपल्याला आपलं घर अशा प्रकारे सोडून बाहेर पडावं लागणं, हा अनुभवच मोठा चमत्कारिक होता! अनेक बऱ्यावाईट दिवसांना तोंड देत देत गेली तीन-साडेतीन वर्षं याच घरात संसार केला होता त्यांनी. आपला देश सोडून इतक्या दूरच्या प्रदेशात ते आले, तेव्हा याच घराच्या कुशीत त्यांना उबदार निवारा लाभला होता. आता इथून बाहेर पडताना मनं जड होणं स्वाभाविक होतं!

त्या शेवटच्या रात्री कुणीच नीट झोपू शकलं नाही. अगदी मुलंसुद्धा. ते सिंगापूरमध्ये आले, तेव्हाच्या पहिल्या रात्री जे घडलं होतं, अगदी तसंच आजच्या शेवटच्या रात्रीही घडलं. एक डास मासाकोच्या कानाशी स्वच्छंदीपणे भिरभिरत गुणगुणू लागला. घराच्या खिडक्यादारांना बसवलेल्या जाळीच्या कडेकोट बंदोबस्तातून तो आत कसा काय शिरला होता, ते तोच एक जाणे! मात्र आज तिनं त्याला चिडून चापट मारली नाही. आज या घरातल्या शेवटच्या रात्रीतली डासाची परिचित गुणगुणसुद्धा तिला सुखद वाटत होती...

ते सगळेजण दुसऱ्या दिवशी पहाटे लवकर उठले. मासाकोनं रात्रीच सर्वांसाठी ओनिगिरी – भाताचे उंडे – करून ठेवले होते. तेच त्यांनी त्या दिवशी सकाळी खाल्ले. या घरातलं त्यांचं ते शेवटचं जेवण होतं. मुलांनीसुद्धा उगीच अळंबळं चार घास खाल्ले. त्यांनाही मनातून कुठेतरी जाणवत होतं, की आता आपल्या या प्रिय घराचा अखेरचा निरोप घेण्याची वेळ जवळ येऊन ठेपल्येय.

ठीक दहा वाजता एक मोटार कर्रकर्र आवाज करीत पुढच्या रस्त्यावर आली आणि गच्कन दारासमोर येऊन उभी राहिली. चिन सुतार आणि त्याची मुलगी मेइलिंग त्यांना बंदरावर घेऊन जाण्यासाठी आले होते.

सावादा कुटुंब आता आपल्या मायदेशी जायला निघणार होतं. त्यांच्या प्रस्थानाची सुरुवात झाली होती...

"थांबा!..." – मोठी माणसं ट्रंका उचलू लागली, तसा हिरो मोठ्यानं ओरडला आणि धावत जिना चढू लागला. मासाकोच्या लगेच लक्षात आलं, की पोराला जिन्याच्या कठड्यावरून शेवटची घसरगुंडी खेळायच्येय. सर्रकन घसरत येऊन जेव्हा तो तळाशी उभा राहिला, तेव्हा त्याचा चेहरा उतरला होता. चकचकीत लाकडाच्या त्या कठड्यावरून एकवार हळुवारपणे हात फिरवून त्यानं त्याला प्रेमानं शेवटचं थोपटलं आणि मग चटकन वळून तो बाहेर आला.

मासाकोनं रात्रीच प्रत्येक खोलीतून फिरून घराचा कोपरान्कोपरा मनात साठवून घेतला होता. आता तिला या लांबलेल्या निरोपाच्या यातना लवकर संपवून टाकायच्या होत्या. मात्र तिला माहीत होतं, की एकदा का आपण घराबाहेर पाऊल टाकून घराला कुलूप लावलं आणि किल्ल्या चिनच्या हाती मूळ मालकाला पोचवण्यासाठी दिल्या, की संपलं! मग पुन्हा कधीही आपण आपल्या या प्रिय घरात पाऊल टाकू शकणार नाही....

चिननं सामानासाठी एक जुनी छोटी ट्रक आणली होती. त्यात आधी सगळ्या ट्रंका भरल्या. मुलांना मोटारीत नीट बसवल्यानंतर मासाकोनं एकवार सामानाच्या ट्रंका ट्रकमध्ये नीट ठेवल्यात ना, यावर नजर टाकली, आणि ती घराच्या दरवाजापाशी गेली...

— मासाको कुलूप घालायला गेली खरी, पण ती तिथेच थबकली. मन कातर झालं होतं तिचं. ओथंबलेल्या नजरेनं घराकडे पाहात ती सुन्न होऊन उभी राहिली. ...किती आठवणी आहेत इथल्या! पण किती किती म्हणून भरून घेणार मनात!... तिनं स्वत:ला सावरलं. डोळे पुसले आणि ठरवलं, या क्षणी अगदी जवळचं आणि खूप प्रिय तेवढंच पाहून घ्यायचं. ...तेवढ्याच स्मृती घ्यायच्या डोळ्यांत साठवून.

...ओकच्या लाकडाच्या पुढच्या भक्कम दाराला एक बारीकसा खड्डा पडला होता. हिरोची सायकल कायम त्याच जागी आपटून आपटून पडला होता तो. मासाकोनं त्या खड्ड्यावरून अलगद हात फिरवला. अंगणात वेडावाकडा वाढलेला दणकट अंगसाना, आणि त्याच्या एका आडव्या भक्कम फांदीला बांधलेला लालचुटुक झोपाळा! अजूनही तो तसाच होता टांगलेला. ...उंच उंच झोके घेणाऱ्या आपल्या हसणाऱ्या-खिदळणाऱ्या सवंगड्यांच्या निरोपाचं दु:ख जणू मनात जागवीत. ...रिकामा!

तिनं बाकीच्या झाडांवरूनही एक दृष्टी फिरवली. जणू सर्व झाडं, ज्या कुटुंबानं आपलं मायेनं संगोपन केलं, त्या सर्वांना नजरेत साठवण्यासाठी ताठ उभी होती. मासाको हलकेच खाली बसली, आणि तिनं नुकतं बाळसं धरलेल्या एका रोपट्याला कुरवाळून हुंगलं. ....'आता या घरात जे कुणी नवे लोक येतील ना, तेही तुमची नीट काळजी घेतील!' – तिनं गहिवरून साऱ्यांचा निरोप घेतला.

तिला आठवलं, मुलं मध्यंतरी कुत्रा पाळूया, म्हणून खूप हट्ट धरून बसली

होती. आता तिला वाटलं, की बरं झालं आपण नाही पुरवला तो हट्ट ते! आवा मारूवर पाळीव प्राणी नक्कीच घेणार नाहीत. आणि आज जर एखाद्या पिल्लाला मागे ठेवून जावं लागलं असतं, तर ते दु:ख मात्र असह्य होतं!

जड अंत:करणानं, डोळ्यांतले अश्रू आवरत मासाकोनं दारातून आत एक शेवटची नजर टाकली आणि अखेर दार ओढून कुलूप लावलं... काही क्षण ती तशीच पाठमोरी उभी राहिली. अश्रू पुसून शांत व्हायला तिला थोडा अवधी हवा होता. आपलं हे गहिरं दु:ख तिला मुलांपर्यंत न्यायचं नव्हतं; आणि प्रवासाच्या भीतीचा तर लवलेशही आज चेहऱ्यावर दिसू द्यायचा नव्हता. निदान मुलांसाठी तरी आज तिला कणखरपणे उभं राहायचं होतं.

डोळ्यांतले अश्रू थोपवणं शक्य झालं, तेव्हा मासाको वळली. तिनं पाहिलं, चिन दोन पायऱ्या खाली उतरून तिच्याकडे पाठ करून उभा होता. ...'किती जपतो हा दुसऱ्याचं मन! आपल्याला आपल्या खासगी दु:खात मोकळेपणा मिळावा, म्हणून हा दूर जाऊन पाठ करून उभा आहे!...' – तिचा गळा पुन्हा दाटून येऊ पाहात होता. परंतु एक आवंढा गिळून तिनं कष्टानं सारं परतवलं आणि खाली उतरून मूकपणे किल्ल्या चिनच्या हातात ठेवल्या. मान उचलून वरही न बघता. दोघेही मोटारीच्या दिशेनं चालू लागले. इंजीनही हलक्या आवाजात घुरघुरत शांतपणे त्यांची वाट पाहात होतं.

समोरच्या रुंद रस्त्यावर एक पूर्ण वळण घेऊन मोटार हळूहळू घरापासून दूर जाऊ लागली. मोटारीत नि:स्तब्ध शांतता दाटली होती. कुणीही त्याला धक्का लावला नाही! मासाको एकटक पाहात आपल्या घराची शेवटची प्रतिमा नजरेत साठवत होती. ...एक डौलात उभं असलेलं कणखर घर... त्याचं गडद करड्या रंगाचं छप्पर उन्हात चमचमत होतं. उष्ण कटिबंधातल्या निरभ्र आकाशावर ऐटबाज रेषांनी कोरलेलं तिचं घर खूप सुंदर दिसत होतं!

...त्या घरात ती राहायला आली, तेव्हा तिनं घराच्या दोन्ही बाजूंना किती कौतुकानं दोन बोगनवेली लावल्या होत्या. आज तिसऱ्या वर्षी त्यांना पूर्ण बहर आला होता. गुलाबी आणि शुभ्र फुलांच्या उधाणलेल्या बहरानं घराला एक सौंदर्यपूर्ण महिरप दिली होती. किती देखणं दिसत होतं दुरून तिचं घर!...

...मोटार वळून कोपऱ्याशी गेली, तेव्हा सर्वांनीच बागेच्या एका अंगाला वाऱ्याच्या मंद झोतांनी हलणारा रिकामा लाल झोपाळा माना वळवून एकटक पाहिला. आणि मग निमिषार्धातच घर दृष्टिआड झालं... मासाकोनं शेवटच्या क्षणापर्यंत नजरेनं जणू घराचं चित्र पिऊन घेतलं होतं. आपलं हे घर आता पुन्हा कधीच आपल्या दृष्टीस पडणार नाही, याची पूर्ण जाणीव होती तिला!

७

२८ मार्च १९४५ या दिवशी सकाळी केप्पेल बंदराचं दृश्य मोठं पाहण्यासारखं होतं. सारा परिसर माणसांच्या गर्दीनं फुलून गेला होता. सर्वत्र एकच कोलाहल माजला होता. वाहनांना धक्क्याजवळच्या वाहनतळापर्यंत जायलासुद्धा वाट मिळणं मुश्कील झालं होतं. सुमारे दोन हजार प्रवासी – स्त्रिया, पुरुष, लहान मुलं – एकमेकांचे हात धरून गर्दीतून रेटारेटी करत, सोबतचं जडजड सामान ओढत आणि मार्ग काढत बंदराच्या दिशेनं सरकण्याचा प्रयत्न करत होते. त्यात आणखी भर पडली होती, त्यांना निरोप देण्यासाठी प्रचंड संख्येनं आलेल्या त्यांच्या नातेवाइकांची आणि मित्रमैत्रिणींची!

अत्यंत चिकाटीनं चिननं त्या माणसांच्या उसळलेल्या महासागरातून कशीबशी वाट काढली. लोकांची धक्काबुक्की, पुढेपुढे सरकणाऱ्या मोटारी, सर्व बाजूंनी घुसणाऱ्या सायकली आणि रिक्षा यांच्यामधून तो सावादा आणि तानाका कुटुंबीय आणि त्यांच्या अवजड ट्रंका सांभाळून नेत धक्क्याच्या दिशेनं पुढेपुढे जात होता. एखाद्या धीरोदात्त नायकासारखा आपला चेहरा निर्विकार ठेवण्याचा तो प्रयत्न करीत असला, तरीदेखील ती दोन जोडपी, त्यांची इथेतिथे ओढ घेणारी दोन लहान मुलं आणि प्रचंड जड अशा पाच ट्रंका जबाबदारीनं धक्क्यापर्यंत घेऊन जाताना त्याचे प्राण कंठाशी आले होते! त्याच्या बरोबर त्याची मुलगी मेइलिंगसुद्धा आली होती. ती तीन लहान मुलं एकमेकांच्या हातात हात घालून, उड्या मारत पुढे चालली होती. दुरून अस्पष्ट दिसणारी ती अवाढव्य बोट पाहून ती भलतीच उत्तेजित झाली होती. एखाद्या अक्राळविक्राळ, गडद हिरव्या पुरातन प्राण्यासारखी वाटत होती ती बोट त्यांना! महाकाय. मात्र जवळ येऊन ठेपलेल्या वियोगाची त्यांच्या बालमनांना कल्पनाही नव्हती!

माणसांच्या गर्दीतून एक जड ट्रंक ओढत महामुश्किलीनं वाट काढताना मासाकोचा जीव मेटाकुटीला आला होता. अखेर ती कशीबशी धक्क्याच्या कडेपर्यंत पोचली. आता ती थेट आवा मारूच्या समोर उभी होती. मान वर उचलून तिनं त्या अजस्त्र धुडाकडे पाहिलं मात्र, तिच्या छातीत धस्स् झालं! जी भीती तिनं मनातून निर्धारानं काढून टाकली होती, तीच भीती आता पुन्हा तिच्या मनाचा ताबा घेऊ लागली होती. ...बघता बघता भीतीच्या त्याच परिचित लहरी एकामागून एक सरसरत तिच्या सर्वांगातून धावू लागल्या. ...तिचं अंग थरथरू लागलं. आपल्या शरीरावरचा, मनावरचा आपला ताबा सुटून त्या लहरींचा उद्रेक होतोय की काय, तिला वाटू लागलं. तिनं आपली मूठ गच्च आवळून तोंडावर दाबून धरली. परंतु आता तिच्या मस्तकात घणाचे घाव पडत असल्यासारख्या वेदना होऊ लागल्या होत्या. पाठोपाठ कुठून तरी बेभान आवाजातल्या किंकाळ्या ऐकू येऊ लागल्या... ती यापैकी काहीच थोपवू शकत नव्हती!

'...अजूनही फार उशीर झालेला नाहीये. याच क्षणी परत फिरू शकतेस तू. पटकन मुलांना घे आणि मागे फीर... पळत सूट मागच्या मागे. या जागेपासून दूर जा!...'

'एवढी जर भीती वाटत्येय तुला, तर तुझ्यावर बिलकूल सक्ती नाहीये या जहाजावर चढण्याची. कुणीही दोष देणार नाही तुला तू परत फिरलीस तरी!...'

— हे कोण कुजबुजत होतं तिच्या कानाशी?

डोळे घट्ट मिटून ती उभी राहिली.

...मन पळ काढण्याच्या तयारीत असतानाच तिला हातावर एका चिमुकल्या ओलसर हाताची घट्ट पकड जाणवली. तिनं दचकून पाहिलं. ताइयोचान मान वर करून मोठ्या विश्वासानं तिच्याकडे पाहात होती.

"तू रडतेस का मम्मा?... आपण या मोठ्या बोटीतून आजी-आजोबांकडे चाललोय नं जपानला, आपल्या घरी? मग तुला आनंद नाही का झाला?" ती कळवळून विचारत होती.

मनाची चिरफाड करणाऱ्या त्या द्विधावस्थेनं केविलवाणी झालेली मासाको लेकीच्या शब्दांनी भानावर आली. समोर शिगे, चिएको आणि मोरी तिच्याकडेच काळजीनं पाहात उभे होते. त्या सर्वांना पाहून तिच्या मनावरची भीतीची बाधा उतरली आणि तिनं स्वत:ला सावरलं.

तेवढ्या गर्दीतही मोरीला जहाजाच्या पार्श्वभूमीवर सर्वांचा एक फोटो काढायचा होता. त्याला भेट म्हणून नुकत्याच मिळालेल्या कॅमेऱ्याचा पहिला फोटो! त्यानं आग्रहच धरला, तेव्हा नाइलाजानं मासाको फोटोला उभी राहिली आणि एक म्लान

हसू हसून तिनं ती वेळही साजरी केली. वास्तविक, आदल्याच दिवशी एका फोटोग्राफरला बोलावून तिच्याच घराच्या समोर त्या सर्वांचा एकत्र फोटो काढण्याचा साग्रसंगीत कार्यक्रम झाला होता; आणि शिगेनं त्या फोटोग्राफरच्या मागे लागून तो फोटो तयारही करून आणला होता.

बोटीला जोडलेल्या गँगवेवर अंतरा-अंतरावर लष्करी अधिकारी उभे होते आणि प्रवाशांची कागदपत्रं तपासून त्यांना बोटीवर सोडत होते. मासाकोला माहीत होतं, की बाहेर रेंगाळून रेंगाळून आपण कितीही 'तो' क्षण पुढे ढकलण्याचा प्रयत्न केला, तरी शेवटी आपल्यालाही त्या गँगवेवरून जावंच लागणार आहे!

'आता मात्र जे ठरवलंय, त्याला भक्कमपणे चिकटून राहायचं. मन अजिबात विचलित होऊ द्यायचं नाही.' – तिनं स्वत:लाच कठोरपणे बजावलं.

मात्र त्याच क्षणी तिच्या मनात प्रथमच एक विचार विजेसारखा चमकून गेला! ...खरं तर या क्षणी आपलं मन आनंदानं, अभिमानानं उचंबळून यायला हवं; कारण आपण आपल्या स्वत:च्या आणि आपल्या मैत्रिणीच्या कुटुंबाला या बोटीवर जागा मिळवून देण्यासाठी यशस्वी संघर्ष केलाय! अनेकांना मागे सारून आपण आपल्या माणसांना घेऊन आज जपानला चाललोय. इथल्या सगळ्या संकटांपासून दूर...

मासाकोला स्वत:लाच ते मनोमन पटलं आणि ती शांत झाली.

जाण्याची वेळ जवळ येऊ लागली. छोट्या मेइलिंगचा निरोप घेताना शिगेचा कंठ दाटून आला होता. मोठ्या प्रयासानं आवळून धरलेल्या त्याच्या जबड्याच्या स्नायूंच्या हालचालींवरून मासाकोला ते स्पष्ट जाणवत होतं. भावनांना आवर घालण्याच्या प्रयत्नात त्याच्या ताणलेल्या भुवयांवर घर्मबिंदू जमा झाले होते. चिएको आणि मोरीचीही अवस्था याहून वेगळी नव्हती. वरून शांत दिसत असले, तरी मासाकोला कळत होतं, की दोघंही आतल्या आत रडतायत. मुलांना मात्र आजूबाजूच्या या भावनिक ताणाची काहीच कल्पना नव्हती. बोटीच्या प्रवासाच्या थरारानं ती कमालीची उल्हसित झाली होती आणि इथेतिथे पळत होती.

अजूनही शेकडो प्रवासी धक्क्यावरच रेंगाळत होते; निरोप द्यायला आलेल्या मंडळींना त्यांना सोडवत नव्हतं. अचानक खरखरणाऱ्या ध्वनिवर्धकातून एक निर्विकार, खड्या आवाजातली उद्घोषणा वातावरणात घुमू लागली, आणि सर्वत्र एकच खळबळ माजली.

— "आवा मारूने जाणाऱ्या सर्व प्रवाशांसाठी एक सूचना. आवा मारूचे सारे दरवाजे आणखी तीस मिनिटांनी बंद करण्यात येतील. त्यानंतर येणाऱ्या एकाही व्यक्तीला कोणत्याही सबबीवर आत प्रवेश मिळणार नाही."

धक्क्यावरच्या भावनेनं भारलेल्या वातावरणाला ती सूचना एखाद्या धारदार

पात्यासारखी कापत गेली; आणि क्षणार्धात जादूची कांडी फिरवल्यासारखी सारी माणसं झपाट्यानं हालचाल करू लागली. निरोपाच्या अनावर अश्रूंचा पूर उसळला, हुंदक्यांनी सारं वातावरण गदगदून गेलं. शेवटचे प्रवासी आवा मारूवर चढेपर्यंत हा कोलाहल चालूच होता. त्यानंतर मात्र सारं शांत झालं.

बोटीवर सर्वांत शेवटी चढणाऱ्यांमध्ये सावादा आणि तानाका ही दोन कुटुंबं होती.

शेवटी शेवटी तर मासाकोला वाटू लागलं होतं, की बोटीवर चढण्याचा क्षण आता अधिक लांबवू नये! जेवढा अधिक वेळ आपण इथे निरोप घेण्यात रेंगाळू, तेवढं जड जाणार आहे आपल्याला सर्वांना सोडून जाणं. चिएकोनंही जेव्हा छोट्या मेइलिंगला शेवटचं कवेत घेतलं, तेव्हा तिला दु:ख अनावर झालं. तिच्या डोळ्यांतले अश्रू पाहून मोरीलाही गहिवरून आलं!...

जवळजवळ सगळेच लोक आता बोटीवर चढले होते. शेवटी शिगे आणि मोरी या दोघींना रागावून घाई करू लागले. हिरो आणि ताइयोचानला अक्षरश: ओढून नेत सगळे बोटीच्या गँगवेकडे धावले. दोन्ही मुलं चिनअंकल आणि मेइलिंगकडे झेपावत होती. ताइयोचान मोठमोठ्यानं किंचाळू लागली, ''...मला मेइलिंग पाहिजे! ...ती का येत नाहीये आपल्याबरोबर?'' शिगे आणि मोरी गँगवेवर कागदपत्रं दाखवेपर्यंत दोघींनीही मुलांना घट्ट पकडून ठेवलं होतं. पण मग मात्र काही क्षणांतच मुलांना जणू आपोआप त्या अश्रुपूर्ण निरोपाचा विसर पडला आणि त्या मोठ्ठ्या बोटीत शिरण्याच्या रोमांचकारी कल्पनेनं उत्तेजित होऊन ती चुळबुळत रांगेत 'त्या' क्षणाची वाट पाहू लागली.

जमिनीवरून बोटीला लावलेल्या गँगवेच्या वरच्या टोकाशी पोचल्यावर मासाकोनं मागे, खाली वळून पाहिलं. चिन आणि मेइलिंग तसेच, त्याच जागी जमिनीला खिळल्यासारखे उभे होते. आपल्या सोबत्यांना आपल्यापासून बळजबरीनं ओढून नेल्याचं आणि आपल्याला मागे एकटं टाकल्याचं दु:ख आता मेइलिंगच्या मनात उतरू लागलं असावं; कारण तिच्या अश्राप चेहऱ्यावर आता पोरकेपण दिसू लागलं होतं. बाप-लेक दोघांचेही चेहरे रडवेले झाले होते. त्यांच्या प्रिय माणसांना घेऊन जाणारी ती बोट धक्क्यापासून हळूहळू दूर जात क्षितिजात विलीन होईतो ते दोघंही तसेच, त्या जागी थिजल्यासारखे उभे राहणार होते!

आवा मारूत प्रवेश केल्याबरोबर मासाकोला सर्वांत प्रथम जाणवला, तो आतला अंधूक प्रकाश आणि गारठा. बाहेर किती लख्ख सूर्यप्रकाश आणि उबदार ताजी हवा होती! तरीही मासाकोला एक बरं वाटलं, की शिगेच्या मासाकी उनोंशी असलेल्या घनिष्ठ संबंधांमुळे, या दोन्ही कुटुंबांना समोरासमोर दोन छोट्या छोट्या, परंतु स्वतंत्र केबिन्स मिळाल्या होत्या.

शिगेनं हमालाला सामान वर आणण्याचे पैसे दिले होते. त्यामुळे त्यानं दोन्ही कुटुंबांच्या सगळ्या ट्रंका वर आणून बिनबोलता त्या केबिनच्या मध्यभागी टाकल्या. आता केबिनमध्ये पाय ठेवायलाही फारशी जागा उरली नव्हती!

शिगेनं सारं सामान एका बाजूला सरकवलं. मासाकोनंही मग मनाची अस्वस्थता दडपून टाकीत भिंतीला दांड्यांनी जोडलेले पलंग उलगडले. पलंगांच्या शेजारीच एक छोटंसं टेबल आणि दोन लाकडी खुर्च्या होत्या. त्या जुजबी फर्निचरवर नजर टाकताना तिच्या मनात आलं, हे एवढं फर्निचर अगदी पुरेसं आहे. ही बोट काही प्रवाशांसाठी खास सुखसोयी असणाऱ्या ऐषारामी बोटींपैकी नव्हे!

मुलं मात्र, काही दिवस आपल्याला इथे राहायला मिळणार म्हणून भलती खूश होती! त्यांनी त्या छोट्याशा केबिनमध्ये इथेतिथे धावून प्रत्येक गोष्टीचं निरीक्षण करायला सुरुवातही केली.

"मम्मा, मम्मा, या टेबल-खुर्च्या बघ, जमिनीला चिकटल्यायत्!" आश्चर्याचा धक्का बसल्यासारखा हिरो ओरडून सांगू लागला.

"हं, तसंच असतं ते..." मासाको उत्तरली, "समुद्रात कधीकधी वादळ उठतं ना, तेव्हा बोट खूप हेलकावते. अशा वेळी हे जड सामान इथेतिथे फेकलं जाऊन कुणाला इजा होऊ नये, म्हणून ते जमिनीला असं जोडलेलंच असतं."

"चिएकोआन्टीच्या केबिनमध्येसुद्धा अगदी अस्संच आहे सगळं!..." समोरच्या केबिनमधून धावत आलेली तिची कन्या केस उडवत, तोऱ्यात आपलं निरीक्षण सांगू लागली.

मग आणखी गंमत पाहण्यासाठी मुलं बाहेर पळाली. मासाकोनं केबिनच्या बाहेर पळत जाऊन त्यांना पकडलं आणि ती म्हणाली, "चला, चला लवकर! आपल्याला चटकन डेकवर जाऊन एक चांगली जागा पकडली पाहिजे. म्हणजे मग तुम्हांला चिनअंकल आणि मेइलिंग नीट दिसतील. बोट सुटेल, तेव्हा आपल्याला हात करायचाय नं त्यांना?... चला, मग. नाहीतर डेकवरच्या पुढच्या सगळ्या जागा भरून जातील."

सर्वजण घाईघाईनं डेकवर जाणाऱ्या उभ्या, अरुंद लाकडी जिन्याच्या पायऱ्या चढू लागले.

डेकवर शेकडो प्रवासी अगोदरपासूनच जमले होते. प्रत्येकजण डेकच्या कठड्याशी जागा मिळवण्याकरता रेटारेटी करत पुढे घुसायचा प्रयत्न करीत होता. सर्वांनाच धक्क्यावरच्या आपल्या माणसांचा, हात हलवून शेवटचा निरोप घ्यायचा होता. ती गर्दी पाहून मासाको निराश झाली. ...एवढ्या गर्दीत घुसून आपण कठड्यापर्यंत कसे जाणार? परंतु चिनअंकल आणि मेइलिंगचा शेवटचा निरोप घेतल्याशिवाय जाणं सुखाचं तरी होईल का आपल्याला?... ती पोर बिचारी किती

निराश होईल! आपण तिला 'बोटीवरून हात करू', असं वचन दिलंय. बिचारी तिष्ठत उभी राहिली असेल आपल्यासाठी!

मनाशी काहीतरी निर्धार करून मासाको त्या गर्दीतून मुलांना पुढे घेऊन निघाली. आपल्या दोन्ही कोपरांनी ती लोकांना बाजूला ढकलत वाट काढत होती. या ढकलाढकलीनं लोक त्राग्यानं त्यांच्यावर गुरगुरू लागले. परंतु त्या सगळ्याकडे दुर्लक्ष करत, ती गर्दी कापत निघाली आणि अखेर डेकच्या लोखंडी कठड्याशी मुलांना घेऊन पोचली.

परंतु एवढी धक्काबुक्की करत लोकांच्या गर्दीतून मुलांना आणि क्षमायाचना करत पुढे सरकणाऱ्या चिएकोला घेऊन पुढे आल्यानंतर, चांगली जागा पटकावून जेव्हा मासाकोनं समोर धक्क्याकडे पाहिलं, तेव्हा निराशेनं तिला रडू कोसळलं! दूरवरच्या धक्क्यावर अस्पष्टशा चेहऱ्यांचा आणि हलणाऱ्या हातांचा एक समुद्रच उसळलेला दिसत होता! ...या सगळ्या सारख्या दिसणाऱ्या माणसांच्या समुद्रातून चिनला आणि मेइलिंगला शोधून कसं काढायचं? धक्क्यावरच्या बऱ्याचशा माणसांच्या हातात मोठमोठे रंगीत रुमाल किंवा हॅट्स दिसत होत्या, आणि त्या वस्तू ते जोरजोरात फडकवत होते. बहुधा त्या लोकांनी या विशिष्ट खुणा आधीच ठरवल्या होत्या! त्यामुळे डेकवरच्या त्या लोकांना आपापली माणसं बरोबर ओळखता येत असतील. आपणही चिनशी बोलून अशीच काहीतरी युक्ती योजायला पाहिजे होती! एवढं साधं कसं काय डोक्यात आलं नाही आपल्या? – मासाकोचा जीव तीळतीळ तुटू लागला.

"छे! आता शक्यच नाही! अगोदर काही खुणा ठरवलेल्या नसताना..." ती खेदानं चिएकोला सांगू लागली. मुलं तिथे उत्तेजित होऊन कठड्याशी उड्या मारीत हात हलवत असताना तिच्या डोळ्यांतून मात्र संतापानं अश्रू ओघळू लागले. ...मुलांना आपल्या मैत्रिणीला शेवटचं न पाहाताच जावं लागणार! आणि तिथे मेइलिंगही डेकवर उसळलेल्या गर्दीत नक्की आपल्याला शोधत असेल!... तिचीही बिचारीची प्रचंड निराशा होईल! – मासाको जागच्या जागी तळमळत होती.

तेवढ्यात तिला ते दिसले! दूरवर... एका पिंपावर उभी असणारी एक आकृती जोरजोरात हात हलवत होती. तिनं चिनचा हिरवा शर्ट ओळखला. हो, हो! चिनच होता तो, नक्की! तिनं डोळे ताणून बारकाईनं पाहिलं, तर शेजारी एक चिमुकली लाल उभी पट्टी. अरे! ही तर आपली मेइलिंग!... तिनं आज लाल स्कर्ट नव्हता का घातला! बोटीवरच्या माणसांना आपल्याला ओळखता यावं, म्हणून चिन मुलीला घेऊन पिंपावर चढला होता आणि दोन्ही हात जोरजोरात हालवत होता. मासाकोचं हृदय आनंदानं उचंबळून आलं! तिनं बोट दाखवून मुलांना ओरडून ओरडून मेइलिंग आणि चिनअंकल दाखवले. आता त्यांना मनाप्रमाणे एकमेकांचा

अखेरचा निरोप घेता येणार होता.

मासाकोनं कठड्याचे दांडे पकडून टाचा वर केल्या आणि ती जोरजोरात हात हलवू लागली. हिरो आणि ताइयोचान वेड्यासारखे पलीकडच्या एका खलाश्याच्या गोंडेदार टोपीकडेच पाहात बसले होते. मासाको आपल्या सर्व शक्तिनिशी मोठमोठ्यानं ओरडून त्यांना सांगू लागली,

''तिकडे बघा, मुलांनो, चिनअंकल आणि मेइलिंग आपल्याला हात करतायत्. तुम्हीही खूप जोरात हात हलवा, म्हणजे आपण दिसू त्यांना!''

बोटीच्या इंजिनांची गती अचानक खूप वाढली. प्रचंड मोठा आवाज घुमू लागला. बोटीच्या पंख्यांनी घुसळल्या गेलेल्या पाण्याचा पांढरा शुभ्र फेस वर उसळू लागला. मासाकोला आपल्या पायाखाली काहीतरी गती जाणवली. याचा अर्थ, बोट सुरू झाली होती. ...निघालो आपण! – तिच्या मनात आलं. त्यांच्यातलं आणि धक्क्यामधलं अंतर खूप झपाट्यानं वाढत गेलं. त्या पिंपावर उभ्या असलेल्या दोन आकृत्या लहान लहान होत गेल्या, तरीही ते सर्वजण जोरजोरात हात हलवून निरोप घेत होते; अगदी शेवटच्या क्षणापर्यंत एकमेकांना पाहण्यासाठी डोळ्यांना ताण देत होते...

अश्रूंच्या पडद्यामुळे समोरचं दृश्य अस्पष्ट झालं, तरीही मासाको त्या दोघांकडे पाहात हात हलवत होती. अखेर त्या दोन आकृत्यांचे दोन चिमुकले काळे ठिपके उरले; आणि शेवटी तेही दिसेनासे झाले. अखेरच्या निरोपाची सांगता झाली होती. ...संपलं आपल्या आयुष्यातलं सिंगापूरचं पर्व! आता आपले आपणच उरलो बोटीवर... मासाकोचं मन दु:खानं आर्त झालं.

आवा मारू महासागरात प्रचंड वेगानं रोरावत निघाली होती. आता खऱ्या अर्थानं त्यांचं विधिलिखित त्या एका बोटीशी बांधलं गेलं होतं; आणि एव्हाना ते मोहोरबंदही झालं होतं! मात्र मासाकोला आता एका प्रकारे सुटल्यासारखं वाटत होतं. कारण आता कुठलाही विचार करायचा नव्हता, की कुठले निर्णय घ्यायचे नव्हते! मनाची दोलायमान अवस्था आणि त्याच्या जीवघेण्या यातना संपल्या होत्या. आता जपान येईपर्यंत फक्त प्रतीक्षा करायची!

हळूहळू डेकवरची सगळी गर्दी ओसरली. शिगेही मुलांना खाली घेऊन जाण्यासाठी आला. मासाकोनं मुलांना त्याच्याबरोबर धाडून दिलं आणि दोघी मैत्रिणी वरच थांबल्या. डेकच्या कठड्यावर झुकून हुरहुरत्या मनानं दोघीही डोळे ताणून दूर सरकणाऱ्या सिंगापूरच्या किनाऱ्याच्या रेषेचं शेवटचं ओझरतं दर्शन आपल्या डोळ्यांत साठवत होत्या.

हळूहळू किनाऱ्याची ती काळसर रेषाही बारीक होत होत दिसेनाशी झाली, तेव्हा खूप काहीतरी मोलाचं गमावल्यासारख्या दोघी हताश झाल्या. आता दोघींनाही

दु:ख अनावर झालं होतं. डोळ्यांतून अनिर्बंध अश्रू वाहात होते. क्षितिजाकडे नजर लावून डोळे टिपत बराच वेळ त्या तिथे तशाच उभ्या होत्या. वियोगाच्या दु:खानं आर्त झालेल्या त्यांच्या मनांना हा एकांत बरा वाटत होता.

.....मन दुसरीकडे वेधलं जावं, म्हणून थोड्या वेळानं त्या मुद्दाम जपानविषयी काहीबाही बोलू लागल्या. दोघीजणीही आपापली कुटुंबं तिथे मागे सोडून आलेल्या होत्या; ते आठवण्याचा त्या प्रयत्न करू लागल्या. ...पण छे! त्यांचं मन कशातच रमेना. अश्रूंच्या धूसर पडद्यातून त्यांना दिसत होती, ती फक्त त्यांची इथली उबदार घरं, तीनचार वर्षांचे संसार आणि एक छोटासा लालचुटुक झोपाळा. कालपर्यंत तीन गोजिरवाण्या मुलांच्या हसण्या-खिदळण्यानं आनंदानं झुलणारा. आता एकाएकी मूक आणि पोरका झालेला...

बऱ्याच वेळानं चिएको थकून खाली गेली. मासाकोचा मात्र तिथून पाय निघेना. त्या छोट्याशा बंदिस्त केबिनमधल्या शिळ्या हवेत जाणं तिच्या खरंच जिवावर आलं होतं! इथल्या मोकळ्या जागेत, खुल्या आकाशाखाली भरभरणारा वारा चेहऱ्यावर झेलताना तिला खूप छान वाटत होतं! किती वेळ ती तिथे उभी होती, ते तिचं तिलाही कळलं नाही. अखेर केव्हातरी आपसूक तिचे पाय वळले आणि तिथे पडलेल्या दोरखंडांच्या वेटोळ्यांच्या चळतीमध्ये ती जाऊन बसली. खूप बरं वाटलं तिला. मग तिनं हळूच आपलं शिणलेलं शरीर लांबवलं आणि थकलेलं डोकं हातावर विसावून अलगद डोळे मिटले... दमलेल्या मासाकोला त्या डुलत्या पाळण्यात कधी गाढ झोप लागली, ते तिचं तिलादेखील कळलं नाही.

जाग आली, तेव्हा सूर्य ढगांआड गेला होता. समुद्राचं स्तिमित करून टाकणारं निळं-हिरवं रूप बदलून आता तो मातकट करड्या रंगाचा दिसत होता. मासाकोची नजर समुद्राच्या अफाट विस्तारावरून फिरत फिरत क्षितिजापर्यंत गेली. सर्व बाजूंना दूर क्षितिजापर्यंत फक्त अथांग पाणी दिसत होतं. फक्त पाण्याचाच अफाट पसारा... तिची छाती दडपून गेली. मनात आलं, किती सहज घास घेता येईल नियतीला आपला! हजारो माणसांचा एक घास!... धक्क्यावर वाटत होतं, काय ही अवाढव्य बोट! पण आता कळतंय, की या प्रचंड महासागरात एखाद्या खेळातल्या कागदी होडीसारखी तरंगत्येय ही बोट. हा महासागर आपल्या एका लहरीखातर सहज तिला उलटवून देऊ शकेल!

मासाकोचं अंग शहारलं!

अचानक दुरून कुठूनतरी बोलण्याचे, हसण्याचे आवाज तिच्या कानी आले. हळूहळू ते आवाज जवळ येऊ लागले. ...माणसं आता डेकवर यायला लागल्येत... मासाको मनाशी म्हणाली, बहुधा सर्वांनाच आता केबिनमध्ये घुसमटल्यासारखं होतं असावं, म्हणून ताज्या हवेसाठी येताहेत सगळे वर. आता ते मासाकोच्या दृष्टिपथात

आले. स्त्री-पुरुषांचा मोठा घोळका होता तो. सगळेजण अगदी खुशाल आणि मजेत दिसत होते. छान हसत-खेळत गप्पागोष्टी चालल्या होत्या त्यांच्या. ते पाहून तिच्याही मनातल्या चिंतेच्या गाठी सुटत चालल्या आणि मनावरचा ताण हलका होऊ लागला.

मात्र एकाएकी कुणाच्या तरी बुटांचा, पळत आल्याचा आवाज मासाकोच्या कानी आला. तिनं चमकून पाहिलं, तर त्या घोळक्यातली एक स्त्री तोंडावर गच्च हात धरून धावत, एकटीच तिच्या बाजूला आली आणि कठड्यावरून खाली वाकून समुद्रात भडाभडा ओकू लागली.

मासाको घाबरली. तिनं धावत जाऊन त्या स्त्रीला धरलं आणि आधार दिला.

खूप थरथरत होती ती स्त्री!

"बरं वाटतंय का आता?..." मासाकोनं तिला धीर देत विचारलं.

"...हो," ती उत्तरली, "बोट लागली बहुतेक मला. एकदम ढवळून आलं पोटात. ...हल्ली या नाजूक अवस्थेत कोणत्याही वाहनात बसलं, की उलटी होतेच मला."

तिनं आपल्या ढगळ झग्यात लपलेल्या टरारलेल्या पोटाकडे हात नेला, तेव्हा मासाको चमकली. त्या स्त्रीचे दिवस अगदी भरत आलेले असावेत! मासाकोला स्वत:चीच लाज वाटली. ...इथे आपण इतक्या सशक्त आणि धट्ट्याकट्ट्या असून स्वत:ची कीव करत बसलोय! घाबरतोय काय, थरथरतोय काय!... किती... किती लाड करतोय स्वत:च्या मनाचे आणि इकडे बिचारी ही बाई अशा भरलेल्या दिवसांत, स्वत:चा आणि त्याबरोबर पोटातल्या बाळाचा जीव धोक्यात घालून जपानपर्यंतचा हा जोखमीचा प्रवास करत्येय, जिथे ठायी ठायी धोका पेरलाय आणि प्रचंड गैरसोयी आहेत!

हिची भीती आणि चिंता तर आपल्या शतपट असतील. बिच्चारी! युद्धाचा हा असा वणवा पेटलेला, जपानचा पराभव तर अटळ. कुणी सांगावं, या महासागरात आपल्या चारी बाजूंना शत्रू दबा धरून बसलेला असेल! ...आणि अशा दुर्धर वेळी हिला जर बोटीवरच प्रसववेदना सुरू झाल्या तर?... कोणतं संरक्षण मिळणार आहे हिला बाळंत होताना? – मासाको खेदानं विचार करू लागली.

त्या स्त्रीच्या चेहऱ्यावर म्लान हसू उमटलं. "मला माहित्येय, तू काय विचार करत्येस ते!" ती म्हणाली, "तुला वाटत असेल ना, की अशा बिकट परिस्थितीत मी हा एवढा मोठा धोकादायक प्रवास का करत्येय? का करत्येय हे वेडं साहस?... माझ्या नवऱ्याला जपानला एका लष्करी कामगिरीसाठी ताबडतोब हजर होण्याचा हुकूम मिळालाय. आणि या परिस्थितीत मी सिंगापूरमध्ये एकटं पडणं... खरंच, नाही मला शक्य!"

"खडतर आहे खरा हा प्रसंग. कारण मी आता कोणत्याही क्षणी बाळंत होऊ

शकते!...'' हातानं आपलं पोट धरीत ती पुढे म्हणाली, ''परमेश्वराकडे मी एकच प्रार्थना करते, की या बोटीवर एकतरी डॉक्टर किंवा नर्स असू दे.''

क्षणभर विचारात हरवून ती पुन्हा भानावर येत म्हणाली, ''मी माझी ओळखही नाही करून दिली. आकिको माझं नाव...''

— बोलता बोलता तिची नजर क्षितिजाकडे गेली मात्र, तिचा चेहरा भीतीनं आक्रसून वेडावाकडा झाला. डोळे गच्च मिटून ती खाली वाकली आणि तिनं हातांच्या ओंजळीत चेहरा घट्ट झाकून घेतला.

मासाको घाबरली! तिनं तिला धरून गदागदा हलवलं,

''आकिको, अगं, काय होतंय तुला?''

आकिकोनं डोळे उघडून मासाकोचे हात घट्ट पकडले, आणि समुद्राकडे हात करीत ती म्हणाली,

''ते...ते तिथे लांब बघ! तुला तिथे पाण्यामध्ये मोठ्ठी खळबळ दिसत्येय?...'' – दूर एका भागात खरंच पाण्यात काहीतरी प्रचंड खळबळ दिसत होती, त्याकडे मासाकोचं लक्ष वेधत तिनं विचारलं.

''शार्क?... शार्क आहेत ते?'' – मासाकोही भयानक घाबरली.

''नाही!'' आकिको उत्तरली, ''त्याहीपेक्षा भयानक आहे गं ते. पाणबुड्या आहेत त्या अमेरिकेच्या... त्यात किती टन दारूगोळा, बाँब वगैरे युद्धसामग्री असेल, ईश्वर जाणे! त्यांच्या मनात आलं, तर एका सेकंदात आपल्याला उडवू शकतात ते!... मला माझ्या नवऱ्याकडून कळलंय, या पाण्यात किती पाणबुड्या आहेत अमेरिकेच्या ते! त्या पाणबुड्यांमध्ये सगळी अत्याधुनिक युद्धसामग्री खच्चून भरलेली असते. सगळ्यात धोकादायक म्हणजे पाणतीर. टॉर्पेडो... अत्यंत स्फोटक! पाण्याखालून मारून बोटी उडवून देतात या पाणतीरांनी. खरं सांगू, मला प्रचंड भीती वाटत्येय गं! कधी एकदा जपानला पोचेन असं झालंय मला...''

मासाकोनं चुचकारून आकिकोला आधार दिला आणि तिला मागच्या एका प्लॅस्टिकच्या खुर्चीत नेऊन बसवलं. पण खरं तर तिचे स्वतःचेच हातपाय आता भीतीनं लटपटू लागले होते. मात्र तरीही तिच्या मनात आलं, ही बाई असं का बोलत्येय? आवा मारूला अमेरिकेच्या शासनानं सुरक्षेची हमी देऊन प्रवासाचा परवाना दिलेला आहे. सरकारी पातळीवर मिळालेल्या या हमीची कोण कशी पायमल्ली करू शकेल?... खेरीज बोटीवर बाहेरच्या सर्व बाजूंनी मोठमोठे पांढरे क्रॉस रंगवलेत. अगदी काळोखातसुद्धा ते चमकतात. आणि हे क्रॉस स्पष्टपणे जाहीर करतायत्, की या बोटीचा युद्धाशी, लष्कराशी काहीही संबंध नाही. सर्वसामान्य नागरिकांना जपानला नेणारी ही बिगर-लष्करी, शांतताप्रिय बोट आहे. आपला उद्देश एवढा स्पष्ट असताना...

‘काळजी करायचं काहीच कारण नाही, कारण आपल्याला कुणीही हात लावू शकणार नाही!’ – तिनं स्वत:लाच खंबीरपणे बजावलं; मात्र तरीही हवेच्या एका हलक्याशा झोतानं तिच्या हातांवरचे बारीक केस ताठ उभे राहिले. आणि बर्फासारखी एक थंडगार लाट तिच्या पाठीच्या कण्यातून सरसरत गेली. मासाकोनं पुन्हा समोर नजर टाकली. थोड्या वेळापूर्वी दिसणारी ती पाण्यातली खळबळ आता बहुतांशी विरून त्या जागी आता फेसाळ बुडबुड्यांचा एक छोटासा तुकडा तेवढा दिसत होता. हळूहळू तोही दिसेनासा होऊन पाण्यावर सर्वत्र एक नीरव स्तब्धता पसरली. आता फक्त आवा मारूच्या इंजिनांचा परिचित आवाज तेवढा त्या शांततेला साथ देत होता.

परंतु सारंच काही निश्चिंत वाटण्याजोगं नव्हतं. दूर क्षितिजावर आता मासाकोला दोन बोटींच्या काळ्या आकृत्या दिसत होत्या. बहुधा टेहळणी करणाऱ्या शत्रूच्या बोटी घिरट्या घालत असाव्यात. तिच्या काळजाचा ठोका चुकला! ...नक्की दुरून कुणीतरी आपल्यावर नजर ठेवून आहे. कदाचित आपला पाठलागही होत असेल! आता तिच्या मनात नाही नाही ते विचार येऊ लागले...

परंतु थोड्याच वेळात त्या काळ्या आकृत्याही दिसेनाशा झाल्या. मासाकोच्या मनावरचा ताण थोडा कमी झाला.

अचानक पावसाची झिमझिम सुरू झाली. मासाको आकिकोकडे धावली. त्यांना ताबडतोब खाली जाणं भाग होतं. तिचा जीव धास्तावला. डेकवरची जमीन पावसानं निसरडी झाली, आणि या बाईचा चुकून पायबिय घसरला, तर वेगळंच संकट उभं राहायचं! तिनं आकिकोचा हात धरला. त्या अरुंद जिन्यावरून आकिको आपलं पोट सांभाळत हळूहळू उतरली; आणि मग मासाकोच्या केबिनच्या दाराशी आल्यावर दोघींनी, दुसऱ्या दिवशी पुन्हा भेटण्याचं आश्वासन देऊन एकमेकींचा निरोप घेतला.

समुद्रात वादळ निर्माण होत असावं. बोट प्रचंड हेलकावत एका बाजूला किंचितशी कलंडली. हेलकाव्यांच्या त्या विशिष्ट गतीनं मासाकोच्या पोटात ढवळून आलं. उलटी होत्येयसं वाटून ती तोंडावर हात घट्ट दाबून धरत केबिनमध्ये शिरली. शिगे तोंडावर बोट ठेवून तिला गप्प बसायला खुणावत होता; कारण त्यानं मोठ्या कष्टानं नुकतंच मुलांना झोपवलं होतं. दमलेली मुलं अगदी गाढ झोपली होती.

मासाको पोर्टहोलपाशी, केबिनच्या छोट्या खिडकीपाशी गेली. खिडकीच्या काचेच्या बाहेरच्या ओबडधोबड पृष्ठभागावर पावसाचे छोटे छोटे थेंब नाचत होते. बघता बघता पावसाचा जोर चांगलाच वाढल्याचं दिसू लागलं. हवेतला गारठाही वाढला होता. आता यावेळी मात्र मासाकोला त्या बंदिस्त केबिनमधली ऊब हवीहवीशी वाटू लागली.

भिंतीला जोडलेल्या अरुंदशा पलंगावर पाठ टेकेपर्यंत, आपण किती दमलोय याची मासाकोला कल्पना नव्हती. परंतु ज्या क्षणी ती पडली, त्या क्षणी तिच्या शरीराचा एकएक भाग कण्हू लागला. आणि तरीही बेशुद्ध पडल्यासारखी ती पुन्हा झोपेच्या अमलात गेली.

तिला जाग आली, तेव्हा रात्र बरीच झाली होती. केबिनच्या कोपऱ्यात एक छोटासा पिवळा दिवा लागला होता. शिगे आणि मुलं कुठे दिसली नाहीत. ती तशीच पडून त्या छोट्या दिव्यामुळे खोलीभर पसरलेल्या केबिनमधल्या वस्तूंच्या लांब लांब सावल्या निरखू लागली; पण मग तिनं पुन्हा डोळे मिटून घेतले आणि ती गुंगीत शिरण्याचा प्रयत्न करू लागली.

खूप सुखद वाटत होती ही विश्रांती तिला. शेवटी नाइलाजानंच ती उठून बसली. शिगे आणि मुलं बहुधा चिएको आणि मोरीबरोबर जेवणाच्या हॉलमध्ये गेले होते. तिलाही आता तिथे जाणं भाग होतं.

मधल्या अरुंद पॅसेजच्या मध्यापर्यंत गेल्यावर अचानक मासाकोच्या मनात आलं, आधी डेकवर एक चक्कर मारून यावी. तिची पावलं जिन्याच्या दिशेला वळली.

डेकवर एकमेकांत मश्गूल झालेली दोन जोडपी सोडली, तर तिचा मघाचा कोपरा रिकामाच होता. तिथे जाऊन ती कठड्याशी ओठंगून उभी राहिली. रात्रीची ही कुंद हवा तिच्या खूप परिचयाची होती. याचा अर्थ, अजूनही ते उष्ण कटिबंधातच होते. बोटीच्या बाहेरच्या बाजूवर ठिकठिकाणी रंगवलेले पांढरे क्रॉस दिव्यांच्या प्रकाशाचं तेज पिऊन फाकले होते. अंधारात ठळकपणे चमकणारे ते लखलखीत क्रॉस निरखताना तिच्या मनात एक प्रकारची भीतीही निर्माण झाली, आणि त्याच वेळी त्यांचा लखलखाट तिला खूप आश्वासकही वाटला. तिच्या मनात आलं, शत्रूच्या बोटींना उद्ध्वस्त करण्यासाठी गस्त घालत फिरणाऱ्या अमेरिकेच्या युद्धनौका आपल्या बोटीला बिलकूल धक्का लावू धजणार नाहीत. हे पांढरे क्रॉस आवा मारूला मिळालेली सुरक्षित प्रवासाची हमी इतक्या स्पष्टपणे जाहीर करतायत्, की त्याला आव्हान देण्याचं धाडस कुणीही करणार नाही!

मासाकोची दृष्टी वर आकाशाकडे वळली. आकाशाच्या विशाल छतावर चमचमत्या चांदण्यांची दाटी झाली होती; त्यांच्या मधोमध पहुडलेली चंद्राची कोर मोठी विलोभनीय दिसत होती! एक शांत, सुखद लहर तिच्या सर्वांगातून पसरत गेली आणि सारं काही ठाकठीक असल्याच्या भावनेनं तिचं मन समाधानानं भरून आलं.

आता मासाकोची उमेद बळावली होती. तिच्या मनात आलं, आपण खरं तर बोटीवर आल्यानंतर मनातले सगळे वाईट विचार काढून टाकले होते; परंतु त्या आकिकोच्या विचित्र भाकितांमुळे पुन्हा हातपाय गळून गेले आपले!... नवऱ्याकडून

मिळालेल्या माहितीमुळे या बाईच्या मनानं, काहीतरी भयंकर घडणार आहे, असंच घेतलंय. त्यात आणखी बोटीवरच प्रसूतीची वेळ आली तर... या भीतीची टांगती तलवार आहे तिच्या डोक्यावर! बिच्चारी! ...पण आता आपणच तिची खात्री पटवून दिली पाहिजे, की प्रवासासंबंधीची आपल्या मनातली सारी भीती निराधार आहे. काहीही अनुचित न घडता, आपण सगळे कॅप्टन हामादांच्या कीर्तीनुसार अगदी नियोजित वेळी सुखरूपपणे टोकियोला जाऊन पोचणार आहोत. तोपर्यंतच्या काळात आपण धीर न सोडता फक्त आनंदानं राहिलं पाहिजे. इथून हजारो मैल दूरवरच्या आपल्या जपानमध्ये एक नवं आयुष्य बाहू उभारून आपली वाट पाहातंय...

तिला आपलं गाव आठवलं; काही वर्षांपूर्वी ती ते सोडून आली होती. आता इतक्या वर्षांनंतर ते कसं असेल?... कशी असतील आपली माणसं?... साधी कल्पना करतानासुद्धा तिचं हृदय आतुरतेनं धडधडू लागलं.

जेवणाच्या हॉलमध्ये पुढे गेलेल्या आपल्या माणसांमध्ये जाण्यासाठी मासाको जेव्हा धावत तो अरुंद जिना उतरू लागली, तेव्हा तिच्या पावलांना जणू नव्या आत्मविश्वासाचं अनोखं बळ लाभलं होतं!

८

झपाट्यानं रस्ता ओलांडून क्योको त्या घराकडे धावली. पावलापावलांवर तिला विस्मयाच्या ठेचा लागत होत्या! आता ती त्या घरासमोर, अगदी फाटकाशी येऊन उभी होती. तो जुना फोटो हातात धरून, मंत्रमुग्ध झाल्यासारखी ती कितीतरी वेळ त्या घराकडे पाहातच बसली... हेच ते घर! आपले आईवडील आणि ते रहस्यमय कुटुंब, सारेजण ज्या घराच्या अंगणात बसलेले आहेत फोटोसाठी, तेच हे घर... शंकाच नको! तिची खात्रीच पटली. ...अगदी मागे झाडांची जी पार्श्वभूमी दिसत्येय फोटोमध्ये, तीच झाडं आहेत ही सगळी समोर.

...हे कसलं अघटित! कालचक्र उलटं फिरून त्यानं आपल्याला तीन दशकांपूर्वीच्या काळात तर आणून उभं केलेलं नाहीये ना? ...की आपल्या सुप्त मनातल्या चमत्कारिक स्मृतींचेच विभ्रम आहेत हे सगळे? जे घर आपण या फोटोखेरीज आयुष्यात कधीही पाहिलेलं नाही, ते घर प्रत्यक्ष पाहाताना, आपले या घराशी काहीतरी जन्मजन्मांतरीचे भावबंध आहेत, असा एक तरलसा, चमत्कारिक भास का होतोय आपल्या मनाला?

– क्योकोचं डोकं पार चक्रावून गेलं!

तिची नजर आता अधाशासारखी अंगणात भिरभिरू लागली. अंगणातलं अस्ताव्यस्त वाढलेलं गवत सूर्याच्या प्रखर उन्हानं करपून काळपट-करडं पडलं होतं. '...पूर्वी मात्र बागेत खूप मऊमऊ लुसलुशीत गवत असायचं. हिरवंगार! आणि त्यावर लोळताना पाठीला किती छान गुदगुल्या व्हायच्या!' – ती पुन्हा कोण जाणे कुठल्या स्मृतीत रंगून वाहात चालली होती. परंतु आता मात्र तिच्याच मनानं जणू लगाम खेचून तिला फटकारलं, आणि भानावर आणलं. मानेला हलकासा झटका देत क्योकोनं मनातले सारे विचार उडवून लावले. ...छे! हे असं भुरळ

पडल्यासारखं काय झालंय आपल्याला? हे सर्वस्वी अपरिचित घर-अंगण पाहून आपल्या भावना जर अशा विचित्र प्रकारे उद्दीपित होत असतील, तर ते शुद्ध वेडेपणाचं लक्षण आहे! असं नाही होता कामा!...

तिनं आपल्या मनाची समजूत घातली. ...कदाचित आपली मन:स्थिती बिघडल्याचाच परिणाम असावा हा सगळा. ममाचं लांबत गेलेलं आजारपण, तिचा मृत्यू आणि पाठोपाठची ही वणवण.. या सगळ्याचा अति ताण येऊन बहुधा भ्रमिष्टासारख्या वागायला लागलोय आपण!

...विचार करकरून क्योकोचं डोकं थकून गेलं.

तेवढ्यात क्योकोच्या लक्षात आलं, की त्या अंगणाच्या एका कडेला छोटी छोटी मुलं खेळतायत् आणि त्यांच्यापैकी एक मुलगी कुतूहलानं अगदी एकटक आपल्याकडे पाहात्येय. अशी, की जणू तिनं आजवर कधी जपानी स्त्री पाहिलीच नव्हती!

क्योकोला खूप गंमत वाटली. ...किती मजेशीर आहे ही विसंगती! एखाद्या अस्सल जपानी गावाचा लहेजा जपलेल्या या वसाहतीतल्या मुलीला खऱ्याखुऱ्या जपानी बाईचं मात्र अप्रूप वाटावं?

क्योकोला हसू आलं.

क्योकोला हसताना पाहून ती छोटी मुलगीही लाजून हसली. परंतु क्योकोनं तिच्या दिशेनं पाऊल उचलताच तिच्या चेहऱ्यावरचं ते लाजवट हसू पळालं, आणि भेदरून जाऊन तिनं मागच्या मागे धूम ठोकली.

ते पाहून क्योको जागच्या जागी थबकली.

सिंगापूरला येण्यापूर्वी क्योकोनं इथल्या काही गोष्टींचा अगदी बारकाईनं विचार केला होता. त्यातली मुख्य गोष्ट म्हणजे भाषा. त्यामुळे तिला हे माहीत होतं, की या बेटावरचे लोक चिनी, मलाई किंवा इंडियन – कुणीही असले, तरी इथली अधिकृत भाषा इंग्लिशच आहे.

...का कोण जाणे, पण तिच्या आईनं लहानपणीच तिच्यावर इंग्लिश भाषा शिकण्याची जवळजवळ सक्ती केली होती. त्या भाषेचे वेगळे वर्ग असायचे शाळा सुटल्यावर. क्योकोला आपल्या मैत्रिणी, खेळ हे सारं बुडवून त्या वेळात त्या भाषेच्या अभ्यासाशी झगडावं लागायचं. खूप चडफडायची तेव्हा ती आईवर! पण आज मात्र तिला त्या सगळ्याचं सार्थक झाल्यासारखं वाटलं. ...खरंच! फार मोठे उपकार आहेत हे ममाचे आपल्यावर! – तिनं मनोमन कबुली दिली.

अगदी त्या क्षणी, कदाचित ज्या घरात तिचे आईवडील एकेकाळी राहात होते, किंवा कदाचित वरचेवर येत तरी होते, त्या घरासमोर उभं राहिल्यावर क्योकोला अचानक वाटू लागलं की, आपल्या मनातल्या अनेक गाठी-निरगाठी सरसर उकलत चालल्यात!

आयुष्यात आपल्याला कोड्यात टाकणाऱ्या अनेक प्रश्नांची उत्तरं आता आपोआप मिळतायत्!

त्यातलं पहिलं कोडं म्हणजे अर्थातच तिच्या आईचा तिला इंग्लिश भाषा शिकवण्याचा निर्धार. ज्या जपानमध्ये जपानी भाषेखेरीज आणखी एखादी भाषा बोलता येणं आवश्यक आहे, असं कुणाच्याही मनात येत नसेल, तिथे तिच्या आईनं लेकीला इंग्लिश भाषेवर प्रभुत्व मिळावं, यासाठी तिच्यामागे पराकाष्ठेचा नेट लावला होता!

'याच दिवसासाठी होता का ममाचा हा सगळा अट्टहास?' – क्योकोच्या मनात आईविषयी कृतज्ञता दाटून आली.

'निक्केई जिन... निक्केई जिन' – क्योकोला आणखी एक गोष्ट आठवली...

ती शाळेत होती, तेव्हा वर्गातल्या मैत्रिणी तिला 'एक मुलगी निक्केई जिन, निक्केई जिन', – असं चिडवायच्या. ती आपल्या सर्वांपेक्षा काहीतरी वेगळी आहे, असं वाटायचं त्यांना. अर्थात, त्याबद्दल तिचं कौतुकही खूप होतं त्यांच्या मनात.

पण तरीही, अगदी पहिल्या वेळी जेव्हा कुणीतरी तिला 'निक्केई जिन' म्हणालं होतं, तेव्हा ती मुसमुसतच घरी आली आणि तिनं स्फुंदत आईला विचारलं,

"ममा, आधी मला सांग, निक्केई जिन म्हणजे काय? माझ्या वर्गातली एक मुलगी मला 'निक्केई जिन' म्हणून चिडवायला लागली. ...का? ...मलाच का? मी काय केलं?" – चिडीस येऊन ती हातपाय झाडू लागली.

ममा तिला जवळ घ्यायचा प्रयत्न करीत म्हणाली, "अगं, पण त्यात एवढं रागवायला आणि रडायला काय झालं? तो काय वाईट शब्द आहे का? बाळा, निक्केई जिन म्हणजे ना, आपला जपानी किंवा जपानी वंशातलाच माणूस, फक्त ज्याचा जन्म जपानच्या बाहेरच्या एखाद्या देशात झालेला असतो; आणि तिथेच तो लहानाचा मोठा झालेला असतो, शिकलेला असतो. आता मला सांग, कुणी जर निक्केई जिन असलं, तरी त्यात वावगं काय आहे?..." – क्योकोचा राग शांत करीत ती पुढे म्हणाली, "समज, इथलंच एखादं कुटुंब परदेशात गेलं आणि तिथे त्यांना मुलं झाली, तर?... सांग ना! आणि मुख्य म्हणजे आपल्या बाबतीत मुळी हा शब्द लागूच होत नाही. कारण ना तू जपानच्या बाहेर जन्मलीस, ना मी!"

तरीही क्योकोच्या डोळ्याचं पाणी खळेना, तेव्हा तिला जवळ घेऊन तिचं तोंड कुरवाळत ममा म्हणाली,

"अगं, वेडाबाई, तुझ्या एक गोष्ट अजून कशी लक्षात येत नाहीये? तुला परदेशातली एक भाषा बोलता येते ना छान, म्हणून तुझ्या शाळेतल्या पोरी हेवा करतात तुझा. ...'इंग्लिश बोलते काय फाडफाड, मग तिथलीच कुठलीतरी

असणार ही!'...आता समजलं?"

मग स्वत:शीच पुटपुटल्यासारखी तिची आई म्हणाली, "या शाळेतल्या पोरीसुद्धा भारी बाई भोचक! पण तू अजिबात लक्ष देत जाऊ नकोस त्यांच्याकडे!"

– आज तो प्रसंग इतक्या वर्षांनी आपल्या डोळ्यांसमोर का उभा राहिला?... क्योकोच्या मनात आलं.

मात्र प्रत्यक्षातली ती घटना त्यावेळी तेवढ्यावरच संपली नव्हती!

...आईला आपलं हे स्पष्टीकरण क्योकोला पटलंसं वाटलं; पण तरीही रात्री तिला बाथरूममधून लेकीच्या मुळुमुळु रडण्याचा आणि नाक वर ओढण्याचा आवाज ऐकू येत होताच. आईनंही समजून घेतलं, की पोर मोठी होत्येय; अशा वयात चारचौघींपेक्षा वेगळं ठरणं लागतं मुलींच्या मनाला!

परंतु रात्री अंथरुणावर पडल्यावर आईचे-चिएकोचे डोळे भरून आले होते. '...आणखी किती वर्षं लपवून ठेवायची गुपितं मनात?' त्या ओझ्यानं आता तिला घुसमटल्यासारखं होत होतं. तरीही, 'मुलीला एवढ्यातच काही सांगण्याचं हे तिचं वय नव्हे; अजून काही वर्षं जावी लागणार आहेत,' – हा ठाम निर्णय तर तिच्या मनानं घेतलेलाच होता.

अंगणात आणखी दोन छोट्या मुली खेळत होत्या. क्योको त्यांच्या जवळ जाताच त्यांनी चटकन खेळ थांबवला आणि त्या कुतूहलानं तिच्याकडे पाहू लागल्या.

"अगं, बाळांनो! घाबरायचं काही कारण नाहीये..." आपलं बोलणं त्यांना समजतंय, असं आशेनं गृहीत धरत ती म्हणाली, "मला फक्त एक माहिती विचारायच्येय तुम्हांला," आणि मग घराकडे बोट करत तिनं विचारलं, "हे घर कुणाचं आहे, तुम्हांला काही माहित्येय का?"

तिचं बोलणं ऐकून त्या छोट्या पोरी बावरल्या आणि गंभीरपणे एकमेकींशी हलक्या आवाजात काहीतरी गुफ्तगू करू लागल्या. त्या चिनी भाषेत बोलतायत, हे क्योकोनं ओळखलं. 'बहुधा या मुलींना इंग्लिश समजत नसावं..." – क्योको मनात म्हणाली.

क्षणभर थांबून तिनं इथेतिथे पाहिलं आणि दुसऱ्या कुणालातरी विचारावं, म्हणून ती वळली.

— तोच त्या दोघींमधल्या एकीनं पुढे होऊन धिटाईनं हळूच तिचा स्कर्ट धरला आणि अडखळत्या इंग्लिशमध्ये ती लाजत लाजत म्हणाली,

"इथे नं... चिन नावाचे एक म्हातारे आजोबा... राहात होते. पण ...गेल्याच

वर्षी वारले ते. आता कोणीच राहात नाहीये... इथे... रिकामं आहे घर. पण... तो... तो... झोपाळा आहे नं इथे.... म्हणून येतो आम्ही इथे... खेळायला.''

त्या मुलीनं बोट दाखवलं, त्या दिशेनं थोडं पुढे जाऊन क्योकोनं पाहिलं...

— तिथे एक छानसा झोपाळा होता. झाडाला बांधलेला. तो झोपाळा पाहून क्योकोला धक्का बसल्यागत काहीतरी झालं! भुरळ पडल्यासारखी ती त्या लाल झोपाळ्याकडे पाहातच बसली!...

''मेइलिंगमावशी कधीतरी इथे येते... आणि अंगण... स्वच्छ करून जाते.''

त्या दुसऱ्या मुलीच्या शब्दांनी क्योको भानावर आली. ती छोटी पुढे सांगू लागली,

''आणि मावशी नं... येताना आमच्यासाठी... गोळ्या आणते. ...नेहमी. चिनआजोबासुद्धा... आम्हांला गोळ्या द्यायचे, आम्ही इथे झोपाळ्यावर खेळायला आलो की. पण मम्मा म्हणते, तुम्ही.. इथे फक्त... दिवसाच खेळा.'' – आणि मग आपल्या मैत्रिणीकडे 'बोलू की नको,' अशा अर्थाचा एक कटाक्ष टाकत, शेवटी तिनं पटकन सांगून टाकलं,

''रात्री नं... हा झोपाळा... जपानी भुतांनी... भुतांनी झपाटलेला असतो!''

दोघी पोरी गोऱ्यामोऱ्या होऊन एकदम गप्प झाल्या.

क्योको खिन्नपणे हसली.

''ही मेइलिंगमावशी कोण?''

''ती नं.. त्या चिनआजोबांची मुलगी आहे.'' पळतपळत आलेल्या एका तिसऱ्या मुलीनं ताबडतोब पुस्ती जोडली, ''आजसुद्धा आम्ही... तिचीच वाट बघतोय. गोळ्या आणणार आहे ती रंगीत!''

आजच्या दिवसात लागलेल्या या शोधांनी क्योकोचं मन थाऱ्यावर राहिलं नव्हतं. अधिक माहिती मिळवण्याची उत्कंठा तर शिगेला पोचली होती! तरीही, त्या छोट्या मुलींच्या धीटपणाचं खूप कौतुक वाटलं तिला. ती धावत आलेली तिसरी मुलगी म्हणजे तर हुबेहूब मायुमीचानचीच प्रतिकृती! तसेच खळी पडणारे गुबगुबीत गाल आणि लांब केसांच्या दोन घट्ट वेण्या. डोक्याच्या दोन बाजूंना दोन ताठ उभी शिंगंच जणू. क्योकोचा जीव चुटपुटला... जपानमधल्या रंगीबेरंगी गोळ्या आज जवळ असत्या, तर किती बरं झालं असतं. या पोरी खूश होऊन गेल्या असत्या!

हे चिनआजोबा कोण? ...आणि त्यांच्या मुलीला, मेइलिंगला भेटायचं असेल, तर कुठे भेटायचं? – क्योकोच्या मनात पुढले अनेक प्रश्न उभे राहिले. परंतु तिनं विचार केला, की हे प्रश्न या लहान मुलींना विचारून नाही चालणार. ही चौकशी

आजूबाजूला कुठल्यातरी मोठ्या माणसांकडेच केली पाहिजे.

अचानक क्योकोला आठवलं, की सकाळी आपण हॉटेलमधल्या दुकानातून थोडीशी मिठाई घेऊन ठेवल्येय; वेळ आलीच तर हाताशी काहीतरी असावं म्हणून. तिनं झटकन पर्स उघडली आणि तो पुडा त्या मुलींच्या हातात देत त्यांचे मनापासून आभार मानले.

त्या मुलींनी लाजून तो पुडा घेतला आणि खाऊ वाटून घेण्याच्या आनंदात त्या भुर्रकन पळाल्या. त्यांचा किलकिलाट बघत क्योको थोडा वेळ तशीच उभी राहिली.

आता पुन्हा तिचं लक्ष त्या समोरच्या घरावर केंद्रित झालं. घराच्या लाकडी कुंपणावरून हळुवारपणे हात फिरवताना क्योकोच्या मनात आश्चर्य दाटून आलं! ...जुन्या गाठीच्या लाकडाचं हे कुंपण आणि पारंपरिक जपानी पद्धतीनं बांधलेलं हे सुबक घर... सगळंच किती स्पष्टपणे अस्सल जपानी दिसतंय! आणि तरीही याचा मालक चिनी माणूस? का बांधलं असेल त्यानं पूर्णत: जपानी रचनेचं हे घर? की आधी इथे जपानी माणसंच राहात होती?...

– आता नाना विचारांचे भुंगे तिचं डोकं पोखरू लागले. ....हे घर आपल्या आईवडलांचंच तर नसेल? ...किंवा मग फोटोतल्या त्या दुसऱ्या जोडप्याचं? तसं जर असेल, तर मग ह्या मुली म्हणतायत त्या चिन नावाच्या चिनी माणसाच्या हाती हे कसं काय गेलं?

...कुणाच्या तरी कुजबुजीनं क्योकोच्या विचारांची तंद्री भंगली. तिनं चमकून त्या दिशेनं पाहिलं. शेजारच्या घराच्या दारात तीन स्त्रिया उभ्या होत्या. पाश्चिमात्य पद्धतीच्या घरगुती वेशातल्या त्या स्त्रिया तिच्याकडेच पाहात दबक्या आवाजात आपापसात काहीतरी चर्चा करत होत्या. त्यांची चर्चा आपल्याबद्दलच चालल्येय, हे क्योकोला उघड दिसत होतं. आणि ते तिला स्वाभाविकही वाटलं! ...एक कुणीतरी परक्या वंशाची स्त्री भर दुपारी अशी अचानक येते आणि आपल्या घरांपाशी थांबून लहान मुलांकडे काहीतरी चौकशी करते, याचं त्यांना कुतूहल आणि त्याहीपेक्षा जास्त धास्ती वाटणं अगदी स्वाभाविक होतं.

दिवसभर डोक्यात माजलेला अनंत विचारांचा, भावनांचा कल्लोळ आणि ताण या सगळ्याचा व्हायचा तोच परिणाम अखेर झाला होता! क्योकोला एकाएकी खूप थकल्यासारखं वाटू लागलं. इतक्या वेळानंतर प्रथमच तिला, सूर्य वरून आग ओकतोय आणि आपण त्या आगीत होरपळत उभ्या आहोत, याची जाणीव झाली.

...'हे ऊन अक्षरश: जीव घेईल माझा. एक साधी छत्री आणायचं कसं काय डोक्यात आलं नाही माझ्या, कोण जाणे!' – क्योको स्वत:शीच पुटपुटली. तिच्या नाजूक त्वचेवर चटके दिल्यासारखे काळसर–लाल डाग पडले होते. ...'आता जपानला गेल्यावर या भाजलेल्या त्वचेसाठी एखादी महागडी टीट्रमेंट घ्यावी

लागणार आहे आपल्याला!' – हातांवरच्या डागांवरून हळुवारपणे बोट फिरवीत ती मनाशी म्हणाली.

मात्र पुढल्याच क्षणी तिच्या मनात आलं, इतक्या बिकट परिस्थितीत गुंतलो असताना आपल्या मनात हा मूर्खासारखा फालतू विचार कसा काय येऊ शकला? ...तिला स्वत:चंच आश्चर्य वाटलं. पण मग तिची तिलाच जाणीव झाली, की बहुधा आपल्या मनालाच या वाढत्या गुंतागुंतीच्या ताणातून थोडा वेळ सुटका करून घेणं गरजेचं वाटलं असेल! स्वत:ला सावरून पुन्हा ताज्या दमानं नव्या परिस्थितीला सामोरं जाण्यासाठी सध्या तरी हा एवढा एकच पर्याय शिल्लक आहे आपल्यापाशी!

क्योकोनं पाहिलं, त्या स्त्रिया तिथेच आपल्या दाराशी एक अवाक्षरही न बोलता एकटक तिच्याकडे पाहात उभ्या होत्या. त्यांच्या सावध नजरेत या अवचित आलेल्या परक्या बाईबद्दल कमालीचं कुतूहल दाटलेलं क्योकोला दुरूनही स्पष्ट दिसत होतं. त्या बहुधा ती आपल्याजवळ येण्याची वाट पाहात असाव्यात.

क्योकोही ते समजून त्यांच्याजवळ गेली. आपण जपानहून आलो आहोत, अशी स्वत:ची ओळख करून देत आपला इथे येण्याचा उद्देश स्पष्ट करताना ती म्हणाली,

"महायुद्धाच्या काळात, म्हणजे १९४२-४३ सालाच्या सुमारास माझे आईवडील बहुधा इथेच, याच ठिकाणी राहात असावेत. ...म्हणजे तशी माहितीही मला मिळालेली आहे. मी मुद्दाम त्यासंबंधी अधिक काही जाणून घेण्याच्या उद्देशानं जपानहून इथे आल्येय."

क्षणभर थांबून ती पुढे म्हणाली, "इथे खेळणाऱ्या त्या तीन लहान मुलींना मी हे घर कुणाचं आहे असं विचारलं, तेव्हा त्यांनी मला चिन नावाचे एक आजोबा आणि त्यांची मुलगी मेइलिंग यांचं हे घर असल्याचं सांगितलं. मला वाटतं, की तुम्ही मला या संदर्भात थोडी अधिक माहिती देऊ शकाल!"

क्योको हे सारं खूप कळवळून बोलत होती. ती हे सारं इंग्लिशमध्ये बोलली. आपलं बोलणं संपल्यावर, त्या स्त्रियांच्या चेहऱ्यावर कोणत्या प्रतिक्रिया उमटतात, ते ती डोळ्यांत प्राण आणून अजमावू लागली. अखेर, तिच्या शोधमोहिमेतल्या सर्वांत महत्त्वाच्या टप्प्यावर येऊन ठेपली होती ती आणि त्याविषयीच तळमळून बोलत होती. 'ईश्वर करो नि माझं बोलणं – माझी भाषा या बायकांना कळो!" – ती मनातल्या मनात ईश्वराला आळवू लागली. ...या बायका याच वसाहतीत राहणाऱ्या आहेत; ज्या प्रश्नांनी आपण पछाडले गेलोय, त्यातल्या काही महत्त्वाच्या प्रश्नांची माहिती या बायकाच आपल्याला देऊ शकतील. आणि त्या माहितीच्या आधारावरच तर आपण आपल्या आयुष्याच्या हरवलेल्या तुकड्याचा शोध घेणार आहोत!... हे ईश्वरा, माझी भाषा या बायकांना कळो! – क्योकोचा जीव व्याकूळ झाला.

त्या स्त्रियांनी सारं लक्ष एकवटून क्योकोचं बोलणं ऐकलं होतं. आता त्या मघाच्या त्या छोट्या मुलींसारखीच चिनी भाषेत आपापसात चर्चा करू लागल्या. सावध नजरेनं तिच्याकडे पाहात, दबक्या आवाजात. बहुधा तिच्या विनंतीचा त्या विचारपूर्वक खल करत असाव्यात.

...श्वास रोधून क्योको त्यांच्याकडे पाहात होती.

मग त्यांच्यातली एकजण हळूच पुढे आली आणि चाचरत क्योकोला इंग्लिशमध्ये म्हणाली,

"चिनआजोबांची मुलगी मेइलिंग हीच मालकीण आहे सध्या या घराची. चिनआजोबा वारले गेल्या वर्षी... तोपर्यंत तेच होते मालक. आता मेइलिंगचा सरकारशी या मालमत्तेच्या करासंबंधी काहीतरी पत्रव्यवहार चालू आहे. एकदा का ते आटोपलं, की हे घर विकून टाकायचा विचार आहे तिचा. ...तुम्हांला हे घर विकत घ्यायचंय का?"

"खरंच! घ्यायचं असेल तर घ्या. खूप छान आहे हे घर. अस्सल जपानी थाटाचं! तुम्हांला त्यामुळे हे खूप आवडेल." दुसऱ्या स्त्रीनं थोडं पुढे होत आपलं मत व्यक्त केलं.

"छे, छे!" क्योकोनं हसून मान हलवली, "तुमचा काहीतरी गैरसमज होतोय. मी काही इथे घर विकत घेण्यासाठी आलेली नाहीये! मला चिनआजोबांच्या त्या मुलीला भेटायचंय. ...आणि त्याचं कारण वेगळंच आहे."

एवढं बोलून ती थांबली आणि तिनं पर्समधला तो फोटो बाहेर काढला.

त्या स्त्रिया संभ्रमात पडल्यासारख्या एकमेकींच्या चेहऱ्याकडे पाहू लागल्या.

क्योको पुढे झाली आणि तिनं तो फोटो त्यांच्यापुढे धरला.

"बघा, हा फोटो बघा! माझ्या आईच्या निधनानंतर तिच्या सामानामध्ये मला सापडला हा... ह्या फोटोत हे जे जोडपं दिसतंय ना, ते माझे आईवडील, आणि बरोबर ह्याच...ह्याच घराच्या समोर..." पुढ्यातल्या त्या घराकडे बोट करत ती म्हणाली, "१९४५ साली काढला गेलाय हा फोटो! ...आता कळलं माझ्या येण्याचं कारण?"

त्या स्त्रियांच्या चेहऱ्यावरचे भाव झरझर पालटले. पुढे होत, 'बघू, बघू...' म्हणत त्यांनी तो फोटो तिच्या हातातून घेतला आणि त्या तो अगदी बारकाईनं न्याहाळू लागल्या. आता त्या खूपच उत्तेजित झाल्या होत्या. फोटोतले काही भाग एकमेकींना दाखवत, पाठोपाठ प्रत्यक्ष घराकडे बोट करत, मधेच डोळे किलकिले करून एकाग्रतेनं गहन विचारात बुडत त्यांची पाहणी चालली होती! हे सारं करताना एकीकडे त्यांचं चिनी भाषेत मोठमोठ्यांनी हातवारे करत संभाषणही चाललं होतं. एकूण त्या स्त्रियांनी या प्रकरणात चांगलाच रस घेतल्याचं क्योकोच्या स्पष्ट

लक्षात आलं.

– हा सगळा गलका पाहून आजूबाजूच्या घरांतून बरीचशी लहान मुलं पटापट बाहेर पडली आणि धावत येऊन त्यांनी त्या गोंधळात आणखी भर टाकली. आता त्या स्त्रिया आणि मुलं यांचं त्या फोटोभोवती कोंडाळं झालं होतं. सगळेजण एकमेकांवर कुरघोडी करण्याचा प्रयत्न करीत पुन्हापुन्हा आपापलं असामान्य निरीक्षण आणि मत इतरांना पटवून देण्याचा प्रयत्न करत होते.

तो सगळा गोंधळ पाहात क्योको शांतपणे एका बाजूला उभी होती.

एकूण सगळा रागरंग पाहून क्योकोनं ठरवलं, की ही सगळी खळबळ निवळेपर्यंत आपल्याला थांबलंच पाहिजे. आणखी प्रश्नांची भर टाकून गोंधळ वाढवायला नको. एकतर ही बाब तशी नाजूक आहे; आणि काहीही करून या बायकांचं सहकार्य तर आपल्याला मिळवायलाच पाहिजे! उगाच उतावळेपणानं त्यांच्यावर प्रश्नांचा भडिमार केला, तर 'ही बाई आपल्यावर काहीतरी दबाव आणत्येय–' असं वाटून त्या घाबरून गप्प होतील.

अखेर, यथास्थित निरीक्षण करून त्या सर्व मंडळींचं समाधान झालंसं वाटलं. त्यानंतरचे काही क्षण तिथे एक अवघडलेली शांतता पसरली. सगळेचजण 'आता पुढे काय?' – अशा चेहऱ्यांनी तिच्याकडे पाहू लागले. तेव्हा मग मनातली धास्ती चेहऱ्यावर बिलकूल न दाखवता क्योकोनं हळूच विचारलं,

"ही चिनआजोबांची मुलगी मला कुठे बरं भेटू शकेल?..."

— झालं! त्या स्त्रियांची पुन्हा चिनी भाषेत, दबक्या आवाजात काहीतरी कुजबुज चालू झाली. अखेर त्यातली एक स्त्री, दुसऱ्या दोघींची जणू अनुमती घेतल्यासारखी मान हलवून क्योकोला म्हणाली,

"बहुतेक दर शनिवारी सकाळी घराची साफसफाई करायला म्हणून येते ती इथे, आणि सगळं ठाकठीक आहे ना, तेवढं बघून जाते. साधारण दोन-तीन तास असते ती इथे..."

"हो, हो! ही अगदी बरोबर सांगत्येय तुम्हांला." दुसरी स्त्री तिला पुष्टी देत म्हणाली, "तुम्हांला तिला भेटायचं असेल ना, तर तुम्हांला शनिवारी सकाळी इकडे यावं लागेल."

त्या स्त्रिया इतपत बोलायला राजी झालेल्या पाहून क्योकोला बराच धीर आला. तिनं हळूच विचारलं,

"अं... तिचे वडील... म्हणजे हे चिनआजोबा कोण होते? ...म्हणजे सहजच विचारते मी. मला अजिबातच काही माहिती नाहीये ना, म्हणून! ...तुम्ही ओळखत होता का त्यांना?"

"हो तर! ते गेले तेव्हा खूप म्हातारे होते. पण फार वर्षं ते आजारी होते.

त्यामुळे जवळजवळ घरातच असायचे ते...'' त्यांच्यातली आणखी एक स्त्री धीटपणे म्हणाली, ''पण... आम्ही असं ऐकलं होतं, की महायुद्धाच्या काळात, ते इथे राहणाऱ्या जपानी लोकांकडे सुतारकाम करायचे. खूप कसबी सुतार होते म्हणे ते! इथल्या जपानी समाजाला त्यांनी इतक्या चांगल्या प्रकारे सेवा पुरवल्या होत्या, की त्यांच्यातल्या एका कुटुंबानं खूश होऊन त्यांना हे घरच बक्षीस म्हणून देऊन टाकलं! काय नशीब बघा!... पण युद्ध वगैरे संपल्यानंतरच्या काळात ते आजोबा म्हणे एकदम बदलले. इथल्या लोकांमध्ये ते बिलकूल मिसळायचे नाहीत...''

क्षणभर थांबून, मग गुपित सांगितल्यासारख्या दबक्या सुरात ती म्हणाली,

''युद्धाच्या काळात जपान्यांसाठी राबत होते ना ते, मग ही गोष्ट इथल्या लोकांना कशी आवडणार? पार वाळीत टाकलं होतं म्हणे त्यांना त्यावेळी!... त्यामुळेच बिचाऱ्या चिनआजोबांनी स्वत:ला जवळजवळ कोंडून घेतलं होतं घरात..''

'युद्ध आणि जपानी लोकांचं सिंगापूरवरचं अतिक्रमण हे दोन सिंगापूरमधले अत्यंत संवेदनशील विषय आहेत; त्यामुळे या विषयांवर तिथे बोलणं फार धोक्याचं ठरू शकेल,' अशी सक्त ताकीद क्योकोला सिंगापूरमध्ये येण्यापूर्वीच घरून मिळालेली होती. त्यामुळे तो मुद्दा आल्याबरोबर तिनं बोलणं जिथल्या तिथे थांबवलं. इतकंच नव्हे, तर आपल्याला इतक्या खोलात शिरण्यात मुळीच रस नाहीये, असा स्पष्ट भाव चेहऱ्यावर आणण्याचा प्रयत्न केला.

— काही का असेना, क्योकोला आवश्यक ती सगळी माहिती त्या स्त्रियांनी अगदी व्यवस्थित पुरवली होती.

आता तिचा पुढचा टप्पा होता, चिनआजोबांच्या त्या मुलीची गाठ घेणं. भूतकाळाच्या गर्तेत गाडल्या गेलेल्या अंधाऱ्या जगाला सांधणारा तो एक महत्त्वाचा आणि कदाचित एकमेव दुवा आहे, याची तिला मनोमन खात्री पटली होती!

आपली कोडी उकलण्यासाठी आता क्योकोला त्या मेइलिंगचीच आत्यंतिक गरज होती.

क्योकोनं त्या स्त्रियांचे अगदी मनापासून आभार मानले.

... आणि मग पुढच्याच क्षणी त्या सर्वांचं लक्ष दुसरीकडे वेधून घेणारी ती गोष्ट घडली!

— आणखी दोन लहान मुलं खूप आरडाओरडा आणि दंगा करत कुठूनशी तिथे धावत आली आणि दंगामस्ती करत त्यांनी त्या सर्वांभोवती धावत एक फेरी घातली.

...सर्वजण हसू लागले.

क्योको हसत हसत वळली आणि रस्ता ओलांडून टेकडी उतरू लागली, तेव्हा त्या दोन मुलांनी तिच्या मागे-पुढे पळत खाली मुख्य रस्त्यापर्यंत तिला

सोबत केली.

टॅक्सीची वाट बघत जवळजवळ तासभर क्योको रस्त्यावर ताटकळत उभी होती. परंतु आता तिची त्याबद्दल बिलकूल तक्रार नव्हती.

सूर्य अस्ताला जात होता. बघता बघता काळवंडणाऱ्या आकाशात विविध रंगांची बेसुमार उधळण दिसू लागली. सूर्यास्ताचं ते विलोभनीय सौंदर्य पाहाता पाहाता क्योकोला एकदम ममाची आठवण झाली...

... क्योको शाळेत होती तेव्हा. एके दिवशी संध्याकाळी ममा अचानक तिला म्हणाली,

''उष्ण कटिबंधातला सूर्यास्त खरंच इतका नयनरम्य असतो, क्योको! अगं, आकाशातली विविध रंगांची किमया तुम्हांला थक्क करून सोडते!...''

— हे बोलताना तिची नजर दूरवर कुठेतरी तरळत होती. काहीशी हरवलेली आणि खिन्न!

क्योकोनं कुतूहलानं ममाला विचारलं, ''पण ममा, तुला गं काय माहीत त्या उष्ण कटिबंधातलं? तू थोडीच कधी गेल्येस तिथे सूर्योदय नि सूर्यास्त बघायला?...''

तशी ममा दचकली. तिचा चेहराही खर्रकन उतरलासा वाटला क्योकोला. पण मग का कोण जाणे, पण सारवासारव केल्यासारखी ती सहजपणे म्हणाली,

''मी कुठे जाणार, गं बाई?... टीव्हीवरच्या कार्यक्रमात पाहिलंय पुष्कळदा, ते आठवलं!''

– आणि मग ती झर्रकन तिथून निघून गेली. मात्र तिचा कावराबावरा झालेला चेहरा क्योकोला बुचकळ्यात टाकून गेला...

आत्ता या क्षणी, मावळतीच्या आभाळाला झळाळत्या रंगांनी न्हाऊ घालणारा सूर्यास्त अनिमिष नेत्रांनी बघताना क्योकोला ते संभाषण काल झाल्यासारखं लख्ख आठवू लागलं... 'ममानं तर इथले खूप सूर्यास्त साठवले असतील मनात!' – ती मनाशी म्हणाली.

तो दिवस अगदी सार्थकी लागल्यासारखं वाटलं क्योकोला. खूप समाधान वाटलं. मिळालेली सगळी माहिती हृदयाच्या अगदी खोल कप्प्यात साठवून ठेवली तिनं. ...त्या सुंदर घरासमोरच्या काळपट-करड्या गवताळ अंगणात आपले आईवडील आणि ते फोटोतलं दुसरं जोडपं – सगळी मंडळी प्रसन्नपणे हसतखेळत, गप्पागोष्टी करत बसल्येत, असं एक लाघवी कल्पनाचित्र तिचं मन रंगवू लागलं!

आता तो फोटो काही निव्वळ अचेतन फोटो उरला नव्हता. क्योकोच्या मनात त्या फोटोतली माणसं जणू जिवंत होऊन हसतखेळत वावरू लागली होती. इतकंच नव्हे, तर ती त्या सर्वांना तीस वर्षांपूर्वीच्या त्यांच्या घरापाशी घेऊन आली होती!

मात्र, या क्षणी तिला तीव्रतेनं आठवण येऊ लागली, ती आपल्या वडलांची... बागेत आपल्याशी खेळणाऱ्या आपल्या तरुण, देखण्या वडलांची मनात असोशीनं जपलेली ती लाघवी प्रतिमा पुन्हा सरसरून जागी झाली आणि क्षणभर क्योको स्मृतिरंजनात रंगून गेली! ...परंतु क्षणभरच. कधीही न दिसलेल्या वडलांसाठी झुरणाऱ्या तिच्या मनाला आज मात्र वास्तवाची तीव्रतेनं जाणीव होऊन ते कमालीचं व्याकूळ झालं! ...का इतक्या लहानपणीच पोरकं करून गेले ते आपल्याला? का आपल्याच बाबतीत हिरावलं गेलं वडलांचं सुख?... दुःखानं तिचं हृदय पिळवटून आलं! गळा दाटला आणि डोळे अश्रूंनी डबडबले.

— अखेर लांबून एक टॅक्सी येताना दिसली. घाईघाईनं तोंड पुसून तिनं डोळ्यांवर काळा चष्मा चढवला आणि टॅक्सीला हात केला. ड्रायव्हरला हॉटेलचं नाव सांगून ती जड पावलांनी टॅक्सीत शिरली. मान मागे विसावून तिनं पाय लांबवले आणि डोळे मिटून घेतले. खूप खूप थकली होती ती! दिवसभरातल्या नाट्यपूर्ण घडामोडींनी इतकी शिणली होती, की घामानं चिप्प झालेलं आपलं अंग सीटच्या प्लॅस्टिकच्या कापडाला चिकटतंय, याचंसुद्धा भान तिला राहिलं नाही.

आजच्या सबंध दिवसात प्रथमच तिला मासाओची तीव्रतेनं आठवण झाली. ...गेल्या दोन दिवसांत आपल्या हरवलेल्या विश्वाचा माग काढण्यासाठी आपण केलेला आटापिटा आणि त्यातल्या उत्कंठावर्धक घडामोडी, हे सारं अनुभवायला मासाओ हवाच होता आपल्यासोबत. तिच्या जिवाला त्याची हुरहुर लागली. वाटलं, सगळ्या चिंतांचं ओझं द्यावं झुगारून आणि पुढचा-मागचा काहीही विचार न करता बिनधास्तपणे बोलावून घ्यावं मासाओला इथे. उद्याच्या उद्या.

एकूण, फोटोतलं ते घर सापडल्यानंतर क्योकोला पडलेल्या त्या नाजूक कोड्याचा एक महत्त्वाचा तुकडा योग्य जागी चपखल बसला होता! तिच्या मनात आलं, आणखी दोन दिवसांनी – शनिवारी आपण पुन्हा तिथे जाऊ, तेव्हा चिनआजोबांची ती मुलगी आपल्याला भेटेल, आणि मग कदाचित सारीच रहस्यं उलगडतील!

आनंदानं तिचं हृदय उचंबळून आलं!

परंतु त्यासाठीही तब्बल दोन दिवसांची प्रतीक्षा करावी लागणार होती. ...उद्याचा एक दिवस मात्र पटकन संपला पाहिजे. तिचं मन शनिवारसाठी अधीर झालं होतं!

खरं तर, दुसऱ्या दिवशी तिला जपानी संघटनेत जायचं होतं. तिनं ठरवलं, सकाळी लवकर उठून तिथे जायचं, म्हणजे मग दिवस झर्रकन उलटेल! त्या दिवशी संघटनेतल्या हारिमाबाईंनी तिला सांगितलं होतं, की त्यांच्यातलीच एक वयस्क स्त्री-सदस्य दर शुक्रवारी तिथल्या ग्रंथालयात त्यांना कामकाजात मदत करायला येते. खूप वृद्ध आहे ती स्त्री. युद्धापूर्वीच्या काळापासून आहे ती इथे

सिंगापूरमध्ये. त्यामुळे तिच्याकडून नक्की काहीतरी अधिक माहिती मिळू शकेल!

हे ऐकून क्योकोच्या आशा पल्लवित झाल्या होत्या.

तिच्या दृष्टीनं या बाबतीत मिळणाऱ्या माहितीचा अंशन्‌अंश मोलाचा होता. त्यामुळे या संदर्भातली माहिती असणाऱ्या एकाही व्यक्तीची भेट ती चुकू देणार नव्हती. तिनं दुसऱ्या दिवशीचा कार्यक्रम नक्की केला. ...उद्या सकाळी पुन्हा जपानी संघटनेत जाऊन त्या वृद्ध स्त्रीची गाठ घ्यायची!

बाथरूममधल्या वाफाळलेल्या गरम पाण्याच्या टबमध्ये शिरेपर्यंत क्योकोला आपण किती दमलोय, याची खरी कल्पना नव्हती. आता तिला जाणवू लागलं, की आपल्या शरीराचा स्नायू न् स्नायू ठणकतोय! सुवासिक गरम पाण्यानं ती आपलं दुखणारं अंग शेकून घेऊ लागली. खूप हलकं हलकं वाटू लागलं तिला. उद्या काय होईल ते होईल, पण आज रात्री तरी तिला फक्त आरामात गाढ झोपण्यासाठी एक मऊमऊ ऐसपैस बिछाना हवा होता. तिची सारी शक्ती शोषून घेणारे ताण त्या गाढ झोपेत विरून जाणार होते!

सारं काही मनासारखं होतं, तरीही रात्री क्योकोला काही केल्या झोप लागेना. मनातल्या खोल खोल डोहात आजवर दडून राहिलेल्या नाना प्रतिमा आणि चितारलेली कल्पनाचित्रं त्या नीरव शांततेत जणू मुक्त होऊन तिच्या नजरेसमोर तरळू लागली. अर्धवट गुंगीत त्यांच्या चकवा देणाऱ्या विभ्रमांच्या मागे ती पळत होती! ...किती मऊ लुसलुशीत आहे हे गवत अंगणातलं! हिरवं-हिरवंगार... पण...पण हे उन्हानं असं करपून कसं गेलं? ...कुणाचं लक्ष नाही का त्याच्याकडे? ...आणि बागेतल्या या लालचुटुक लाकडी झोपाळ्यावर ही मुलं कोण बरं खेळतायत्? ...त्यांच्या हसण्याखिदळण्याच्या जल्लोषानं सगळं घर भरून गेलंय आनंदानं! ...हा ....हा बघ मी किती उंच झोका घेतला! ...अजून उंच ...अजून उंच ...आता आभाळाला टेकणार माझा झोका!

त्या विभ्रमांच्या मागे धावता-धावता क्योको थकली. रात्र उलटली झोपेविना त्या खेळात!... पण मग पहाटे पहाटे केव्हातरी क्योको अलगद झोपेच्या कुशीत शिरली.

९

बोटीच्या प्रवासाचा आजचा तिसरा दिवस होता. गेले दोन दिवस आल्हाददायक वाटणारी हवा एकाएकी बदलली आणि सोसाट्याचे वादळी वारे वाहू लागले. शांत भासणारा महासागरही अचानक प्रचंड खवळला; त्यानं उग्र रूप धारण केलं. गर्रगर्र घुमणारं ते धुमसतं पाणी आवा मारूला असं काही वेडंवाकडं उडवत होतं, की जणू त्या बोटीवरचे दोन हजारांहूनही अधिक जीव म्हणजे क:पदार्थ होते. समुद्राचं ते रौद्रभीषण रूप पाहून मासाकोच्या मनात आलं, हा महासागर आपल्या एका लहरीसरशी या बोटीत कोंबलेल्या हजारो जिवांचा एक घास करू शकतो!... आता या बेभरवशी समुद्राच्या दयेवरच सर्वस्वी अवलंबून आहेत सर्वांचे प्राण!

कल्पनेनंही मासाकोच्या जिवाचा क्षणभर थरकाप उडाला!

बोट वेडीवाकडी हेलकावत वर उसळ्या घेत होती. त्या हेलकाव्यांनी मासाकोच्या पोटातलं अन्न ढवळून वर येऊ लागलं. तिला अगदी बिछान्यातून बाहेर पडणंही मुश्कील झालं होतं. विशेष म्हणजे, जिचं कधीही बोट लागत नाही म्हणून कौतुक व्हायचं, ती चिएकोसुद्धा उलट्यांनी हैराण झाली होती. त्यामुळे शिगे आपल्या दोन हातांनी दोन्ही मुलांना छातीशी घट्ट कवटाळून बसला होता. पोरं बिचारी पार भेदरून गेली होती. खवळलेल्या समुद्राचा हा अनुभव त्यांना नवीनच होता. मात्र त्यांना बोट लागली नव्हती. झोपाळे, सी-सॉ, मेरी-गो-राउण्ड अशा खेळांमुळे चांगलीच सवय होती त्यांना गरगर फिरण्याची.

चौथ्या दिवशी मात्र समुद्राचं रौद्र रूप किंचित सौम्य झालंसं वाटू लागलं. शिगेच्या सुदैवानं त्या दिवशी मुलांना दोन नवीन मित्र मिळाले; आणि मग त्या चौघांच्या टोळीनं सबंध बोटीचं जणू क्रीडांगण करून टाकलं. एकमेकांच्या मागे धावत, हसत-खिदळत ही चौघांची टोळी फिरू लागली. आपलीच शक्कल

लढवून त्यांनी लुटुपुटुच्या चाचेगिरीचा नवीन खेळ शोधून काढला आणि त्या खेळात बोटीवरची मोठी माणसं जेरबंद होऊ लागली!

पाऊस बोटीला चहूबाजूंनी वेडावाकडा झोडपत होता. बोट प्रचंड हेलकावत होती, तरीही आता पोरं न घाबरता बोटभर धावत होती आणि खेळण्यासाठी आणखी सवंगडी शोधत होती. आवा मारूवर अशी शेकडो उत्साही मुलं होती. फक्त ती एका बोटीवर बांधून घातल्यामुळे आता अतिशय अस्वस्थ झाली होती. ...'भले तुमची बोट कितीही का अवाढव्य असेना, शेवटी कोंडूनच तर घातलंय ना आम्हांला त्यावर?' – त्यांची मोठ्यांकडे तक्रार होती. परंतु एकाला एक मिळाल्यावर कंटाळलेली ती सारी पोरं मोकळी झाली आणि मुक्तपणे खेळू लागली.

मात्र मुलं फारच सैरावैरा पळू लागली, तेव्हा त्यांच्या आया घाबरल्या. ती कुठेतरी धोक्याच्या जागी तर जाणार नाहीत ना?... आणि अशा धोक्याच्या जागा त्या बोटीवर काय कमी होत्या? ...एक तर इंजिनाची खोली. आणि सर्वांत चिंतेत टाकणारी बाब म्हणजे वरचा डेक. त्या डेकच्या कठड्यावर तोल सांभाळत चालून दाखवण्याचा पराक्रम करण्याचा बेत पोरांच्या डोक्यात शिजत असल्याचं दुपारी कुणाच्या तरी कानी आलं, तशी सारी मोठी माणसं हादरली आणि त्या उधळलेल्या पोरांना पकडायला त्यांच्यामागे धावत सुटली. त्यांना काबूत ठेवण्यासाठी त्यांनी त्या साऱ्या पोरांना धरून एकत्र बसवलं; त्यांचे वेगवेगळे गट तयार केले आणि मोठी माणसं आळीपाळीनं त्या गटांचे खेळ घेणं, गोष्टी सांगणं, गाणी म्हणून घेणं अशा कार्यक्रमांत त्यांना गुंतवून ठेवू लागली.

अखेर, जपानच्या दीर्घ प्रवासाला निघालेली बोटीवरची सारी अस्वस्थ माणसं हळूहळू स्थिरावली आणि एक प्रकारची शांतता बोटीवर नांदू लागली. काळाची नेहमीची जाणीवही त्यांनी मनातून तात्पुरती काढून टाकली होती. आता कुणीही 'आज वार कोणता बरं?' – असं काळजीनं विचारत नव्हतं. आता त्यांच्या मनातलं वेळेचं गणितही बदललं होतं. जेवणाच्या वेळा, सूर्योदय, सूर्यास्त यांचंच एक चक्र त्यांनी स्वीकारलं होतं. एकूण, सगळ्यांचीच आयुष्यं एका तात्पुरत्या सामायिक दिनचर्येत बंदिस्त झाली होती; आणि सर्वांना ती आवडूही लागली होती. खच्चून भरलेल्या त्या बंदिस्त बोटीतसुद्धा नव्यानव्या मैत्रींचे धागे जुळत होते; जुने बंध अधिक दृढ होत होते. दोनएक हजार प्रवासी प्रवास संपण्याची वाट पाहात असताना हे होणं तर अटळ होतं.

क्वचित केव्हातरी कॅप्टन हामादा धूम्रपान करण्यासाठी डेकवर आलेले दिसायचे. क्षितिजाकडे स्थिर नजरेनं पाहात सिगारेट ओढत उभ्या असलेल्या, झुबकेबाज मिश्यांच्या त्या धिप्पाड व्यक्तीच्या नुसत्या दर्शनानंही बोटीवरच्या घाबरलेल्या

माणसांना धीर यायचा. कॅप्टनसाहेबांचं व्यक्तिमत्त्वच इतकं प्रभावी होतं, की त्यांच्याकडे नुसतं पाहूनही माणसांच्या मनात या व्यक्तीवर आपण पूर्ण विसंबून राहू शकतो, अशी भावना निर्माण व्हायची; आणि जोवर या व्यक्तीच्या हाती बोटीची सूत्रं आहेत, तोवर आपण सगळे सुरक्षित आहोत, त्यांच्या जिवावर रात्री निर्धास्तपणे झोपायला हरकत नाही, असा विश्वास वाटायचा.

मासाकोलाही, आपण सगळे एका धडाडीच्या, कणखर कप्तानाच्या हातात आहोत, याचं समाधान वाटत होतं.

एक निष्णात आणि भरवशाचा कप्तान अशी कॅप्टन हामादांची सर्वत्र ख्यातीच होती. मोठमोठ्या आपत्तींतून आणि धोक्याच्या परिस्थितीतून ते आपली बोट सुरक्षितपणे बाहेर काढू शकतात, असा जो नौदलाचा त्यांच्यावर विश्वास होता, तो तर त्यांनी अनेकदा सार्थ ठरवला होता!

आजही मासाको रात्री डेकवर समुद्राकडे पाहात उभी असताना अचानक तिला कॅप्टन हामादा दिसले. डोळे किलकिले करून दूरवर पाहात ते शांतपणे सिगारेट ओढत होते. त्यांची भरदार गर्दन आणि मजबूत खांद्यांकडे मासाको भीतियुक्त आदरानं पाहातच बसली... आणि मग एक दीर्घ श्वास घेऊन ती मनात म्हणाली, मला आता पूर्ण खात्री आहे, की आम्ही सगळे अगदी सुखरूपपणे जपानला पोचणार आहोत.

मात्र त्याच रात्री ते आक्रित घडलं!

मध्यरात्री अचानक स्फोटांच्या प्रचंड आवाजांनी बोट हादरली! ...झोपेतून खडबडून जागी झालेली माणसं जिवाच्या आकांतानं सैरावैरा पळत सुटली. सर्वत्र एकच हाहाकार उडाला! मात्र थोड्याच वेळात लक्षात आलं, की स्फोट आपल्या बोटीवर नव्हे, दूरवर झालाय. समोर, काही अंतरावर एक काळी आकृती आगीच्या ज्वालांच्या प्रचंड लोळात गडप होताना दिसू लागली. पाठोपाठ आणखी एक प्रचंड मोठा स्फोट झाला! बोटीवर पुन्हा एकदा प्राणाच्या भयानं मारलेल्या जीवघेण्या किंकाळ्या घुमल्या. त्या विरल्यानंतर मात्र सर्वत्र एक भयाण शांतता पसरली. आधीच्या स्फोटांपेक्षाही अधिक भीषण आणि थरकाप उडवणारी शांतता होती ती!...

त्या महासागरानं मात्र एका विराट अलिप्त काळोखाच्या कवचाखाली पुन्हा क्षणार्धात आपलं गहन, काळंशार रूप धारण केलं. दुर्बोध आणि फसवं रूप. जणू क्षणापूर्वी तिथे काही घडलंच नव्हतं! आता फक्त आवा मारूच्या इंजिनांचा एकसुरी आवाज आणि बोटीच्या अंगाखांद्यांवरचे भयचकित झालेले शुभ्र पांढरे क्रॉस तेवढे वातावरणातला ताण सावरायचा प्रयत्न करीत होते.

मात्र, या प्रसंगानं आवा मारूवरच्या प्रत्येकाला एका विखारी सत्याची जाणीव झाली, की आपण सर्वजण ज्या महासागरातून चाललेलो आहोत, तो सागर जपानी

बोटींचा घास घेण्यासाठी टपलेल्या बुभुक्षित विनाशिकांनी भरलेला आहे; आणि हजारो मैल दूर कुठेतरी दिल्या गेलेल्या सुरक्षित प्रवासाच्या हमीच्या केवळ एका धाग्यावर आपल्या सर्वांची आयुष्यं लटकलेली आहेत!... समजा, एखाद्यानं धुडकावूनच लावली ती हमी, तर?... किंवा एखाद्या विनाशिकेच्या हातून चुकून काही विपरीत घडलं, तर?... आता त्यांच्या प्रवासाला एक नवीनच गंभीर वळण मिळालं होतं. हाय खाल्ल्यासारखे सारेजण जागच्या जागी चूपचाप बसले होते, आणि त्यांच्या मनात घोंघावणारी वादळं पुन:पुन्हा त्याच एका भीषण वळणाशी जाऊन धडकत होती.

अचानक बोटीच्या ध्वनिवर्धकावरून कर्कश खरखर ऐकू येऊ लागली. याचा अर्थ, पाठोपाठ काहीतरी उद्‌घोषणा केली जाणार होती. सर्वांचे श्वास रोधले गेले! पुढल्याच क्षणी त्या गूढ, गहन शांततेवर प्रहार केल्यासारखा कॅप्टन हामादांचा धीरगंभीर आवाज उमटला –

"...मी कॅप्टन हामादा, आवा मारूच्या सर्व प्रवाशांना विनंती करतो, की सर्वांनी शांत आणि निर्धास्त राहावं. आत्ता जे काही घडलं, त्याचा आवा मारूशी काहीही संबंध नाही. आपल्याला माहीतच आहे, की आपल्या आवा मारूला सुरक्षित प्रवासाच्या हमीचं पूर्ण संरक्षण मिळालेलं आहे. बोटीवरचे पांढरे क्रॉस हे त्याचेच निदर्शक आहेत. या क्रॉसमुळे युद्धकाळातली सगळी संकटं आपल्यापासून हजारो योजनं दूर राहणार आहेत. त्यामुळे काळजी करण्याचं, घाबरण्याचं काहीही कारण नाही. लक्षात ठेवा, मी कॅप्टन हामादा आहे. माझ्या ताब्यात असलेल्या बोटीला कुणीही धक्का लावू शकत नाही! तेव्हा कृपया, सर्वांनी निर्धास्त राहावं."

या उद्‌घोषणेच्या पाठोपाठ बोटीवर काही सुटकेचे नि:श्वास सुटलेही आणि कॅप्टनच्या प्रशंसेचे काही सूरही उमटले. परंतु मासाकोच्या चिकित्सक आणि संवेदनशील मनाला मात्र, तिच्या मनातल्या त्या महानायकाच्या कणखर स्वरातही कुठेतरी ठामपणाचा अभाव असल्याची भावना चाटून गेली. खेरीज, जेमतेम शंभर-सव्वाशे मीटर अंतरावर नुकतंच पाहिलेलं ते विनाशाचं आणि साक्षात मृत्यूच्या तांडवाचं भयानक दृश्य काही केल्या तिच्या मनातून हलेना!

कुणीही कबूल करायला तयार नव्हतं, परंतु आवा मारूवरच्या लोकांना रात्रभर डोळ्यांसमोर पुन:पुन्हा ती आगीच्या लोळात गडप होणारी काळी आकृती दिसत होती आणि मनात जिवाच्या आकांतानं मारलेल्या किंकाळ्यांचे भेसूर प्रतिध्वनी घुमत होते!

आज आयुष्यात पहिल्यांदा मासाको आणि चिएकोनं, युद्धातला भीषण संहार आणि मृत्यूचं थैमान – जे आजवर दूर कुठेतरी घडत असल्याचं केवळ ऐकलं होतं, ते उघड्या डोळ्यांनी पाहिलं होतं. सारं काही आलबेल आहे, काहीही अनिष्ट न

घडता आपण अगदी सुरक्षितपणे, नियोजित वेळी जपानला जाऊन पोचू, या त्यांच्या आत्मतुष्ट गृहीताच्या बंदिस्त चौकटीतून त्या आता कुठल्या कुठे बाहेर फेकल्या गेल्या होत्या!

हिरो आणि ताइयोचाननं 'सुरक्षित प्रवासाची हमी' हा शब्द मोठ्या माणसांच्या बोलण्यांतून वारंवार ऐकला होता; आणि खोदून खोदून प्रश्न विचारून त्याचा अर्थही समजून घेतला होता. त्यामुळे प्रत्यक्षातल्या घटनेमुळे तेही खूप अस्वस्थ झाले होते. त्या रात्री त्यांना फक्त आईच्या उबदार कुशीत झोपायचं होतं. छोट्या बाळासारखी आईची कूस हुंगत त्यांनी तिच्या छातीशी आपले रडवेले चेहरे दडवले होते.

मासाको आणि चिएको, एकूणच या प्रसंगानं पार गोंधळून गेल्या होत्या. अजूनपर्यंत ज्या गोष्टींकडे त्यांचं लक्षही गेलेलं नव्हतं – उदाहरणार्थ, जमिनीतून येणारा कर्रकर्र आवाज किंवा लोखंडी पट्ट्यांची एकमेकांवर घासून होणारी चर्रचर्र, इथेतिथे पडलेले लोखंडाचे तुकडे अशा गोष्टींनी आता त्यांच्या छातीत धस्स् होऊ लागलं. भयानं दोघींचीही डोकी सैरभैर झाली होती, तरीही आलंच अरिष्ट तर त्याला टक्कर देण्यासाठी त्या प्रयत्नपूर्वक आपलं मन घट्ट करत होत्या.

"भयंकर भीती वाटत्येय गं..! खरंच, किती असहाय आहोत आपण सगळेजण. ज्या गोष्टींवर आपला बिलकूल ताबा नाही, त्या गोष्टींवरच सर्वस्वी अवलंबून आहेत आपले प्राण!" – चिएको म्हणाली.

मासाकोनं निराशेनं मान हलवली. ती म्हणाली, "तुला काय म्हणायचंय, ते आलंय माझ्या लक्षात, चिएको! मलाही आता स्पष्ट दिसतंय, की एखाद्या मेणबत्तीसारखी आहेत आपली आयुष्यं. वाऱ्यानं फडफडणाऱ्या क्षणभंगुर ज्योती जणू!... कोणत्याही क्षणी एखादा झोत येईल भन्नाट वाऱ्याचा आणि विझवून टाकेल या ज्योती क्षणार्धात... काय करू शकणार गं आपण? असहाय आहोत, असहाय!..."

मासाको आतून ढासळत चालली होती. ...पाशवी क्षुधेच्या या राक्षसी महासागरात एका बंदिस्त बोटीत कोंडले गेलोय आपण, आणि चहूबाजूंनी असंख्य सैतान आपला घास घ्यायला टपलेत, अशी काहीतरी विकृत भावना हळूहळू तिच्या मनाची पकड घेऊ लागली; आणि मग त्याच परिचित भीतीचे तिच्या मनाला कडकडून डंख होऊ लागले... बघता बघता त्यांचा विखार तिच्या सर्वांगात भिनला. ती थरथरू लागली. पाठीच्या कण्यातून विचित्र लहरी सरसरू लागल्या... 'कुणीतरी आम्हांला या बंदिस्त बोटीतून... या महासागरातून बाहेर काढा रे!... पायाखाली कोरडी जमीन हव्येय आम्हांला!' – तिचं मन आक्रंदू लागलं.

– मात्र त्याच वेळी तिला दोन्ही कुशींत विश्वासानं झोपलेल्या मुलांचा स्पर्श जाणवला, आणि चटका बसल्यासारखी ती भानावर आली! ...'नाही, हे असं धीर

सोडून नाही चालणार मला! माझ्या या मुलांसाठी तरी मला खंबीर राहायलाच हवं!' – तिच्या मनात आलं, आणि रक्तात उसळणाऱ्या त्या भयाच्या लहरी दडपून टाकण्याची तीव्र इच्छा एकाएकी तिच्या मनात उचंबळून आली.

हळूहळू मुलांच्याही मनातली भीती कमी होऊन ती शांत झाली असावीत. तिच्या शरीराभोवती घट्ट लपेटलेल्या त्यांच्या हातांच्या मिठ्या गाढ झोपेत सैल झाल्या होत्या. मुलांचे हात हलकेच सोडवून ती उठून बसली आणि अलगद बिछान्यातून बाहेर पडली.

शिळ्या हवेच्या त्या कोंदट केबिनमधून बाहेर पडून तिला मोकळा श्वास घ्यायचा होता.

क्षणभर ती अडखळली... परंतु पुढल्याच क्षणी तिची पावलं आपसूक डेककडे वळली.

वर डेकवर तिनं पाऊल टाकलं मात्र, समोरचं दृश्य पाहून तिच्या काळजाचा ठोका चुकला! समोरच तिची गरोदर मैत्रीण आकिको बोटीच्या कठड्यावर चढून इतक्या भयानक रीतीनं खाली वाकली होती, की मासाकोला वाटलं, आता पुढल्या क्षणी ती समुद्रात उडी घेणार! स्वत:च्याही नकळत मासाको जोरात किंचाळली,

"नाही, नाही... आकिको! खाली उतर पहिली. आकिकोऽऽ उडी मारशील तर बघ, याद राख!..."

धावत जाऊन तिनं आकिकोचा हात पकडला आणि तिला इतक्या जोरात खाली खेचलं, की ती मासाकोच्या अंगावर कोसळली. दोघीही एकमेकींना घट्ट मिठी मारून रडू लागल्या. जे भयानक घडणार होतं, त्याचा इतका प्रचंड धक्का बसला होता दोघींनाही, की पुन:पुन्हा एकमेकींना मिठी मारून त्या रडत होत्या!

थोड्या वेळानं दोघीही थोड्या शांत झाल्या. आकिकोचे खांदे गदागदा हालवत मासाको म्हणाली,

"...फार... फार भयानक गोष्ट करायला निघाली होतीस गं तू, आकिको! ...हे असं का पण? ...बाई, ही गंभीरपणे विचार करण्यासारखी गोष्ट आहे गं! जरा बिचाऱ्या तुझ्या नवऱ्याचा विचार कर. पोटात बाळ आहे तुझ्या, त्याचा तरी विचार करशील की नाही?"

"सॉरी, सॉरी मासाको! माफ कर मला..." – आकिको ओठातल्या ओठात पुटपुटत स्फुंदू लागली, "...फार भयाण वाटतंय गं मला एकटीला! ती केबिन मला खायला उठते... आणि त्यात तब्येतही बरी नाही माझी. काय सांगू तुला, माझा नवरा रोज रात्री मित्रांबरोबर दारू पितो आणि मध्यरात्री केव्हातरी येतो भेलकांडत, झोपायला. दारूची ती दुर्गंधी सहन नाही होत आताशा मला... आमचं लग्न झालं ना, तेव्हापासून सुरू आहे हे. आज तर त्यानं अतिरेकच केला गं!... मी

हताश होऊन इथे वर आले... खाली हे काळंभोर पाणी दिसलं... वाटलं, शिरावं या पाण्यात आणि हे बर्फासारखं थंडगार पाणी वाहू द्यावं अंगावरून मनसोक्त. एखाद्या कोऱ्या कागदासारखं शून्य, निर्विकार होईपर्यंत वाहू द्यावं पाणी आपल्यावरून... मग किती शांत वाटेल!... कसला विचार नाही, कसलं दु:ख नाही, चिंता नाही, काही...काही नाही. सारं कसं शांत... शून्य... निर्विकार!...''

मासाकोला काय बोलावं ते कळेना. सुन्न झाली होती ती! मूकपणे ती आकिकोला थोपटत शांत करू लागली. थोपटता थोपटता तिच्या लक्षात आलं, की आपण आकिकोला आपल्या छातीशी इतकं घट्ट आवळून धरलंय, की तिच्या पोटातल्या बाळाची हालचालही आपल्याला स्पष्ट जाणवत्येय. जणू ते बाळ आत आर्ततेनं फडफडत होतं! जणू आपली आई पुन्हा आपला जीव चिरडून टाकायला निघेल की काय, अशी त्याला भीती वाटत होती! एकाएकी मासाकोला, आपलाही जीव खूप मोलाचा आहे, अशी काहीतरी तीव्र जाणीव झाली; आणि तिनं मनाशी निर्धार केला, की जर हे आयुष्य कुणी हिरावून घेण्याचा प्रयत्न केलाच, तर आपण सर्वशक्तिनिशी संघर्ष करायचा. या बाळाला जसा जन्माला येण्याचा आपला हक्क बजावायचाय, तसंच आपणही जगण्याच्या आपल्या हक्कासाठी प्राण पणाला लावून झगडायचं!

''आता फक्त एक आठवडा उरलाय गं...'' ती आकिकोची समजूत घालू लागली, ''मग आपण सुखरूपपणे जपानला पोचू.''

आकिको ओक्साबोक्शी रडत होती.

''अगदी आत्ता तुझ्या पोटातलं बाळ जोरजोरात फडफडताना स्पष्ट जाणवलं मला! जणू ते सांगत होतं, की मला जन्माला यायचंय. ऐकतेस ना, आकिको?... तुझ्या बाळाला जन्माला यायचंय, एवढं नीट समजून घे; आणि काय वाट्टेल ते झालं, तरी हा असला आक्रस्ताळेपणा करण्याचा प्रयत्न पुन्हा कधीही करू नकोस. वचन दे मला, आकिको!...''

आकिकोनं हळूच मान हलवली. डोळ्यांतले अश्रू पुसत ती म्हणाली, ''...वचन देते गं बाई, मी तुला... ही अशी मूर्खासारखी गोष्ट मी पुन्हा कधीही करणार नाही! मासाको, तू मागे ओढल्यामुळेच केवळ वाचले मी आज... नाहीतर त्या क्षणी मी नक्की उडी घेतली असती. का एवढी ओढ वाटली मला या पाण्याची... कोण जाणे!... तुझे आभार कोणत्या शब्दांत मानू, खरंच कळत नाहीये मला. आजचा दिवस ना फार म्हणजे फारच वाईट गेला गं, मासाको... त्यामुळेच मला वाटतं, माझा तोल सुटला.'' – तिनं आपल्या टरारलेल्या पोटावर प्रेमानं थोपटलं आणि आतल्या बाळाच्या हालचालींचा वेध घेऊन सुटकेचा नि:श्वास टाकीत ती म्हणाली, ''...पण आता आपलं सगळं चांगलंच होणार आहे.''

त्याचवेळी बऱ्याच लोकांचे बोलण्याचे आवाज ऐकू येऊ लागले. आणखीही काही माणसं वर डेकवर येत होती. अंधारात त्यांच्या सिगारेटींच्या जळत्या टोकांचे लालभडक छोटे ठिपके नाचताना दिसत होते. व्यवस्थित पोशाख केलेली ती माणसं डेकवरच्या इतर माणसांच्या गर्दीपासून दूर, बहुधा त्यांच्या नेहमीच्या कोपऱ्यात जाऊन उभी राहिली, आणि अगदी खालच्या आवाजात आपापसात बोलू लागली.

मासाकोच्या मनात आलं, या लोकांना पाहिल्यावर तर असं वाटतंय, की जणू हे सारेजण एखाद्या मोठ्या कंपनीतले वरिष्ठ अधिकारी आहेत, आणि एखादी महत्त्वाची मीटिंग आटोपून कंपनीच्या बोर्डरूममधून बाहेर पडल्येत! संकटांची खाई ओलांडणाऱ्या या गच्च भरलेल्या बोटीवरच्या काडेपेट्यांसारख्या केबिनमधून बाहेर आल्यासारखी काहीतरी कळा आहे का यांच्यावर?

मासाकोला त्याही परिस्थितीत हसू आलं.

कसं का होईना, पण सभोवताली हळूहळू नित्याच्या सर्व हालचाली पुन्हा पूर्ववत चालू झाल्या. स्त्री-पुरुषांचे घोळके रेंगाळत डेकवर फेरफटका मारू लागले. कुठे पुरुषांच्या कंपूत सिगारेटींच्या धूम्रवलयांसोबत गप्पागोष्टी रंगू लागल्या. क्वचित कुठेतरी मधूनच हास्याच्या अस्फुट लकेरीही उठत होत्या. एखाद्या कोपऱ्यात जमलेल्या कंपूत साकेच्या बाटलीतून प्याले भरले जात होते आणि प्याल्यांच्या किणकिणाटासोबत चिअर्सचे हलके नाद वातावरणात घुमत होते. या सगळ्यातून हळूहळू सारं काही ठाकठीक असल्याचं एक आश्वासक वातावरण बोटीवर तयार होऊ लागलं.

त्या रात्री पहिल्यांदा मासाकोला गाढ झोप लागली. झोपेत तिला एकदाही विचित्र भास झाले नाहीत, की मन व्याकूळ करणारी भयानक स्वप्नं पडली नाहीत. भीतीच्या, काळजीच्या फासापासून मुक्त अशी शांत, गाढ झोप लागली तिला.

दुसऱ्या दिवशी भल्या पहाटे सगळ्यांना जाग आली, तीच ध्वनिवर्धकाच्या खरखर आवाजानं. पाठोपाठ कॅप्टन हामादांच्या धीरगंभीर आवाजातलं निवेदन ऐकू येऊ लागलं –

"आपली आवा मारू उष्ण कटिबंधातून बाहेर पडली असून आता ती चीनच्या रोखाने वाटचाल करू लागली आहे. अर्थातच, आता ती वेगाने जपानकडे निघाली आहे. धन्यवाद."

झोपेतून खडबडून जाग्या झालेल्या आणि घाबरून केबिनच्या बाहेर धावत सुटलेल्या प्रवाशांमधून काही सुटकेचे निःश्वास सुटले आणि कुठे टाळ्यांचा गजरही झाला. झोपाळलेल्या डोळ्यांनी माणसं समोर दिसेल त्याला पकडून कॅप्टन हामादांच्या कर्तबगारीला दाद देऊ लागली. आता ते घराच्या अर्ध्या वाटेवर येऊन ठेपले होते.

उत्साहानं माणसं डेककडे धावत सुटली. आनंदानं, उत्साहानं एकमेकांशी काहीबाही बोलत सगळे डेकवर गर्दी करू लागले. सर्वजणच दुसऱ्या दिवशीचा उगवता सूर्य पाहण्यासाठी कमालीचे आतुर झाले होते.

मासाकोही डेकवर आली होती. तिचंही मन पाखरासारखं हलकं होऊन अलगद तरंगू लागलं होतं.

हळूहळू क्षितिजावर आकाश उजळू लागलं आणि त्यातून लाल-केशरी तेजस्वी किरण फाकले. जणू ते सर्वांना आश्वासन देत होते, की बघा, एका सुरेख नव्या दिवसाची सुरुवात झाली आहे; आणि आता थोड्याच अवधीत आवा मारू जपानचा किनारा गाठेल!

मासाकोला आकिको तिच्याच दिशेनं समोरून येताना दिसली. तिनं अंगाभोवती उबदार कोट लपेटून घेतला होता. किती आनंदी दिसत होती ती! एरवी आजारल्यासारख्या दिसणाऱ्या तिच्या चेहऱ्यावरचं चिंतेचं, वेदनांचं जाळं फिटलं होतं. मासाकोला ती भेटल्यापासून आज पहिल्यांदा अशी मुक्तपणे हसताना दिसत होती.

"मला इतका आनंद झालाय म्हणून सांगू!... आपण आता निम्मा टप्पा ओलांडलाय. मला तर कधी एकदा जमिनीवर पाऊल टाकते, असं झालंय!..." आकिको अत्यानंदाच्या भरात मोठ्यानं ओरडून बोलत होती. जणू आवा मारूवरच्या प्रत्येक माणसाच्या मनात दाटलेल्या भावनांचा उद्रेकच तिच्या तोंडून व्यक्त होत होता.

सर्वजण डेकवर कितीतरी वेळ उभे होते. जणू उगवलेल्या नव्या दिवसाच्या जादूनं त्यांच्यावर मोहिनी घातली होती. बोटीनंही वेग पकडलेला जाणवत होता. जणू कॅप्टन हामादांच्या आश्वासनामुळे तीही घरी पोचण्यासाठी अधीर झाली होती.

उष्ण कटिबंधातून बाहेर पडल्याबरोबर हवेतली आर्द्रता एकाएकी कमी झाल्याचं जाणवू लागलं. उत्साहवर्धक वाऱ्याच्या मंद झुळका वाहत होत्या. किती सुखावह वाटत होत्या त्या सर्वांना. डेकवर सर्वांचे केस वाऱ्यानं भुरभुरू लागले, तशी एक आनंदाची लहर सर्वत्र पसरली.

क्षितिजावर आकाशात लाल-सोनेरी रंगांची जणू उधळण चालली होती. ते विलोभनीय दृश्य पाहण्यात मासाको इतकी हरवून गेली, की शेजारी आकिको कोलमडून पडत आहे, हेही तिच्या लक्षात आलं नाही. आकिकोच्या हातांचा विळखा तिच्याभोवती पडला, आणि तिच्या ओझ्यानं मासाकोही खाली खेचली जाऊ लागली, तेव्हा ती एकदम भानावर आली. आकिको पोट गच्च दाबून वेदनेनं विव्हळत होती. चेहऱ्यावरचं हास्य लोपून चेहरा आक्रसला होता, आणि ओठ मुडपून तिनं दातांखाली गच्च आवळले होते.

"मासाको, मला.... काहीतरी होतंय गं!..." ती अस्फुट स्वरात बोलली,

''परमेश्वर खरंच असं न करो, पण मला वाटतं, मला प्रसूतीच्या वेदना सुरू झाल्यात. मासाको, मला भयंकर भीती वाटत्येय. बोटीवर ही प्रसूती, हे बाळ जन्माला येणं... हे सारं कसं काय गं निभावेल?''

त्याच क्षणी पोटात एक जोराची कळ येऊन आकिको मोठ्यानं कण्हली. मासाकोनं तिला जवळ घेतलं; पण आकिको घाबरून रडायला लागली होती.

आकिकोच्या जडावलेल्या शरीराचा भार कसाबसा सावरीत मासाकोनं तिला जवळच्या खुर्चीपर्यंत नेलं आणि अलगद बसवलं. वेदनेनं आणि भीतीनं व्याकूळ झालेल्या त्या स्त्रीला ती थोपटून शांत करू लागली.

पण तिचं स्वत:चं मन तरी कुठे थाऱ्यावर होतं?

तरीही आकिकोला धीर देत ती म्हणाली, ''घाबरू नकोस, आकिको! बोटीवर नक्की कुणीतरी डॉक्टर असतीलच. अगदी नर्ससुद्धा असेल. सगळं इतकं व्यवस्थित पार पडेल, की तुला कळणारसुद्धा नाही. हे बघ, इकडे माझ्याकडे बघ... मला दोन मुलं आहेत, त्यामुळे मला माहीत असणार, यावर विश्वास आहे ना तुझा? अग, शेवटी मूल जन्माला येणं, ही एक नैसर्गिक क्रिया आहे. खाणं, पिणं या गोष्टी जितक्या नैसर्गिक असतात ना, तितकंच नैसर्गिक असतं हे...''

इथे काहीतरी गडबड झाल्येय, हे जवळच उभ्या असलेल्या दोन पुरुषांच्या लक्षात आलं; आणि त्यांनी ताबडतोब त्यांच्याकडे धाव घेतली. परिस्थितीचं गांभीर्य लक्षात येऊन तेही मदतीला सरसावले. सर्वांनी मिळून आकिकोला काळजीपूर्वक जिन्यावरून खाली आणलं आणि तिच्या केबिनमध्ये नेऊन झोपवलं. मासाकोनं त्वरित बोटीच्या व्यवस्थापन विभागाकडे धाव घेतली आणि त्यांना सर्व परिस्थितीची कल्पना दिली. मिनिटभरातच ध्वनिवर्धक पुन्हा चालू झाला. मात्र यावेळी व्यवस्थापनातील एक ज्येष्ठ अधिकारी बोलू लागले –

''बोटीवर जर कुणी डॉक्टर अथवा वैद्यकीय क्षेत्रातील व्यक्ती असतील, स्त्री अथवा पुरुष, तर त्यांनी तत्परतेनं मदतीसाठी पुढे यावं. आवा मारूवर तातडीची गरज निर्माण झालेली आहे.''

– हे कळकळीचं आवाहन ऐकून एक माणूस धावत तिथे आला आणि आपण डॉक्टर असल्याचं सांगू लागला. पाठोपाठ एक स्त्रीही आली. ती प्रशिक्षित नर्स होती. परमेश्वरासारखी धावून आलेली ही माणसं पाहून मासाकोचा जीव भांड्यात पडला. तो डॉक्टर लष्कराच्या हॉस्पिटलमधला डॉक्टर होता. प्रसूतीपेक्षा लष्करातल्या सैनिकांच्या खटाखट शस्त्रक्रिया करण्याचा त्याचा अनुभव दांडगा असावा, असं एकंदरीत त्याच्या व्यक्तिमत्त्वावरून मासाकोला वाटलं. पण शेवटी बोटीवर डॉक्टर असा तो एकटाच होता.

मासाकोला आपल्या दोन्ही मुलांचे जन्म आठवले. दोन्ही वेळी ती अतिशय

सुसज्ज अशा हॉस्पिटलांमध्ये होती. भोवती निष्णात डॉक्टर आणि प्रशिक्षित नर्सेस. शिवाय जवळ काळजी घेणारे तिचे कुटुंबीय. ताइयोचानच्या वेळी सिंगापूरमध्ये तिची जिवलग मैत्रीण चिएको होती जवळ. ...हे सारं आठवून तिचा जीव आकिकोसाठी तीळतीळ तुटू लागला. मुळात पहिली प्रसूती अवघड. त्यातून ती लष्करी डॉक्टरच्या हातून, ज्याला स्त्रियांपेक्षा लष्करातल्या सैनिकांच्या चिरफाडीचाच अनुभव जास्त!

आवा मारूवर एका बाळाचा जन्म होत आहे, ही बातमी वाऱ्यासरशी साऱ्या बोटीवर पसरली. या घटनेनं सर्वांच्या काळजाला स्पर्श केला. माणसांचा एक अविरत ओघ आकिकोला आणि तिच्या नवऱ्याला मदत देऊ करण्यासाठी त्यांच्याकडे सुरू झाला. त्या रात्री आकिकोचा नवरा आणि मासाको-चिएको यांच्यासोबत बोटीवरच्या साऱ्या लोकांनी जागता पहारा दिला. कित्येकांना आवा मारूवर प्रवासात बाळाचा जन्म होणं, ही एक मोठी शुभशकुनाची गोष्ट वाटत होती. ज्या नवीन आयुष्याच्या समीप ते जात होते, त्यासाठी हे जणू एक लसलसतं जिवंत आश्वासन त्यांना लाभत होतं!

साधारण वीस तास प्रसूतीवेदनांनी तळमळत काढल्यानंतर, तांबडं फुटण्यापूर्वी थकलेल्या आकिकोनं सगळी शक्ती एकवटून शेवटची कळ दिली आणि एक लालबुंद गोजिरवाणं बाळ जन्माला आलं. येताक्षणीच त्या बाळानं आपल्या टॅहँ ऽऽ टॅहँ ऽऽ अशा गोड आवाजात सर्वांना आपल्या आगमनाची वर्दी दिली; किंवा जणू या उघड्या जगात येणं नामंजूर असल्यासारखा आपला निषेध व्यक्त केला!

आकिकोला मुलगी झाली होती!

कॅप्टन हामादांनी स्वत: ध्वनिवर्धकावरून ही आनंदाची बातमी घोषित केली. बोटीवर सर्वत्र टाळ्यांचा कडकडाट होऊ लागला. सगळीकडे आनंदीआनंद पसरला. आवा मारूवरची सगळी माणसं नव्या बाळाच्या जन्मानं हरखून गेली होती.

आता प्रत्येकालाच तो नवा जन्मलेला चुळबुळता जीव एकवार डोळ्यांनी पाहावासा वाटू लागला. बघता बघता बाळाच्या जन्माच्या या अत्यंत खासगी गोष्टीला सार्वजनिक स्वरूप आलं. बोटीवरच्या अगदी कठोर काळजाच्या लष्करी अधिकाऱ्यांची मनंसुद्धा, आपल्या बोटीवर बाळाचा जन्म झाला, या घटनेनं हेलावली; आणि आकिकोची प्रसूती सुखरूपपणे पार पडल्याचा आनंद साजरा करण्यासाठी त्यांच्यात साकेचे प्याले फिरू लागले. सर्वांत विशेष म्हणजे, स्वत: कॅप्टन हामादा आपल्या बोटीवरच्या या अनपेक्षित नव्या पाहुणीचं स्वागत करण्यासाठी जातीनं खाली उतरून आले; आणि आपल्या कामानं, उन्हानं रापलेल्या राकट बोटांनी बाळाच्या मऊ मखमली गालांवर हळूच स्पर्श करीत त्यांनी बाळाचं खूप कौतुक केलं. त्यांच्या बोटीवर प्रवासात जन्मलेलं हे बाळ म्हणजे त्यांच्या दृष्टीनं एका नव्या

आयुष्याचा संकेत होता, आणि सुदैवाचं द्योतकही!

आज सुदैवाच्या साथीची कॅप्टन हामादांना आत्यंतिक निकड होती. याचं कारण, आवा मारूच्या रेडिओ यंत्रणेला नुकतेच शत्रुपक्षाच्या संपर्कातून अत्यंत भयप्रद असे संकेत मिळालेले होते. कॅप्टन हामादा प्रचंड अस्वस्थ होते! त्यांनी ताबडतोब टोकियोला या संकेतांविरुद्ध आपला जोरदार निषेध पाठवला होता. परंतु उच्च पातळीवरून अद्यापही त्यांना काहीही प्रतिसाद मिळालेला नव्हता.

...टोकियोला जिथे कोसळणाऱ्या उभ्या जपानी साम्राज्याची चिंता रात्रंदिवस जाळत होती, तिथे जेमतेम दोन-सव्वादोन हजार लोक कोंबलेल्या आवा मारूसारख्या एका क्षुल्लक बोटीकडे ते कुठून लक्ष देणार?...

त्यामुळे, आवा मारू सुखरूपपणे जपानला परत नेण्यासाठी खरोखरच कॅप्टन हामादांना आता बलवत्तर नशिबाचीच आत्यंतिक गरज होती...

१०

रात्रभर क्योकोला गाढ झोप अशी लागलीच नाही. अर्धवट गुंगीत कसले कसले विचित्र भास होत होते; चमत्कारिक स्वप्नंही पडत होती. पहाटे पहाटे केव्हातरी तिचा डोळा लागला, तरीही सकाळी जाग आली तेव्हा तिला जाग्रणाची मरगळ अशी बिलकूल जाणवत नव्हती. उलट, कसलासा जोम अंगात संचारल्यासारखं खूप उत्साही वाटत होतं.

'रॅफल्स हॉटेलमधल्या या पाश्चिमात्य थाटाच्या मुलायम बिछान्याचा परिणाम आहे हा सगळा. किती सुखद विश्रांती मिळते सगळ्या गात्रांना!' – क्योकोच्या मनात आलं. तिनं मनातल्या मनात पक्की नोंद करून ठेवली, की जपानला गेल्यानंतर मासाओच्या मागे लागून त्याला अशाच प्रकारचा बिछाना करायला लावायचा. '...आणि इथल्या बाथरूममध्ये देखील दिव्यांची रचना इतकी सुरेख आहे, की या प्रकाशात आपला चेहरा अगदी प्रसन्न आणि नितळ दिसतो!' – बाथरूममधल्या मोठ्या उभ्या आरशात स्वत:चं प्रतिबिंब न्याहाळत क्योको मनात म्हणाली.

क्योकोनं बॅग उघडली आणि कपड्यांच्या घड्या वरखाली करत ती बाहेर जाताना घालण्यासाठी कपडे शोधू लागली. कोणत्या कपड्यांत आपण कमीत कमी जपानी दिसू बरं?... ती विचार करू लागली. इथल्या स्थानिक लोकांमध्ये आपण वेगळेपणानं लोकांच्या नजरेत ठसू, असा पेहराव आता तिला कटाक्षानं टाळायचा होता. आपला शोध घेण्याचा हा खटाटोप – इतकंच काय, पण एखादी हालचालदेखील कुणाच्या लक्षात येऊ नये, याची ती आता पुरती खबरदारी घेणार होती.

गेले दोन दिवस इथे वावरताना एक गोष्ट तिच्या स्पष्ट लक्षात आली होती, की महायुद्धात जपाननं हा प्रदेश बळकावून काही काळ इथे जी सत्ता गाजवली

होती, त्याची जखम अजूनही इथल्या लोकांच्या मनात ताजी आहे. आणि म्हणूनच जपानी दिसून तिला आजूबाजूच्या लोकांचं लक्ष वेधून घ्यायचं नव्हतं. शेवटी तिनं एक साधासा पांढरा शर्ट आणि पोटऱ्यांपर्यंत लांबसर अशी पँट निवडली. तिच्या भोवतालच्या बहुतेक स्त्रियांना इथे ती याच पोशाखात पाहात होती. तिनं आपले केसही मागे वळवून त्यांची साधीशी पोनीटेल बांधून टाकली. आरशात स्वत:ला इथून-तिथून न्याहाळल्यानंतर क्योकोच्या मनात आलं, आता कोण म्हणेल आपल्याला जपानी? आता तर आपण झक्कपैकी एक सिंगापुरी पुरंध्री दिसतोय! सडपातळ आणि गोरी... ती समाधानानं हसली. काल तिनं इथला उकाडा लक्षात घेऊन जो फुलाफुलांच्या डिझाइनचा एक हलकासा, सुंदर स्कर्ट-ब्लाऊझ घातला होता, त्यात ती वेगळेपणानं उठून दिसत होती, हे निश्चित. ही कुणी परदेशातली स्त्री आहे, हे कुणाच्याही अगदी स्पष्टपणे लक्षात येत असावं; कारण जिथे जाईल, तिथे लोक तिच्याकडे टवकारून बघत होते. पण आज मात्र तिला खात्रीनं वाटत होतं, की या पोशाखात कुणीही आपल्याकडे दुसऱ्यांदा नजर वळवून पाहाणार नाही.

क्योकोनं पायात साधेसे बूट घातले आणि ती लगबगीनं बाहेर पडून लिफ्टकडे धावली. बटण दाबताच मिनिटभरात लिफ्ट येऊन उभी राहिली. कर्ऽऽऽ असा धातूवर धातू घासल्याचा कर्कश आवाज करीत नेहमीप्रमाणे लिफ्टचं दार उघडलं. इथे आल्यानंतर अगदी पहिल्यांदा जेव्हा असा विचित्र चिरका आवाज करत, एखाद्या वाघाच्या जबड्यासारखी ती लिफ्ट उघडली, तेव्हा क्योको जरा दचकलीच होती. पण आता तिच्या ते सवयीचं झालं होतं.

आत एक मध्यम उंचीचा, गलेलठ्ठ माणूस उभा होता. गोरापान. बहुधा कुठल्याशा पाश्चिमात्य देशातला असावा तो. किती क्रूर दिसत होती त्याची लाल दाढी! अशा अगडबंब माणसाबरोबर एकटीनं बंद लिफ्टमध्ये उभं राहण्याचं क्योकोला भय वाटू लागलं. तिला जागच्या जागी घुटमळताना पाहून तो माणूस बिचारा अंग चोरून एका बाजूला सरकला आणि त्यानं तिला उभं राहायला पुरेशी जागा करून दिली. आता आत न शिरणं असभ्यपणाचं झालं असतं!

आत उभं राहिल्यानंतर जेव्हा क्योकोच्या लक्षात आलं, की तो माणूस आपल्याकडे अगदी विनयानं बघतोय, तेव्हा तर ती आणखीनच अवघडून गेली. त्याची नजर टाळण्यासाठी ती आणखी अंग चोरून दुसरीकडे पाहू लागली. परंतु लिफ्टमध्ये सर्व बाजूंना आरसे बसवलेले असल्यामुळे बिचारीची तिकडूनही पंचाईतच झाली.

तिनं एक हलकासा नि:श्वास टाकला.

"तुम्हांला... इंग्लिश येतं का?" – संभाषणाला सुरुवात करण्याचा प्रयत्न करीत, काहीसं अवघडून त्या माणसानं विचारलं.

एवढ्या अगडबंब दिसणाऱ्या त्या माणसाचा आवाज मात्र इतका मृदू आणि हळुवार होता, की क्योको अचंबित झाली. परंतु त्याच्या वागण्यातल्या एकूण अदबशीरपणानं तिच्या मनातली त्याची भीती कमी झाली होती.

तरीही त्या अनोळखी माणसाशी उगाचच बोलण्याची क्योकोला मुळीच इच्छा नव्हती. त्याचा प्रश्न ऐकून क्षणभर ती घुटमळली, पण मग तिनं नाइलाजानं मोघमच उत्तर दिलं,

''हं! येतं, पण फारसं चांगलं नाही!...''

''तर मग परमेश्वराचे आभारच मानले पाहिजेत, की इथे इंग्लिश बोलणारी एकतरी व्यक्ती सापडली!'' मोठ्या संकटातून सुटल्याचा आविर्भाव करीत तो माणूस हसत हसत म्हणाला, ''अहो, तुम्हांला माहित्येय, या शहरातल्या एकूण एक सगळ्या 'वस्तू' पिवळ्याधम्मक आहेत, ज्या फक्त चिनी भाषा बोलतात; आणि जेव्हा इंग्लिश बोलायला जातात ना, तेव्हा ते प्रचंड दुर्बोध असतं. ...दु...र्बो...ध!'' – एकेका अक्षरावर जोर देत त्यानं गंमतशीरपणे मान हलवली.

क्योकोला त्या माणसाचं बोलणं समजून घेण्यासाठी डोक्याला थोडा ताण द्यावा लागला, तेव्हा कुठे 'पिवळ्या वस्तूं'चा संदर्भ तिच्या ध्यानात आला. इथल्या माणसांसाठी त्यानं केलेला हा विनोदी शब्दप्रयोग ऐकून तिला हसू लोटलं. तिच्या हसण्यानं त्या दोघांमधल्या संकोचाला जणू तडा गेला आणि तोही माणूस थोडंसं लाजून हसू लागला.

हसता हसता डोळ्यांच्या कडांना आलेलं पाणी टिपत तो म्हणाला,

''छे, छे, छे!... हे मात्र भलतंच. मला मान्य आहे, की एखाद्याला त्याच्या कातडीच्या रंगावरून असं नाव ठेवणं बिलकूल योग्य नाही; पण तुम्हीच सांगा, काय करणार? हं? ...हवं तर तुम्हीही मला खुशाल 'गुलाबी वस्तू' म्हणा. अगदी बिनधास्त म्हणा! ...आणि खरोखरच जर आम्ही तसे आहोत, तर बोलायला काय हरकत आहे?''

त्याला पुन्हा अनावर हसू लोटलं.

नेमकी त्याच वेळी लिफ्ट खाली पोचली. दार उघडलं आणि हसून एकमेकांचा निरोप घेत दोघेही बाहेर पडले.

हॉटेलच्या बाहेर पडून टॅक्सीची प्रतीक्षा करत उभी असतानादेखील क्योकोला पुन्हा पुन्हा त्या माणसाचं बोलणं आठवून हसू कोसळत होतं!

आज ती पुन्हा एकदा जपानी संघटनेच्या ऑफिसमध्ये जायला निघाली होती. काल ज्या गोष्टी तिच्या हाती आल्या होत्या, त्यांच्याचसंबंधी आज तिला संघटनेतून अधिक माहिती मिळवायची होती. शनिवार उजाडेपर्यंत एवढी एकच तर गोष्ट करणं

तिच्या हाती होतं. आणि ते आवश्यकही होतं; कारण शनिवारी तिला 'मेइलिंग' नावाच्या एका मोठ्या आव्हानाला सामोरं जायचं होतं!

गेल्या वेळी ती जपानी संघटनेत आलेली असताना जे जे जसं जसं होतं, तसंच सगळं आजही होतं. गेल्या वेळचीच ती वृद्ध स्त्री त्याच ठिकाणी, त्याच पद्धतीनं बसली होती, आणि त्याच गंभीरपणे कागदपत्रं चाळत तशीच कामात बुडालेली होती!

'किती मजेशीर आहे हे सगळं!' क्योको मनातल्या मनात हसत म्हणाली, 'या हारिमाबाई ह्या जागेवरून हलतच नाहीत की काय!'

क्योकोनं टेबलावर हलकेच दोन बोटं टेकवून बाईंचं लक्ष वेधून घेण्याचा प्रयत्न केला. परंतु बाईंच्या चेहऱ्यावरची रेषासुद्धा हलली नाही.

"माफ करा..." अखेर क्योको बोललीच.

मानही वर करून न बघता बाईंनी हातानंच क्योकोला बसण्याची खूण केली आणि हलकेच उठून त्या जड पावलांनी समोरच्या पॅसेजमधून आत निघून गेल्या.

जवळजवळ दहा मिनिटं क्योको त्या हारिमाबाईंची वाट पाहात खोळंबून बसली होती. 'आता काय करावं बरं?...' असा विचार ती मनाशी करत असतानाच, मागून कुणीतरी स्त्री बुटांचा टॉक्-टॉक् आवाज करीत तिच्याच दिशेनं येत असल्याचं तिला जाणवलं.

"हॅलो, क्योको... माझं नाव नोरिको फुजिता. ...प्लीज, तुम्ही माझ्याबरोबर जरा आत चलता का?" – ती स्त्री हळुवार आवाजात तिच्याशी बोलत होती.

क्योकोनं दचकून मागे वळून पाहिलं.

एक वृद्ध स्त्री शांतपणे तिच्या मागे उभी होती. क्योकोला हायसं वाटलं. तिच्या मनात आलं, या बुटांच्या टॉक्-टॉक् आवाजामुळे केवढं दडपण आलं आपल्यावर. पण अखेर या बुटांची मालकीण निघाली ही वृद्ध स्त्री. अगदीच निरुपद्रवी! मात्र ती ज्या करड्या नजरेनं क्योकोकडे रोखून पाहात होती, त्यामुळे क्योकोला उगीचच आपण खूप लहान आहोत, असं काहीतरी वाटू लागलं; आणि का कोण जाणे, पण तिला आपल्या लहानपणच्या कॅथॉलिक शाळेतल्या दिवसांची आठवण झाली! त्या शाळेत तिच्या आईनं तिला सक्तीनं इंग्लिश भाषा शिकण्यासाठी घातलं होतं. तिनं काही खळबळ केली, तर तिथली तिची शिक्षिका हे असंच करड्या नजरेनं तिच्याकडे बघायची. थेट.

क्योको त्या नोरिकोबाईंच्या मागून निघाली. जुन्या कागदपत्रांच्या फायलींनी खच्चून भरलेल्या रॅक्सच्या खोल्यांची रांग ओलांडून त्या दोघीजणी अखेर पाठीमागच्या बाजूच्या एका छोट्याशा खोलीत येऊन पोचल्या. बहुधा ती खोली फारशी वापरात नसावी. खोलीचं रूप पाहून क्योको क्षणभर दारातच थबकली.

— खोलीच्या मधोमध एक जुनाट झिजलेलं टेबल होतं. खूप चिराळलेलं. डागाळलेलं. त्यावर एका बाजूला फायलींचे गठ्ठे रचलेले होते, तर दुसऱ्या बाजूला कागदपत्रांचा खच पडला होता. मागे इतस्तत: जुन्या सामानाचा अस्ताव्यस्त पसारा होता. त्या कोंदट खोलीत हवा जणू जिथल्या तिथे थांबली होती. कोपऱ्यातल्या खिडकीच्या आतल्या रुंद कट्ट्यावर एक बैठा पंखा होता. नोरिकोबाईंनी चटकन पुढे होऊन पंख्याचं बटण दाबलं. क्षणार्धात पंखा खोलीत थंड हवेची छोटी छोटी भेंडोळी फेकत फिरू लागला.

क्योको थोडी सावरली.

नोरिकोबाई टेबलाजवळच्या एका उंच पाठीच्या खुर्चीवर जाऊन बसल्या आणि दुसऱ्या खुर्चीकडे हात करत तिला म्हणाल्या,

"प्लीज, बसा ना..."

"थँक्यू, मॅडम!" – बाजूच्या खुर्चीत टेकत क्योको हलकेच उद्गारली.

नोरिकोबाईंची नजर टाळत क्योको त्यांच्या बोलण्याची वाट पाहात खोळंबल्यासारखी बसून राहिली.

एकाएकी तिला खूप खचल्यासारखं वाटू लागलं! त्या दोघींनी प्रयत्नपूर्वक उभारलेल्या त्या शांत, सुसंस्कृत वातावरणाच्या पृष्ठभागाखालून कोणतेतरी वेगळेच अंत:प्रवाह वाहात असावेत, असं काहीतरी क्योकोला आतून जाणवू लागलं होतं. ती बेचैन झाली. आपण आज इथे, या संघटनेत यायलाच नको होतं, तिचं मन तिला खाऊ लागलं.

अखेर दोघींमधल्या त्या निश्चल शांततेचा भंग करीत नोरिकोबाई म्हणाल्या,

"तुम्ही आज इथे आलात, हे खरंच खूप छान झालं. खरं तर कालच मला तुमच्याशी काही बाबतीत सविस्तर बोलायचं होतं; परंतु दुर्दैवानं काल मला अमेरिकन वकिलातीतल्या एका गृहस्थांबरोबर काही महत्त्वाचं काम घेऊन बसावं लागलं. त्यामुळे तुमच्याशी बोलायला काल वेळच नाही मिळाला."

"काही नाही, ठीक आहे..." – क्योको म्हणाली. ती खूप अस्वस्थ झाली होती. "मला ठाऊक आहे, तुम्ही लोक कामात खूप व्यग्र असता. ...आणि खरं म्हणजे माझीच चूक आहे, मी पुन्हापुन्हा इथे येऊन तुम्हां सर्वांना त्रास देत्येय!... पण खरं सांगू का, माझ्या काही कौटुंबिक बाबींचा शोध घेणं, हे माझ्या दृष्टीनं अत्यंत गरजेचं होऊन बसलंय! काही प्रश्नांची उत्तरं शोधण्याची माझी धडपड चालल्येय. ...फक्त तेवढ्यासाठीच मी मुद्दाम इथे सिंगापूरला आल्येय. मुख्य म्हणजे, माझ्या हातात आता अवधीही फार थोडा उरलाय, कारण माझा परतीचा दिवस जवळ येतोय..."

– त्याच क्षणी क्योकोच्या लक्षात आलं, की आपण या बाईंसमोर वाहावत

चाललोय! खीळ बसल्यासारखी ती एकाएकी बोलायची थांबली. पण तरीही आपल्या मनाचं खचलेपण या बाईंसमोर उघडं पडलंच, या जाणिवेनं तिला चुटपुट लागली. मात्र खरोखरच आता तिचा स्वत:वरचा ताबा सुटत चालल्यासारखं झालं होतं. आणि याचं कारण, तिच्या प्रश्नांबाबत त्या बाईंनी घेतलेली भूमिका इतकी अनपेक्षित होती, की क्योको मनातून प्रचंड धसकली होती. फार विचित्र अवस्था करून टाकली होती त्यांनी तिची. जणू क्योको एखादी बँक लुटताना रंगेहाथ पकडली गेली होती!

"मला तुमच्याशी एका गोष्टीबद्दल बोलायचं होतं, म्हणून मी मुद्दाम तुम्हांला इथे एका बाजूला घेऊन आले. अं... मला वाटतं, की माझ्या हाती जी गोष्ट लागलेली आहे, तिचा तुमच्या व्यक्तिगत जीवनाशी फार खोलवर संबंध पोचतोय..." – जणू क्योको मधे काही बोललीच नव्हती, अशा प्रकारे नोरिकोबाई स्वत:च्याच विचारात बोलत होत्या, "ठीक आहे!... मी विषयाला अगदी पहिल्यापासून सुरुवात करते."

"तुम्हांला माहीतच असेल, की सिंगापूरमध्ये युद्धकाळात, युद्धाच्या पूर्वी आणि युद्धाच्या नंतरच्याही काळात जपानी समाज फार मोठ्या प्रमाणात होता. या समाजातल्या लोकांच्या खूप नोंदी या संघटनेत जतन करून ठेवलेल्या आहेत. त्यात महत्त्वाच्या याद्या आहेत, भरपूर कागदपत्रं आहेत. आणि हे सगळे अतिशय महत्त्वाचे दस्तऐवज आहेत. त्यात मी काम केलेली काही कागदपत्रं आणि नोंदी तर अत्यंत नाजूक आणि संवेदनशील म्हणाव्यात, अशा आहेत."

"नाजूक?..." – बुचकळ्यात पडलेल्या क्योकोच्या तोंडून अभावितपणे तोच शब्द निसटून गेला.

"होय. त्यातल्या काही नोंदींमध्ये अतिशय गुप्त राखलेली अशी महत्त्वाची माहिती आहे. त्यात काही नावंही समाविष्ट आहेत. या सगळ्या गुप्त नोंदी अत्यंत संवेदनशील आहेत!... तुम्ही स्वत: जपानी असल्यामुळे तुम्हांला माहीत असेल, ...आणि माहीत असणं आवश्यकही आहे, की युद्धाशी प्रत्यक्ष संबंधित असलेल्या गोष्टी आणि त्यात गुंतलेली माणसं यांच्यासंबंधीची गुप्त माहिती ही अतिशय संवेदनशील आणि नाजूक असते. विशेषत: जपानी लष्कराच्या गुप्तहेर यंत्रणेच्या हालचाली, त्यांच्या कारवाया आणि त्यात गुंतलेली माणसं – यांच्यासंबंधीची सर्व माहिती... लक्षात येतंय, मी काय म्हणत्येय ते?"

हळूहळू सारं लक्षात येऊ लागलं क्योकोच्या. तिला प्रचंड धक्का बसला! ...याचा अर्थ, नोरिकोबाई आपल्याला स्पष्टपणे असं काहीतरी सुचवू पाहातायत्, की काल जी कागदपत्रं आपल्याला दाखवली गेली, ती बहुतकरून कोणत्यातरी विशिष्ट संदर्भातल्या महत्त्वाच्या कागदपत्रांपैकी आहेत. ...आणि त्यांनी काय बरं

उल्लेख केला? ...'युद्धकाळात जपानी गुप्तहेर यंत्रणेत विविध कारवायांमध्ये गुंतलेली माणसं?' ...याचा अर्थ काय? म्हणजे, त्या फोटोमधली कोणी माणसं युद्धकाळात लष्करी गुप्तहेर यंत्रणेत होती? त्या भयानक जरब बसवणाऱ्या पाशवी यंत्रणेत? ...की आपले वडीलच होते गुप्तहेर यंत्रणेत? ...छे, छे! अशक्य! तिचं मन यावर विश्वास ठेवायला बिलकूल तयार नव्हतं! ही गुप्तहेर यंत्रणेतली माणसं युद्धातल्या आरोपींना वेचून वेचून काढतात; त्यांच्याकडून हवी असलेली माहिती मिळवण्यासाठी त्यांचा अनन्वित छळ करतात आणि मग मारून टाकतात त्यांना. नाही! आपल्या कुटुंबातली माणसं अशा प्रकारचं क्रूर कर्म कदापिही करणार नाहीत. इतकंच काय, पण अशा माणसांशी संबंधही ठेवणार नाहीत. अरे, आपली ममा तर इतकी कनवाळू होती, की साध्या मुंगीलासुद्धा चिरडू शकत नव्हती ती. खूप हळवी होती! आपल्याला ती नेहमी सांगायची, किड्यामुंग्यांनासुद्धा आपल्यासारखाच जीव असतो, आणि त्यांच्या दृष्टीनं तोही मोलाचाच असतो. त्यांनाही कुटुंब असतं आपल्यासारखं; जगण्याचा हक्क असतो. आपण त्यांनाही जगू दिलं पाहिजे! ...ही ...ही अशा वृत्तीची माणसं लष्कराच्या गुप्तहेर यंत्रणेत क्रूर कारवाया करू शकतील? अशक्य! – क्योकोच्या मनात हे आणि असे अगणित विचार हैदोस घालू लागले. मात्र तिची नजर, आपल्या पुढल्या शब्दांची जुळवाजुळव करणाऱ्या नोरिकोबाईंच्या चेहऱ्यावर खिळली होती.

"एस. हारिमा नावाच्या एक वयस्क बाई पुढच्या बाजूला मुख्य टेबलाशी बसतात. मला वाटतं, काल तुम्ही त्यांना भेटलात. काल त्या बाईंनी तुम्हांला पेटीतली कोणतीही कागदपत्रं दाखवायला नको होती. माझ्या परवानगीशिवाय कुणीही त्या गुप्त कागदपत्रांना हात लावू शकत नाही!"

– क्योकोच्या तोंडून बाहेर पडणारा उद्‌गार जिथल्या तिथे थोपवीत नोरिकोबाई आपल्या करड्या आवाजात पुढे म्हणाल्या, "...त्यांच्या या कृत्याबद्दल त्यांच्यावर योग्य ती कारवाई केली जाईलच, कारण इथले नियम फार कडक आहेत."

"अच्छा!..." – आता मात्र क्योकोच्या तोंडून आपसूक शब्द निसटला. आता तिचं चित्त थाऱ्यावर नव्हतं. जणू ती त्या बाईंचं बोलणं ऐकण्याच्या पार पलीकडे गेली होती! आपल्या कुटुंबाच्या या न उकललेल्या कोड्याला हा जो अनपेक्षित, विचित्र तिढा बसलेला तिला दिसत होता, त्याच्या घट्ट विळख्याशी ती आतल्या आत झगडत होती.

नोरिकोबाईंच्या तोंडून जे जे ऐकलं, त्यानं क्योको पार हादरली होती. तिचं डोकं आता गरगरू लागलं. सुन्न होऊन शून्यात बघत ती कितीतरी वेळ तशीच बसून राहिली. त्यानंतर अचानक तिनं काही बोलण्यासाठी तोंड उघडलं, परंतु तिच्या तोंडून शब्द फुटेना. जणू तिची जिव्हा बधिर झाली होती! जणू तिच्या जिव्हेनं

बोलायला ठाम नकार दिला होता.

खोलीत एक विचित्र शांतता दाटली. नोरिकोबाईंनीही त्या शांततेला धक्का लावला नाही. क्योकोला त्यांनी स्वत:तच राहू दिलं.

थोड्या वेळानं क्योको सावरली. परंतु मनात उचंबळून आलेले पहिले शब्द भरकटल्यासारखे तिच्या ओठांवरून घरंगळलेच...

''का? का?... त्या बाईंची काहीच चूक नाहीये! मी... मीच आग्रह धरला होता त्यांच्यापाशी त्या नोंदी दाखवायचा. म्हणजे मी फार सक्ती केली होती की काय त्यांना? तुम्ही प्लीज...प्लीज त्यांना नका धरू जबाबदार...''

''तुमच्या या कळकळीबद्दल मी आभारी आहे तुमची. पण त्याविषयी काय करायचं, याचा निर्णय आमचा आधीच झालेला आहे, आणि अशी गोष्ट पुन्हा कधीही घडणार नाही!'' नोरिकोबाईंनी ठाम स्वरात उत्तर दिलं.

क्योकोच्या मनात एक विक्षिप्त इच्छा अनावरपणे उचंबळून येऊ लागली. वाटलं, डोक्याला ताप देणाऱ्या या अतिरेकी शिस्तीच्या बाईला धरून गदागदा हलवावं. हिच्या केसांचा तो नीटनेटका बुचडा विस्कटून टाकावा आणि गुदगुल्या करकरून हिला मरेपर्यंत हसवावं!... क्षणभर ती ओठ आवळून गप्प बसली. पण मग पुढच्याच क्षणी, ही गोष्ट प्रत्यक्षात घडली तर काय होईल, या कल्पनेनं तिला त्याही स्थितीत मनातल्या मनात प्रचंड हसू लोटलं.

काही का असेना, पण या विचित्र कल्पनेनं तिला थोडं हसू आलंही. पण तिनं ते पटकन दाबूनही टाकलं.

या सगळ्यात तिच्या मनावरचा ताण काहीसा हलका झाला.

वातावरणातलं अवघडलेपण किंचितसं निवळलं आणि मग क्योको पुन्हा आपल्या मनात ठसठसणारा मुद्दा लावून धरत म्हणाली,

''मिसेस फुजिता, तुमची हरकत नसेल, तर कृपा करून तुम्ही मला एक गोष्ट सांगू शकाल का? ...मी जी कागदपत्रं पाहिली, त्या कागदपत्रांचं 'संवेदनशील' असं वर्गीकरण करण्याइतपत त्यांच्यात एवढं काय महत्त्वाचं होतं? ते गोपनीय तरी होतं का?... मला चांगलं आठवतंय, की त्यात फक्त नावं आणि पत्ते होते, आणि त्यातला फक्त एक पत्ता मी कागदावर टिपून घेतला. बस्स. एवढंच! त्यात लष्करीदृष्ट्या गोपनीय किंवा संवेदनशील अशी कोणतीच माहिती नव्हती. खरं म्हणजे, माझ्या मते त्यात विशेष असं काहीही नव्हतं.''

''मला वाटतं, क्योको, आपण दोघींनीही शांतपणे बसून थोडं बोलणं आवश्यक आहे. पण इथे, या ठिकाणी, घाईगर्दीत नाही आपण मोकळेपणानं बोलू शकणार.'' नोरिकोबाई म्हणाल्या, ''...अं... आपण तुमच्या त्या रॅफल्स हॉटेलच्या गार्डन रेस्टॉरंटमध्ये भेटलो तर? मला वाटतं, तिथे आपल्याला अधिक निवांतपणे बोलता येईल.''

“हो, हो! नक्की!... मलाही तेच अधिक आवडेल.” क्योको म्हणाली.

नोरिकोबाईंना आपल्याशी या विषयावर अधिक बोलण्याची इच्छा आहे, हे ऐकूनच क्योकोला मनावरचं ओझं थोडं उतरल्यासारखं वाटत होतं.

“थँक्स! दुपारी तीन वाजता जमेल तुम्हांला तिथे यायला?”

नोरिकोबाईंनी होकारार्थी मान हलवली, आणि आत्ताच्या भेटीला पूर्णविराम दिल्यासारख्या त्या खुर्चीवरून उठून उभ्या राहिल्या. इतक्या ‘व्यक्तिगत’, ‘भावना-प्रधान’ किंवा ‘संवेदनशील’ विषयावरची चर्चा जणू त्यांना जपानी संघटनेच्या मागच्या कोपऱ्यातल्या या जुनाट खोलीत बसून करायची नव्हती.

क्योकोही हा इशारा समजल्यासारखी चटकन उठली आणि आपली पर्स उचलून खोलीबाहेर पडली.

मात्र, इमारतीच्या पायऱ्या उतरता उतरता अचानक क्योकोच्या मनात लख्खकन विजेसारखी एक गोष्ट चमकली आणि ती जागच्या जागी थबकली! ...नोरिकोबाईंनी आपल्याला ‘क्योको’ अशी नावानं हाक कशी काय मारली? आपलं नाव कसं कळलं त्यांना? ...आणि दुसरं म्हणजे आपण रॅफल्स हॉटेलमध्ये उतरलोय हेही त्यांना माहीत आहे! कुठून कळल्या या गोष्टी त्या बाईंना? वास्तविक, या जपानी संघटनेत या क्षणापर्यंत कुणीही आपल्याला नावसुद्धा विचारलेलं नाहीये. मग सिंगापूरमध्ये आपण उतरलोय कुठे, ही चौकशी तर दूरच! ...तरीही ती आठवायचा प्रयत्न करू लागली. आपण इथे अगदी पहिल्यांदा आलो, तेव्हा स्वागतकक्षातल्या कुठल्या स्त्रीला आपण नाव वगैरे सांगितलं होतं का? किंवा आपलं नाव, हॉटेलचं नाव-पत्ता वगैरे तपशील लिहिलेला एखादा कागद आपण इथे कुठे चुकून विसरलो का?... तिनं खूप प्रयत्न केला आठवायचा, पण छे! तिला खात्रीपूर्वक आठवत होतं, की आपण अद्याप इथे कोणाजवळही या गोष्टींचा उच्चारही केलेला नाहीये. ...ठीक आहे! असं असेल, तर याचा स्पष्ट अर्थ असा आहे, की त्यांनी आपल्याविषयी कुठेतरी पूर्ण चौकशी केल्येय. परंतु त्यांनी आपल्यात एवढा रस का घ्यावा? – क्योको संभ्रमात पडली.

डोक्यातल्या असंख्य विचारांच्या आवर्तात क्योको इतकी हरवून गेली होती, की त्या बडबड्या टॅक्सी ड्रायव्हरच्या बोलण्याकडे तिचं अजिबात लक्ष नव्हतं. अचानक तिच्या कानी त्याचे – “हं, ही पाहा जपानी दफनभूमी...” हे शब्द पडले आणि ती खडबडून भानावर आली.

“काय? ....काय म्हणालात? ही जपानी दफनभूमी आहे?” तिनं पुढे झुकून त्या टॅक्सी ड्रायव्हरला विचारलं.

टॅक्सीत बसलेल्या बाईंना आपल्या बोलण्यात फारसा रस नाहीये, हे पाहून तो ड्रायव्हर बिचारा पस्तावल्यासारखा गुप्प झाला होता.

"हुं!" तिच्या प्रश्नाला आता त्यानं जरा घुश्शातच उत्तर दिलं. तिचं वागणं अपमानास्पद वाटल्यामुळे बहुधा तो चिडलेला असावा.

मग मात्र क्योकोला पश्चात्ताप झाला. ती म्हणाली,

"माफ करा! पण खरोखरच तुम्ही आधी काय बोलत होता, ते मी नीटसं ऐकलं नाही. माझ्या डोक्यात ना सध्या असंख्य विचार घोंघावतायत्!..." क्योको त्याचा राग शांत करीत पुढे म्हणाली, "पण आता मात्र माझं अगदी पूर्ण लक्ष आहे तुमच्या बोलण्याकडे. ...आत्ता ही जी जपानी दफनभूमी तुम्ही मला दाखवताय, तिच्याविषयी थोडं अधिक जाणून घेण्याची खरोखरच इच्छा आहे माझी."

"ठीक आहे!" अखेर तो बोललाच, "मी तुम्हांला एवढंच सांगत होतो, की इथे ही जपानी दफनभूमी आहे. ...आणि मला वाटतं, तुम्हीच मला तुम्हांला इथे घेऊन यायला सांगितलं होतंत."

"अर्थात! अगदी बरोबर आहे तुमचं म्हणणं." थोड्याशा अपराधी सुरातच क्योको म्हणाली.

"...आता या दफनभूमीविषयी सांगायचं म्हणजे, ही दफनभूमी खूप जुनी आहे. म्हणजे या शतकाच्या अगदी सुरुवातीच्या काळापासून वापरात असावी ही. माझ्या माहितीप्रमाणे, असंख्य जपानी वसाहतवाले इथे चिरनिद्रा घेत असतील." आता तो तिला अधिक माहिती पुरवू लागला.

क्योकोनं कृतज्ञतेनं मान हलवली.

क्योकोला या दफनभूमीत यायचंच होतं. आपले आईवडील युद्धकाळात सिंगापूरमध्ये ज्या जपानी समाजाचा एक भाग बनून काही काळ राहिले होते, त्यावर थोडासा जरी प्रकाश पडण्याचा संभव असेल, तरी त्यासाठी ती कोणत्याही ठिकाणी जायला तयार होती. त्या टॅक्सी ड्रायव्हरनं सुरुवातीलाच स्पष्ट सांगितलं होतं, की ती दफनभूमी खूप लांब आहे, निर्जन स्थळी आहे; तरीही क्योकोनं तिथे जाण्याचा आपला निर्णय बदलला नव्हता. जणू आपल्या शोधासाठी आता ती कोणतंही दिव्य करायला तयार होती!

ड्रायव्हरनं टॅक्सी दफनभूमीच्या कमानदार लोखंडी फाटकापाशी आणून उभी केली. क्योको श्वास रोधून पाहात होती.

ममानं आपल्या वडलांचं दफन कुठे केलंय, कोणत्या दफनभूमीत केलंय याबाबत क्योको पूर्ण अंधारात होती. तिनं अनेकदा प्रयत्न केला होता याबाबत विचारायचा, परंतु ममानं तिच्या नेहमीच्या पद्धतीनं उत्तर द्यायचं टाळलं होतं. किंबहुना, तिला कधीही त्याविषयी काही बोलूच दिलं नव्हतं. आज मात्र क्योकोला मनोमन वाटत होतं, की जर आपल्या वडलांचा मृत्यू इथे सिंगापूरमध्येच झालेला असेल, तर कदाचित– अगदी कदाचित, आपले वडील इथेच कुठेतरी चिरविश्रांती

घेत असतील! आणखी काही क्षणांनी ती जागा आपल्याला सापडेल, आणि आपण आपल्या वडलांच्या खूप खूप निकट जाऊन उभ्या राहू!

– तिच्याही नकळत तिचा कंठ दाटून आला!

क्योको फाटकातून आत शिरली.

ती दफनभूमी खूप जुनी असल्याच्या खुणा जागोजागी दिसत होत्या. आता तर ती पूर्ण दुर्लक्षितच असावी. सर्वत्र गवत माजलेलं होतं आणि थडग्यांवर माती, झाडांची वाळलेली पानं, काड्या यांचा कचरा जमला होता. मृतांच्या थडग्यांची ही दयनीय अवस्था पाहून क्योकोचं मन द्रवलं.

ती तशीच पुढे चालत गेली.

मात्र दफनभूमी विस्तीर्ण होती. आतली थडग्यांची रचनाही नेटकी दिसत होती. क्योको प्रत्येक भागातल्या थडग्यांच्या रांगांमधून फिरून आपल्या वडलांचं नाव शोधत होती. प्रत्येक थडग्याच्या दगडावर कोरलेल्या नावावरचा कचरा झटकीत, धूळमाती पुसत, डोळ्यांत प्राण आणून ती पाहात होती. जवळजवळ तासभर हिंडली ती. एकएक अक्षर लावत बहुतेक सगळी नावं तिनं वाचली. परंतु 'मोरी तानाका' हे नाव तिला कुठेच आढळलं नाही!

क्योको निराश झाली. शेवटच्या थडग्यासमोरून उठताना दु:खानं तिचा गळा दाटून आला. परंतु अश्रू पुसून पुढे सरकण्यावाचून गत्यंतर नव्हतं!

पुढे त्या सगळ्या थडग्यांपासून दूर एका बाजूला तिला काही लहान लहान थडगी दिसली. थडगी कसली, निव्वळ छोटे-छोटे दगड होते ते! दफनभूमीच्या फाटकापाशी लावलेल्या नकाशातल्या खुणांवरून क्योकोला कळलं, की विसाव्या शतकाच्या आरंभीच्या काळात दक्षिण-पूर्व आशियात आणलेल्या कारायुकीसान यांची – जपानी वेश्यांची ती थडगी आहेत.

दूर लोटल्यासारखे एका बाजूला रोवलेले ते निनावी दगड पाहून क्योकोचं हृदय हेलावलं. ती त्या दगडांसमोर उभी राहून विचार करू लागली...

...किती भयानक आयुष्य जगावं लागलं असेल या जपानी वेश्यांना इथे! दारिद्र्यानं गांजलेल्या त्यांच्या आईबापांनीच पोटासाठी हे पोटचे गोळे मांसाच्या ठेकेदारांना विकले; आणि हजारो मैलांवरच्या अपरिचित भूमीवर धाडले. हजारो पुरुषांच्या – सैनिकांच्या देहांची आग शमवण्यासाठी. रोगांनी जर्जर होऊन देह सडेपर्यंत वापरलं असेल त्या पुरुषांनी त्यांना; आणि शेवटी दिलं फेकून मातीत. मेल्यानंतर त्या दगडांवर त्यांची नावं लिहिण्याइतपतही त्यांची बूज राखावीशी नाही वाटली कुणाला!

त्या कटू वास्तवाच्या जाणिवेनं क्योकोचं मन विदीर्ण झालं!

अचानक कुठूनसा एक चिमुकला पक्षी फडफड करीत आला, आणि त्यानं

पंख फडफडवीत तिच्या डोक्यावरून दोन-तीन घिरट्या घातल्या. जणू आपल्या राज्यात ही बाई आगंतुकपणे कशी घुसली, याचा त्याला राग आला असावा. त्याच्या चिर्रऽऽ आवाजानं क्योकोचं अंग शहारलं. एकाएकी तिला वाटलं, इथून लवकरात लवकर बाहेर पडावं. ही काळोखी, निर्जन दफनभूमी, ही दुर्लक्षित थडगी, हे वेदनेनं कण्हणारे दगड – या साऱ्यापासून दूर दूर जावं; स्वच्छ सूर्यप्रकाशाच्या जगात, जिथे जीवन चैतन्यमय आणि प्रसन्न असतं!

ती झटदिशी वळली आणि झपाझप पावलं टाकीत त्या अरुंद, वळणावळणाच्या कच्च्या पायवाटेवरून प्रवेशद्वाराच्या दिशेनं निघाली. फाटकाशी तिची वाट पाहणारा टॅक्सी ड्रायव्हर दिसताच तिच्या जिवात जीव आला. ती घाईघाईनं टॅक्सीत शिरली.

टॅक्सी रॅफल्स हॉटेलच्या दिशेनं वेगात धावू लागली. टॅक्सी हॉटेलच्या दाराशी येऊन थांबेपर्यंत दोघेही मूक होऊन आपापल्या विचारांत गढून गेले होते...

क्योको हॉटेलमध्ये परतली, तेव्हा दुपारच्या जेवणाची वेळ झाली होती. ती तडक जेवणाच्या हॉलमध्ये गेली. हॉलमध्ये लोकांची जेवणासाठी बऱ्यापैकी गर्दी झालेली होती. स्त्री-पुरुषांचे हसण्या-बोलण्याचे आवाज, काट्या-चमच्यांचा किणकिणाट, वेटर्सची लगबग या साऱ्याच्या संमिश्र कोलाहलात जिव्हेला उत्तेजित करणाऱ्या अन्नाचा दरवळ मिसळला होता. त्या जिवंत वातावरणात क्योकोला खूप छान वाटू लागलं. तिच्या मनात आलं, सकाळपासून किती वेगवेगळे टोकाचे ताण झेलले आपण! इतक्या कशा पछाडल्या गेलो त्या हास्यास्पद, विकृत भयांनी? छे! वेडेपणाचा कळस आहे इतका त्रास करून घेणं म्हणजे!... तिनं निर्धारानं मनातल्या साऱ्या भयगंडांची जळमटं झटकून टाकली आणि ती जेवणासाठी एका टेबलाशी जाऊन बसली.

तरीही खाता खाता तिचं विचारचक्र पुन्हा सुरू झालंच...

...इथे सिंगापूरमध्ये जपानी लोकांची संख्या आता तशी मर्यादितच आहे. त्यामुळे बाहेरून आलेल्या जपानी पर्यटकाला ओळखून काढणं फारसं कठीण नाही! विशेषत: आपल्यासारख्या एखाद्या सुसंस्कृत स्त्रीला – जी गेले काही दिवस कुणाच्याही डोळ्यांत भरतील, असे छान उन्हाळी कपडे घालून वावरत होती; आणि सतत सर्वांना प्रश्नांवर प्रश्न विचारत होती.

विचार करता करता अचानक ती गोष्ट क्योकोच्या डोक्यात चमकून गेली...

— जपानी वकिलात!

....या एका गोष्टीचं पार विस्मरणच झालं होतं आपल्याला. सिंगापूरमध्ये आल्याबरोबर आपण प्रथम जपानी वकिलातीतच जाऊन नाही का आपली अधिकृत नोंद केली होती! इथली जपानी संघटना जपानी समाजातल्या लोकांच्या बाबतीत वकिलातीशी सतत संपर्क ठेवून असणारच. होय, तेच खरं! त्या फुजिताबाईंनी

निश्चितपणे जपानी वकिलातीशी संपर्क साधूनच आपल्याबद्दलची सगळी माहिती मिळवली. शंकाच नको! ...किती साधी, सोपी गोष्ट होती ही. पण आपण नाहक चिंता करत बसलो. ...क्योकोला आता थोडं शांत वाटलं.

ठीक दोन वाजून पन्नास मिनिटांनी क्योको हॉटेलच्या भव्य गार्डन रेस्टॉरंटमध्ये येऊन बसली. थोड्या वेळापूर्वी जेव्हा ती हॉटेलमध्ये परतली होती, तेव्हा तिची मन:स्थिती काही वेगळीच होती. सकाळपासूनच्या एकेका धक्कादायक आणि दु:खद अनुभूतींनी तिचं मन पार उदास झालं होतं! परंतु आता फुजिताबाईंशी बोलताना तिला मनावर कोणतंही दडपण नको होतं, की निरुत्साह नको होता. त्यामुळे जेवून वर खोलीत आल्यानंतर ती कितीतरी वेळ शॉवरखाली उभी राहून मनाला उभारी आणण्याचा प्रयत्न करीत होती. जणू अंगावरून वाहणाऱ्या पाण्याबरोबर तिचे सगळे ताण आणि मनावरचं सारं मळभ धुतलं जाणार होतं. आणि खरोखर, तसं झालंही! अंघोळीनंतर तिला खूप ताजंतवानं वाटू लागलं. त्यानंतर तिनं एक छोटीशी डुलकीही काढली. आता तिला खूप हलकं वाटत होतं.

...ज्याअर्थी फुजिताबाईंनी स्वत:हून हॉटेलमध्ये भेटायला येण्याचा प्रस्ताव मांडला, त्याअर्थी त्यांना आपल्याशी नक्कीच काहीतरी विशेष महत्त्वाचं बोलायचं असणार! नाहीतर, फुजिताबाई या काही अविचारानं किंवा लहर येईल तशा वागणाऱ्या बाई नव्हेत; आणि वेळेच्या बाबतीत तर त्या फार कृपण आहेत! ...पण मग एवढं काय बोलायचंय त्यांना आपल्याशी?

क्योको पुन्हा विचारात पडली!

हॉटेलचं ते गार्डन रेस्टॉरंट सुंदर आणि आल्हाददायक होतं. क्योको एक छानशी सोईस्कर जागा शोधून तिथल्या टेबलाशी जाऊन बसली. कोपऱ्यातल्या मोठ्या काळ्याशार पियानोतून उमटणाऱ्या संगीताच्या मंद-मुलायम स्वरांनी सारं वातावरण जणू भारून टाकलं होतं. 'किती अकल्पनीय आहे हे विश्व!' – क्षणभर क्योको त्यात गुंगून गेली. मात्र दुसऱ्याच क्षणी तिच्या अंत:करणात एक बारीकशी कळ उठली ...आपण हे कशाच्या मागे धावतोय? ममा आपल्याला एका पत्र्याच्या पेटीचं रहस्य सांगते काय, आणि आपण गतआयुष्याचं गौप्य शोधून काढण्यासाठी घरदार सोडून इथे धावलो काय!... कुठल्यातरी विचित्र चक्रात गुरफटत चाललोय आपण! ती पेटी ज्या दिवशी खाचेतून ओढून काढली, तेव्हाच ती पुन्हा आत ढकलून द्यायला पाहिजे होती. का नाही पाठ फिरवली आपण?... आपल्या कौटुंबिक इतिहासातलं हे प्रकरण वरची माती उकरून न काढता, होतं तसंच बंद राखलं असतं, तर तेच अधिक बरं झालं असतं की काय?

...भूतकाळाच्या या गर्तेत आपला सुखाचा वर्तमान हरवून तर जाणार नाही ना?

अशा खचलेल्या मन:स्थितीत बसलेली असतानाच तिला तो दिसला. तो

गलेलठ्ठ पाश्चिमात्य माणूस. तिनं मनातल्या मनात त्याचं नाव ओ सुमोसान ठेवलं होतं. तिनं पाहिलं, तेव्हा तो रेस्टॉरंटमध्येच शिरत होता. डुलत डुलत आत येऊन तो त्या काळ्या पियानोशेजारच्या एका छोट्याशा टेबलापाशी जाऊन धप्कन खुर्चीत बसला. क्योकोला हायसं वाटलं. वाटलं, उन्हाची तिरीप चुकवण्यासाठी आणि साऱ्या गडबडीपासून दूर, अधिक एकांत मिळण्याच्या उद्देशानं, आपण या पामच्या कुंड्यांच्या पडद्याआड येऊन बसलो, हे एकापरीनं फार चांगलं झालं! आत्ता या वेळी तरी ह्या माणसाची दृष्टी आपल्यावर मुळीच पडू नये; नाहीतर तो सरळ 'काय, कसं काय?' विचारायला इथवर यायचा. आत्ता तरी ती अशा अनोळखी माणसाशी काहीतरी फुटकळ बोलण्याच्या मन:स्थितीत बिलकूल नव्हती.

परंतु तिच्या मर्जीनुसार जणू काही घडणारच नव्हतं. या माणसाची नजर तिच्याकडे वळलीच. मात्र क्योकोच्या सुदैवानं त्यानं बसल्याजागीच रुंद हसू हसून आपला भला मोठा केसाळ हात हलवीत तिला मानेनंच अभिवादन केलं आणि त्यानंतर हातातल्या पुस्तकात डोकं खुपसलं.

क्योकोनं सुटकेचा नि:श्वास टाकला.

असेच काही क्षण गेले. अचानक मागून कुणीतरी तिच्या खांद्यावर हातानं हलकेच स्पर्श केला. 'नोरिकोबाईच असणार!' – तिनं ओळखलं. तिनं मागे वळून पाहिलं. नोरिकोबाई प्रसन्न मुद्रेनं तिच्याकडे पाहात उभ्या होत्या. त्यांच्या खांद्याला काथ्याची हिरव्या रंगाची एक पिशवी लटकत होती आणि हातात खास जपानी उन्हाळी छत्री. ती जपानी छत्री पाहून का कोणास ठाऊक, पण क्योकोला कुठेतरी दिलासा लाभल्यासारखं वाटलं आणि मनावरचा ताण किंचितसा ओसरला. नोरिकोबाई अजूनही जपानी उरल्यात, याची जणू ग्वाहीच त्या छत्रीनं क्योकोला दिली होती! काही का असेना, पण शेवटी ती तिच्याच देशातली एक स्त्री होती; आणि या सिंगापूरमध्ये क्योको तिच्यावर पूर्ण विश्वास टाकू शकत होती.

"हॅलो, क्योको!" शेजारच्या खुर्चीवर काहीशा कष्टानं हलकेच बसत नोरिकोबाई कण्हल्या, "आऽऽऽ!..." – आणि मग क्योकोकडे बघत मिश्कीलपणे हसून म्हणाल्या, "ही माझी म्हातारी हाडं फार त्रास देतात हल्ली. दिवसेंदिवस त्यांची कुरकुर आपली वाढतच चालल्येय."

श्रीमती नोरिको फुजिता यांच्या तोंडचं क्योकोनं ऐकलेलं हे पहिलं व्यक्तिगत संदर्भाचं वाक्य! पण त्यांच्या तोंडच्या त्या चार शब्दांनीही क्योकोला, बाई आपल्यासारख्याच माणसांत मोडतात, याची जणू ग्वाही मिळाली; आणि तिच्या मनात आलं, आता या बाईंशी संवाद साधणंही थोडं सोपं जाईल आपल्याला. खरोखरच, या घटकेला बाईंचा नूर असा होता, की आधीच्या भेटीत क्योकोच्या मनात त्यांची जी एक भीती बसली होती, ती किंचित कमी झाली. आणि एकूणच, वातावरणात

थोडी प्रसन्नता आली.

क्योकोनं दोघींसाठी शीत चहाची ऑर्डर दिली आणि ज्येष्ठ व्यक्तीशी वागण्याची एक आदराची, प्रतिष्ठित रीत म्हणून ती नोरिकोबाई संभाषणाला प्रथम सुरुवात करतील, म्हणून त्यांच्या बोलण्याची वाट पाहू लागली. मनात उसळणारे हजारो प्रश्न ओठांवरून परतवून लावीत ती त्यांच्या मुद्रेकडे पाहात बसून होती.

''तू जेव्हा माझ्याइतकी म्हातारी होशील ना, तेव्हा हे असे विनयशीलतेचे खेळ खेळत बसायला तुला सवड मिळणार नाही. आपण जपानी लोक आपल्या आयुष्यातला फार मोलाचा वेळ हे असले खेळ खेळण्यात वाया घालवत असतो. ...बरोबर ना?'' क्योकोकडे रोखून बघत, किंचितसं हसून नोरिकोबाई पुढे म्हणाल्या, ''...तेव्हा तात्पर्य असं, की आपण ताबडतोब आपल्या मुद्द्याचं बोलायला सुरुवात करूया.''

'जपानी संघटनेच्या त्या गूढ-गंभीर वातावरणाच्या बाहेर या वृद्ध नोरिको फुजिताबाई किती प्रसन्न आणि उत्साही दिसतायत्!' – मन चिंतेनं व्याकूळ होत असतानासुद्धा क्योकोच्या मनात आलं आणि क्षणभर तिला बाईंची गंमत वाटली.

''क्योको...'' बाई बोलू लागल्या, ''त्या दिवशी जेव्हा तू फोटो दाखवून, तू त्या फोटोतल्या एका जोडप्याची मुलगी आहेस, असं सांगितलंस ना, तेव्हा मला धक्काही बसला आणि काळजात कुठेतरी तुटलंही!... कारण, युद्धाच्या काळात इथे सिंगापूरमध्ये येऊन राहिलेल्या जपानी लोकांच्या अगणित कडू-गोड स्मृती जागृत झाल्या माझ्या मनात...''

नोरिकोबाई क्षणात गंभीर झाल्या होत्या. बोलता बोलता अंतर्मुख होऊन त्या स्वत:च्या विचारात हरवल्यासारख्या क्षणभर थांबल्या. त्यांची नजर क्योकोच्या आरपार कुठेतरी दूरवर लागली होती. एक खोल नि:श्वास टाकत जणू त्या पुन्हा वर्तमानात आल्या.

बाईंच्या मनाला या सगळ्या गोष्टींचा खूप त्रास होतोय, हे क्योकोला स्पष्ट दिसत होतं.

''क्योको, मी आता तुझ्याशी स्पष्टच बोलते. ...ज्या गोष्टीचा शोध घ्यायला तू निघालेली आहेस, तो इतक्या खोलात शिरून घ्यायलाच हवा का? म्हणजे खरोखर तुझा हा अट्टहास तुला अगदी पूर्ण करायचाच आहे का?'' नोरिकोबाई विचारपूर्वक एक-एक शब्द तोलूनमापून उच्चारत होत्या, ''...कारण काय असतं, की कधीकधी भूतकाळ असा खोल उकरला, तर हाती समाधानाऐवजी धगधगीत निखारेच पडतात! काळीज जाळणाऱ्या असतात त्या वेदना! ...म्हणून सांगत्येय तुला, तू अजूनही विचार कर. अजूनही वेळ टळलेली नाहीये. ...हे बघ, मी तुझ्यापुढे एक पर्याय ठेवते... सरळ ऊठ, मागे फीर आणि पुढल्या विमानानं सरळ

जपानला निघून जा. हे इथलं काही घडलंच नाही, असं समजून तुझ्या नेहमीच्या आयुष्याला शांतपणे पुढे सुरुवात कर. ...काय करणार आहेस आता तू हा गाडलेला दुःखद इतिहास उकरून? ऐक माझं, तुझी आई जशी होती, तशाच तिच्या साऱ्या स्मृती मनात जपून ठेव. ...आणि त्यांच्या इतिहासाचं, भूतकाळाचं – भूतकाळाच्या स्मृतींचं गाठोडं दे सोपवून आम्हां म्हाताऱ्या खोडांवर!''

''छे, छे! ते शक्य नाही!'' क्षणाचाही विचार न करता क्योको उसळून बोलू लागली, ''मी हे... हे मुळीच करू शकणार नाही. तुम्हांला समजत नाहीये, माझी काय अवस्था...''

''नाही, नाही! तुला... तुला समजत नाहीये, तू कुठे उडी घेत्येस ते!'' – क्योकोचं बोलणं अर्ध्यावर तोडत नोरिकोबाई म्हणाल्या. त्यांच्या शब्दांना आता धार चढली होती.

''माहित्येय मला. पण तुम्ही कृपा करून मला काय बोलायचंय, ते ऐकून घ्या...'' क्योको उत्तरली.

ती भयंकर अस्वस्थ झाली होती.

नोरिकोबाईंच्या चेहऱ्यावर मृदू भाव पसरले.

हलकेच हसून त्या म्हणाल्या, ''ठीक आहे! तुला काय सांगायचंय ते सांग, मी ऐकते. तुला ते खूप महत्त्वाचं वाटतंय ना, मग सांग. ...पण अगदी मनापासून सांगू का, एखाद्या स्त्रीला आपला पूर्वेतिहास जाणून घेण्याची इतकी तळमळ लागावी, आणि त्यासाठी तिनं इतके कष्ट घेऊन एवढ्या लांबवर यावं, इतकं धडपडावं, ही गोष्ट खरोखरच या काळात तरी अतिशय दुर्मीळ आहे. आणि यासाठी क्योको, मला खरंच तुझं खूप कौतुक वाटतंय!''

''थँक्यू!'' क्योको म्हणाली, ''...ज्या स्त्रीबद्दल गेले काही दिवस मी वेड्यासारखी चौकशी करत फिरत्येय, ती माझी आई आहे. चिएको तानाका तिचं नाव. दोन महिन्यांपूर्वीच गेली ती कॅन्सरनं.''

...एवढं बोलून तिनं आपल्या कुटुंबाच्या इतिहासाच्या नोंदीचा तिच्यापाशी असलेला एकमेव धागा – तो ग्रूपफोटो पुन्हा पर्समधून काढून नोरिकोबाईंसमोर ठेवला.

''माझी आई खूप आजारी होती. मृत्यूपूर्वी तिनं मला, घरातल्याच एका गुप्त जागी दडवून ठेवलेल्या एका पत्र्याच्या पेटीविषयी सांगितलं. त्या पेटीत तिनं सिंगापूरमधलं तिचं ओळखपत्र आणि हा फोटो, या गोष्टी अनेक वर्षं लपवून ठेवल्या होत्या. मृत्युशय्येवर अक्षरशः अखेरचे श्वास मोजत असताना तिनं मला सांगितलं, की त्या पेटीत माझ्या आयुष्याच्या इतिहासाचा एक तुकडा तिनं माझ्यापासून फार वर्षं लपवून ठेवलाय. तिनं त्याही स्थितीत माझ्याकडून वचन

घेतलं, की मी त्या पेटीच्या आधारे माझ्या पूर्वायुष्याच्या त्या अज्ञात भागाचा कसून शोध घेईन म्हणून. मला माझा हरवलेला इतिहास कळावा आणि पूर्णता लाभावी, यासाठी तळमळत होती ती. ...मग मला सांगा, माझ्या आईला मी अखेरच्या क्षणी दिलेलं हे वचन, या वचनाचं स्वरूप लक्षात घेता, मला मोडवेल का? आणि... माझं अपूर्णत्व मला स्वस्थपणे जगू तरी देईल का?...''

नोरिकोबाईंचा चेहरा चिंताग्रस्त दिसू लागला. त्यांनी क्योकोनं पुढे केलेल्या फोटोवर नजर टाकली. फोटोतल्या माणसांचे पुसट चेहरेसुद्धा किती आनंदी दिसत होते! ते निष्पाप चेहरे पाहता पाहता बाईंच्या मनात तीस वर्षांपूर्वीच्या त्या साऱ्या यातनामय स्मृती जागृत झाल्या...

— जगात महायुद्धाचा वणवा भडकला होता. अखेरच्या पर्वात युद्धाला अनपेक्षितपणे अशी भयानक कलाटणी मिळाली, की सिंगापूरमध्ये राहणाऱ्या हजारो जपान्यांच्या झुंडीच्या झुंडी जीव वाचवण्यासाठी मिळेल त्या बोटीवर चढून जपानला पळू लागल्या. ज्यांना बोटीत प्रवेश मिळू शकला नाही, ते पराभवानंतर उसळणाऱ्या सूडाग्नीच्या दहशतीनं इतरत्र सैरावैरा पळत सुटले; आगगाडीनं वा मिळेल त्या वाहनानं. या पळून गेलेल्या लोकांच्या नावांच्या याद्या करण्याचं दुःखद कर्म आपल्यालाच या.. या हातांनी करावं लागलं होतं!

...जखमेवरची खपली ओरबाडून काढल्यासारखं नोरिकोबाईंचं दुःख भळभळू लागलं. त्या व्यथेनं त्यांचा चेहरा ओथंबून आला होता!

मात्र क्षणार्धात बाईंनी स्वतःला सावरलं. एक दीर्घ निःश्वास टाकीत त्यांनी आपली हिरवी पिशवी उघडली आणि त्यातून एक जाडजूड फाईल बाहेर काढली. फाईल उघडून त्या भराभर आतली पानं उलटू लागल्या. क्योको डोळ्यांत प्राण आणून त्या काय दाखवतायत्, त्याची वाट पाहात होती. अखेर बाईंना हवे ते कागद सापडले असावेत. त्यांनी काही लांबसर कागद फाईलमधून सोडवले आणि फाईल बंद केली.

"ही बघ. युद्धाच्या अखेरच्या पर्वात सिंगापूरमधले जे जपानी रहिवासी सिंगापूर सोडून जपानला गेले, त्यांच्या नावांची आम्ही केलेली ही यादी. ...तुला तुझ्या आईवडलांची नावं यात शोधायच्येत का?''

त्यानंतर मात्र क्योको आपली अधीरता अधिक थोपवू शकली नाही. झडप घातल्यासारखे तिनं ते कागद हातात घेतले आणि पुसटलेल्या अक्षरांच्या त्या लांबलचक यादीतल्या नावांवरून ती झराझरा नजर फिरवू लागली. ओळींमागून ओळींवर तिची बोटं आणि नजर वेगानं फिरत होती. अखेर एका ओळीतल्या दोन नावांवर तिची बोटं स्थिरावली. 'मोरी आणि चिएको तानाका...' पिवळट पडलेल्या त्या कागदावरून ती नावं जणू आजही तिच्याकडे आर्ततेनं झेपावू पाहात होती!

"ही बघा!..." क्योको बेभान झाल्यासारखी ओरडून बोलू लागली, "ही बघा, ही इथे आहेत माझ्या आईवडलांची नावं. बघा नं, स्पष्ट लिहिलंय – मोरी आणि चिएको तानाका!"

नोरिकोबाईंच्या कपाळावर अविश्वासाच्या आठ्या पडल्या. नकारार्थी मान हलवीत त्यांनी क्योकोच्या हातून ती यादी घेतली.

काही क्षण असेच गुपचूप ताणात निसटले.

मग विचारमग्न मुद्रेनं बाई मोठ्या कष्टानं बोलल्यासारख्या म्हणाल्या, "मला तरी यात काहीतरी गफलत दिसत्येय." आणि मग क्योकोकडे न बघता त्यांनी हळुवारपणे सांगितलं, "याचं कारण क्योको, आमच्याकडे असलेल्या नोंदीनुसार..." क्षणभर थांबून त्या हळूच म्हणाल्या, "एकदम दचकू नकोस क्योको, पण त्या नोंदीनुसार मोरी आणि चिएको तानाका या दांपत्याला मूल नव्हतं..."

"काय? काय?... छे, छे! हे शक्यच नाही!..." क्योको त्यांचं बोलणं फेटाळून लावत ओरडून बोलली खरी, परंतु तिचा चेहरा पांढराफटक पडत चालला होता. तरीही भरकटणारे शब्द जुळवीत ती म्हणाली, "...तुमच्या नोंदीमध्येच काहीतरी चूक आहे. नक्कीच! कारण मोरी आणि चिएको तानाका हे माझे आईवडील आहेत, मग ते अपत्यहीन कसे असतील?... सांगा ना..."

"आमच्या नोंदी कधीच चुकीच्या नसतात." नोरिकोबाई हलकेच पुटपुटल्या-सारख्या बोलल्या. नाइलाजानं नको ते बोलावं लागल्याची खंत त्यांच्या स्वरात आणि डोळ्यांतही स्पष्ट दिसत होती. क्योकोला एकामागून एक जे धक्के पचवावे लागत होते, त्यानं त्या वृद्ध स्त्रीचं अंत:करण व्यथित झालं होतं. मनात कणव दाटून आली. तरीही पुढे स्पष्टीकरण देणं तर भागच होतं! त्या म्हणाल्या,

"....शिवाय क्योको, या यादीवरूनही स्पष्ट दिसतंय, की मोरी आणि चिएको तानाका यांनी २८ मार्च १९४५ या दिवशी बोटीत बसून सिंगापूर सोडलं; आणि त्यावेळी त्यांच्याबरोबर एकही मूल नव्हतं. ते दोघे सडेच बोटीवर चढले. त्या बोटीवरून जपानला निघालेल्या ज्या लोकांसोबत त्यांची मुलं होती, त्यांची तशी नोंद आहे. त्या मुलांची नावं त्यांच्या आईवडलांसोबत स्पष्ट लिहिलेली आहेत. हे इथे बघ, या खालच्याच ओळीत एक जोडपं आहे – शिगे आणि मासाको सावादा. ते बोटीवर चढले, तेव्हा त्यांच्यासोबत त्यांची दोन मुलं होती. ही बघ, इथे नोंद आहे त्यांची – हिरो आणि ताइयो सावादा..."

एव्हाना क्योकोचा सगळाच अभिनिवेश गळून पडला होता.

शब्द-शब्द जुळवून ती काहीतरी बोलायला तोंड उघडणार, इतक्यात नोरिकोबाईंना समोरच्या खुर्चीत बसलेला तो गलेलठ्ठ अमेरिकन माणूस दिसला. गडबडीनं उठून तो त्यांच्याच दिशेनं येत होता.

नोरिकोबाईंनी घाईघाईनं सगळे कागद गोळा करून कसेबसे आपल्या पिशवीत कोंबले आणि झटकन उठून त्या घाईघाईनं चालूही लागल्या.

बाईंचा पवित्रा असा अचानक बदललेला पाहून क्योको गोंधळली. तिला कशाचाच काही बोध होईना. तीही झटकन उठून नोरिकोबाईंच्या मागे धावत सुटली. धावता धावता ती ओरडत होती,

"थांबा, थांबा मिसेस फुजिता, प्लीज... एक.. एक मिनिट थांबा. अहो, मी त्या कागदांवरून नीट नजरही नाही टाकू शकले... प्लीज, जरा थांबा. बाई... बाई मला जरा बारकाईनं बघायच्यात हो त्या नोंदी अजून!..."

परंतु नोरिकोबाई फुजिता विस्मयकारक चपळाईनं झपाझप लॉबी ओलांडीत प्रवेशद्वाराच्या दिशेनं जाऊ लागल्या. क्योकोही बुचकळ्यात पडून त्यांच्यामागे धावत होती. अखेर तिनं त्यांना गाठलंच. त्यांना अडवत काकुळतीला येऊन क्योको म्हणाली,

"प्लीज, नोरिकोबाई, ती नावांची यादी मला पुन्हा एकवार पाहायच्येय. चिएको आणि मोरी तानाका यांच्याबरोबर इथून जाताना मुलं होती की नाही, या गोष्टीची मला नीट खात्री नको का करून घ्यायला?... बाई, तुम्ही आत्ता मला असं काही सांगून गेलाय, की त्यानं माझ्या आईवडलांविषयीच शंका उपस्थित झाल्येय! माझ्या वंशालाच आव्हान मिळालंय हे! ...आणि अशा वेळी नोरिकोबाई, तुम्ही मला अधांतरी टांगतं ठेवून, धड काही बोलायची-विचारायची संधीही न देता सरळ पाठ फिरवून निघून जाताय? ...हे ...हे बरोबर आहे का, बाई? ...प्लीज, थोडा तरी विचार करा माझ्या मनाचा!..."

क्योकोची ही दयनीय अवस्था पाहून मात्र ती वृद्ध स्त्री जागच्या जागी घुटमळली. क्षणभर विचार करून त्यांनी झटकन आपल्या पिशवीतून मघाचे ते कागद बाहेर ओढले आणि क्योकोच्या हातात कोंबत त्या घाईघाईनं म्हणाल्या,

"बरं, बरं! ही यादी ठेव तू तुझ्याकडे. कारण या केवळ मूळ यादीच्या प्रती आहेत. ...पण मी ही यादी तुला दिल्येय, ही गोष्ट तिसऱ्या कुणालाही कळता कामा नये. आलं लक्षात?..."

बाईंच्या नजरेत माया दाटून आली होती. तरीही क्योकोचा हात हलकेच दाबत त्या काहीशा जरबेच्या सुरात म्हणाल्या,

"ईश्वर तुझं भलं करो!"

— एवढंच बोलून नोरिकोबाईंनी आपली हिरवी पिशवी गडबडीनं बंद केली आणि त्या घाईघाईनं हॉटेलच्या बाहेर पडल्या.

११

हजारो मैल दूर वॉशिंग्टनमध्ये आवा मारू आणि त्यावरचे दोन हजारांहूनही अधिक प्रवासी यांच्या जीवनमरणाच्या निर्णयाचे फासे टाकले जात होते. ती बोट बुडवण्याच्या निर्णयावर इतक्या अटीतटीच्या चर्चा होत होत्या, की त्यातले चार शब्द जरी बोटीवरच्या माणसांच्या कानी पडले असते, तरी त्यांच्या काळजाचा थरकाप उडाला असता! आपल्या सर्वांच्या मरणाचा तिथे बेदरकारपणे निर्णय घेतला जात आहे, याची पुसटशीही कल्पना नसलेले बोटीवरचे हे प्रवासी आपल्या दैनंदिन जीवनातले सुखदु:खाचे क्षण समरसून उपभोगत होते; आणि ज्यांना ते ओळखतही नव्हते, असे लोक त्यांची बोट बुडवून त्यांचं जीवन संपवून टाकण्यासाठी कमालीचे अधीर झाले होते. जणू ही माणसं म्हणजे बोटीवर लादलेलं निर्जीव सामान होतं!

'एस्‌डब्ल्यूपीडी'च्या आपत्कालीन मदत विभागाचे प्रमुख एल्ड्रेड कपिंजर यांची तर अशी खात्री पटवून देण्यात आली होती, की आवा मारू ही बोट जपानी लष्करातल्या अत्युच्च पदांवरच्या सर्व अधिकाऱ्यांना जपानला घेऊन चाललेली आहे; त्यामुळे त्यांच्या मनात आता वेगळ्याच विचारांनी मूळ धरलं होतं. एखाद्या बोटीला सुरक्षित प्रवासासाठी मिळालेल्या हमीचा जर दुरुपयोग केला जात असेल, तर ती रद्द करण्यासाठी अस्तित्वात असलेला आंतरराष्ट्रीय कायदा वापरून ते आता आवा मारूला दिलेली ती हमीच काढून घेण्याच्या प्रयत्नात होते.

सुदैवानं, कपिंजरसाहेबांनी जेव्हा आवा मारूला जलसमाधी देण्याची आपली विनंती युद्ध आणि नौदल विभागापुढे मांडली, तेव्हा ती फेटाळून लावण्यात आली; त्यामुळे बोटीवरच्या सुमारे दोन हजार पंचेचाळीस लोकांचा स्फोटातल्या अग्निलोळातला यातनामय मृत्यू आणि महासागराच्या तळाशी जलसमाधी त्या क्षणापुरती तरी टळली!

मात्र आवा मारू उडवून देण्याची जळजळीत मागणी काही इथेच थंडावली नाही. हजारो मैलांवरच्या ग्वाममध्ये आवा मारू उद्ध्वस्त करण्याचा आणखी एक बेत गुप्तपणे शिजत होता. पॅसिफिक महासागरावरील पाणबुडी दलाचे कमांडर, व्हाइस ॲडमिरल चार्ल्स अॅन्ड्रूज लॉकवुड आणि त्यांचे साहाय्यक, या सर्वांना अशी खबर मिळाली होती, की या जपानी बोटीवर प्रचंड युद्धसामग्री, दारूगोळा आणि यंत्रं लादलेली असून त्यांचा उपयोग अखेर अमेरिका आणि इतर मित्रराष्ट्रांना उडवण्यासाठीच केला जाणार आहे; त्यामुळे काय वाटेल ती किंमत मोजावी लागली तरी चालेल, पण ही बोट उडवायचीच, असा ठाम निश्चय ते करून बसले होते. त्यांनीही पॅसिफिकवरील युद्धनौकांचे चीफ कमांडर, ॲडमिरल चेस्टर निमित्झ यांच्याकडे आवा मारू बुडवण्याची परवानगी मागितली. त्यांनीसुद्धा अतिशय कळकळीनं विनंती केली होती; परंतु त्यांचीही ही विनंती साफ फेटाळून लावण्यात आली.

मासाको आणि आवा मारूवरच्या सर्व प्रवाशांना कल्पनासुद्धा नव्हती, की या वेळी दुसऱ्यांदा आपला मृत्यू चुकला आहे!

उष्ण कटिबंध मागे टाकून आवा मारू चीनच्या किनाऱ्याच्या रोखानं जाऊ लागली, तेव्हा हवामानात एकाएकी बदल झाल्याचं सर्वांनाच जाणवू लागलं. शरीरं घामानं चिकट करून टाकणारी आर्द्रता हळूहळू विरून हवेत उत्साहवर्धक, सुखद गारवा आला होता. त्या आल्हाददायक थंड हवेनं सारेच सुखावले. त्यांना हवाहवासा वाटणारा वसंतऋतू आता वातावरणातून जाणवू लागला होता.

"किती सुखद वाटत्येय ही हवा!" डेकवर बसलेली मासाको चिएकोला म्हणाली, "आजवर आपण या हवेला किती मुकलो होतो, हे आता कळतंय."

त्या थंडगार हवेच्या झुळका चेहऱ्यावर, अंगाखांद्यावर खेळवीत मासाकोनं अलगद डोळे मिटून घेतले. आता तिच्या नजरेसमोर नागानो पर्वतांच्या रांगा तरळू लागल्या होत्या... वसंताच्या आगमनानं या साऱ्या पर्वतांना आता हिरवंगार उधाण आलं असेल, आणि उष्ण पाण्याच्या झऱ्यांवर तर उत्साहानं सळसळणाऱ्या माणसांची नुसती झिम्मड उडालेली असेल!... नुसत्या कल्पनेनंही तिच्या मनात आनंदाची कारंजी थुईथुई नाचू लागली होती!

"कधी एकदा जपानला पोचते, असं झालंय मला, शिगे!" मासाको म्हणाली. घरी जाण्यासाठी तिचं मन आता कमालीचं अधीर झालं होतं.

शिगे नुसताच हसला.

आकिकोची प्रकृती त्या अवघड प्रसूतीनंतर हळूहळू सावरत होती. तरीही चिएको आणि मासाको मात्र तिचं खाणंपिणं घेऊन तिच्या केबिनमध्येच जात होत्या,

आणि तिला आग्रहानं खाऊपिऊ घालत होत्या.

त्या रात्री मात्र काही वेगळंच घडलं.

आकिकोच्या नवऱ्याच्या कानी लष्करी हालचालींसंबंधीची एक महत्त्वाची बातमी आली होती आणि ती त्यानं रात्री झोपताना चिंतेपोटी आकिकोला सांगून टाकली.

ती बातमी ऐकून आकिकोच्या काळजाचा थरकाप उडाला!

दुसऱ्या दिवशी चिएकोनं तिचे खोल गेलेले डोळे पाहून, तिच्या कपाळावरून मायेनं हात फिरवीत विचारलं,

''काय गं, बरं वाटत नाहीये का?... चेहरा पार उतरलाय आज तुझा.''

''तब्येत ठीक आहे गं माझी,'' आकिको चिंताग्रस्त मुद्रेनं बोलू लागली, ''पण काल रात्री माझ्या नवऱ्यानं – हिरोशीनं मला एक विचित्र बातमी सांगितली; त्यानं माझा जीव उडून गेलाय! कालची सबंध रात्र मी अक्षरश: तळमळून काढली. ...खरं तर, त्यानं मला शपथ घातल्येय, ही गोष्ट कुणालाही सांगू नकोस म्हणून. पण काळजीनं मी इतकी अर्धमेली झाल्येय नं, की आता आणखी जास्त काळ ती गोष्ट मनात दडवून ठेवणं शक्य नाही मला!''

''एवढं काय सांगितलं बाई, हिरोशीनं?...'' चिएकोही घाबरली.

''तो म्हणाला, की कॅप्टन हामादांना बोटीचा पुढला मार्ग बदलण्याचा आदेश मिळालाय. मोजी ते त्सुरुगा हा मार्ग बदलायला सांगितलाय त्यांना. परंतु आपल्या बोटीवर लष्करातली जी माणसं आहेत, त्यांना मात्र ठामपणे असं वाटतंय, की असा अचानक मार्ग बदलणं यावेळी अत्यंत धोक्याचं आहे. ...कारण सुरक्षित प्रवासासाठी आपल्याला एक विशिष्ट मार्ग आखून देण्यात आलाय. याचा अर्थ, केवळ याच मार्गावर आपल्याला सुरक्षेची हमी मिळाल्येय. उद्या जर आपण अचानक हा ठरलेला मार्ग सोडून भलत्याच मार्गानं जायला लागलो, तर शत्रूची गैरसमजूत होण्याची दाट शक्यता आहे!... चुकून युद्धनौका समजून त्यांनी लष्करी कारवाई केली तर?... आपल्या बोटीचं लक्ष्य होऊ शकेल! फार...फार मोठा धोका आहे, अशी काहीतरी गफलत होण्याचा...''

आकिको भीतीनं थरथरत होती.

मासाको आणि चिएको सुन्न होऊन तिच्याकडे पाहात राहिल्या.

आकिको म्हणाली, ''किती भयानक आहे गं हे! माझं हे नुकतं जन्मलेलं तान्हं बाळ, त्याला हक्क आहे जगण्याचा. ...आणि मला माझ्या मुलीला वाढवायचंय, मोठं करायचंय. खरं सांगा, या चिमण्या जिवाचा काय संबंध युद्धाच्या या क्रूर खेळांशी?... आणि आपलाही?... मी प्रार्थना करते, की ज्या अमेरिकन लोकांना ही बोट बुडवून समाधान मिळणार आहे ना, त्यांनी या बोटीवरच्या दोन हजार अश्राप

जिवांची विनवणी ऐकावी... त्यांना तुमचं काहीही नकोय; त्यांना फक्त त्यांच्या मायदेशी सुखरूप जाऊन पडायचंय!''

तिनं शेजारी गाढ झोपलेल्या आपल्या गोजिरवाण्या बाळाकडे डोळे भरून पाहिलं. त्याच्या गालांवरून, डोक्यावरून हळुवारपणे हात फिरवीत जणू ती त्याचे स्पर्श आपल्या हृदयात भरून घेत होती. गदगदलेल्या स्वरात ती म्हणाली,

''पाहा ना, माझ्यावर किती गाढ विश्वासून निश्चिंतपणे झोपलंय माझं बाळ! माझ्या काळजाचा तुकडा आहे हा.. मग सांगा, मी कशी त्याचं काहीही होऊ देऊ शकेन?...''

तिचे शब्द ऐकून मासाकोच्या कण्यातून भीतीची तीच परिचित लहर सरसरत गेली. तिलाही कळून चुकलं, की खरोखरच आवा मारूसंबंधीचे संदेश पोचण्यातली एखादी क्षुल्लक चूकसुद्धा विनाशाला कारणीभूत ठरू शकेल! उद्या जर या बदललेल्या मार्गावर शत्रूनं आवा मारूला न ओळखून टिपलं, तर क्षणाचाही विचार न करता ते पाणतीर मारून बोट उद्ध्वस्त करतील; आणि मग काही क्षणांतच आपण सारेजण या भयाण महासागराच्या गूढ, अंधाऱ्या तळाशी वेगानं ओढले जाऊन मृत्यूला कवटाळू!

मासाकोच्या अंगावर भीतीनं काटा उभा राहिला.

आकिको विमनस्कपणे त्या दोघींकडे पाहात होती. तिचे विस्फारलेले डोळे त्यांना भयाच्या गूढ, गहन डोहांसारखे भासत होते.

''तुम्ही काय विचार करताय, ते कळतंय मला...'' भीतीनं थरथरत आकिको म्हणाली, ''...पण खरंच, मला दाट काळोखाची भयंकर भीती वाटते!''

...मध्यरात्रीच्या दाट काळ्याकुट्ट अंधारात त्या भयाण महासागरात बुडणारी माणसं आक्रोश करीत, जिवाच्या आकांतानं जगण्यासाठी धडपडतायत्, तडफडतायत्, असं एक भयानक चित्र मासाकोच्या नजरेसमोर तरळू लागलं. त्या दृश्यानं तिच्या मनाचा पुरता ताबा घेण्यापूर्वीच तिनं स्वत:ला आवर घातला आणि डोळ्यांपुढलं ते भीषण दृश्य झटकून टाकलं. कठोर आवाजात आकिकोला खडसावत ती म्हणाली,

''उगाचच काहीतरी वेड्यासारखं बोलू नकोस तू, आकिको! कुठलीतरी इथून-तिथून उडत आलेली बातमी ऐकल्याबरोबर लगेच अगदी टोकाला जाऊन काहीतरी भयानक कल्पना करतेस तू. हे बरोबर नाहीये तुझं. कॅप्टन हामादांना जर बोटीचा मार्ग बदलण्याचा आदेश देण्यात आलेला असेल, तर त्यामागे निश्चित काहीतरी चांगलंच प्रयोजन असणार. ...आणि आकिको, एवढा मोठा बदल जर ते करत असतील, तर त्याबाबतचे संदेश सगळीकडे ताबडतोब पोचवले जाणार नाहीत का? उगाच साप साप म्हणून भुई धोपटत्येय तू! ...माझं ऐक आकिको, आपण

सर्वजण अगदी सुरक्षित आहोत.''

– हे सारं बोलताना तिचा आवाज तिच्याही नकळत नेहमीपेक्षा थोडा मोठा झाला होता, आणि नेहमीपेक्षा तीक्ष्ण! मासाकोला स्पष्ट जाणवू लागलं, की आपण हे स्वत:लाच पटवून देण्याचा प्रयत्न करतोय. काहीतरी भयंकर घडणार आहे, असं हल्ली आपल्यालासुद्धा सतत आतून काहीतरी जाणवत असल्यासारखं वाटत असतं; पण त्याला काहीही अर्थ नाही, हे आपणही आता लक्षात ठेवलं पाहिजे; आणि दुसरं म्हणजे त्याचा 'भविष्यातल्या घटनांचे अनिष्टसूचक संकेत' वगैरे, असला काहीतरी मोठ्ठा निष्कर्ष काढणं सोडून दिलं पाहिजे. हे सगळे आपल्या मनाचेच खेळ आहेत. फार पूर्वीपासून आपल्या मनात असुरक्षितपणाचं एक भय कायम घर करून बसलंय; आणि हा सगळा त्याचाच अतिरेक आहे! परंतु तिनं मनाशी ठाम निश्चय केला, की यावेळी मात्र आपण या सैतानी विकारांना अजिबात बळी पडायचं नाही.

बोटीत क्षमतेपेक्षा अधिक माणसं आणि सामान भरल्यामुळे ती पाण्यात अधिक खोलवर ओढली गेली होती खरं, परंतु बोटीची शक्तिशाली इंजिनं बोटीला बरोबर पुढे ओढून नेत असल्याची स्पष्ट जाणीवही सर्वांना होत होती. आता आवा मारूनं वेगही फार चांगला पकडला होता.

मासाकोनं छोट्या कपाटाच्या वर भिंतीवर टांगलेल्या कॅलेंडरकडे नजर टाकली, तेव्हा तिला धक्काच बसला. ...आज ३१ मार्च. म्हणजे या बोटीवरचा आपला हा केवळ चौथा दिवस. याचा अर्थ, सिंगापूरच्या दूर दूर जाणाऱ्या धक्क्यावर उभे असलेले चिन आणि मेइलिंग आपल्याला जोरजोरात हात हलवून निरोप देत होते, ही घटना केवळ चार दिवसांपूर्वीचीच आहे?... आणि त्या छोट्या बाळाचा जन्मसुद्धा या एवढ्याच अवधीतला?... वाटतंय मात्र असं, की या सगळ्या घटनांना खूप काळ लोटलाय. खरोखर, केवळ चार दिवसांत माणसाच्या आयुष्यात एवढ्या घडामोडी होऊ शकतात, यावर विश्वास बसत नाही!

आवा मारूचा जपानच्या दिशेनं प्रवास चालू होता, तेव्हा अमेरिकेतले मुत्सद्दी आणि नौदलातले अधिकारी लागोपाठ तीन रात्री, संपूर्ण पॅसिफिक महासागरातील पाणबुड्यांच्या दलांना आवा मारूचा बदललेला मार्ग आणि तिच्या मार्गक्रमणाच्या वेळेचे नियोजित तपशील पुन:पुन्हा प्रक्षेपित करून सांगत होते. सर्वसामान्य नागरिकांना घेऊन जाणाऱ्या या बिगरलष्करी बोटीला आंतरराष्ट्रीय पातळीवर संरक्षणाची हमी देण्यात आलेली असल्यामुळे, अपघातानंही तिच्यावर हल्ला होऊ नये, किंवा आपल्या बुभुक्षित आणि अतिउत्साही सैनिकी कारवायांत या बोटीला कुणी धक्का लावू नये, याची ते प्रयत्नपूर्वक काळजी घेत होते. विशेषत: हाँगकाँगच्या उत्तरेच्या

क्षेत्रात गस्त घालीत कारवाया करणाऱ्या पाणबुड्यांच्या ताफ्यांना, आवा मारूला सुरक्षितपणे जाऊ देण्याविषयी सक्त ताकीद देण्यात आलेली होती. इतकंच नव्हे, तर या बोटीला ओळखण्यात कुणाची चूक होऊ नये, म्हणून बोटीच्या खुणाही स्पष्ट सांगितल्या जात होत्या. 'रात्री या बोटीवर दिव्यांचा झगमगाट असतो, आणि बोटीच्या सर्व बाहेरील अंगावर पांढऱ्या रंगाचे मोठमोठे क्रॉस रंगवलेले आहेत,' – अशी सक्त सूचना सगळीकडे प्रसृत केली जात होती.

मात्र, दाट धुक्यात लपेटलेली १ एप्रिल १९४५ ची ती रात्र अतिशय गूढ आणि भयाण भासत होती. अत्याधुनिक शस्त्रास्त्रांनी सज्ज असलेली अमेरिकेची 'क्वीनफिश' ही अत्यंत संहारक पाणबुडी आपल्या क्षेत्रात भक्ष्याच्या शोधार्थ गस्त घालत होती. शत्रूच्या जहाजांचा संहार करून त्यांना तळ दाखवणं, एवढ्या एकाच ध्यासानं जणू ती झपाटलेली होती. त्या पाणबुडीचे कमांडर, अॅडमिरल लोलिन यांनी 'उगवत्या सूर्याच्या देशा'चा झेंडा फडकवणारं प्रत्येक जहाज उद्‌ध्वस्त करून पॅसिफिक महासागराचा टापू स्वच्छ करून टाकण्याचा निर्धार केला होता; आणि आपला हा निर्धार पार पाडण्याचा ते शर्थीनं प्रयत्न करणार होते. यावेळी एकही संधी हातची जाऊ द्यायची नाही, अशी त्यांनी शपथ घेतली होती. त्यासाठी त्यांनी ही अत्यंत वेगवान आणि अत्याधुनिक पाणबुडी निवडली होती; उत्तम दर्जाचे शक्तिमान पाणतीर आणि अतिशय संहारक अशा स्फोटकांनी सज्ज होऊन ते निघाले होते. यावेळी ते आपल्या नियोजनबद्ध तंत्रांनी महासागरावरच्या सगळ्या 'पिवळ्या बदमाशां'ना घेरून त्यांचा संहार करणार होते.

या सगळ्याची पार्श्वभूमी थोडी वेगळी होती!

— या युद्धात क्वीनफिशनं महासागरावरच्या आपल्या पहिल्या आणि दुसऱ्या टेहळणीच्या गस्तीत अतिशय स्तुत्य यश मिळवलं होतं. अॅडमिरल लोलिन आपल्या कामगिरीवर खूश होते. परंतु तिसऱ्या फेरीत मात्र त्यांच्या पदरी ओळीनं अपयशांची मालिकाच पडली! त्यांची सगळी लक्ष्यं अगदी थोडक्या-थोडक्यानं हुकली होती. या सर्व अपयशांमध्ये सर्वांत लाजिरवाणी आणि मानखंडना करणारी घटना घडली, ती १६ जानेवारी १९४५ या दिवशी. युद्धसामग्री वाहून नेणाऱ्या जपानच्या युद्धनौकेवर आणि तिच्या संरक्षक ताफ्यावर त्यांनी लागोपाठ तीन वेळा हल्ले करून एकूण आठ पाणतीर डागले होते. परंतु प्रत्येक वेळी त्यांचं लक्ष्य हुकलंच. अखेर, पायात शेपूट घालून क्वीनफिश निमूटपणे पर्ल हार्बरच्या रोखानं निघाली. आता लोलिनना स्वत:च्या अपयशाचा चौफेर विचार करण्याची गरज वाटत होती. खेरीज टेहळणीची चौथी फेरी अधिक जोरकसपणे करण्यासाठी त्यांना नव्या दमानं सज्ज व्हायचं होतं.

९ मार्च १९४५ या दिवशी क्वीनफिश पॅसिफिकवरच्या आपल्या चौथ्या

फेरीसाठी पूर्ण तयारीनिशी निघाली. पहिल्या दोन फेऱ्यांतल्या यशामुळे याहीवेळी त्यांच्याकडून नाविक दलाच्या अपेक्षा फार मोठ्या होत्या. पुढे, ॲडमिरल लोलिनना टोकियोहून आवा मारूविषयी सक्त ताकीदवजा एक संदेश पाठवला गेला. त्या संदेशात स्पष्टपणे म्हटलं होतं – 'आवा मारू आपला खास सुरक्षित असा निर्धारित मार्ग बदलून आता चीनच्या जवळून जाणाऱ्या दुसऱ्या मार्गाने जाईल; क्वीनफिश ज्या क्षेत्रात टेहळणी करत फिरेल, नेमक्या त्याच क्षेत्रातून हा नवा मार्ग जात आहे.'

मात्र त्यानंतर ओळीनं बऱ्याच विचित्र घटना घडल्या... त्या सगळ्याचा एकूण निष्कर्ष असा, की युद्धखोरांची पूर्वीचं लाजिरवाणं अपयश धुऊन काढण्याची बेबंद लालसा, जपानी लक्ष्यांचा घास घेण्यासाठी खवळलेली त्यांची पाशवी क्षुधा आणि युद्धाच्या ऐन धुमश्चक्रीतही येणाऱ्या संदेशांच्या बाबतीतला पराकोटीचा निष्काळजीपणा, यातून महत्त्वाकांक्षेनं चुकीच्या दिशेनं झेप घेतली; आणि परिणामी, क्वीनफिश आणि आवा मारू यांच्यात अखेर विनाशाला कारणीभूत ठरण्याइतकी चमत्कारिक गुंतागुंत निर्माण झाली!...

आवा मारूसंबंधीचे हे संदेश ज्यावेळी प्रसृत केले जात होते, त्यावेळी क्वीनफिशच्या जोडीला फल्टन नावाची दुसरी एक पाणबुडी होती. क्वीनफिशवरचे एक संपर्काधिकारी, लेफ्टनंट गिअर यांनी तो संदेश फल्टनवरून आलेल्या इतर सर्वसाधारण संदेशांमधेच घेतला. त्यानंतर त्यांनी त्या सर्व संदेशावरून इतक्या घाईघाईनं एक नजर फिरवली, की त्यात विशेष महत्त्वाची सूचना आहे, हे त्यांच्या लक्षातही आलं नाही. त्यांनी ते सर्व संदेश जसेच्या तसे ताबडतोब क्वीनफिशचे एक चालक लेफ्टनंट बेनेट यांच्याकडे सुपूर्त केले. त्यांनीही ते संदेश बारकाईनं, काळजीपूर्वक वाचण्याची बिलकूल तसदी न घेता, केवळ त्यावर एक नजर टाकली. त्यामुळे त्यांच्याही नजरेस तो अत्यंत महत्त्वाचा संदेश पडला नाही! झर्रकन एक सही ठोकून त्यांनीही ते कागद हातावेगळे केले आणि ते आपल्या पुढल्या कामांकडे वळले.

अर्थातच, आवा मारूच्या बदललेल्या मार्गाविषयीच्या संदेशाकडे ॲडमिरल लोलिन यांचं लक्ष वेधून घेण्याचा प्रश्नच उद्‌भवला नाही!

— आणि इथेच एका भयानक शोकांतिक आणि विध्वंसक प्रमादाचा मार्ग उलगडायला सुरुवात झाली!...

काही दिवसांनी क्वीनफिशकडे दुसऱ्यांदा सूचना आली – 'आवा मारू या युद्धकैद्यांसाठी रसद घेऊन जाणाऱ्या बोटीला सुखरूप जाऊ द्यावे.' परंतु या सूचनेमध्ये, आवा मारूच्या बदललेल्या मार्गाची सूचना देणाऱ्या आधीच्या संदेशांचा

काहीच उल्लेख नव्हता. साहजिकच, क्वीनफिशच्या समजुतीनुसार आवा मारू अजूनही तिच्या जुन्या संरक्षित मार्गावरूनच चीनच्या रोखानं प्रवास करणार होती. दुसऱ्या सूचनेत – 'जपानची बोट तुमच्या क्षेत्रातून जात आहे,' असा संदिग्ध उल्लेख होता; परंतु तिचा नेमका मार्ग सांगितलेला नव्हता. ही दुसरी मोठी गफलत, ज्यामुळे आवा मारू आणि तिच्यावर लादलेले दोन हजारांहून अधिक जीव क्षणार्धात मृत्यूच्या कराल दाढेत ढकलले जाणार होते.

ॲडमिरल लोलिन आपल्याकडे आलेली ही दुसरी सूचना वाचून संभ्रमात पडले. कारण आवा मारूचा जुना निर्धारित, संरक्षित मार्ग कुठल्याही प्रकारे क्वीनफिशच्या टेहळणीच्या क्षेत्रात येतच नव्हता. त्यामुळे त्यांनी या सूचनेवर, 'काहीतरी मूर्खासारखा संदेश पाठवलाय झालं!' – असा ताशेरा झाडून तो विचार मनातून झटकूनही टाकला.

१ एप्रिल १९४५ च्या रात्री ठीक अकरा वाजता क्वीनफिशच्या रडारवर 'बीप...बीप...' असा आवाज ऐकू येऊ लागला. याचा अर्थ, रडारनं शत्रूच्या बोटीचं— आपल्या संभाव्य लक्ष्याचं अस्तित्व टिपलं होतं. रडारवरचा हा 'बीप' आवाज ऐकताच क्वीनफिशवरच्या साऱ्या नाविक दलाचं रक्त उसळलं! तीन आठवडे शत्रूच्या संहाराविना बसून राहिलेल्या त्या नौसैनिकांना आणि त्यांच्या अधिकाऱ्यांना आता वैफल्याचे झटके येण्याची वेळ आलेली होती. पण अखेर दैवानं त्यांची हाक ऐकली होती. त्या एका 'बीप' आवाजासरशी त्या सर्व युद्धखोरांमध्ये चैतन्याचं वारं सळसळलं आणि उत्तेजित होऊन सारे कृतीसाठी सरसावले. क्वीनफिशवरचा प्रत्येक सैनिक ती काळी धुक्याची रात्र रक्तबंबाळ करण्यासाठी आता अधीर झाला होता; इतका, की त्यावेळी जर त्यांना फक्त त्यांच्या सर्वोच्च अधिकाऱ्यांकडून त्या जपानी बोटीला धक्का न लावण्याचा सक्त हुकूम मिळाला असता, तरच त्यांच्या उधळलेल्या वारूला थोपवणं शक्य होतं!

क्वीनफिशवरच्या सर्व नौसैनिकांचा घोळका रडारच्या पडद्याभोवती गोळा झाला. श्वास रोधून सारेजण पडद्यावर नजरा खिळवून बसले होते. ...एक जहाज अत्यंत वेगानं चाललं होतं. हा वेग प्रचंड होता. हा कुठल्यातरी सामान्य प्रवासी जहाजापेक्षासुद्धा विनाशिकेच्या किंवा तिच्यासोबतच्या संरक्षक बोटीच्या वेगाशी अधिक जुळणारा होता. आणि याबाबत आता त्यांच्या मनात यत्किंचितही संदेह उरला नव्हता.

इथे, कॅप्टन हामादांना पूर्वनियोजित मोजीच्या ऐवजी त्याच्या पलीकडे तीनशे मैलांवर असलेल्या त्सुरुगाकडे आवा मारू नेण्याचा आदेश मिळाला होता. त्यामुळे

अधिकच्या अंतराचा तो पल्ला कमीत कमी वेळात काटून वेळेचं पूर्वनियोजित लक्ष्य गाठण्यासाठी ते बोट सर्वोच्च वेगानं घेऊन चालले होते.

दुर्दैवानं, आवा मारूच्या बाबतीतली आणखी एक गोष्ट क्वीनफिशच्या प्राणघातक गैरसमजुतीला अनुकूल ठरली; ती म्हणजे, दोन हजारांच्या वर माणसं आणि प्रचंड सामान यांचं वजन बोटीच्या क्षमतेपेक्षा कितीतरी अधिक असल्यामुळे बोट पाण्यात खोलवर दडपली गेली होती; आणि क्वीनफिशच्या रडारच्या पडद्यावर पाण्याच्या पृष्ठभागावरचा आवा मारूचा भाग फारच लहान दिसत होता. म्हणूनच ती बोटीपेक्षाही एखाद्या विनाशिकेसारखी अधिक दिसत होती. त्यामुळे डोक्यात मद चढलेल्या क्वीनफिशवरच्या सैनिकांनी 'अरे, ही तर उघडउघड आपली शिकार आहे', असा निर्णय एकमुखानं घेऊन टाकला, आणि जपानची ही 'विनाशिका' उडवून देण्यासाठी सारेजण चवताळून उठले.

१ एप्रिल १९४५ ची रात्र होती ती.

धुक्यात लपेटलेली, कुंद, भयाण काळोखाची रात्र.

चीनच्या किनाऱ्यापासून काही अंतरावरून उत्तरेकडे वेगानं निघालेल्या या बोटीवर – शुभ्र पांढऱ्या रंगाचे क्रॉस अंगाखांद्यावर ल्यालेल्या सुमारे दोन-सव्वादोन हजार निष्पाप प्रवाशांच्या आवा मारूवर – क्वीनफिशवरच्या पेटलेल्या युद्धखोरांनी अखेर चार पाणतीर डागले!

यावेळी ते यशस्वी ठरले.

एकाही पाणतीराचा आपल्या लक्ष्यावरचा नेम चुकला नाही!

काही मिनिटांच्या अवधीतच, महासागराच्या अपारदर्शक काळ्याशार पाण्यात प्रथम जहाजाची मागची बाजू खुपसल्यासारखी बुडाली, आणि ते अवाढव्य जहाज पुढच्या बाजूनं किंचित वर उचललं जाऊन उभंच्या उभं पाण्यात गडप झालं!...

मागे उरली केवळ पाण्यावरची एक लांबलचक तेलाची रेषा...

ते दुर्दैवी जहाज ज्या ठिकाणी पाण्यात गडप झालं, त्या ठिकाणाकडे क्वीनफिशनं वेगानं आपला मोहरा वळवला. मात्र त्यांच्या दृष्टीस जे पडलं, त्यानं विजयोन्मादानं बेफाम झालेले ते सैनिक प्रचंड हादरले! त्यांचा सारा मद क्षणात उतरला...

— ते दृश्य महाभीषण होतं. माणसांचे थवेच्या थवे बोटीवरच्या मिळतील त्या लाकडी अवशेषांना, रबरी कड्यांना लटकून जिवाच्या आकांतानं पाण्यावर तरंगण्याचा प्रयत्न करत होते. त्या माणसांचं जीवघेणं आक्रंदन आणि भेसूर किंकाळ्या, धुक्याचं प्रेतवस्त्र पांघरलेल्या त्या काळ्याकभिन्न रात्रीच्या पोकळीत घुमत होत्या. बुडणाऱ्या, धडपडणाऱ्या, हातपाय झाडणाऱ्या माणसांच्या तडफडीमुळे शाईसारख्या त्या काळ्याशार पाण्यावर पिसाटल्यासारखे बुडबुडे उसळत होते!

...एका स्त्रीनं आपलं तान्हं बाळ एका हातानं आपल्या डोक्याच्याही वर, उंच धरून ठेवलं होतं आणि ती मदतीसाठी आर्ततेनं किंचाळत होती. जणू आपल्या यातनामय मृत्यूपासून तिला त्याला दूर ठेवायचं होतं. जणू असं उंच धरून तो चिमुकला जीव वाचणार होता! आपले इवलेसे हातपाय दुर्बळपणे झाडणाऱ्या त्या तान्ह्या बाळाच्या आक्रोशानं क्वीनफिशवरच्या फत्तराच्या काळजाच्या सैनिकांच्याही हृदयाला पीळ पडला...

क्वीनफिशवरच्या साऱ्या सैनिकांचा भीतीनं थरकाप उडाला होता! परंतु आता हातून संहार तर घडून गेला होता. भुकेनं वखवखलेल्या क्रूर लांडग्यांच्या कळपानं आपल्या शिकारीला घेरून तिच्यावर झडप घालावी, तसा त्यांनी आपला शोष तृप्त करण्यासाठी जपानच्या बोटीचा बळी घेतला होता; आणि आता ते एका भीषण सत्याला सामोरे जात होते, की शत्रू-शत्रू म्हणून ज्यांना चवताळून उद्ध्वस्त केलं, ती सारी बिचारी सामान्य, निरपराध माणसं होती! हजारो स्त्रिया-पुरुष-मुलं, अगदी नुकत्या जन्मलेल्या एका तान्ह्या बाळाचाही आपण घास घेतला!...

त्या भीषण महासागरात तडफडणाऱ्या लोकांच्या भयानं फोडलेल्या प्राणांतिक किंकाळ्या क्वीनफिशवरच्या सैनिकांची काळजं फाडीत आत घुसल्या. आता त्यांना निकराचा लढा द्यायचा होता, तो त्या असंख्यांच्या मृत्यूशी! रबरी कडी लावलेले पिवळे दोर त्यांनी, पाण्यावर हातपाय मारणाऱ्या त्या लोकांच्या दिशेनं पटापटा फेकले. परंतु बुडणाऱ्या एकाचाही हात त्या जीवरक्षक दोरांपर्यंत पोचू शकला नाही.

आत्यंतिक भयानं आणि बर्फासारख्या थंडगार पाण्यानं वेडेवाकडे गोठून गेलेले, आक्रसलेले हजारो चेहरे त्या महासागराच्या पाण्यावर वर-खाली हेलकावे खात होते. मात्र थोड्या अवधीतच ते एकामागून एक त्या गूढ काळ्याशार पाण्यात शिरले आणि पाठोपाठ त्यांच्या अखेरच्या आर्त किंकाळ्याही विरून कायमच्या शांत झाल्या. आक्रंदणारा शेवटचा चेहरा पाण्यात शोषला गेल्यानंतर तिथे एक भीषण शांतता पसरली. त्या शांततेच्या थरारानं, असंख्य निरपराध जिवांना तडफडवून जिवंत जलसमाधी देणाऱ्या त्या मूठभर युद्धखोरांवर जणू एक काटेरी जाळं टाकलं! ...थरकाप उडवणाऱ्या भयाचं, मनं विदीर्ण करणाऱ्या अपराधीपणाचं आणि तीव्र विषादाचं. मेंदूच्या जणू ठिकऱ्या-ठिकऱ्या उडालेले ते सारे युद्धखोर त्या जाळ्याखाली तडफडू लागले!

– अचानक त्यांना एका पिवळ्या दोराला लटकलेली एक मानवी आकृती दिसली. भानावर येऊन सारेजण जीव खाऊन तो दोर ओढू लागले.

क्वीनफिशवरच्या नौसैनिकांनी अखेर त्या बुडणाऱ्या व्यक्तीला वर ओढून घेतलं. तो एक पुरुष होता. अर्धमेला झालेला. त्याच्याकडे केलेल्या चौकशीतून नेमकं नको तेच निष्पन्न झालं. ...त्यांनी बुडवलेली ती बोट आवा मारूच होती!

त्यांनी वाचवलेल्या त्या एका माणसाखेरीज आणखीही कुणी माणसं वाचली किंवा काय, याविषयी त्यांना काहीच अंदाज बांधता येईना. हजारो गोठलेले चेहरे करुण आक्रंदन करीत पाण्यात शोषले जाताना त्यांनी आपल्या डोळ्यांनी पाहिले होते. सारेजण प्रचंड हडबडून गेले! ...फार भयानक दुर्घटना घडली होती त्यांच्या हातून.

— लेफ्टनंट बेनेट क्वीनफिशच्या रेडिओ यंत्रणेकडे धावत सुटले आणि आवा मारूसंबंधी काही तातडीचे ताजे संदेश पाठवले गेलेत का, याचा शोध घेऊ लागले. त्यांना पॅसिफिकच्या प्रमुख केंद्राकडून नुकताच पाठवलेला संदेश मिळाला. त्यातली – 'आवा मारूला सुरक्षित ठेवावे' ही सर्व पाणबुड्यांना दिलेली सक्त ताकीद वाचून ते जागच्या जागी कोलमडले!

आपल्या हातून घडलेल्या या भयंकर गुन्ह्याचं गांभीर्य लेफ्टनंट बेनेटच्या लक्षात आलं. ॲडमिरल लोलिन यांच्या कानी ही दुर्घटना घालण्यावाचून आता गत्यंतर नव्हतं. त्यामुळे पहाट होण्यापूर्वीच बेनेटनी स्वत:ला सावरलं आणि जीव मुठीत धरून ते ॲडमिरल लोलिन झोपले होते, तिथे निघाले...

अखेर क्वीनफिशनं आवा मारूचा बळी घेतला होता!

क्वीनफिशचे कमांडर आणि नौसैनिक यांनी शत्रूची विनाशिका समजून, सामान्य प्रवाशांना जपानला नेणारी व्यापारी बोट – जिला त्यांच्या स्वत:च्याच राष्ट्राकडून सुरक्षित प्रवासाची हमी मिळालेली होती – पाणतीर डागून उद्ध्वस्त केली होती.

...आणि हा भयानक प्रमाद घडण्याचं प्रमुख कारण एकच.

— माणसांचा संपर्क-व्यवस्थेतला हलगर्जीपणा!

किती क्षुल्लक आणि हास्यास्पद कारण!

– परंतु त्यांची ही चूक सुमारे दोन हजार पंचेचाळीस निष्पाप जिवांच्या प्राणांवर बेतली होती. त्या सर्वांची कुटुंबं होती, मुलांमाणसांनी भरलेली घरं होती, आणि मनात भविष्याची उज्ज्वल स्वप्नं. ते सारे आपल्या मायदेशी, जपानला जाण्यासाठी अधीर झाले होते. आणि सर्वांत दु:खद बाब म्हणजे, त्या सर्वांना हे जीवन जगायचं होतं; तरीही साऱ्यांना त्या महासागरात तडफडून जिवंत जलसमाधी मिळाली!!

या दुर्घटनेतल्या सर्व अपराधी माणसांची कसून चौकशी होणार होती. त्यांच्यावर दोषारोप होणार होते. त्यांच्या गुन्ह्याचं त्यांना योग्य शासनही मिळणार होतं. परंतु हे सर्व झालं, तरी १ एप्रिल १९४५ च्या, धुक्यात लपेटलेल्या त्या भयाण रात्रीत तडफडत, आक्रंदत महासागराच्या अंधकारमय गूढ उदरात गडप झालेले ते हजारो जीव परत येऊ शकणार होते का?...

१२

क्योको गार्डन रेस्टारंटमधून हॉटेलमध्ये आली कशी आणि लिफ्टमधून वर येऊन खोलीत शिरली कशी, ते तिचं तिलादेखील कळलं नाही. तिची मती जणू कुंठित झाली होती! बधिरलेल्या मन:स्थितीत ती खोलीच्या मधोमध खिळल्यासारखी उभी राहिली...

"दचकू नकोस, क्योको... पण इथल्या नोंदीनुसार मोरी आणि चिएको तानाका या दांपत्याला मूल नव्हतं."

– नोरिकोबाईंनी ठामपणे उच्चारलेले ते शब्द पुन:पुन्हा तिच्या कानांत घुमत होते. हळूहळू त्या शब्दांतून एक वादळ उठलं आणि क्योको त्यात गरगरू लागली... असह्य होऊन तिनं आपलं डोकं दोन्ही हातांनी गच्च दाबून धरलं आणि ती पलंगावर जाऊन टेकली.

क्योको विचार करू लागली... हे काय बोलल्या नोरिकोबाई? आपले आईवडील अपत्यहीन होते? छे... छे! यात नक्कीच काहीतरी फार मोठी गफलत झालेली आहे!

थोड्या वेळापूर्वी खचून गेलेली क्योको आता स्वत:च्याच मनाला समजावू लागली. ...ही सगळी केवळ नोंदीतली चूक आहे, मूर्खासारखी! नाहीतर आणखी दुसरं काय स्पष्टीकरण असू शकतं, अशा विवेकशून्य वक्तव्याला?

...की नोरिकोबाई म्हणतायत्, त्यात खरंच काही तथ्य असू शकेल?

तिच्या मनात एक बारीकशी कळ उठली.

कालपर्यंत किती खुशीत होती ती. गेल्या काही दिवसांत तिनं जिवाचा आटापिटा करून त्या रहस्यमय कोड्याची उकल जुळवत आणली होती. मात्र आज नोरिकोबाईंच्या एका विधानानं सारंच पार उधळून गेलं होतं.

...आणि आता तर तिला वाटू लागलं, की आपलं सारं विश्वच अधांतरी टांगलं गेलंय!

आता या टप्प्यावर आल्यानंतर पुढे कुठे जायचं?...

क्योकोचं मन व्याकूळ झालं!

सिंगापूरला आल्यानंतर पहिल्यांदा तिनं मुख्य गोष्ट अशी शोधून काढली होती, की आपले आईवडील युद्धकाळात निश्चितपणे इथे येऊन राहिलेले होते, आणि काहीतरी नोकरी-व्यवसायही करत होते. परंतु आपल्या आईनं एवढी क्षुल्लक गोष्ट आपल्यापासून लपवून का ठेवली, आणि तीही इतकी योजनापूर्वक, याचं उत्तर मात्र तिला काही केल्या मिळू शकलं नाही. अनेक शक्यतांचा विचार करकरून थकली ती; परंतु ते गौडबंगाल ती नाहीच उलगडू शकली. ...आणि आज अचानक तिच्या कानी येत होतं, की आपले आईवडील अपत्यहीन होते?...

'...ते जर अपत्यहीन होते, तर मग माझं काय? ...मी कोण आहे मग?'

तिच्या साऱ्या भावविश्वालाच इतका प्रचंड हादरा बसला होता, की सोपं नव्हतं स्वत:ला सावरणं! सैरभैर मनानं अखेर ती खिडकीजवळच्या छोट्या खुर्चीवर जाऊन टेकली आणि शून्य नजरेनं खिडकीतून बाहेर पाहू लागली.

— सूर्यास्त होत असावा, कारण बाहेर शहरातल्या दिव्यांचे लखलखते पुंज एकापाठोपाठ एक उजळत होते. वास्तविक, सिंगापूरमधले दिवस मावळतानाचे हे क्षण तिला विलक्षण मोहून टाकत. काजळणाऱ्या आकाशाच्या पार्श्वभूमीवर बघता बघता फुलणारी शहरी जीवनाची ही चैतन्यमय रोषणाई तिला मोठी मनोवेधक वाटे. परंतु आज मात्र उष्ण कटिबंधातल्या सूर्यास्ताचं हे नयनरम्य रूप तिच्या मनाला स्पर्शू शकलं नाही!

...विचार करता करता क्योकोच्या हृदयाचा बांध फुटला आणि ती ओक्साबोक्शी रडू लागली. ...हे काय चाललंय! कुणीतरी एक नोरिकोबाई भेटायला येते आणि ज्या आईवर आपण काळजाच्या देठापासून प्रेम करतो, त्या आईला मूलच नव्हतं, हे 'रहस्य', एखादं त्रिकालाबाधित सत्य तोंडावर फेकावं, तसं फेकून शांतपणे पाठ फिरवून निघून जाते? आपला धड निरोपही न घेता? स्वत:च्या वक्तव्याच्या परिणामांची यत्किंचितही क्षिती न बाळगता?

त्या बाईंनी असे काय मोठे अधिकृत पुरावे दिले, हे विधान करताना? ते चार कागद फडकावले आपल्यापुढे, ते पुरेसे आहेत?

रागारागानं क्योकोनं डोळ्यांतले अश्रू पुसून टाकले. ...त्या नोरिकोबाईंचं म्हणणं पूर्ण चुकीचं आहे. काहीतरी प्रचंड गैरसमजूत झालेली आहे त्यांची! ...पण त्यांना तरी काय दोष द्यायचा? आता या वयात स्मृती किती साथ देणार? भेटणारी

माणसं हजार आणि त्यांच्या हजारो कथा. डोक्यात सगळ्याचा गोंधळ नाही उडाला एवढ्या म्हातारपणी, तरच नवल!

पण... पण... त्या यादीतसुद्धा मोरी आणि चिएको तानाका सिंगापूरला बोटीवर चढले, तेव्हा त्यांच्याबरोबर मूल नव्हतं, अशीच नोंद आहे! मग ही नोंदसुद्धा चुकीची असू शकेल?

...त्रयस्थपणे विचार केला, तर हे संभवनीय नाही वाटत. कारण या नोंदी जपानी संघटनेनं अतिशय कसोशीनं तयार केलेल्या आहेत; आणि हे लोक तर बारीकसारीक तपशिलाविषयीही अत्यंत चिकित्सक असतात. फार दक्ष. कोणत्याही गोष्टीच्या सत्यतेची खात्री पटल्याशिवाय ते ती स्वीकारणार नाहीत. त्यांच्या हातून एवढी मोठी चूक...

तर मग याचा अर्थ?

नाही, नाही! उगाच निष्कर्ष काढण्याची घाई करून चालणार नाही! – तिनं स्वत:लाच फटकारलं.

उद्याच आपण चिनआजोबांच्या मुलीला भेटायला जाणार आहोत. आपल्या आईवडलांच्या संदर्भात हा जो प्रचंड गैरसमज निर्माण झालाय, त्यावर ती मुलगी – मेइलिंगच अचूक प्रकाश टाकू शकेल; आणि मग नोरिकोबाईंची माहिती कशी साफ चुकीची होती, हे आपोआपच सिद्ध होईल! – क्योको मनात म्हणाली.

तिला मुळी आता या गोष्टीची खात्रीच वाटू लागली होती. तिनं ठरवलं, आता हा उरलेला दिवस आणि रात्र एवढाच काळ शिल्लक आहे; तेवढा पटकन ढकलून काढायचा. त्यानंतर मग सगळे संशय फिटून जातील. पण तोवर मात्र आपण उगीचच त्याच त्या गोष्टींचा कीस काढत बसून मनाला त्रास नाही करून घ्यायचा!

तरीही रात्रभर क्योको या कुशीवरून त्या कुशीवर तळमळत होतीच. एक विलक्षण अस्वस्थता आतून पोखरत होती तिला. आजसुद्धा अर्धवट गुंगीत तिला सारखी चमत्कारिक स्वप्नं पडत होती. ...एका स्वप्नात तर तिची मुलगी – मायुमी – सिंगापूरमधल्या त्या जपानी घराच्या बागेत, झाडाला बांधलेल्या झोपाळ्यावर बसली होती आणि खुदुखुदु हसत होती. 'अजून उंच'...'अजून उंच' – ती मोठमोठ्यानं ओरडत होती. तिच्या किलकाऱ्यांनी, हसण्या-खिदळण्यानी सारा आसमंत चैतन्यमय झाला होता. ...हे सारं इतकं खरं घडल्यासारखं वाटत होतं, की क्योको मायुमीला हाका मारत उठून बसली! पण मग त्याच क्षणी तिच्या लक्षात आलं, की हे स्वप्न आहे! ती भानावर आली. मात्र तिचा जीव चुटपुटला. सारं किती खरं खरं, अगदी प्रत्यक्ष घडल्यासारखं वाटत होतं! ...तो झोका सुरेख लालचुटुक रंगाचा होता आणि जो तरुण माणूस मायुमीशी खेळत, हसत हसत तिला झोके देत होता, तो चैतन्यानं नुसता सळसळत होता! सुदृढ देहयष्टीचा आणि अतिशय

देखणा. मात्र त्याचा चेहरा वेगळाच होता! तो मासाओचाही नव्हता आणि ममाच्या खोलीतल्या चांदीच्या फ्रेममधल्या आपल्या वडलांचा तर नक्कीच नव्हता! – क्योको स्मृतीला ताण देत आठवण्याचा प्रयत्न करू लागली...

कोण होता तो उमद्या व्यक्तिमत्त्वाचा तरुण?

सकाळी उठल्यानंतर क्योको बाथरूममधल्या आरशात स्वत:चा चेहरा पाहून हादरली! डोळे रडून रडून लाल झाले होते आणि चेहरा भप्प सुजल्यासारखा दिसत होता. फुगीर चेहऱ्यात बारीक झालेले डोळे एखाद्या फळातल्या बीसारखे आत घुसले होते. आपल्या या भयंकर अवताराकडे पाहून तिला लाज वाटली. ...आणखी थोड्या वेळानं आपल्याला जपान टाउनमध्ये मेइलिंगला भेटायला जायचंय. तिथे काय हा असा रडवा चेहरा घेऊन जायचं? छे, छे! खरं तर आज आपण व्यवस्थित दिसायला पाहिजे होतं. आता मेकअप थोडा अधिक केल्याशिवाय भागणार नाही! – ती मनाशी म्हणाली.

मनसोक्त अंघोळ केल्यानंतर तिला जाणवलं, की आपल्याला कडकडून भूक लागल्येय. ...भावनेचा एवढा पूर वाहू दिल्यानंतर दुसरं काय होईल? – तिनं स्वत:लाच टोकलं. भराभरा तयार होऊन तिनं पुन्हा एकवार स्वत:ला आरशात न्याहाळलं आणि मग स्वत:लाच पसंतीची दाद देऊन ती नाश्त्यासाठी खाली रेस्टॉरंटमध्ये धावली.

तिसरा टोस्ट मन लावून खात असताना कुणीतरी मागून हलकेच तिच्या खांद्यावर बोटांनी स्पर्श केला. ती इतकी दचकली, की तिच्या हातातून कॉफीचा भरलेला कप दण्कन बशीत आपटला.

जपानी लोकांना – विशेषत: जपानी स्त्रियांना स्वत:च्या कुटुंबातली माणसं आणि अगदी जवळच्या मैत्रिणी वगळता, अन्य कुणीही शरीराला स्पर्श करण्याची सवय नसते. त्यांची रीतच नव्हे ती वागण्याची. त्यामुळे जेव्हा ती दचकून गर्रकन वळली आणि एक भलंमोठं पुढे आलेलं पोट आपल्या चेहऱ्यापासून वीतभर अंतरावर आलेलं असल्याचं तिला दिसलं, तेव्हा तिच्या छातीत धस्स् झालं!

"हॅलो! काय ओळखलं की नाही?..." पोटाच्या वरच्या बाजूनं कुठूनतरी एक परिचितसा स्वर उमटला. क्योकोनं ओळखलं, तो 'तोच' आहे! गलेलठ्ठ पाश्चिमात्य माणूस, ज्याचं नाव तिनं 'ओ सुमोसान' ठेवलं होतं.

"ओ, हो! तुम्ही आहात का?.. हो... हो... अर्थातच, ओळखलं ना मी तुम्हांला..." चेहऱ्याशी आलेल्या त्याच्या पोटापासून शक्य तितकं दूर सरकण्याचा प्रयत्न करीत क्योको चाचरत म्हणाली. एकीकडे मनातला गोंधळ लपवत, दुसरीकडे शिष्टाचाराला धक्का लागणार नाही, अशा प्रकारे त्याच्यापासून दूर होण्याचा प्रयत्न करताना तिची चांगलीच त्रेधातिरपीट उडाली!

"मीही नाश्त्यासाठीच आलोय. अं... तुमच्याबरोबर इथे बसलो, तर चालेल ना?..." त्यानं अदबीनं विचारलं.

क्योकोच्या छातीत धडधडू लागलं. तिला खरोखरच इतक्या परक्या माणसाबरोबर रेस्टॉरंटमध्ये बसून खाणं बिलकूल आवडत नव्हतं. त्यामुळे आपल्या स्वत:च्याच तोंडून निसटलेले, "...हो, या ना या... जरूर येऊ शकता तुम्ही..." हे शब्द ऐकून ती भयंकर गांगरून गेली. पण मग स्वत:ला थोडं सावरत तिनं पटकन सांगून टाकलं, "...पण मला मात्र लवकरात लवकर पळायचंय हं!"

आता तिची नजर आपल्या खाण्याकडे वळली. पुढ्यातल्या बशीत ठेवलेल्या पदार्थांचा ढीग पाहून तिची तिलाच भयंकर लाज वाटली! गोऱ्यामोऱ्या चेहऱ्यानं ती त्या खाण्याकडे पाहातच बसली.

गंमत अशी होती, की त्या हॉटेलमध्ये नाश्त्यासाठी केवळ पाश्चिमात्य पदार्थच मिळत. त्यामुळे चॉकलेटी रंगाचे कुरकुरीत क्रुआजाँ खाण्यावाचून तिच्यापुढे दुसरा पर्यायही नव्हता, आणि दुसरं म्हणजे ते क्रुआजाँ तिला खरोखरच मनापासून इतके आवडले होते, की ती रोज सकाळी कमीत कमी ते चार तरी स्वादिष्ट फ्रेंच केक फस्त करायची. आज तर तिच्या पोटात भुकेनं असा खड्डा पडला होता, की त्या क्षणी बशीत त्या चार क्रुआजाँच्या जोडीला आणखी थोडे टोस्टसुद्धा होते. परंतु त्या अगडबंब माणसाचं आपल्या खाण्याकडे मुळीच लक्ष नाही, हे लक्षात येताच क्योकोला सुटल्यासारखं वाटू लागलं. मात्र त्याच वेळी तिच्या मनात आणखीही एक निर्दय विचार येऊन गेला, की याच्या देहाचा एकूण विस्तार पाहाता, हा बहुधा अन्नाच्या याहून मोठ्या राशींचा सहज फन्ना उडवत असणार; त्यामुळे कदाचित आपल्या पुढ्यातला ढीग याला अगदीच किरकोळ वाटत असेल!...

"मग, कसं काय चाललंय तुमचं इथे?" त्या माणसानं आपल्या देहाचा अवाढव्य बोजा समोरच्या छोट्याशा खुर्चीत कष्टानं कोंबत तिला विचारलं. एवढ्या वजनाची सवय नसलेल्या खुर्चीनं केलेली कुरकुर तेवढ्या गडबडीतही क्योकोच्या कानी पडल्याशिवाय राहिली नाही.

"वा! छान चाललंय... बरंच काही पाहायला मिळतंय. शिकायलाही मिळतंय." आपल्याला बोलण्यात फारसा रस नाही, असं स्पष्ट दर्शवण्याचा प्रयत्न करीत क्योको उत्तरली.

आदल्या दिवशी ती नोरिकोबाईंबरोबर बसलेली असताना, हा माणूस त्यांच्या दिशेनं येताना पाहून बाईंनी कशी घाईघाईनं पिशवी आवरली आणि त्या जवळजवळ पळून गेल्या, ते क्योकोला आठवलं. हा माणूस कोण आहे, नेमका कशाच्या मागे फिरतोय हा, तिला काहीच अंदाज करता येईना. त्यामुळे या माणसापासून आपल्याला सावध राहायला हवं, एवढी खूणगाठ मात्र तिनं मनाशी पक्की बांधली.

“मी माझी ओळख करून देतो. माझं नाव पीटर स्मिथ. मी अमेरिकन आहे.” तो अदबीनं म्हणाला.

“...बरं वाटलं तुम्हांला भेटून.” या माणसाला आणखी दुसऱ्या कुठल्या शब्दांत उत्तर द्यावं, हे न समजून क्योकोनं पठडीतलं वाक्य उच्चारलं. मात्र त्याच क्षणी, हा माणूस कोणत्यातरी कारणानं आपल्याच मागे तर लागलेला नसेल ना, असा एक विचार तिच्या मनाला चाटून गेला. तरीही तिला स्वत:ची ओळख करून देण्यावाचून गत्यंतर नव्हतं.

“माझं नाव क्योको. ...मी जपानहून आल्येय.” तिनं जुजबी उत्तर दिलं.

“मलाही खूप छान वाटलं तुम्हांला भेटून, क्योको!” तिच्या पुढ्यातला केकचा तुकडा उचलत पीटर म्हणाला.

क्योको चमकली! ज्या सहजतेनं त्यानं तिचं नाव उच्चारलं होतं, त्यावरून तिला खात्रीनं वाटू लागलं, की याला आपलं नाव आधीपासून माहित्येय! हा उगाचच सगळं नाटक करतोय.

...पण काय उद्देश असू शकेल याचा यामागे? क्योकोच्या काहीच लक्षात येईना!

आयुष्यात पहिल्यांदा क्योको एका अमेरिकन माणसाशी प्रत्यक्ष बोलत होती. तिच्या मनात तिच्या स्वत:च्या एवढ्या चिंता असतानासुद्धा, त्या क्षणी ती स्वत:च्याही नकळत वेड्यासारखी त्या समोर बसलेल्या अमेरिकन माणसाचाच कुतूहलानं विचार करायला लागली होती!...

जपानमध्ये अमेरिकन आणि हॉलिवुडच्या चित्रपटांची आता लाट आली होती. खूप लोकप्रिय झाले होते ते चित्रपट. तिच्या वयाच्या बहुतेक स्त्रियांप्रमाणेच क्योकोलाही अमेरिकन संस्कृतीचं खूप आकर्षण वाटत होतं. एरवीच्या परिस्थितीत, प्रत्यक्ष एका अमेरिकन माणसाशी संवाद साधला जातोय, या गोष्टीचा तिला खूप आनंद झाला असता. आजवरच्या आयुष्यात तिचा ज्या पाश्चिमात्य लोकांशी संपर्क आला होता, ते केवळ युरोपमधले होते. ज्या कॅथॉलिक संस्थेमध्ये ती लहानपणी इंग्लिश भाषा शिकायला जात होती, तिथले धर्मगुरू आणि नन्स हे लोक होते ते.

“मग, आज काय करायचा विचार आहे?” त्या पीटर नावाच्या माणसानं अगदी सहजगत्या विचारल्यासारखं तिला पटकन विचारलं.

“अं... आम्ही... म्हणजे... मला एका ठिकाणी... काही महत्त्वाच्या कामासाठी एकांना ताबडतोब भेटायला जायचंय.” क्योको म्हणाली.

त्या माणसानं आपल्या कार्यक्रमात अचानक इतका रस घेतलेला पाहून क्योकोला मनातून आश्चर्याचा धक्काच बसला!

“हो का? वा, वा! मजा आहे!... तुमचे कुणी नातेवाईक वगैरे आहेत का इथे?”

– हे मात्र क्योकोला बिलकूल आवडलं नाही! ...किती खोदून खोदून चौकश्या चालल्यात याच्या. आपल्यासारखीच एक पर्यटक, एवढ्याच परिचयाची मर्यादा ओलांडून हा माणूस आपल्या व्यक्तिगत गोष्टींमध्ये आता थोडा जास्तच रस घेऊ पाहातोय, आणि चातुर्यानं हळूहळू आपली माहिती काढून घेतोय! तिनं त्याच क्षणी ठरवलं, की या माणसाला आता याहून अधिक माहिती पुरवायची नाही. आणि त्यासाठीचा सर्वांत सुरक्षित मार्ग म्हणून तिनं पटकन विषयच बदलला.

"यूएसए ते सिंगापूर हा फार लांबचा पल्ला आहे, नाही?" तिनं विचारलं.

"हो ना. विमानानं बरोब्बर तीस तासांचा आहे हा प्रवास. अर्थात, मधे हवाई, टोकियो आणि सायगावला थांबावं लागतं, तो सगळा वेळ हिशेबात धरून तीस तास."

"तुम्ही काय करता तिथे? ...म्हणजे, कोणत्या प्रकारच्या व्यवसायात आहात?" तिनं लगेचच एक प्रश्न टाकला. परंतु तिचं सारं लक्ष तिथून बाहेर सटकण्याची योग्य संधी पकडण्याकडे होतं.

"मी एक औद्योगिक सल्लागार आहे." तो म्हणाला.

औद्योगिक सल्लागार नेमकं काय करतो, याची क्योकोला खरोखरच काही कल्पना नव्हती, ना त्याच्याशी तिचं काही देणंघेणं होतं. तिला फक्त त्या आगाऊ माणसाशी चाललेलं ते संभाषण लवकरात लवकर संपुष्टात आणून त्याच्या तावडीतून सटकायची घाई झाली होती. आजचा पूर्ण दिवस तिच्यासमोर लांबलचक पसरला होता आणि तिनं आजच्या दिवसात उरकायची म्हणून जी कामं ठरवली होती, त्या कामांना कधी एकदा सुरुवात करते, असं तिला झालं होतं. आपला दुसरा क्रुआजाँ खाऊन झाल्यावर तिनं मोठ्या कष्टानं उरलेलं खाणं बाजूला सारलं आणि घाईघाईनं त्या माणसाचा निरोप घेऊन ती उठली. जवळजवळ धावतच ती हॉटेलच्या लॉबीत आली आणि तिथल्या एका नोकराला तिनं ताबडतोब टॅक्सी आणायला पाठवलं. तिला सारखं वाटत होतं, की तो पीटर आता इथेही येऊन पुन्हा आपला पिच्छा पुरवणार. परंतु बराच वेळ उलटला तरी तो आला नाही, तेव्हा तिचा जीव भांड्यात पडला.

नेहमीप्रमाणेच, क्योकोला जपानी वसाहतीच्या त्या भागामध्ये घेऊन जाणारी टॅक्सी मिळणं मुश्किलीचं झालं. ...'तिथले रस्ते खराब आहेत', 'त्या भागात मोठमोठी बांधकामं चालल्येत, त्यामुळे टॅक्सी नेता येणार नाही तिथे,' – हीच उत्तरं पुन्हापुन्हा तीन टॅक्सीवाल्यांकडून तिला ऐकावी लागली. जवळजवळ एक तास ती टॅक्सीसाठी ताटकळत होती. त्यात आणखी त्या अमेरिकन माणसाची भीती! निराश होऊन ती पुन्हापुन्हा मागे वळून पाहात होती, की तो पीटर की कोण, इथे आपल्याला गाठून आपला पाठलाग वगैरे करतो की काय! जेव्हा तिनं थांबवलेल्या

चौथ्या टॅक्सीनं त्या भागात जायचं कबूल केलं, तेव्हा क्योकोनं सुटकेचा निःश्वास टाकला. मात्र घाईघाईनं टॅक्सीत शिरतानाही तिनं एकवार मागे वळून, तो पीटर कुठे आपल्यावर लक्ष ठेवून उभा तर नाही ना, याची खात्री करून घेतली.

हॉटेलच्या वातानुकूलित सुखद वातावरणाच्या बाहेर उन्हाची अक्षरशः लाही फुटली होती! क्योकोला एकच बरं वाटलं, की आज तिनं आठवणीनं छत्री घेतली होती. इतकंच नव्हे, तर पुढे त्या घराजवळची टेकडी चढून जाणं सोपं जावं, म्हणून पायात सैलसर बूट घालायलाही आज ती विसरली नव्हती.

तरीही तिला दरदरून घाम फुटला होता!

...आपण मेइलिंगला भेटायला चाललोय खऱ्या, पण तिथे काय घडेल? काही गोष्टी केवळ मेइलिंगलाच माहीत असतील, असं जे आपल्याला वाटतंय, त्या नेमक्या काय असतील?.... अशा अनेक उलटसुलट विचारांनी ती मनातून खूप अस्वस्थ झाली होती! एकाएकी तिला भयंकर खचल्यासारखं वाटू लागलं. इतकं, की आपण कोलमडून तर पडणार नाही ना, या भीतीनं ती आतल्या आत थरथरू लागली आणि तिला दरदरून घाम फुटला!

स्वतःला सावरण्यासाठी तिनं ओठ दातांखाली गच्च आवळून धरले. टॅक्सी जपानी वसाहतीच्या टेकडीशी पोचल्यावर जेव्हा ती खाली उतरली, तेव्हा तिच्या लक्षात आलं, की आपण घामानं चिंब भिजून गेलोय आणि ओठांतून ठिबकणाऱ्या रक्ताची खारट चव आपल्या जिभेवर पसरल्येय.

टॅक्सी ड्रायव्हरनं टेकडीच्या पायथ्याशी नेमक्या त्या विशिष्ट ठिकाणीच टॅक्सी उभी केली आणि टेकडीकडे जाणाऱ्या रस्त्याच्या दिशेनं बोट करून तिला वर जाण्याची दिशा दाखवली. वास्तविक, क्योकोच्या ते सारं परिचयाचं होतं. तिनं हलकेच मान डोलावली आणि मग का कोण जाणे, पण त्या टॅक्सीवाल्याला तिनं स्वतःहून थोडी बक्षिसी दिली.

टॅक्सी वळून दिसेनाशी झाली. एक दीर्घ श्वास घेऊन क्योकोनं मनावरचा ताण कमी करण्याचा प्रयत्न केला आणि ती टेकडी चढू लागली. माथ्यावर पोचली, तेव्हा तिला चांगलीच धाप लागली होती. दम खाण्यासाठी ती थोडा वेळ तिथेच उभी राहिली.

आज ऊन नेहमीपेक्षा अधिक प्रखर होतं. त्यातच मनावर नाना विचारांचं, चिंतांचं, भावनांचं ओझं. त्यामुळे आज तो चढ तिला मागल्या खेपेपेक्षा अधिक उभा आणि दमछाक करणारा वाटला. मात्र वर पोचेतो तिचं मन बरंच शांत झालं होतं. ते घरही चटकन दृष्टिपथात आलं. लांबूनच तिला दिसलं, की आज तिथे कुणीतरी आहे. दारातच एका छोट्या खुर्चीवर कुणीतरी बसलंय. जणू आपलीच वाट बघतंय!

‘मेइलिंग... नक्कीच मेइलिंग आहे ती!’ – क्योको मनात म्हणाली. तिचं हृदय अत्यानंदानं उचंबळून आलं. हॉटेलमधून निघाल्यापासून तिच्या मनात सारखी एकच धाकधूक होती. समजा, मेइलिंग आलीच नाही तर?... ती भेटली नाही, तर भूतकाळाच्या उदरात दडलेल्या आपल्या पूर्वायुष्याशी आपल्याला जोडणारा दुवाच हरवणार होता! तिच्याशिवाय आपल्या या अधांतरी लटकलेल्या आयुष्याची तड कशी लावणार आपण?...

काल नोरिकोबाईंनी ती विचित्र गोष्ट सांगितल्यापासून तर क्योकोला, मेइलिंगच्या भेटीवरच आपलं सर्वस्व अवलंबून असल्यासारखं वाटत होतं!

क्योको अधीरतेनं घराच्या दिशेनं चालू लागली...

तिची नजर खुर्चीवर बसलेल्या त्या व्यक्तीवर खिळली होती.

ती घराच्या जवळ आली मात्र, एकाएकी आपण आपल्या चिरपरिचित वातावरणाच्या उबदार कोशात चाललो आहोत, अशी एक चमत्कारिक भावना तिचं मन व्यापून टाकू लागली. ...तोच ...तोच गोडूस गंध, ज्यानं सिंगापूरमधल्या एका रात्री तिला घेरलं होतं, तिच्यापाशी तरंगत आला होता. आता तो अधिकच तीव्र आणि खराखुरा वाटत होता. जणू तो गंध तिला कवेत घेऊन त्यांच्या जिव्हाळ्याच्या त्या वातावरणात ओढून नेत होता. ...पण कोण हा? कधीचा आहे हा परिचय? – तिला अजूनही त्याची ओळख पटेना! तरी त्याच्यासोबत ती घरापाशी आली. मात्र तिचं हृदय इतक्या जोरात धडधडत होतं, की क्षणभर तिच्या मनात आलं, साऱ्या आळीला ऐकू जातील हे ठोके!

“...तुम्हीच मेइलिंग का?” क्योकोनं झपाट्यानं पुढे होत त्या खुर्चीवर बसलेल्या स्त्रीला अधीरपणे विचारलं. गेल्या दोन रात्री बिछान्यावर पडल्यापडल्या तिनं, मेइलिंग भेटल्याबरोबर काय बोलायचं, आपली ओळख कशी करून द्यायची, याचा पूर्ण विचार करून ठेवला होता. इतकंच नव्हे, तर मनातल्या मनात त्याची अनेकदा उजळणीही केली होती. परंतु आता मेइलिंगला पाहाताक्षणीच ती ते सारं पाठांतर जणू विसरून गेली!

“होय!... मीच मेइलिंग...” ती तरुण स्त्री खुर्चीतून उठून पुढे येत हसून उत्तरली. तिचा बांधा जवळजवळ क्योकोसारखाच होता, आणि आधुनिक पाश्चिमात्य कपड्यांत ती छान, नीटनेटकी दिसत होती. क्योकोच्या जवळ येत ती छानसं हसली, तेव्हा क्योकोला तिच्या दोन्ही गालांवर गोड खळ्या पडलेल्या दिसल्या.

“या! ...मी तुमचीच वाट पाहात होते.” ती म्हणाली.

“थँक्यू!” क्योको उत्तरली, “माझं नाव क्योको. दोन दिवसांपूर्वी मी इथे आले असता, इथल्या दोन स्त्रियांनी मला सांगितलं, की तुमचे वडील युद्धकाळात इथे राहणाऱ्या जपानी लोकांसाठी सुतारकाम वगैरे करत होते...” बोलता बोलता

आपल्या पर्समधून तो ग्रूपफोटो बाहेर काढत क्योको पुढे म्हणाली, "या फोटोतल्या व्यक्तींविषयी मला थोडी अधिक माहिती हव्येय. ...आणि मला वाटतं, बहुधा तुम्ही या लोकांना ओळखत असाल..."

मेइलिंगनं तो फोटो तिच्या हातातून घेतला. त्यावर नजर टाकताच ती विलक्षण चमकली! त्यानंतर बराच वेळ त्या फोटोकडे एकटक पाहाता पाहाता ती जणू विचारात हरवून गेली. क्योको आळीपाळीनं त्या फोटोकडे आणि त्यावर नजर खिळवून बघणाऱ्या मेइलिंगच्या चेहऱ्याकडे पाहात, तिच्या चेहऱ्यावर उमटणारे भाव अजमावण्याचा प्रयत्न करीत होती. मेइलिंगच्या कपाळावरची एक शीर थाड्थाड् उडताना पाहून क्योको अस्वस्थ झाली. अखेर मेइलिंगनं फोटोवरची नजर उचलून वर क्योकोकडे पाहिलं...

— मेइलिंगचे डोळे पाणावले होते! ते पाहून क्योकोच्या काळजात लक्कन काहीतरी हललं; आणि आपण योग्य व्यक्तीपाशी येऊन ठेपलोय, याची तिला ग्वाही मिळाली.

"या फोटोच्या संदर्भातली नेमकी काय माहिती हव्येय, तुम्हांला?" त्या दोघींमधल्या तणावपूर्ण शांततेचा भंग करीत अखेर मेइलिंगनं विचारलं.

"...मी इथे पहिल्या दिवशी आले, तेव्हा मला असं कळलं, की तुमचे वडील या घरात शेवटपर्यंत राहात होते."

मेइलिंगनं होकारार्थी मान हलवली.

"होय, अखेरपर्यंत राहात होते ते या घरात. ...आणि आत्ता काही वर्षांपूर्वी माझं लग्न झालं, तोपर्यंत मीही इथेच राहात होते." बोलता बोलता ती पुन्हा स्वत:च्या विचारांत जणू हरवून गेली आणि तिच्याही नकळत तिची बोटं त्या छोट्या व्हरांड्याच्या लाकडी कठड्यावरून अलगद फिरू लागली.

काही क्षण मौनातच गेले.

एकाएकी क्योकोच्या लक्षात आलं, की मेइलिंग भानावर येऊन आपल्या बोलण्याची वाट पाहात्येय.

"ठीक आहे," ती म्हणाली, "इतक्या वर्षांच्या तुमच्या सहवासात वडलांनी तुम्हांला, ह्या घरात तुमच्या आधी जे कुटुंब राहात होतं, त्यांच्याविषयी थोडं काहीतरी तर सांगितलं असेलच ना!... मला मात्र अगदी ठामपणे वाटतंय, की या फोटोतल्यापैकी एक कुठलंतरी कुटुंब युद्धापूर्वीच्या काळात इथे – या घरात राहात असलं पाहिजे! नक्की! ...त्या लोकांचं पुढे काय झालं, कुठे गेले ते, हे शोधून काढायची मला अत्यंत निकड आहे, असं समजा हवं तर! ...हा बघा, हा फोटोसुद्धा इथे... याच घराच्या अंगणात काढलाय."

"हो! बरोबर आहे तुमचं. ...त्यावेळी मी खूप लहान होते; पण तरीही मला

ही माणसं अगदी स्पष्ट आठवतायत्.'' मेइलिंग उत्तरली.

तिच्या स्वरातला कंप क्योकोच्या लक्षात आला नसावा.

''म्हणजे?... त्यांचं पुढे काय झालं, ते माहित्येय तुम्हांला?'' क्योकोनं अधीरतेनं मोठ्यानं ओरडून विचारलं.

मात्र त्याच वेळी तिच्या लक्षात आलं, की मेइलिंग आपल्याकडे चमत्कारिक नजरेनं रोखून बघत्येय. जणू आपल्या चेहरेपट्टीचा एकएक भाग निरखून पाहात काहीतरी आठवण्याचा प्रयत्न करत्येय! हळूहळू तिच्या नजरेत एक विलक्षण जिव्हाळा दाटून आलेला क्योकोला जाणवू लागला. ...जणू ती नजरेनंच आपल्याला प्रेमानं घट्ट आलिंगन देत्येय. ...जणू आपला चेहरा कुरवाळत्येय!

तिच्या नजरेच्या त्या स्पर्शानं क्योकोच्या मनात दाटून आलं आणि अंग शहारलं.

एक शब्दही न उच्चारता, मेइलिंगनं क्योकोला समोरच्या एका वेताच्या खुर्चीत खुणेनंच बसायला सांगितलं.

त्या जुन्या, फाटक्या खुर्चीत बसताना क्योकोच्या मनात एक वेगळीच संवेदना जागृत होऊ लागली!

मेइलिंगनं घराच्या मागच्या दिशेला तोंड वळवून, मोठ्यानं ओरडून कुणालातरी चहा आणून देण्याची सूचना दिली.

एक स्त्री ट्रेमध्ये दोन चहाचे कप घेऊन आली आणि तिनं तो ट्रे दोन खुर्च्यांच्या मधल्या छोट्या टेबलावर ठेवला. क्योकोनं पाहिलं, तो जपानी हिरवा चहा होता!... 'ओहो! माचा!' क्योकोचा विश्वासच बसेना. जपानपासून हजारो मैलांवरच्या सिंगापूरमध्ये, तेही दूरच्या कोपऱ्यात लपलेल्या एका जुन्या घरात आपल्याला अस्सल जपानी हिरवा चहा प्यायला मिळतोय?

''जरा इकडे माझ्याकडे बघ, बरं!...'' सारा औपचारिकपणा दूर सारत मेइलिंग 'अगंतुगं' करत क्योकोला म्हणाली. आता तिनं थेट क्योकोच्या नजरेला नजर भिडवली होती. तिच्या डोळ्यांत खोल डोकावत मेइलिंगनं हळुवारपणे विचारलं, ''तुला खरोखरच अजूनही काही आठवत नाही?...''

मेइलिंगचा स्वर हळवा झाला होता. डोळे जणू आर्ततेनं क्योकोला विनवत होते – 'क्योको, अगं नीट बघ माझ्याकडे. स्मृतीला थोडा ताण देऊन अलगद भूतकाळात शीर आणि आपल्या जुन्या स्मृतींना उजाळा दे!'

क्योकोही त्या आत्यंतिक आर्ततेत जणू विरत गेली. तिनं डोळे मिटून घेतले आणि मेइलिंगच्या आर्ततेची अनामिक शक्ती मुक्तपणे आपल्या मनात झिरपू दिली. काही क्षण ती त्याच उन्मुक्त अवस्थेत बसली होती. मेइलिंगनंही तिच्या या भावसमाधीला स्पर्श केला नाही.

...क्योकोच्या मन:चक्षूंसमोर आता काही अस्पष्टशा प्रतिमा उमटू लागल्या. हळूहळू त्या स्पष्ट होत गेल्या. एखाद्या दुर्बिणीतून त्रयस्थपणे सरकती चित्रं पाहावीत, तशी ती त्या प्रतिमा पाहू लागली. मात्र पाहाता पाहाता त्या प्रतिमा, तिच्या जाग्या होऊ पाहणाऱ्या स्मृतीत मिसळू लागल्या. अशा वेगानं, की तिला त्यांच्या परस्परांत विलीन होण्याची गती साहवेना. तिच्या मनाचा त्यांनी ताबा घेतला जणू! तिचं मन उत्तेजित झालं. शरीर भावनातिरेकानं थरथरू लागलं. ...आता तिच्या डोळ्यांसमोर तेच लाघवी चित्र तरळू लागलं... चित्र नव्हे, आता तिला स्पष्ट आठवू लागलं...

— याच बागेत... या इथेच मुलं खेळत होती. एका मोठ्या झाडाला टांगलेला झोपाळा... त्यावर खेळणाऱ्या मुलांचं हसणं-खिदळणं... किलकाऱ्या... आणि मुलांच्या संगतीत हर्षानं झुलणारा झोपाळा... लालचुटुक रंगाचा.

'अजून उंच'... 'अजून उंच' – झोपाळ्यावरची ती छोटी मुलगी भान हरपून खिदळत मोठमोठ्यानं ओरडत होती; आणि दुसरी तिच्याहून थोडीशी मोठी मुलगी तिला जोरजोरात झोके घालत होती. झोका जसजसा उंच उंच चढत होता, तसतसं मुलांच्या किलकाऱ्यांना उधाण येत होतं. झोका देणाऱ्या त्या मुलीच्या, दोन्ही कानांशी उभ्या राहिलेल्या दोन काळ्याभोर वेण्या वाऱ्यानं उडत होत्या. आता त्या मुलीचा चेहरा क्योकोच्या नजरेसमोर तरळू लागला... ती हसली, की तिच्या दोन्ही गालांवर सुरेख खळ्या पडायच्या!

...क्योको अनिमिष नजरेनं मेइलिंगकडे पाहात होती.

हळूहळू क्योकोच्या डोळ्यांत मेइलिंगला ओळखीच्या खुणेनं पाणी लकाकताना दिसू लागलं.

आनंदानं, समाधानानं मेइलिंगचं हृदय दाटून आलं.

"...खूप जिवाभावाच्या मैत्रिणी होतो गं आपण दोघीजणी. चोवीस वर्षं झाली त्याला. इथे... याच घरात राहात होतीस तू, आणि याच झोक्यावर खेळायचो आपण..." मेइलिंगला पुढे बोलवेना. कंठात उष्ण कढ दाटून आले आणि अनावर झालेले अश्रू मुक्तपणे वाहू लागले.

मेइलिंग आनंदानं रडत होती, हसत होती!

क्योकोनं बोलण्याचा प्रयत्न केला, पण तिचाही कंठ दाटून आला होता. डोळ्यांतले अश्रू पुसत समोर बसलेल्या मेइलिंगला ती हृदयात साठवण्याचा प्रयत्न करीत होती. ...वाऱ्यावर उडणाऱ्या दोन घट्ट वेण्यांची आणि खळ्या पडणाऱ्या गालांची ती गोड मुलगी, तिच्या असंख्य प्रतिमांतून, स्मृतींतून जणू अलगद बाहेर येऊन तिच्या समोर बसली होती. अधिक खरी, स्पष्ट आणि जिवंत होऊन!

"तू तीनेक वर्षांची होतीस तेव्हा... आणि मी सहा. मी माझ्या वडलांबरोबर या घरी नेहमी यायचे. माझे वडील सुतार होते. त्यांचं तुमच्या घरी नेहमी काही ना

काही फर्निचरचं किंवा घराच्या नूतनीकरणाचं काम चालायचं. तुझ्या आईला घरातल्या सर्व खोल्यांची सजावट अस्सल जपानी पद्धतीनं करून घ्यायची होती. जपानी जीवनशैलीवर तिचं अतोनात प्रेम! तिनंच माझ्या वडलांना जपानी पद्धतीचं बरंच काम शिकवलं होतं. ...आम्ही तुमच्या घरी आलो, की मोठी माणसं त्यांच्या कामांच्या चर्चांमध्ये गुंतायची आणि आपण सुसाट पळत बागेत जायचो! दिवसभर त्या झाडांखाली, नाहीतर झोपाळ्यावर आपला खेळ चालायचा. किती धुडगूस घालायचो आपण दिवसभर!...''

''तुला त्या समोरच्या झाडाच्या खोडावर खालच्या बाजूला तो एक खुंट दिसतोय?'' बागेतल्या एका वृक्षाकडे बोट दाखवीत मेइलिंगनं हळुवारपणे विचारलं.

तिचा तो हळवा स्वर ऐकून क्योकोच्या अंत:करणात कालवाकालव झाली. तिनं मागे वळून पाहिलं... किती शांत आणि प्रसन्न दिसत होता तो वृक्ष. त्यावरून सरकलेल्या काळाच्या कोणत्याच खुणा त्यावर दिसत नव्हत्या.

''...तिथे एक मोठ्ठी आडवीच्या आडवी फांदी होती. आपण दोघी खेळायला लागलो, की तुझा भाऊ त्या फांदीला लटकायचा आणि जोरजोरात झोके घ्यायचा...''

''काय? ...काय म्हणालीस तू मेइलिंग?'' तिचं बोलणं मधेच तोडत क्योकोनं जवळजवळ किंचाळून विचारलं.

''होय!'' मेइलिंग आपल्याच तंद्रीत बोलत होती, ''आपल्यावर भाव मारण्याचा प्रयत्न असायचा तो त्याचा. एके दिवशी झोके घेता घेता कडाड्कन ती फांदीच मोडली आणि तो खाली पडला. बापरे! मला आठवतंय, त्याच्या दोन बरगड्यांना दुखापत झाली होती तेव्हा..''

''माझा... माझा भाऊ? मला भाऊ होता?'' भांबावून गेलेली क्योको मेइलिंगकडे डोळे विस्फारून पाहातच बसली.

''म्हणजे?... तुला भाऊ नव्हता का? ...मला वाटतं क्योको, बहुधा तुला तो आठवत नसावा.. हिरो होतं त्याचं नाव... आणि आपल्याला खूप लळा होता गं त्याचा!'' मेइलिंग अजूनही आपल्याच तंद्रीत होती.

— खळ्कन आवाज झाला, तशी मेइलिंगची तंद्री भंगली. क्योकोच्या हातातून तिच्याही नकळत चहाचा कप निसटला होता आणि जमिनीवर पडून त्याचे तुकडे-तुकडे झाले होते! तिला मात्र कशाचंच भान नव्हतं!

...क्योकोचं मन क्षणार्धात त्यांच्या शैशवातल्या बागेत गेलं होतं. एखाद्या हिमावसरणात पर्वतशिखरावरून बर्फाचा कडा वेगानं खाली घसरत यावा, तशा एकाएकी, बालपणातल्या त्या सुखद स्मृती कोण जाणे कुठून, पण वेगानं तिच्या मनात उतरून आल्या होत्या.

— त्यांची ती छोटीशी चहापार्टी तिच्या नजरेसमोर आकार घेऊ लागली...

त्या दिवशी तिनं छानदार पांढराशुभ्र पोशाख केला होता. दिवसभर तिची आई सारखी तिला ओरडत होती, "उगाचच इकडेतिकडे फार धावू नकोस गं, कपडे खराब होतील...", "जरा शांत बस गं, घामाचे डाग पडतील त्या पांढऱ्याशुभ्र कपड्यांवर!"

...आणि मेइलिंग तिच्या खास चिनी पोशाखात, कानांत, गळ्यात चकचकीत नकली अलंकार घालून सजली होती. त्या दिवशी तिनं आपल्या आईची लालभडक रंगाची लिपस्टिक वडलांची नजर चुकवून आणली होती आणि ती ओठांना लावून ओठ छानपैकी रंगवले होते. आपण सर्व मुलांमध्ये मोठ्या आहोत, याचा तिला खूप गर्व वाटत होता. त्या दिवशी तर ती, सर्व लहान मुलांची जणू आपल्यावरच जबाबदारी आहे, अशा आविर्भावात वावरत होती. विशेषत: इंग्लिश उच्चारांच्या बाबतीत. 'कॉन्व्हेन्ट ऑफ होली इन्फंट जीझस'मध्ये जात असल्यानं, तिथे शिकवणाऱ्या ब्रिटिश नन्समुळे इंग्लिश भाषा बोलण्याची तिची लकब आणि उच्चार थेट त्यांच्यासारखे झाले होते; त्यामुळे खेळताना बाकीची मुलं इंग्लिश बोलायला लागली, की ती दटावून त्यांचे उच्चार सुधारायची आणि बहुतेक वेळा 'मोठ्ठ्या बाईं'ची भूमिका वठवून सर्वांना आपल्या हाताचा प्रसादही द्यायची.

त्या दिवशी अचानक त्यांना जपानहून कुणीतरी पाठवलेला पूर्ण चहापार्टीचा खेळ – अगदी बाहुल्यांसकट खेळायला काढून मिळाला. तो खेळ पाहिल्याबरोबर मेइलिंगबाई आपली 'मोठ्ठ्या बाईं'ची भूमिका विसरल्या आणि मग सबंध दुपारभर त्या दोघी मैत्रिणी चहापार्टीच्या खेळात बुडून गेल्या! त्या खेळात त्यांनी बागेच्या कोपऱ्यातली भरपूर वाळू वाहून आणली होती. शेवटी क्योकोच्या नव्या पांढऱ्याशुभ्र पोशाखाचं व्हायचं होतं ते भूत झालंच! खेळताना त्यांच्यासोबत एक मुलगाही होता. कोण होता तो?... तो त्यांच्या आसपास घुटमळून त्यांच्या चहापार्टीची आणि कपबशांची खिल्ली उडवत होता. परंतु एकदा मात्र मधेच तो मोठ्ठा डॉक्टर बनून आला, आणि त्यांच्या सगळ्या बाहुल्यांना गंभीरपणे तपासून छान औषधं वगैरे देऊन गेला! मेइलिंगच्या म्हाताऱ्या दाईनं दुपारी त्यांच्यासाठी कुकीज आणि तांबड्या घेवड्याचे दाणे घालून गरमागरम लापशी बनवून आणली होती. लापशीच्या गोडूस वासानं दोघींच्याही तोंडाला इतकं पाणी सुटलं, की ताबडतोब त्यांनी चहापार्टीत थोड्या वेळाची 'सुट्टी' जाहीर केली!

...अखेर क्योकोला त्या गूढ, गोड वासाचं रहस्य उलगडलं!!

— अचानक कसल्याशा आवाजानं क्योकोची तंद्री भंगली आणि तिची पावलं वर्तमानात उतरली. एक वृद्ध स्त्री फरशीवर विखुरलेल्या कपाच्या फुटलेल्या काचांचे तुकडे झाडूनं गोळा करीत होती. क्योकोच्या चेहऱ्यावर घामाचे थेंब डवरून आले होते आणि हात थंडगार पडले होते. एकाएकी तिला खूप थकल्यासारखं

आणि अस्वस्थ वाटू लागलं. वाटलं, हे सारं इथेच थांबवावं! परंतु तसं करून चालणार नव्हतं. तिनं निग्रहानं स्वत:ला सावरलं आणि मन घट्ट केलं. '...नाही, आत्ता या क्षणी आपल्याला काहीही होऊन चालणार नाही! आपल्या आयुष्यातल्या अत्यंत महत्त्वाच्या, मोलाच्या गोष्टी आत्ताच तर समजणार आहेत आपल्याला. आपल्या आयुष्याचा तो हरवलेला तुकडा, ज्याच्यासाठी आपण इतक्या व्याकूळ होऊन इथवर धडपडत आलोय, तो बहुधा आत्ता, पुढल्या काही क्षणांत हाती येणार आहे आपल्या. काहीही करून स्वत:ला सावरलं पाहिजे आपण! चित्त पूर्ण ताळ्यावर राहिलं पाहिजे...'

तिनं हलकेच डोळे मिटले आणि एक दीर्घ श्वास घेतला. थोडा वेळ ती तशीच बसून राहिली. हळूहळू तिला बरं वाटू लागलं. आता ती सारे प्राण एकवटून, चित्त एकाग्र करून मेइलिंगचं बोलणं ऐकणार होती.

मेइलिंगच्या चेहऱ्यावर मात्र आता अस्फुट स्मित खेळत होतं. शांतपणे चहाचे घुटके घेत ती टक लावून क्योकोकडे पाहात होती... क्योको आपल्या स्मृतीच्या धक्क्यातून सावरून केव्हा बाहेर येते, याची वाट बघत.

बालपणीची ही मैत्रीण भेटणं, ही जवळजवळ अशक्य कोटीतली गोष्ट क्योकोच्या बाबतीत इतक्या अनपेक्षितपणे घडली होती, की तिचं विकल झालेलं मन एकीकडे विस्मयानं, आनंदानं ओथंबून आलं होतं! आपल्या या उत्कट भावना तिला काहीतरी करून व्यक्त करायच्या होत्या, परंतु नेमकं काय करावं, ते तिला कळत नव्हतं. वयामुळे येणारा संकोच आणि अनेक वर्षांची ताटातूट यामुळे असेल कदाचित, पण आज तिला दोघींमध्ये एक चमत्कारिक दरी जाणवत होती. ती एका दिवसात पार करणं, आजच्या या विचित्र मन:स्थितीत तरी क्योकोला शक्य नव्हतं. तिला रडावंसं वाटत होतं, कारण ती आता पूर्वीसारखी अत्यानंदानं खिदळत, चीत्कारत आपल्या या संयमी मैत्रिणीला आलिंगन देऊ शकत नव्हती, की प्रेमानं तिच्या गळ्यात पडून बालपणीच्या मैत्रीच्या सोनेरी दिवसांच्या आठवणींना उजाळा देऊ शकत नव्हती!

संभ्रमात पडल्यासारखी ती मेइलिंगकडे नुसतीच पाहात बसली.

"...याचा अर्थ, तुला थोडंसं काहीतरी आठवतंय, होय ना?" अखेर मेइलिंग बोलली.

"हो... हो. मला... मला नं... थोडंसं... काहीतरी आ..आठवतंय!... पण... पण..." क्योको बोलताना खूपच अडखळू लागली. तिचं नेहमी हे असंच व्हायचं. अगदी लहानपणापासूनच, जेव्हा म्हणून तिला खूप निराश वाटायचं किंवा मनाला अचानक कसला धक्का बसायचा, तेव्हा ती बोलताना अशीच चाचरायची. सलग बोलणं शक्यच नाही व्हायचं तिला.

"मला वाटत होतं, किंबहुना आम्हां सगळ्यांनाच वाटत होतं, की तू आणि तुझा भाऊ – तुम्ही दोघेही जपानपर्यंत नाही पोचू शकलात!... त्यामुळे एका दृष्टीनं पाहाता, तू जणू एखाद्या भुतासारखीच, भूतकाळातून पुन्हा अवतीर्ण झाल्येस!"

— क्योकोच्या मनात खोल खोल गाडले गेलेले स्मृतींचे काही बंद कोश आता अचानक हळूहळू उघडून, त्यातून अनेक स्मृती एकामागून एक, पाण्याच्या तळातून वर येणाऱ्या बुडबुड्यांसारख्या आपला मार्ग शोधत वर येत होत्या...

....एका लहान मुलाबरोबर आपण पकडापकडी खेळतोय, आणि तो आपल्याला पकडायला घरभर धावतोय; स्वयंपाकघरातून आपली आई काम करता करता मोठ्यानं ओरडत्येय, '...अरे, त्या माझ्या जुन्या फुलदाण्या पाडाल रे! किती हौशीनं जमवल्यात मी त्या!' ...आणि एकदा दुपारच्या निवांत वेळी, वरून ऊन रणरणत असताना आपण त्या लहान मुलाशेजारी ह्याच.. ह्याच घराच्या समोर बागेत फोटोसाठी बसलो होतो. आपल्या बाजूला आणखीही कुणीतरी होते का?... एक म्हातारा चिनी माणूस आला होता आपल्या कुटुंबाचा फोटो काढायला. ...म्हणजे, बहुधा त्याला खास बोलावलं होतं त्यासाठी. आता मात्र अंधूकसं काहीतरी येतंय डोळ्यांसमोर... बहुधा आपले आईवडीलच असावेत ते! आपल्याला जवळ ओढून ते पुन्हा पुन्हा आपले केस आणि कपडे ठाकठीक करत होते, आणि 'फोटो काढताना छानपैकी हसा हं!', असं सारखं काहीतरी बजावून सांगत होते. मग फोटो काढल्याचा टक् आवाज... पाठोपाठ कॅमेऱ्याचा प्रकाशझोत आणि शेवटी, 'वा! झाला बरं का फोटो; शाब्बास!' – हे कुणाचे तरी आपल्याला जवळ घेत कौतुकाचे शब्द... पण छे, काहीतरी चुकतंय. प्रचंड गफलत आहे यात! आपली आई खूप वेगळी दिसत्येय! ...काहीतरी वेगळीच वाटत्येय. खूप छान आणि आपल्या बाबतीत कमालीची आग्रही...

"माझ्या... माझ्या आईवडलांची... नावं आठवतायत् तुला?" – क्योकोनं मेइलिंगच्या चेहऱ्यावर आपली एकटक नजर रोखत तिला विचारलं. ...'काय वाट्टेल ते झालं तरी मेइलिंगला हे एवढं आठवायलाच हवं,' या आत्यंतिक इच्छेनं तिचं हृदय जणू आतून धडका देत होतं. मात्र त्याच वेळी तिला मेइलिंगच्या उत्तराची आत कुठेतरी प्रचंड भीतीही वाटत होती! ...काय सांगेल मेइलिंग?... तिचे हातपाय थरथरू लागले. परंतु आता मागे फिरायलाही खूप उशीर झाला होता. आता तिला, जे जसं आहे तसं कळून घेण्यावाचून गत्यंतर नव्हतं!

"अर्थात! मला अगदी स्पष्ट आठवतायत्. याचं कारण, माझ्या वडलांच्या तोंडी सारखी त्यांची नावं असायची. अगदी तुम्ही सगळे लोक जपानला निघून गेलात, तरीही माझे वडील त्या दोघांविषयी अतिशय कृतज्ञतेनं बोलायचे..." मेइलिंग उत्तरली, आणि मग खूप हळव्या स्वरात म्हणाली, "तुझ्या वडलांचं नाव

होतं शिगे सावादा आणि आईचं मासाको सावादा.''

''काय? ...काय? ...छे, छे! काहीतरीच काय? अगं, तुझी काहीतरी प्रचंड चूक होत्येय!....'' भयाकुल झालेली क्योको तिला मध्येच अडवून चीत्कारत म्हणाली, ''माझ्या... वडलांचं नाव मोरी तानाका आणि आईचं चिएको तानाका.''

''नाही, नाही... अजिबात नाही! तानाका कुटुंब हे तुमचे शेजारी होते!'' मेइलिंग हळुवारपणे, तरीही प्रत्येक शब्दावर जोर देत ठामपणे म्हणाली. तिनं झटकन तो फोटो क्योकोसमोर धरला आणि त्यावर बोट ठेवत ती म्हणाली, ''हे बघ, या फोटोतलं हे जे दुसरं जोडपं आहे ना, ते आहेत हे तानाका. मोरी आणि चिएको तानाका. आणि हे डाव्या बाजूला जे जोडपं बसलंय ना, ते तुझे आईवडील आहेत. शिगे आणि मासाको सावादा. ...परंतु क्योको, तू कल्पनासुद्धा करू शकणार नाहीस, इतकी घनिष्ठ मैत्री होती गं या दोन कुटुंबांमध्ये! जवळजवळ प्रत्येक गोष्टीत दोन्ही कुटुंबं एकत्र असायची. ...लक्षात घे क्योको, मी त्यावेळी तुझ्यापेक्षा मोठी होते. बऱ्यापैकी समजूत आलेली होती मला तेव्हा. त्यामुळे तुझ्यापेक्षाही मला त्यावेळच्या सगळ्या गोष्टी अधिक स्पष्टपणे आठवतायत्. ...क्योको, माझं ऐक. तू ज्यांची नावं घेत्येस ना, ते निश्चितपणे तुझे आईवडील नाहीयेत!''

— मेइलिंगच्या चेहऱ्यावर हे सारं बोलताना एक अनामिक व्यथा उमटली होती.

क्षणभर क्योकोला वाटलं, मेंदूच्या ठिकऱ्या ठिकऱ्या उडून आपण कोसळून पडणार! ...या दोन दिवसांच्या अवधीत आज दुसऱ्यांदा कुणीतरी तिच्या आईवडलांच्या खरेपणाविषयीच स्पष्ट आक्षेप घेतला होता. तिचा वंशच नाकारला गेला होता! ...आपले आईवडील हे आपले शेजारी होते? ...तिचं डोकं सैरभैर होऊ लागलं. परंतु पुन्हा तिनं निर्धारपूर्वक स्वत:ला सावरलं. '...नाही, आपल्याला यावेळी असं कोलमडून नाही चालायचं. बुद्धी ताळ्यावर ठेवून, शांतपणे मेइलिंगचं म्हणणं ऐकायला हवं!' – तिनं स्वत:लाच कठोरपणे बजावलं. मात्र कदाचित, आदल्या दिवशी नोरिकोबाईंच्या तोंडूनही हीच गोष्ट ऐकलेली असल्यामुळे आता तिच्या मनाची, आपल्या आईवडलांविषयीचं हे नवं आव्हान स्वीकारण्याची थोडी तयारी झालेली असावी!

गेल्या काही दिवसांत क्योकोनं जिवाचा आटापिटा करून तिच्या समजुतीप्रमाणे एक रहस्य उकलत आणलं होतं. परंतु आज तिला स्पष्टपणे कळून चुकलं, की ज्या पायावर आपण केवळ त्या रहस्यातल्या सत्याचीच नव्हे, तर आपल्या आयुष्याचीही उभारणी केली होती, तो पायाच भ्रामक ठरला! चालता चालता अचानक पायाखालची जमीनच खचून जावी, तसं झालं क्योकोला!

मात्र विचार करता करता तिला स्वत:चंच आश्चर्यही वाटू लागलं, की आपल्या अस्तित्वाचं मूळच असं अधांतरी लटकलेलं दिसत असतानासुद्धा आपण इतक्या शांत कशा राहू शकलोय?... एका रात्रीत आपले आईवडीलच हिरावून घेतले कुणीतरी आपल्यापासून आणि त्यांच्या जागी दोन नव्याच व्यक्ती आणून आपल्या माथी मारल्या, आईवडील म्हणून... जे या क्षणापर्यंत आपल्याला कधी दिसलेले नाहीत, आणि पुढे कधी दिसण्याची शक्यताही नाही! ...वास्तविक कुणीही माणूस कोसळून पडेल, अशी क्रूर वंचना आहे ही नियतीची! पण तरीही आपल्याला कोलमडून चालणार नाही. निदान आज तरी. भूतकाळाच्या अंधाऱ्या गुहेत दडलेलं सारं सत्य, मग ते कितीही का दाहक असेना, आज आपल्याला प्रकाशात आणलंच पाहिजे. जपानला जाण्यापूर्वी मनातले सारे संशय फिटून स्वच्छ मनानं घरी जाता आलं पाहिजे आपल्याला.

"....म्हणजे तुला असं म्हणायचंय, की हे जे जोडपं आहे, मासाको आणि शिगे सावादा, ते माझे आईवडील आहेत... आणि हे दुसरं जोडपं – तानाका – माझे आईवडील नाहीत... ते त्यांचे शेजारी होते, असंच म्हणायचंय ना तुला?..." – क्योकोला आपला स्वत:चाच आवाज, झोपेच्या अर्धवट गुंगीत दुरून कुठूनतरी ऐकू येत असावा, तसा भासत होता.

"नाइलाजानं 'हो' म्हणावं लागतंय गं! ...पण खरं सांगू का क्योको, तू ज्यांना आईवडील म्हणत्येस ना, त्या जोडप्याला मुलंच नव्हती. चिएको तानाकांचा अनेकदा गर्भपात झाला आणि त्यानंतर त्यांना डॉक्टरांनी स्पष्टपणे सांगितलं होतं, की तुम्हांला मूल नाही होऊ शकणार. त्यामुळे त्या बाईंच्या मनात फार मोठं दु:ख होतं!"

मेइलिंगचे ते शब्द ऐकून क्योको सुन्न झाली. आदल्या दिवशी रॅफल्स हॉटेलच्या गार्डन रेस्टॉरंटमध्ये त्या नोरिकोबाईंनीही तिला नेमकं हेच सांगितलं होतं!

काही क्षण समोरासमोर बसलेल्या त्या दोघीजणी आपापल्या विचारांत जणू हरवून गेल्या!

अचानक मेइलिंगनं पुढे झुकून क्योकोच्या हातांवर हात ठेवीत तिला हळुवार आवाजात विचारलं, "तुम्ही लोकांनी सिंगापूर सोडलं, त्यावेळचं काही आठवतंय का तुला?"

"न...नाही! मला अजिबातच काही आठवत नाहीये गं! पण तुला त्यावेळचं काही आठवत असेल ना मेइलिंग, तर तूच कृपा करून मला ते सगळं सांग. तुला जे जे आठवतंय, ते ते सगळं अगदी खरं खरं सांग. मला काय वाटेल, माझ्यावर काय आघात होईल, असला काहीही विचार करू नकोस आता तू!..." क्योको काकुळतीला येऊन मेइलिंगला जणू विनवू लागली.

"सांगते, सांगते. मला जे जे आठवतंय ना, ते ते सगळं सांगते क्योको मी तुला..." क्षणभर डोळे मिटून मन एकाग्र करीत, जणू ती दृश्यं नजरेसमोर तरळत असावीत, अशा प्रकारे मेइलिंग बोलू लागली —

"...युद्ध संपण्याच्या काही काळ अगोदरची गोष्ट. बाहेर जगात युद्धाचा वणवा भडकलेला होता. आणि अशा परिस्थितीत तू, तुझा भाऊ, तुमचे आईवडील आणि हे शेजारचं तानाका कुटुंब – असे तुम्ही सर्वजण एके दिवशी जपानला जायला निघालात. त्या बोटीचं नाव नाही आठवत मला, पण अजूनही ती बोट काल पाहिल्यासारखी माझ्या डोळ्यांसमोर उभी राहात्येय. तुम्ही निघालात, तेव्हा तुम्हांला निरोप द्यायला, मी आणि माझे वडील – आम्ही दोघेजण धक्क्यावर आलो होतो. तुम्ही आम्हांला सोडून जाणार याचं खूप दु:ख झालं होतं आम्हांला. जड अंत:करणानं आपण सर्वांनी एकमेकांचा निरोप घेतला, आणि तुम्ही सगळेजण बोटीवर चढलात. मला आठवतंय, थोड्या वेळानं बोट सुटली आणि धक्क्यापासून दूर दूर जायला लागली. आम्ही बापलेक वियोगाच्या दु:खानं अक्षरश: रडत होतो. माझ्या वडलांनी मला पोटाशी घेतलं होतं. आम्ही एकटक त्या दूर जाणाऱ्या बोटीकडे बघत होतो. हळूहळू ती बोट तुम्हांला घेऊन क्षितिजात विरून गेली. आम्ही दोघे मात्र हरवल्यासारखे कितीतरी वेळ त्या रिकाम्या क्षितिजाकडे बघत, त्याच जागी खिळल्यासारखे उभे होतो. ...तुझ्याबद्दलची माझी शेवटची आठवण मी माझ्या हृदयाच्या तळाशी खूप जपून ठेवल्येय, क्योको! तू बोटीवरच्या एका खलाश्याच्या डोक्यावरची टोपी ओढत होतीस." ...स्वत:च्या तंद्रीत हरवल्यासारखी मेइलिंग काही क्षण तशीच दूरवर नजर लावून बसून राहिली.

..."तुझ्या आणि हिरोच्या आठवणीनं मी खूप बेचैन व्हायचे;" भानावर येऊन ती पुन्हा बोलू लागली, "इतकी, की मी धावत तुमच्या बागेत त्या लाल झोपाळ्याकडे जायची! वाटायचं, तुम्ही दोघे तिथे बसलेले असाल... कितीतरी दिवस तुम्हांला भेटण्यासाठी मी वेड्यासारखी वेळीअवेळी तिथे धावायची आणि निराश होऊन रडू दाबत घरी परतायची. ...असेच काही आठवडे गेले, आणि मग एके दिवशी रात्री माझ्या वडलांनी मला जवळ घेऊन सांगितलं, 'यापुढे तू हिरोची आणि तुझ्या मैत्रिणीची वाट पाहू नकोस. ते दोघे पुन्हा कधीही दिसणार नाहीयेत तुला!' ...हे बोलताना माझ्या वडलांच्या डोळ्यांत अश्रू दाटलेले मी पाहिले होते. मी खूप घाबरून गेले. त्यानंतर त्यांनी मला थोपटून थोपटून झोपवलं."

— बोलता बोलता मेइलिंगचा कंठ दाटून आला, ओठ थरथरू लागले, आणि क्योकोचे हात हाती घेऊन ते आपल्या गालांवर घट्ट दाबीत ती ओक्साबोक्शी रडू लागली. क्योकोलाही हुंदके आवरेनात. दोघी मैत्रिणींनी आपल्या भावनांना आता मुक्त वाट करून दिली होती...

हुंदके आवरत मेइलिंग अस्फुट स्वरात म्हणाली,

"क्योको, माझ्या वडलांचा अंदाज चुकला, या गोष्टीचा मला किती आनंद झालाय म्हणून सांगू! तुला कल्पनाही करता येणार नाही, मला किती समाधान वाटलंय तुला पाहून!... बाई गं, निदान तू तरी इथे परत आलीस. ...तुला अगदी खरं सांगते क्योको, तुम्ही सगळे लोक इथून बोटीनं गेलात, पण पुढे तुमचं काय झालं, तुम्ही कुठे आहात, याविषयी अक्षरश: काहीही कळलं नाही आम्हांला! अगं, त्यामुळेच..."

एकाएकी ती बोलायची थांबली आणि तिनं रुमालानं आपला चेहरा स्वच्छ केला. पुढल्याच क्षणी काहीतरी बोलण्यासाठी म्हणून तिनं तोंड उघडलं, परंतु अचानक त्याच स्थितीत तिनं शब्द जणू गिळून टाकले. क्योकोच्या मागे दूरवर कुठेतरी ती डोळे बारीक करून निरखून पाहात होती. क्योकोनंही अभावितपणे पटकन मागे वळून पाहिलं...

— मागे फाटकापाशी तोच होता. तो अवाढव्य पोटाचा गलेलठ्ठ अमेरिकन माणूस. उगीच घुटमळल्याचा देखावा करत तो तिथे उभा होता.

"बाप रे! हा तर पीटर..." क्योको दबक्या आवाजात जवळजवळ किंचाळलीच, "...आणि हा इथे काय करतोय? मला खरंच कळत नाहीये, की याला हवंय तरी काय? मी आल्यापासून बघत्येय मेइलिंग, हा माणूस पाठलाग केल्यासारखा माझ्या मागे मागे येतोय!"

"शक्य आहे! पण याचं नाव पीटर नाही. हा जॉर्ज आहे, जॉर्ज. अमेरिकन दूतावासासाठी काम करतो हा. जपाननं युद्धकाळात सिंगापूरमध्ये सत्ता प्रस्थापित केली, त्या काळात इथे सिंगापूरमध्ये जे जपानी लोक येऊन राहिलेले होते ना, त्या लोकांची यादी मिळवायचा हा माणूस प्रयत्न करतोय."

"पण...पण कशासाठी हा खटाटोप?" क्योकोनं आश्चर्यानं विचारलं.

"याचं कारण अमेरिकेला या लोकांवर नियंत्रण ठेवायचंय."

"का? त्यांच्यावर का नियंत्रण?"

"हो!" मेइलिंग दबक्या आवाजात कुजबुजत सांगू लागली, "त्यांना अशी माहिती मिळवायच्येय, की त्या काळी सिंगापूरमध्ये राहणाऱ्या जपानी लोकांपैकी कोण लोक पुन्हा इथे सिंगापूरमध्ये राहायला येतायत् आणि इथे गुंतवणुकी करून पुन्हा आपले पाय रोवतायत्."

"गुड मॉर्निंग, मॅडम! गुड मॉर्निंग!..." दोघींकडे आळीपाळीनं पाहात तो गलेलठ्ठ माणूस धापा टाकत बोलला. आपल्या वजनाचा एवढा मोठा बोजा खेचत टेकडीवर चढवून त्याला प्रचंड धाप लागली होती. एवढ्या दुरूनही त्याच्या छातीचा भाता जोरजोरात हलताना दिसत होता.

“गुड मॉर्निंग, स्टीव्हन्सन...” मेइलिंगनंही त्याला विनयानं अभिवादन केलं.

“हॅलो, पीटर! ...की जॉर्ज म्हणू तुम्हांला?” क्योकोचा सूर आता स्पष्टपणे उपहासाचा होता.

जॉर्ज फक्त हसला आणि तिचं बोलणं जणू ऐकलंच नाही, अशा बहाण्यानं सहजपणे म्हणाला,

“मग, काय चाललंय?”

“काही नाही. माझी ही जुनी मैत्रीण आल्येय, आमच्या आपल्या गप्पागोष्टी चालल्यात!” मेइलिंग म्हणाली.

“अच्छा, अच्छा! ठीक आहे... चालू द्या.” जॉर्ज म्हणाला. दोघींपैकी एकीनंही आपल्याशी बोलण्यात रस घेतला नाही, हे पाहून तो आणखी पुढे आलाच नाही. तिथूनच म्हणाला, “मला वाटतं, मी आता इथूनच पळतो; म्हणजे मग तुम्हां मैत्रिणींना अधिक मोकळेपणानं बोलता येईल.. बऱ्याच वर्षांनी भेटलाय ना! ...मी आपला सहज आलो होतो इथे; म्हटलं, एक चक्कर मारून यावी या ऐतिहासिक ठिकाणावर! काय झक्क आहे नं हे छोटंसं जपानी गाव!...”

यावर दोघींनीही कुठलीच प्रतिक्रिया व्यक्त केली नाही.

“ठीक आहे तर मग, निघतो मी!” काय समजायचं ते समजून, काढता पाय घेत जॉर्ज म्हणाला; आणि आपला अवजड देह सांभाळत टेकडी उतरू लागला.

क्योकोचा चिंताग्रस्त चेहरा पाहून मेइलिंग म्हणाली, “तू या माणसाची उगाच धास्ती घेऊन बसू नकोस हं! तो आपलं त्याचं काम करतोय. शिवाय तू इथे आल्येस ती तुझ्या कुटुंबाविषयीची माहिती मिळवायला. त्यामुळे तसं तर तुझ्याशी त्याला काहीच देणंघेणं नाहीये.”

क्योकोनं तिच्याही नकळत मान हलवली. मात्र तिचं मन दुसऱ्याच विचारात हरवलं होतं. तो जॉर्ज, की पीटर, की जो कुणी होता, त्याच्याशी खरोखरच तिला काडीचंही कर्तव्य नव्हतं. ...परंतु कितीही शांत राहते-राहते म्हटलं, तरी गेल्या दोन दिवसांतल्या घडामोडींनी तिचं मन पार उद्ध्वस्त झालं होतं!

...आईचं सिंगापूरचं ओळखपत्र घेऊन त्याची माहिती मिळवायला म्हणून आपण इथे आलो, तर ते रहस्य शोधून काढता काढता भूतकाळाच्या उदरात दडलेलं हे आपल्याच आयुष्याचं जहाल सत्य हाती पडावं? केवढी प्रचंड उलथापालथ झाल्येय ही आपल्या आयुष्याची! ...आपला जन्म, आपले जन्मदाते, आपलं अस्तित्व – सगळ्याच्याच सत्यतेला एक विचित्र आव्हान मिळालंय! आयुष्याचा एवढा मोठा टप्पा पार केल्यानंतर आता आपल्यावर जन्मदात्यांच्या खरेखोटेपणाचा छडा लावण्याची वेळ यावी?... ममाला आपल्या पूर्वायुष्याचा हरवलेला तुकडा-तुकडा म्हणून जो आपल्या हाती द्यायचा होता, तो हाच धगधगता निखारा होता का?...

....आजवर ज्या आधारावर आपण निर्धास्तपणे उभ्या होतो, पूर्ण विसंबून, तो पायाखालचा आधारच जणू कुणीतरी अकस्मात काढून घेतलाय! काय गत होईल आपली, याची काळजी नाही वाटली कुणाला? ...आपले खरे आईवडील कुणीतरी वेगळेच होते, हे रहस्य आज कळतंय आपल्याला! मग आजवर ज्या आईवडलांची प्रतिमा मनात जपली, ती आता तडकाफडकी मनातून हद्दपार करून त्या जागी या नव्या, अनोळखी व्यक्तींची आईवडील म्हणून हुरळून प्रतिष्ठापना करायची, जे कधी दिसलेही नाहीत? ...जे पुढे कधी दिसण्याची शक्यताही नाही? ...आणि हे सारं आपण सहजपणे स्वीकारावं, अशी अपेक्षा आहे आपल्याकडून?

....जिला आपण आयुष्यभर आई मानलं, त्या आईनं हे सत्य इतकी वर्षं आपल्यापासून का लपवून ठेवावं? केवळ आपल्या मनाला यातना होऊ नयेत, या काळजीपोटी?... मग आज हे सारं कळल्यावर पार उद्ध्वस्त झाल्यासारखं वाटतंय आपल्याला, त्याचं काय? ...काय करू मी आता? आयुष्याच्या अखेरीस का होईना, पण तिनं या सत्याकडे बोट दाखवलं, त्याबद्दल तिच्याविषयी कृतज्ञता बाळगू, की इतकी वर्षं ते दडवून आपल्या भावनांशी क्रूर खेळ केल्याबद्दल तिचा तिरस्कार करू?

...नाही! हे शक्य नाही! आयुष्यभर जिला आई म्हटलं, आई मानलं, तिचा तिरस्कार करणं शक्य नाही आपल्याला. पुढेही आयुष्यभर ती आपली लाडकी आईच असणार आहे. काळजाच्या देठापासून जिनं आपल्यावर निरपेक्षपणे प्रेम केलं, तिचा राग करणं कसं शक्य आहे? – क्योकोचं मन जणू बंड करून उठलं.

...नोरिकोबाईंनी काल दिलेला सल्ला खरोखरच एका अर्थी किती योग्य होता! आपली काय तडफड होईल, ते त्या बाईंनी बरोबर जाणलं होतं. म्हणूनच त्यांनी सांगितलं, की जुन्या गोष्टी उकरून काढण्याचा प्रयत्न करू नकोस; हे सगळं इथेच ठेव, आणि सरळ जपानला आपल्या घरी निघून जा.

मेइलिंगनं हलकेच क्योकोचे हात आपल्या हाती घेतले. कितीतरी वेळ ती तिच्या हातांवरून मायेनं हात फिरवीत तिला शांत करण्याचा प्रयत्न करीत होती. प्रक्षुब्ध भूतकाळानं जोडलेल्या त्या मैत्रिणींची मनं जणू पंचवीस वर्षांचा हरवलेला सेतू पार करून परस्परांना विश्वासानं, आत्मीयतेनं भिडली होती. त्या छोट्याशा स्पर्शानं क्योकोला ग्वाही मिळाली, की नोरिकोबाईंचा सल्ला न मानता आपण या गोष्टीचा पाठपुरावा केला, हे फार योग्य केलं. पळालो असतो, तर साशंकतेच्या पिशाच्चानं आयुष्यभर आपल्याला पछाडलं असतं!

''क्योको, तुला खरं सांगू,'' मेइलिंग तळमळून बोलू लागली, ''माझ्याही मनाच्या आतल्या कप्प्यात – अगदी खोलवर एक कोडं दडलं होतं आणि ते मला स्वस्थ बसू देत नव्हतं. पण आज त्या कोड्याचा हरवलेला तुकडा मला सापडला,

याचं खूप... खूप समाधान वाटतंय मला! माझी ही बालपणीची जिवाभावाची मैत्रीण भेटल्याचा मला जो आनंद झालाय ना क्योको, तो व्यक्त करायला माझ्यापाशी शब्द नाहीत! लक्षात ठेव क्योको, जगात आपण कुठेही असलो, तरी आपल्या भूतकाळानं आपल्याला एकमेकींशी घट्ट जखडून ठेवलंय. अतूट आहे हे नातं. ...एक गोष्ट हृदयात जपून ठेव, की इथे तुझं एक घर आहे आणि तुझ्या भेटीसाठी सदैव आतुरलेली तुझी एक बहीण आहे. कधीही वाटलं, तर हक्कानं इथे ये.

"परंतु अगदी आत्ता मात्र तुझं इथलं एक काम अजूनही अपुरं राह्यलंय; आणि त्याकडे तू आधी धावावंस, असं मला वाटतंय! ...क्योको, ज्या बोटीनं तुम्ही लोक १९४५ साली सिंगापूरहून जपानला गेलात ना, त्या बोटीविषयीची सगळी इत्थंभूत माहिती तू मिळवणं हे मला असं वाटतं, की आवश्यक आहे. ती बोट जपानला कधी पोचली, तुम्ही सगळे तिथे कुठे उतरलात, हे सगळे तपशील तुला इथल्या जपानी संघटनेत मिळतील. त्यामुळे तू सरळ आधी जपानी संघटनेत जा आणि ही माहिती माग." मेइलिंग म्हणाली.

"ठीक आहे. मी उद्या सकाळी नक्की तिथे जाईन. पण आज मात्र मला दुसऱ्या कशाचा विचारही करायचा नाहीये. ...माझ्या हरवलेल्या पूर्वायुष्याच्या स्मृती, तो हरवलेला काळ, ती माणसं आणि हरवलेली तू – या सुखातच आज मला भिजून चिंब होऊ दे.."

— क्योकोचं मन भरून आलं होतं. तिनं मेइलिंगच्या खांद्यांवर हात ठेवले आणि दाटलेल्या कंठानं ती पुटपुटली, "...खूप आनंद झालाय गं मला तुला भेटून, मेइलिंग! खूप आनंद झालाय!..."

मेइलिंगचेही डोळे पाणावले. भावनेनं ओथंबलेल्या चेहऱ्यांनी दोघी मैत्रिणी मूकपणे एकमेकींना जणू नजरेत साठवत उभ्या होत्या.

अचानक मेइलिंगचे डोळे चमकले. तिनं झटकन क्योकोच्या उजव्या हाताच्या बाह्या पटापट वर गुंडाळल्या आणि तिच्या दंडावरच्या लालसर गोल जन्मखुणेवरून हलकेच बोट फिरवीत, जणू विजयाच्या आनंदात ओरडली,

"ही बघ क्योको, तुझी जन्मखूण! अजूनही तश्शीच आहे तुझ्या हातावर. बरोब्बर आठवलं की नाही मला?.... सूर्यासारखी गोल आहे ही खूण... लालेलाल! म्हणून तर तुला सगळेजण ताइयोचान म्हणायचे!"

"ती...ती... कशी होती गं मेइलिंग? माझी... आई?" क्योकोनं आर्ततेनं विचारलं. या प्रश्नाचं उत्तर मेइलिंगशिवाय दुसरं कुणीही देऊ शकणार नाही, हे माहीत असल्यानं बहुधा, ती काकुळतीला आली होती.

मेइलिंग तिच्या खांद्यावर हळुवारपणे थोपटत म्हणाली, "क्योको, मासाको सावादा ही खूप वेगळीच स्त्री होती गं!" क्योकोच्या आईच्या आठवणीनं मेइलिंगचा

स्वर खूप हळवा झाला होता. ती पुढे म्हणाली, "...त्यांच्यात आणि चिएको तानाकांमध्ये खूप फरक होता. तुझी आई ही अतिशय हुशार आणि कार्यक्षम अशी स्त्री होती. खूप हौशी आणि उत्साही. तुला सांगते, जपानी संघटनेच्या सर्व प्रकारच्या कार्यक्रमांमध्ये त्यांचा अगदी महत्त्वाचा सहभाग असायचा. अगदी इकेबाना शिकवण्याच्या वर्गापासून ते चहाच्या समारंभांपर्यंत. इथे जेव्हा संघटनेचा 'वनिता समाज' स्थापन झाला नं, तेव्हा तुझी आई त्याची अध्यक्षा म्हणून निवडली गेली. ...चिएको तानाका याच्या अगदी उलट होत्या. अतिशय शांत आणि सोशिक स्वभावाच्या! आजूबाजूच्या सगळ्या हुंदडणाऱ्या मुलांवर आईच्या मायेची पाखर घालायच्या त्या. तुम्ही बहीण-भावंडं तर काय, तिची पोटची मुलंच होतात जणू! ...पण क्योको, तुझ्या आईचं व्यक्तिमत्त्व विलक्षण लोभस होतं गं! दिसायलाही फार सुंदर होत्या त्या. खरं सांगते क्योको, त्या वेळी मी माझ्या मनात त्यांची आदर्श म्हणून स्थापना केली होती. अक्षरशः भक्ती करायचे मी मनातल्या मनात त्यांची! मोठं झाल्यावर आपण त्यांच्यासारखं व्हायचं, अशी स्वप्नं बघायची मी तेव्हा.."

— बोलता बोलता मेइलिंग अंतर्मुख झाली. तिचे डोळे विचारांत खोल बुडत गेले. नजर जणू दूरवर काहीतरी पाहात होती.... बहुधा असं विश्व, जे फक्त तिलाच दिसू शकत होतं!

१३

त्या दिवशी आकाशात ढग दाटले होते. भर दुपारी अंधारून आलं होतं. सारं वातावरण कुंद झालं होतं. खवळलेला महासागरही जणू आकाशाचंच प्रतिबिंब झेलून बसला होता. जागच्या जागी रागानं धुमसत बसलाय, असं वाटत होतं. जणू दबा धरून क्रोधानं गुरगुरत बसलेलं हिंस्र श्वापदच! आभाळाचा आणि समुद्राचा रागरंग जरी इतका बिनसलेला असला, तरी आवा मारूवरचं वातावरण मात्र अगदी छान, हलकंफुलकं होतं. त्या नाराज आभाळाचा वा क्रुद्ध महासागराचा यत्किंचितही परिणाम कुणावर नव्हता. याचं एक कारण म्हणजे आकिकोचं बाळ बोटीवर जन्माला येणं, हा सगळ्यांच्याच दृष्टीनं एक मोठा शुभशकुन झाला होता! आवा मारूवरच्या सर्वांनाच आता मनोमन विश्वास वाटू लागला होता, की काहीही अनिष्ट न घडता आपण सुखरूपपणे जपानला जाऊन पोचणार आहोत. आवा मारूनं वेगही चांगला पकडला होता, आणि ती मोठ्या दिमाखानं पुढे निघाली होती. आता लवकरच आपण घरी पोचणार, या आनंदाचं बोटीवर इतकं उधाण आलं होतं, की वाईट हवामान वा प्रक्षुब्ध महासागर याची कुणालाच फिकीर नव्हती!

ते जसजसे उत्तरेकडे जाऊ लागले, तसतशी हवा अधिकाधिक थंड होऊ लागली. उष्ण कटिबंधातला उष्मा आणि असह्य उकाडा आता मागे पडला होता. वसंत ऋतूच्या आगमनानं हवेत आलेला किंचितसा ओलसर गारवा सर्वांनाच मोठा सुखद वाटत होता.

गेली काही वर्षं मासाको सिंगापूरच्या उष्ण-दमट हवेचा राग राग करायची. अंगातून वाहणाऱ्या घामाच्या धारांनी जीव नकोसा व्हायचा तिला. परंतु त्या हवेतून बाहेर आल्यावर आणि वसंतातल्या सुखावणाऱ्या थंड हवेचं नावीन्य ओसरल्यावर तिला आता पुन्हा सिंगापूरच्या वातावरणाची आठवण येऊ लागली... 'सिंगापूरमध्ये

रात्री किती छान उबदार वाटायचं! कसे हलकेफुलके कपडे घालून सहजतेनं वावरायचो आपण!' – तिच्या मनात आलं आणि मग स्वत:च्याच मनाच्या चंचलतेचं तिला हसू येऊ लागलं.

बोटीवर सर्वच कुटुंबांनी बॅगांमध्ये कोंबून भरलेले गरम कपडे काढले आणि मुलांना बळेबळे जाड जाड स्वेटर आणि कोट चढवले. मुलांना कुठे सवय होती गरम कपड्यांची? ...शिवाय एवढ्या कपड्यांत गुरफटून घेणं, म्हणजे धावाधावीत अडथळा! मग ठिकठिकाणी मुलांची आणि त्यांच्या आयांची वादावादी सुरू!

हिरो आणि ताइयोचानसुद्धा कपड्यांच्या बाबतीत फार खळबळ करू लागले, तेव्हा मासाकोच्या मनात प्रथमच एका नव्या चिंतेनं घर केलं. ...सिंगापूरमध्ये जन्मलेली, वाढलेली आणि तिथल्या उबदार हवेला सरावलेली ही मुलं जपानच्या नव्या वातावरणात, हवामानात कशी काय रुळतील? आधीच हिरोला समुद्राच्या थंड, कोरड्या वाऱ्यांनी भयानक खोकला झाला होता. दोन्ही मुलांमध्ये हिरो थोडा अधिक नाजूक म्हणता म्हणता, ताइयोचानही 'ओठ फुटलेत', 'गाल झोंबतायत्' अशा नाना तक्रारी करू लागली होती. मासाकोच्या मनात आलं, तरी नशीब, जपानमध्ये गेल्यानंतर थोड्याच दिवसांत उन्हाळा चालू होणार आहे. त्यामुळे मुलांना सिंगापूरच्या वातावरणातल्या दमट हवा आणि घाम या परिचयाच्या किमान दोन गोष्टी तरी लगेच मिळू शकतील. पुढे मग थंडीचे दिवस येईपर्यंत मुलं हळूहळू तिथल्या हवेला सरावतीलच की!

मुलांच्या मनात जपानविषयी आकर्षण निर्माण व्हावं, या उद्देशानं मासाकोनं त्यांना जपानमधल्या गमतीजमती सांगायला अगोदरच सुरुवात केलेली होती. हल्ली ती त्यांना, जपानमध्ये ऋतू बदलताना निसर्गात सौंदर्याची कशी बहार उडते, याची वर्णनं रंगवून रंगवून सांगायची. काहीही करून मुलांनी आपल्या मातृभूमीतल्या जीवनाची ओळख करून घ्यावी, आणि त्यात आनंदानं रुळावं, यासाठी तिची खटपट चालली होती. मुलं मात्र ज्या गोष्टी कधी पाहिल्याच नाहीत, त्या गोष्टींची कल्पनाही करू शकत नव्हती. अशा वेळी चिएको मुलांचा ताबा घेऊन त्यांना आपल्या केबिनमध्ये घेऊन जायची. तिथे भिंतीवर तिनं जपानचा एक मोठा नकाशा अडकवला होता. त्या नकाशावरून ती मुलांना जपानचा भूगोल समजावून सांगायची आणि मुलं कंटाळलीशी वाटली, तर जपानच्या इतिहासातल्या रोमहर्षक गोष्टी सांगून त्यांना इतिहासाचेही धडे द्यायची.

दिवस कलला. क्षितिजाशी रेंगाळणारे सूर्याचे शेवटचे किरणही हळूहळू लुप्त झाले; आणि झिमझिम पावसासारखं ओलं धुकं झपाट्यानं पसरू लागलं. बघता बघता ते धुकं इतकं दाट झालं, की बोटीच्या सर्व बाहेरील बाजूंवर लावलेल्या दिव्यांचा प्रखर पिवळा प्रकाश आणि त्या दिव्यांनी प्रकाशमान केलेले मोठमोठे

पांढरे क्रॉस धुक्यानं आच्छादले जाऊ लागले. काही ठिकाणी प्रकाश पूर्ण दडपला गेला होता, तर काही ठिकाणी फिकुटलेली लुकलुक दिसत होती.

आवा मारू धिमेपणानं मार्ग काढीत पुढे जात होती. परंतु पुढे धुकं अधिकाधिक दाट होत गेलं. जणू पिंजलेल्या बर्फाचं एक थंडगार, शुभ्र वेष्टन त्यांच्याभोवती गुंडाळलं जात होतं. मासाको आणि चिएकोला मात्र ते खूप रोमँटिक आणि काहीसं गूढ वाटू लागलं. वाटलं, किती मस्त आहे हे वातावरण! छान आच्छादले जातोय आपण या दाट, शुभ्र धुक्यामध्ये!... बाहेरही सगळं कसं शुभ्र, मुलायम दिसतंय! या स्वर्गीय अनुभूतीला आजवर आपण मुकलो होतो. किती आनंददायक आहे हा अनुभव! सिंगापूरमध्ये हे कुठून लाभणार? तिथल्या धुक्याची तऱ्हा काही वेगळीच! क्वचित कधीतरी अगदी भल्या पहाटे फिस्कारलेल्या चिमूटभर कापसासारखं हलकंसं धुकं पडायचं, परंतु सूर्योदय होताच तेही क्षणार्धात कुठल्या कुठे विरून जायचं. कुणालाही ना त्या धुक्याचं कौतुक, ना त्याकडे बघत बसायला वेळ!... त्यामुळे आज त्या दोघी मैत्रिणी ते अप्रूप बघायला वरच्या डेकवर धावल्या. तिथल्या थंडगार, मोकळ्या हवेत भरभरून श्वास घेऊन जणू त्यांना मनातही तो नवा तजेला भरून घ्यायचा होता.

आकिकोला मात्र ते दाट धुकं बिलकूल आवडलं नाही! पिंजलेल्या बर्फाचा एक अक्राळविक्राळ पंजा आपल्याभोवती आवळला जातोय; त्याची बर्फाळ हिंस्र बोटं आपल्याला दाबून आपला घास घेतायत, अशी काहीतरी विचित्र भीती तिच्या मनाचा ताबा घेऊ लागली.

मासाको आणि चिएको डेकवरून खाली आल्या, त्या एका नव्याच उत्साहानं! दोघींनाही वाटत होतं, बोट बाहेरून अशी थंडगार दाट धुक्यानं आच्छादलेली असताना, आपण मात्र बोटीच्या उबदार अंतर्भागात थंडी-वाऱ्यापासून सुरक्षित, मजेत गुरगुटून पडून राहायचं, हे किती सुखाचं आहे!

शिगेनं मात्र सुरुवातीलाच जेव्हा ते दाट धुकं केबिनच्या पोर्टहोलमधून पाहिलं, तेव्हाच त्याला ते खटकलं होतं. काचेच्या बाहेर सारं धुकंच धुकं साचलं होतं. पांढरंशुभ्र. बराच वेळ जेव्हा बाहेरचं काहीच दिसेना, तेव्हा तो काळजीत पडला. चिंतेच्या सुरात तो मासाकोला म्हणाला,

"समोरचं काहीच दिसत नाहीये; ही परिस्थिती फारशी चांगली नाही बोटीच्या दृष्टीनं. ...आवा मारू कशावर तरी जाऊन धडकली नाही, म्हणजे मिळवली!"

क्षणभर विचारात हरवून तो पुढे म्हणाला,

"सर्वांत वाईट म्हणजे मासाको, अशा दाट धुक्याआड बोटीवरचे क्रॉस झाकले जातील! ...अमेरिकेच्या पाणबुड्या चोहोबाजूंनी गस्त घालतायत. त्यांना जर ही युद्धनौका वगैरे वाटली तर?... अशी गफलत होऊ शकते, मासाको!"

शिगेचं बोलणं पुरं होतं न होतं, तोच मासाको मान हलवीत हसून त्याला म्हणाली,

"वा! वा! तुझी आणि त्या आकिकोचीच आता गाठ घालून द्यायला हवी! अगदी छान शोभेल तुम्हां दोघांची जोडी... शिगे, तू हे असले विचार कधीपासून करायला लागलास? बाबा रे, आवा मारूची नाविक यंत्रणा किती उत्कृष्ट आहे, हे माझ्यापेक्षा आता तुलाच जास्त माहित्येय! ...आणि मुख्य म्हणजे, मी असं ऐकलंय, की कॅप्टन हामादांनी धुक्यापेक्षासुद्धा भयंकर आपत्तींमधून बोट सुरक्षितपणे बाहेर काढल्येय. आता राहता राहिला प्रश्न बोटीवरच्या क्रॉसचा!... तर त्या मोठमोठ्या क्रॉसवर इतके प्रखर दिव्यांचे झोत टाकलेले आहेत, की अगदी दगडी भिंतींच्या आडूनसुद्धा लखलखीत चमकतील ते! तेव्हा शिगे, हे धुकंबिकं सोड, आणि उगाचच त्या आकिकोसारखं करू नकोस!"

मासाकोच्या एवढ्या चेष्टेनंतरसुद्धा शिगेची चिंता यत्किंचितही कमी झाली नाही. तो भयंकर अस्वस्थ झाला होता. अखेर मासाको त्याच्याकडे थोडा वेळ दुर्लक्ष करायचं ठरवून उठली. तिकडे मुलं झोपेला आली होती. मुलांना ती झोपवताना रोजच छान छान गोष्टींची पुस्तकं वाचून दाखवत असे. मुलांना गाढ झोप लागली, तेव्हा साडेनऊ वाजून गेले होते. त्यांच्या अंगावर नीट पांघरुणं घालून ती केबिनच्या बाहेर पडली. झोपण्यापूर्वी आकिकोला आणि तिच्या बाळाला तिला एक धावती भेट द्यायची होती.

अंधूक प्रकाशाच्या पॅसेजमधून झपाझप चालत ती आकिकोच्या केबिनमध्ये शिरली, तेव्हा आकिको खुर्चीवर बसली होती. शेजारी छोट्या बाळांना झोपवण्याच्या एका पाळणेवजा वेताच्या टोपलीत तिची मुलगी गाढ झोपली होती. आकिकोच्या मांडीवर एक पत्र्याचा छोटा चौकोनी डबा होता आणि त्यातल्या वस्तूंमध्ये तिची काहीतरी खुडबुड चालली होती. नोरीचा – जपानी समुद्री शेवाळ्याचा तो डबा मासाकोच्या ओळखीचा होता. मासाको आकिकोच्या समोर जाऊन उभी राहिली, पण तिचं सारं लक्ष त्या डब्याच्या झाकणावरच्या सुंदर चित्रानं वेधून घेतलं होतं. त्या चित्रात पारंपरिक किमोनो घातलेली एक युवती दूरवर नजर लावून शांतपणे उभी होती. पार्श्वभूमीवर शरद ऋतूतल्या निसर्गाचं विविधरंगी वैभव चितारलेलं होतं.

"हे बघ," कागदांचा एक छोटासा गठ्ठा तिच्यासमोर धरत आकिको म्हणाली, "आवा मारूवर आल्यापासूनचे माझे सगळे अनुभव मी रोज लिहून काढते. हे सगळे कागद मी या डब्यात सीलबंद करून ठेवणारेय. ...जर चुकून काही वेगळं घडलंच, 'तर'ची ही तयारी!" ती हसून म्हणाली, "तूही ऐकलं असशील नं, की समुद्रात जहाजं फुटतात-बुडतात, त्यावेळी जहाजावरचे लोक काहीतरी संदेश लिहून ते कागद बाटल्यांमध्ये किंवा डब्यांमध्ये सीलबंद करतात आणि पाण्यात

सोडून देतात. त्यानंतर मग अगदी बऱ्याच वर्षांनी वगैरे अचानक ते संदेश कुणालातरी सापडतात. किती रोमँटिक नं!... मीसुद्धा हे असंच काहीतरी करण्याचा प्रयत्न करत्येय...''

मासाकोनं कृतक कोपानं आपल्या मैत्रिणीला एक चापट मारली आणि चिडवत म्हणाली,

''हो, हो! खूप... अगदी खूप रोमँटिक आहे हं तुझी ही कल्पना. पण आपल्या दुर्दैवानं तुझं हे रोमँटिक घडेल, असं नाही वाटत बाई! ...कारण, तुझ्या या रोमँटिक समीकरणात तू एक गोष्ट साफ विसरल्येस, गं! तुझा हा छान रंगीत डबा किनई, कुणालाच मिळणार नाहीये! कारण विचार, ...कारण आपली आवा मारू तू म्हणतेस तशी बुडणारच नाहीये. निदान यावेळी तरी नक्की नाही! त्यामुळे बाईसाहेब, तुमचा हा रोमँटिक बेत फसून डबा तुमच्यापाशीच राहणार आहे!...''

त्याचवेळी अचानक, कुणीतरी गळा काढून मोठ्यानं रडत असावं, असा काहीतरी विचित्र आवाज त्यांच्या कानी पडला! प्रचंड घाबरून दोघीही केबिनबाहेर धावल्या. नंतर कळलं, की हा आवाज धुक्याची सूचना देणाऱ्या आपल्याच बोटीच्या भोंग्याचा आहे. आकिकोनं हातातला डबा घाईघाईनं बंद केला आणि आत येऊन आपल्या पलंगाखाली लोटून दिला.

आता ती थोडी गंभीर झाली होती.

''अगदी बरोबर आहे गं, तुझं म्हणणं!'' आकिको म्हणाली, ''...खरंच, किती मूर्ख आहे मी! सतत काहीबाही विकृत विचारच करत बसते. खरं तर ना, मासाको, मी कधीच स्वत:बद्दल एवढे भीतिदायक... एवढे वाईट विचार मनात आणत नाही. आणि विवेक सोडून तर ही अशी मी कधीच वागले नाही! ...मला वाटतं, इतके दिवस काहीही न करता रिकामी बसल्येय नं, त्यामुळे सैतानाचं घर झालंय माझं मन म्हणजे. शिवाय या बाळंतपणाचा माझ्या मनावर, प्रकृतीवर काहीतरी ताण आलेला असावा, आणि तो बहुधा मला सोसत नाहीये. ...मला नं मासाको, कधी एकदा या समुद्रातून सुखरूप बाहेर पडतो आणि कोरड्या जमिनीवर पाऊल टेकतो, असं झालंय गं!''

जणू आपल्या आईच्या म्हणण्याला दुजोरा देण्यासाठी, वेताच्या नक्षीदार टोपलीत ठेवलेल्या त्या तान्ह्या बाळाच्या तोंडून काहीतरी चीत्कार उमटला. तशी मासाको आनंदानं ओरडली, ''बघ, तुझ्या बाळानं हसून शुभशकुन दिलाय आपल्याला!''

...आणि मग दुसऱ्याच क्षणी त्या दोघींच्या मनावरचा ताण कुठल्या कुठे पळाला. आकिकोच्या पापण्यांच्या कडा आपल्या मैत्रिणीवरच्या प्रेमानं, कृतज्ञतेनं ओलावल्या. जणू ते लपवण्यासाठीच तिनं खोट्या-खोट्या रागानं मासाकोकडे पाहात काहीतरी वेडावल्यासारखं तोंड केलं. तिच्या त्या आचरट कृतीची गंमत

वाटून मासाकोही हसत हसत तिथून बाहेर पडली. मात्र त्यापूर्वी, दुसऱ्या दिवशी सकाळी नाश्त्याच्या वेळी पुन्हा भेटण्याची बोली करायला त्या विसरल्या नाहीत.

मासाको आपल्या केबिनच्या दिशेनं निघाली, तेव्हा तिला खूप हलकं आणि प्रसन्न वाटत होतं. मधला मोठा हॉल ओलांडताना तिची नजर भिंतीवरच्या भल्यामोठ्या घड्याळाकडे गेली. '...आपल्या आजोबांच्या काळातलं असेल हे घड्याळ!' – तिच्या मनात आलं. घड्याळाचे हात आता जीर्ण झालेले होते, तरी अजूनही ते आपलं काम अतिशय नेकीनं, चोख बजावीत होतं. त्याची टिक्‌टिक् ऐकून तिला समाधान वाटलं.

रात्रीचे जेमतेम दहा वाजले होते. धुक्यामुळे बोटीवरचे सगळे लोक नेहमीपेक्षा लवकर झोपायला गेल्यामुळे सर्वत्र सामसूम झाली होती. काही का असेना, पण ती नीरव शांतता आणि दाट धुक्याचं वातावरण यामुळे रात्र खूप चढल्यासारखी वाटत होती. आवा मारूनं सिंगापूर सोडल्यापासूनची इतकी चिडिचूप अशी ही पहिलीच रात्र! एरवी रात्री सर्वांच्या गप्पाटप्पांना उधाण आलेलं असे. लहान मुलंही इथेतिथे हुंदडत. परंतु आज मात्र मासाकोला आपल्या केबिनमध्ये शिरेपर्यंत एकही माणूस दिसला नाही.

केबिनमध्ये आल्यानंतर मात्र मासाकोची मन:स्थिती पुन्हा पालटली. आपल्या बिछान्याच्या टोकाशी ती स्वत:शीच विचार करत बसली, तेव्हा तिला आतून कुठेतरी अस्वस्थ वाटत होतं. थोड्या वेळापूर्वी आकिकोशी बोलताना तिनं बेफिकिरीचा कितीही आव आणलेला असला, तरी आकिकोचं बोलणं तिला फार खटकलं होतं. ...या आकिकोला सतत काहीतरी अनिष्ट घडणार आहे या प्रवासात, असं का वाटत असतं? का अशी भयानक भाकितं करत असते ही सारखी? – बेचैन होऊन मासाको उठून उभी राहिली. ....बस्स्! आकिकोनं खरंच थांबवावं आता हे अभद्र बोलणं! – तिला मनापासून वाटू लागलं. वास्तविक मासाको ही स्वभावत: सोशिक आणि सहनशील स्त्री होती. परंतु आज मात्र विचार करता करता तिला आकिकोच्या या वृत्तीचा भयंकर संताप आला. तिच्या मनात आलं, एकदा या बाईला जाऊन चांगलं खडसावून विचारलं पाहिजे, की बाई गं, तुझा हा आतला आवाज तुला चांगल्या भविष्याचे संकेत कधी देतच नाही का? सतत हे असलं काहीतरी विकृतच सांगत बसतो?...

मुलांची झोपेत काहीतरी चुळबुळ झाली, तसे मासाकोनं डोक्यातले सगळेच त्रासदायक विचार झटकून टाकले आणि ती मुलांपाशी गेली.

थोड्याच वेळात शिगेही आत आला. त्याच्या चेहऱ्यावर मघाच्या अस्वस्थतेचा मागमूसही दिसत नव्हता. ते पाहून मासाकोला खूप शांत वाटलं.

मासाकोला खुणावत मोठ्या उत्साहानं शिगेनं ट्रंकेत लपवून ठेवलेली साकेची बाटली काढली आणि दोघांसाठी दोन प्याले भरले. त्याचा हा उत्साह पाहून मासाकोही चकित झाली! आपल्या नवऱ्याचं सारं चैतन्य सिंगापूरमध्येच हरवून गेलं की काय, असा एक विचार तिच्या मनाला गेल्या काही दिवसांत खूपदा चाटून गेला होता. पण नाही! आज ती ज्या शिगेला पाहात होती, तो शिगे तोच होता. सिंगापूरचा. तोच जोम. तोच ओसंडून जाणारा उत्साह... मुलं झोपल्यावर रात्री दोघांसाठी साकेचे ग्लास भरणारा आणि डोळ्यांत झोप उतरेतो तिच्याशी हितगूज करणारा तिचा शिगे!

बाहेर रात्र भयाण होती. त्या खवळलेल्या महासागरातून आवा मारू मुसंडी मारत वेगानं उत्तरेकडे निघाली होती; शुभ्र दाट धुक्यातून काळ्याकभिन्न भुतांच्या आकृती कोरत... मात्र आता तिला पुढे जाणं तेवढं सोपं राहिलं नव्हतं. त्या रौद्र महासागरात तिला प्रचंड हादरे बसत होते. वेडेवाकडे. बाहेरचा गारठा आता त्यांच्या केबिनमध्येही झिरपू लागला होता. मासाकोच्या मनात आलं, याच भीतीनं आपण भरपूर ब्लँकेटं घेऊन आलो बरोबर, हे किती चांगलं झालं! पण तिलाही आता, का कुणास ठाऊक, पण आकिकोसारखंच हा समुद्राचा प्रवास एकदाचा लवकर संपावा, असं प्रकर्षानं वाटू लागलं होतं.

"फक्त तीनचार वर्षं राहिलो सिंगापूरमध्ये, आणि थंडीत काकडणं काय असतं, ते जणू विसरून गेलोय आपण!" मासाकोच्या हातांवर उभ्या राहिलेल्या थंडीच्या शहाऱ्यांवरून हात फिरवीत शिगे म्हणाला.

मासाको शिगेकडे पाहून हसली. आज कितीतरी दिवसांनी तिला आपला नवरा इतक्या आनंदात, निश्चिंतपणे बसलेला दिसत होता. त्याच्या चेहऱ्यावरचं समाधान पाहून तिलाही खूप समाधान वाटलं. तिची दृष्टी आपल्या झोपलेल्या मुलांकडे वळली. गाढ झोपेतले त्यांचे निरागस चेहरे किती शांत दिसत होते!

मासाकोच्या मनात आलं, बाहेर किती भयानक वादळ आहे. ...आणि आपली ही बोट, बोट म्हणजे तरी काय, निव्वळ या पॅसिफिक महासागराच्या तळापासून आपल्याला विलग ठेवणारे धातूंचे पत्रे! एकाला एक जोडलेले... काही का असेना, मला आता या गोष्टींची बिलकूल पर्वा नाही. कमीत कमी मी, माझा नवरा आणि मुलं – आम्ही सगळे एकत्र तर आहोत! ...आणि सुरक्षिततही.

मासाको आपल्या नवऱ्याकडे टक लावून पाहू लागली. किती तरुण आणि देखणा दिसत होता अजूनही शिगे! धिप्पाड बांधा, रुंद खांदे, हलकासा तांबूस वर्ण आणि तजेलदार चेहरा. यांच्या तर प्रेमात पडली होती मासाको! या सिंगापूरमधून बाहेर पडण्याच्या धुमश्चक्रीत शेवटचे काही आठवडे इतकी ओढाताण झाली होती त्यांची चहूबाजूंनी, की एकांतात एकमेकांच्या जवळ यायलासुद्धा ना त्यांना त्राण

उरत होतं, ना इच्छा! पण आज मात्र शिगेवरचा सगळा ताण जाऊन तोही वेगळ्याच मूडमध्ये दिसत होता. मासाकोला त्याच्याकडे बघता बघता त्याच्या सशक्त जोमदार वासनेची तीव्रतेनं आठवण झाली. झिणझिणत्या साकेचा दुसरा प्याला घेतल्यानंतर त्या एकांतात दोघांचीही इतके दिवस कोमेजून गेलेली वासना जणू तरतरून आली. त्यांच्या जवळिकेतला हा उत्कट वासनेचा बंध आज तिला मनसोक्त हवा होता. मासाकोच्या नजरेतली ही असोशी पाहून शिगेही सुखावला. तिच्या डोळ्यांतल्या लकाकीचे कवडसे एकटक निरखत तो साकेचे घुटके घेत होता... आज ते कदाचित आपल्या तिसऱ्या बाळाचाही विचार करू शकले असते!

— अचानक बोटीला एक जोरदार हादरा बसला. टेबलावरचे साकेचे प्याले जोरात किणकिणले. बहुधा त्यांची बोट अधिक खवळलेल्या भागातून जात असावी. गाढ झोपलेल्या मुलांच्या शांत चेहऱ्यांवरही झोपेत आलेल्या या विचित्र व्यत्ययामुळे त्रासिक भाव उमटले. दूरवर कुणीतरी त्या हेलकाव्यांचा त्रास होऊन जोरजोरात ओकत होतं.

मासाकोवर मात्र या कशाचाच परिणाम झाला नव्हता. ती स्वत:च्याच तंद्रीत होती. आज तिला खूप शांत शांत वाटत होतं! जणू अंतर्यामी परिपूर्तीचा शांत, संतुष्ट प्रवाह वाहतोय!... तिला आपल्या आईची आठवण आली. तिची आई नेहमी म्हणायची, 'मनाची प्रगाढ शांती ही खरोखरच मोठी अलौकिक गोष्ट आहे! एखादी व्यक्ती स्वर्गाच्या दारातून जात असता तिच्यावर स्वर्गीय तेजाची, प्रकाशाची पखरण होते ना, ती अवस्था असते ही शांती म्हणजे. फार क्वचितच कुणालातरी लाभते ही!...'

मात्र त्यावेळी मासाकोला कल्पनाही नव्हती, की या जगातला, आपल्या आयुष्यातला आपला हा मन:शांतीचा शेवटचा क्षण आहे!

क्षणकाल मासाको हळवेपणानं आपल्या आईच्या आठवणीत रमली होती; तोच अचानक मेंदूच्या चिंधड्या-चिंधड्या उडतील असा प्रचंड कडकडाट झाला आणि कोणत्यातरी दणकट अडथळ्यांची चिरफाड करीत, काहीतरी प्रचंड वेगानं बोटीत घुसल्याचं जाणवलं! एका प्रचंड मोठ्या धक्क्यासरशी मासाकोच्या केबिनमधले ते चारही जण केबिनच्या दुसऱ्या टोकाला भिरकावले गेले. मुलं अंगावरच्या पांघरुणांसकट हवेत छतापर्यंत फेकली गेली होती. हे सारं एका निमिषार्धात घडलं होतं!... वेडेवाकडे लोंबणारे हातपाय कसेबसे आवरीत मासाकोनं झडप घालून जेमतेम मुलांना पकडलं आणि जमिनीवर लोळण घेतली. ...पण नाही! काहीतरी भयंकरच घडलं होतं!... जमीन तर कोरडी असायला हवी होती. परंतु अंगाला सगळं पाणी पाणी लागत होतं. ...परमेश्वरा! हे काय होतंय?... हे पाणी एवढ्या वेगानं समुद्रातून आत शिरतंय? ...म्हणजे? ....म्हणजे हे काय झालंय? आपलं

ते दु:स्वप्न खरं होतंय की काय?... तिचे हात जिवाच्या आकांतानं अंधारात चाचपडू लागले. परंतु आधारासाठी काहीही लागू शकलं नाही तिच्या हाताला. उलट बर्फासारख्या थंडगार पाण्यानं त्यांना क्रूरपणे विळखा घातला होता, आणि आता ते चोहीकडून त्यांच्या अंगावर चढू लागलं होतं! ...म्हणजे? आपली बोट फुटल्येय की काय? हे... हे... काय झालं!... परमेश्वरा...

– मुलं जिवाच्या आकांतानं किंचाळत होती.

त्या प्रमत्त महासागरातल्या मृत्यूच्या रौद्रभीषण नाट्याला आता सुरुवात झाली होती!...

— माणसं काळीज पिळवटून आक्रोश करत होती. मदतीसाठी जीव खाऊन किंचाळत होती. बोटीच्या त्या उरल्यासुरल्या अवशेषावर एकच हाहाकार माजला होता. धातूंचे अजस्त्र पत्रे प्रचंड कडकडाट करीत मोडून पडू लागले; काचांचा खळाखळा चुराडा होत होता. ....त्या महाप्रचंड आवाजांनी त्याक्षणी तरी माणसांच्या वाढत्या आर्त किंकाळ्यांची आणि पिसाट आक्रंदनांची नरडी दाबून टाकली होती!

आवा मारू सर्व बाजूंनी कडाकडा मोडून कोसळण्याचे ते प्रचंड आवाज हळूहळू कमी कमी होत गेले. आता कुणाचातरी काळीज चिरत जाणारा करुण आकांत तिच्या कानी आला –

"परमेश्वरा!... आम्ही बुडतोऽय... बुडतोऽऽय! वाचवा, वाचवा... कुणीतरी या ना मदतीला... आम्हांला मरायचं नाहीयेऽऽ... लवकर या ना कुणीतरीऽऽऽ! वाचवा आम्हांला..."

पण पुढल्याच क्षणी मासाकोच्या लक्षात आलं, की हा आकांत आपल्याच तोंडून बाहेर पडतोय!

"नाही, नाही! ...हे रडणं-ओरडणं आधी बंद केलं पाहिजे मला..." तिनं निष्ठुरपणे स्वत:चंच तोंड दाबलं, "...मी ...मी आई आहे.. मला रडून-भेकून नाही चालणार. मला धैर्यानं वागलं पाहिजे... खंबीर राहायला पाहिजे माझ्या मुलांसाठी!"

दोन्ही मुलं थरथर कापत केविलवाण्या, विचित्र आवाजात रडत होती. अचानक मासाकोच्या लक्षात आलं, की खालची जमीन हळूहळू आपल्या पायाखालून निसटून चालल्येय!... तिनं झडप घालून दोन्ही मुलांना अंगाशी घट्ट ओढून घेतलं. मात्र पुढल्याच क्षणी जेव्हा वरचं छत हळूहळू जवळ येताना दिसू लागलं, तसा मासाकोचा धीर सुटला. तिला कळून चुकलं, की आता आधी आपल्याला या छताखालून त्वरित बाहेर निसटलं पाहिजे. आता या महासागरात उघड्यावर उतरण्यावाचून गत्यंतर नाही!... काहीही करून सर्वांनी स्वत:ला पाण्यावर तरंगत ठेवण्याचा प्रयत्न केला पाहिजे. ती शिगेला शोधू लागली, "शिगेऽऽ शिगेऽऽ..." – आक्रोश करत ती वेड्यासारख्या हाका मारू लागली, परंतु तो कुठेच दिसेना;

त्याचा आवाजही ऐकू येईना. आता मात्र तिच्या काळजाचा पुरता ठाव सुटला! ...शिगेशिवाय कसं निभावणार आपण या संकटातून! मुलांना पोटाशी धरून ती विचित्र हेल काढून रडू लागली. मात्र पुढल्याच क्षणी तिच्या मनानं उचल खाल्ली, आता नुसतं रडत बसून चालणार नाही! तिनं मुलांना घट्ट धरलं आणि त्यांना ओढत ओढत ती कशीबशी केबिनच्या दारापर्यंत गेली. सारं बळ एकवटून तिनं अडकून बसलेला दरवाजा हिसके मारून मारून उघडला, आणि त्यांना मागे लोटणाऱ्या मोठमोठ्या फळ्या जीव खाऊन बाजूला ढकलत ती मुलांना घेऊन पुढे निघाली. रडत, आक्रंदत... माणसांचे प्रचंड जमाव रडत-ओरडत त्याच दिशेनं धडपडत चालले होते. त्या लोढ्यांनं मासाकोला आणि तिच्या मुलांना पुढे पुढे लोटत नेलं. कुणाचंच कुणाकडे लक्ष नव्हतं. सर्वजण रडत, किंचाळत, आक्रोश करत फक्त एकमेकांना घट्ट धरून ठेवून तरंगत राहण्याचा प्रयत्न करत होते; पुढे पुढे जाण्यासाठी धडपडत होते. सुदैवानं मासाकोला बाजूनं वाहत जाणारी एक तुटकी लाकडी फळी दिसली. वाघिणीसारखी झेप घेऊन तिनं ती पकडली आणि साऱ्या शक्तिनिशी आपल्या हाताच्या विळख्यात गच्च धरून ठेवली. आता ती मुलांना घेऊन त्या फळीला लटकू लागली. पुढल्या गर्दीतून मार्ग काढताना आणखी कुणीतरी ती फळी हिसकावण्याचा प्रयत्न केला, तेव्हा मासाकोनं एक भयानक किंकाळी फोडून त्या फळीला घट्ट मिठी मारली.

आता तिनं आपल्या पोलादी विळख्यात ती फळी बरोबर पकडून ठेवली होती. पुढे सरकताना वाटेत मोडून पडलेल्या धातूंच्या टोकदार अवशेषांनी आणि तुटलेल्या लाकडांच्या धारदार कडांनी मुलांच्या अंगाला जागोजागी कापून जखमा होत होत्या. घाबरलेली मुलं कळवळून रडत होती. तरीही ती क्षणभरसुद्धा थांबली नाही. कोणत्याही परिस्थितीत तिला आपल्या प्राणांचा एकमेव आधार असलेली ती फळी माणसांच्या लोंढ्यापासून दूर वाहून न्यायची होती; आणि माणसं तर पुन्हा पुन्हा त्या फळीवर तुटून पडत होती! प्रत्येकजण तरंगत राहण्यासाठी काहीतरी शोधत होता. बरीच माणसं हाती काहीच न लागल्यानं आधीच पाण्याखाली गेली होती. त्यांची सारी धडपड पॅसिफिक महासागराच्या त्या बर्फाळ पाण्यात कायमची निमाली होती. आता पाण्यावर तरंगत होते, केवळ त्यांच्या डोक्यांचे पृष्ठभाग, निव्वळ केस. केसांचे असे तरंगणारे मोठमोठे पुंजकेच्या पुंजके सर्वत्र दिसत होते. त्याखालची डोकी आणि धडं मात्र पाण्यात शांत झाली होती!

पाण्याच्या जोरदार प्रवाहांबरोबर पाणी नाकातोंडात घुसत होतं. मासाको जोरजोरात ओरडून हिरो आणि ताइयोचानला सूचना देऊ लागली – ''तोंडं बंद ठेवा... तोंडं उघडू नका... पाणी आत जाईल. हिरो, ताइयोचान जितका वेळ शक्य होईल, तितका वेळ श्वास घेत राहा... श्वास घ्या, श्वास....''

पाण्यावर हातपाय झाडत जगण्यासाठी धडपडणाऱ्या माणसांचं विव्हळणं, भीतीनं बेभान झालेल्यांचे केविलवाणे विलाप, आक्रंदनं, आणि थोड्या वेळापूर्वीपर्यंत जिच्यावर त्यांच्या जीविताची सारी मदार होती, त्या त्यांच्या सुरक्षित बोटीचे तुकडे पडतानाचे कर्णकर्कश आवाज, या साऱ्यांच्या वर आवाज चढवीत मासाको किंचाळत मुलांना सांगू लागली, "हिरो... ताइयोचान... बाळांनो, मला घट्ट धरून ठेवा. बघा, हात अजिबात सोडू नका! तोंडं उघडू नका... आणि श्वास घ्या, श्वास..."

'...घाई करायला पाहिजे! काहीही करून प्रथम बोटीच्या परिघाच्या क्षेत्राबाहेर जायला पाहिजे. नाहीतर आणखी थोड्या वेळानं जेव्हा सबंध बोट पाण्यात जाईल, तेव्हा तिच्यात अडकून आपणही पाण्यात सरळ खोल दडपले जाऊ!...'

...मासाकोचा धीर खचत चालला होता, तरीही जिवाचा आटापिटा करून ती, ती फळी लांब नेण्याचा प्रयत्न करत होती. आता खूप खूप दमली होती बिचारी! ...पण शिगे कुठे आहे?... "शिगेऽऽ" तिनं हंबरडा फोडला, "कुठे गेला माझा शिगे? ...परमेश्वरा, तो समुद्राच्या तळाशी तर नसेल ना गेला?..." तिचा प्रत्येक श्वास हुंदक्यातून सुटत होता. शरीर चळाचळा कापत होतं, ते केवळ त्या बर्फाळ पाण्यात गारठल्यामुळेच नव्हे, तर जो भयानक प्रसंग गुदरला होता त्यांच्यावर, ते सारं सहनशक्तीच्या पलीकडे गेलं होतं तिच्या!... आणि शिगे गेला या धक्क्यानं तर तिचं शरीर इतकं थडथडू लागलं, की त्या फळीवरची पकड भक्कम ठेवणं तिला जमेना. आत्ता, या क्षणी तर तिला शिगे हवा होता! आपल्या मजबूत हातांनी त्यानं सावरलं असतं सर्वांना. ..."कुठे आहेस तू, शिगे? ...शिगे, ये लवकर.... ये लवकर..." ती आक्रंदू लागली!

त्या मरणप्राय बर्फाळ पाण्यात गारठून हिरोच्या चेहऱ्यावर निळसर-हिरवट झाक आली होती. त्या छोट्या मुलांची शक्ती ती किती असणार? पण तीही आता संपत आली होती. हिरो तर पार गळून गेला होता. त्यातच बोटीच्या धारदार अवशेषांच्या चोहीकडून धडका बसून बसून मुलांची कोवळी अंगं जागोजागी कापून, ठेचून ज़खमी झाली होती. मासाकोला कळून चुकलं, की पोरं पार थकल्येत. आता काही ती फार काळ तग नाही धरू शकणार! ...पण...पण कमीत कमी आपल्या बरोबर तरी आहेत ती. माझा शिगे मात्र गेला!...

मात्र आत्ता या क्षणी मासाकोला शिगेसाठी शोक करून चालणार नव्हतं. आता तिला मुलांना सांभाळायचं होतं, निकराची झुंज देऊन. ...आपण जर हा माणसांचा तरंगणारा लोंढा फोडून त्यांच्यापासून दूर – बाहेर मोकळ्यावर जाऊ शकलो, आणि या लाकडी फळीला लटकून बराच काळ तग धरू शकलो, तर... तरच कदाचित काहीतरी मदत मिळून सुटका होण्याची शक्यता आहे! मासाकोची

चिवट आशा तिला ती फुटकी फळी वाचवत, लोटत न्यायला आतून बळ देत होती. परंतु त्या बर्फाळ पाण्यानं तिच्या शरीरातली सारी शक्ती जणू शोषून घेतली होती. गारठून बधिर झालेल्या त्या देहात हातपाय हलवण्याचीही ताकद उरली नव्हती आता.

असेच काही क्षण तिनं लोटत ओढून नेले. पण पुढे तिच्याच्यानं हातपाय हालवेनात. ती इतकी थकली होती, की त्या एका क्षणी ही सारी धडपड सोडून द्यावी, असं वाटू लागलं तिला. वाटलं, आता शांतपणे डोळे मिटून पडून राहावं आणि या खोल खोल महासागरावर अलगद सोपवून द्यावं स्वत:ला! ...परंतु, नाही! तिला असं करून चालणार नव्हतं. सारं बळ एकवटून हातपाय मारत तिला ती फळी दूरवर नेणं भाग होतं. ...आणि तिची शुद्धही हरपून चालणार नव्हती. तिला धडपडत, पूर्ण शुद्धीवर, सावध राहणं आवश्यक होतं. केवळ आपल्या बाळांना जिवंत ठेवण्यासाठी!

चोहोबाजूंना त्या भीषण शोकांतिकेला आता वेग आला होता. सर्वत्र मृत्यूचं मुक्त थैमान चाललं होतं. रौद्रभीषण थैमान. आता उरल्यासुरल्या शक्तिनिशी माणसं विचित्र आवाजात गळे काढून आक्रंदत होती; जगण्यासाठी धडपडत होती; मिळेल त्या वस्तूला घट्ट पकडून पाण्यावर तरंगत राहण्याचा निकराचा प्रयत्न करत होती. हजारो माणसांना पाण्यात फेकून त्यांची उद्ध्वस्त झालेली बोट आता महासागराच्या तळाशी गेली होती. अर्धीअधिक माणसं बुडून मेली होती, उरलेली मरत होती किंवा दाट धुक्यात वेढली जाऊन त्या बर्फाळ पाण्यात गोठलेल्या डोळ्यांनी असहायपणे मरणाची वाट पाहात होती...

परंतु मासाकोची दोन्ही मुलं मात्र तिच्या अंगाशी घट्ट चिकटून अजूनही शाबूत आणि जिवंत होती, हा मोठा चमत्कारच होता!... एका लाकडाच्या फुटक्या फळीनं त्यांना तरंगत जिवंत ठेवलं होतं खरं, परंतु आणखी किती वेळ अशा स्थितीत लटकत आपण तग धरू शकू, याची मासाकोला शाश्वती नव्हती; कारण शरीरं गोठवून टाकणाऱ्या त्या पाण्यात, थकून गेलेल्या तिच्या मुलांच्या तोंडातून भयातिरेकानं आता केवळ विचित्र आवाज फुटत होते! रडण्या-ओरडण्याच्या तर ती पोरं पार पलीकडे गेली होती. अजूनही त्यांच्या डोळ्यांत मासाकोला तो प्रश्न दिसत होता, की आम्ही उबदार बिछान्यात गाढ झोपलेलो असताना, का आम्हांला या बर्फाच्या समुद्रात फेकलं गेलं?...

"ममा, मम्माऽऽ..." हिरो हुंदके देत अस्फुट स्वरात बरळल्यासारखा बोलला, "ममा, खूऽऽप थंडी वाजत्येय, ममा!... हात पण दुखून आलेत गं!... आता हे लाकूड नाही पकडता येत मला..."

ताइयोचानही थरथरत कशीबशी बोलली, "ममा, हात खूप दुखतायत्...

आम्ही हात सोडून थोडी विश्रांती घेऊ का?''

"मीही मम्मा, फक्त थोडा वेळ हात सोडतो...'' हिरो म्हणाला.

"नाहीऽऽ!'' हंबरडा फोडत मासाको म्हणाली. जणू तिच्या काळजातून कुणीतरी सुरी फिरवत होतं. "हात सोडू नकाऽऽऽ, अजून फक्त थोडा वेळ... थोडा वेळ सहन करा रेऽऽ!''

आणि खरोखर, काही क्षणांनीच ती विलक्षण घटना घडली.

दूरवर मासाकोला एक सुईसारखी टोकदार प्रकाशरेषा दिसू लागली. उघडझाप होणारी ती प्रकाशरेषा दिसताच मासाकोच्या हृदयानं जणू आनंदानं उसळी मारली!...

होय!... बहुधा एक जहाज त्यांची सुटका करण्यासाठी त्यांच्या दिशेनं येत होतं. सारे प्राण डोळ्यांत एकवटून ती आशेनं त्या प्रकाशरेषेकडे पाहात होती.

...त्याच क्षणी, त्यांच्या शेजारीच लाकडी फळकुटाला लटकणारा एक माणूस मोठमोठ्यानं हंबरडा फोडून विचित्र आवाजात रडू लागला. रडता रडता तो बरळल्यासारखा मधेमधे बोलत मासाकोला सांगू लागला,

"अमेरिकेच्या पाणबुडीनं पाणतीर मारून शेवटी बुडवलीच आपली बोट... हामादांनी सांगितलं हे!... ते गेले खाली... बोटीच्या एका मोठ्या भागाबरोबर... दडपले गेले पाण्यात! हमी होती आपल्याला... होती नं हमी सुरक्षित प्रवासाची?... मग?... कसं झालं हे?...''

हे ऐकून मासाकोला त्याही परिस्थितीत क्षणभर समाधान वाटलं.

जरी ते सारेजण माना मुरगळलेल्या निर्जीव बाहुल्यांसारखे महासागरात भिरकावले गेले होते, आणि आणखी थोड्याच अवधीत त्या सागराच्या गूढ, अंधाऱ्या तळाशी ओढले जाणार होते, तरी नेमक्या कोणत्या कारणानं आपण या यातना भोगत जीव गमावतोय हे आपल्याला कळलंच पाहिजे, असं तिला सारखं आतून वाटत होतं. आपली बोट नेमकी कशामुळे उद्ध्वस्त झाली, हे न कळताच तिला मरायचं नव्हतं!

दूरवरची ती प्रकाशरेखा हळूहळू मोठी होऊ लागली. याचा अर्थ, जहाज जवळ आलंय! मासाको उत्तेजित होऊन मुलांच्या कानांशी कुजबुजत त्यांना जागवू लागली, "बघा, ...बघा रे बाळांनो, आपल्याला वाचवायला एक बोट आल्येय!... ती पाहा... अगदी जवळ येऊन पोचल्येय. आता आणखी फक्त थोडा वेळ धीर धरा. ...असेच नीट तरंगत राहा. ती बोट तुम्हांला उचलून घेईपर्यंत असाच दम टिकवलात ना तुम्ही, तर पपा तुम्हांला शाबासकी देतील!... खूप खूप अभिमान वाटेल त्यांना तुमचा...''

''हो, मम्मा, मला दिसतोय... दिसतोय प्रकाश....'' ताइयोचान म्हणाली. ती इतकी थकली होती, की तिचे ते अशक्त आवाजातले शब्द जेमतेम तोंडून ओघळले. मात्र तिच्या विझू पाहणाऱ्या डोळ्यांत आता मासाकोला एक अंधूकसा आशेचा किरण दिसू लागला. मृत्यूच्या समीप पोचलेल्या तिच्या निळसर-पांढऱ्या फटफटीत चेहऱ्यावर आशेनं किंचित विस्फारलेले डोळे इतके भयानक दिसत होते, की मासाको भयानं अगतिक झाली.

– अचानक तिच्या मागे पाण्यात जोरदार खळबळ माजली. मासाकोनं झपकन मागे वळून पाहिलं. ...मघाचाच तो माणूस, एका लाकडी फळकुटाला लटकलेला, त्याच्या फळकुटाचे तुकडे तुकडे झाले होते आणि तो त्यातला एखादा तुकडा पकडण्याचा जिवाच्या आकांतानं प्रयत्न करत होता. परंतु त्याच्या हाती तरंगण्यासाठी काहीही येत नव्हतं. मासाको क्षणाचाही विचार न करता उत्स्फूर्तपणे मदतीसाठी त्याच्या दिशेनं जाऊ लागली. मात्र दुसऱ्याच क्षणी, विजेचा झटका बसल्यासारखी ती जागच्या जागी थांबली. त्यांच्या हातातली फळीही आता फुटत फुटत इतकी लहान झाली होती, की त्या तुकड्याला आणखी एका माणसाचं वजन नसतं पेललं!... मासाकोला काहीही करून आपल्या मुलांना सुरक्षित ठेवायचं होतं. काळजावर दगड ठेवून तिनं हातपाय झाडणाऱ्या त्या माणसाकडे सरळ पाठ फिरवली. आता तो मदतीसाठी शेवटचा आकांत करत होता. परंतु मासाकोनं निष्ठुरपणे जणू मनाची कवाडं घट्ट बंद करून घेतली होती! केविलवाण्या आवाजात रडत आपल्या आईकडे मदतीची भीक मागणाऱ्या माणसाला आई खुशाल मरू देते, हे पाहून हिरोचा चेहरा वेडावाकडा झालेला मासाकोनं पाहिला; पण त्याकडेही तिनं दुर्लक्ष केलं. पुढल्याच क्षणी, त्या माणसाची शेवटची जीवघेणी किंकाळी पाण्यावर घुमली आणि त्यानंतर त्या तेवढ्या भागात एक भयाण शांतता पसरली. मासाकोनं मागे वळून पाहिलं, तो माणूस महासागराच्या उदरात गडप झाला होता!... मागे उरले होते काही हलकेसे तरंग. त्याच्या जगण्याच्या आकांती धडपडीची, तडफडीची साक्ष देणाऱ्या क्षणभंगुर खुणा!... त्याही क्षणी मासाकोच्या मनात आलं, की या प्रसंगातून वाचलोच आपण, तरी या माणसाचा मदतीसाठीचा जीवघेणा आक्रोश, आपलं पाठ फिरवणं आणि तो पाण्यात ओढला गेल्यानंतर मागे उमटलेले मृत्यूच्या पावलांचे मायावी तरंग आपल्याला पुढे आयुष्यभर छळतील!...

मासाकोला आपल्या हातावर किंचितसा दाब जाणवला. तिनं झटकन वळून हिरोकडे पाहिलं. त्याला तिला काहीतरी जाब विचारायचाय, हे त्याच्या चेहऱ्यावरून स्पष्ट दिसत होतं. मात्र त्याच्या बहिणीसारखाच त्याचाही चेहरा आशेनं चमत्कारिकपणे उजळला होता. मुलांची ती आशाळभूत तोंडं पाहून मासाको धसकली; मुलांचा जीव

वाचवायला आपण किती असमर्थ आहोत, या जाणिवेनं हताश होऊन ती रडू लागली.

''तू त्या माणसाला मरू दिलंस गं, ममा!'' हिरो तरीही बरळल्यासारखा बोललाच.

''मला माहित्येय, पण माझाही नाइलाज होता, हिरो... '' ती रडत रडत आपल्या वागण्याचं समर्थन करीत म्हणाली, ''माझ्यापुढे तरी दुसरा काय पर्याय होता, बाळा?... हा जो लाकडाचा तुकडा उरलाय नं, त्याला आणखी एका माणसाचं वजन नसतं पेललं! तुला कळत नाहीये का, मी जर त्यालाही घेतलं असतं या फळकुटावर, तर आपण सगळेच खाली गेलो असतो... जरा समजून घे रे!...''

मासाको बोलताना थरथर कापत होती.

त्या पोरानं शेवटी मान हलवली. तो इतका थकला होता, की आणखी पुढे बोलण्याचं त्राण उरलं नव्हतं त्याच्यात. तशा परिस्थितीतही मासाकोच्या मनात, स्वत:लाच उपहासानं हसावं अशी एक आसुरी इच्छा निर्माण झाली!... इथे ती रात्रीच्या भयाण अंधारात, त्या भीषण महासागरात दोन्ही मुलांना अंगाशी घट्ट कवटाळून एका लाकडी फळकुटाला लोंबकळत सर्वांचा जीव वाचवायचा शर्थीनं प्रयत्न करत होती, शरीरं बर्फाळ पाण्यानं थिजून काळीनिळी पडली होती, मृत्यू दबा धरून क्षणाक्षणाला अधिकाधिक क्रूर होत त्यांच्याकडे सरकत होता, नव्हे, अर्ध्या पावलावर जिभल्या चाटणाऱ्या मृत्यूला ती निकरानं थोपवून धरत होती, आणि अशा परिस्थितीत ते मायलेक गंभीरपणे नैतिकतेवर चर्चा करत होते! ...स्वत:ला आणि मुलांना वाचवण्यासाठी तिनं एका माणसाला मरू दिलं, हे योग्य आहे का, याचा तिची मुलं तिला गंभीरपणे जाब विचारून विचार करायला लावत होती!

अचानक मासाकोला आकिकोची आणि तिच्या तान्ह्या बाळाची आठवण झाली. कुठे असतील ती दोघं?... त्या बाळाला आपण शेवटचं पाहिलं, तेव्हा ते आपल्या आईच्या शेजारी वेताच्या टोपलीत गाढ झोपलं होतं. थंडीवाऱ्यापासून सुरक्षित आणि उबेत. जणू सगळ्या जगावर विश्वसून, निर्धास्त! आकिकोनं बाळाला ब्लँकेटमध्ये गुंडाळून ठेवलं, तेव्हा तिच्या मनात या क्षणांची पुसटशी तरी कल्पना असेल का? ...की तिला खरंच हे सारं आतून कळत होतं? मात्र जगण्याची संधी मिळण्यापूर्वीच नियतीनं चिरडून टाकलं ते बाळ!

नेमक्या त्याच क्षणी पाण्यात तिच्या शरीराला कुठल्यातरी छोट्या, कठीण वस्तूचा स्पर्श झाला. तिनं पाहिलं, बहुधा आकिकोचा नोरीचा डबा होता तो! त्याच्या झाकणावरचं ते चित्र अंधूकसं दिसलंही तिला. आकिकोनं त्यात आपले आवा मारूवरचे अनुभव लिहिलेली डायरी ठेवली होती. का बुद्धी झाली असावी तिला

ही?... मात्र तिला खात्रीनं कळून चुकलं, की आकिको आणि तिचं बाळ, दोघेही गेलेले आहेत; या पॅसिफिकच्या खोल खोल तळाशी गेलेत ते, जिथल्या भयाण, गूढ अंधाराचं तिला विलक्षण भय वाटत होतं! जणू ही पेटी पाठवून तिनं आपला अखेरचा निरोप घेतलाय. त्या महासागरामध्ये भीषण मृत्यूच्या विळख्यात तडफडणारी मासाको, केवळ एका लाकडाच्या फळीनं मृत्यूच्या दाराशी स्वत:ला आणि मुलांना रोखून धरत असताना ढसाढसा रडू लागली; आपल्या मैत्रिणीसाठी आणि तिच्या बाळासाठी... त्यांना जीव वाचवण्याची संधीसुद्धा मिळाली नाही, म्हणून...

– आणि आपली जिवलग मैत्रीण चिएको आणि मोरी कुठे आहेत?... अचानक त्यांची आठवण सुरीसारखी तिच्या काळजात घुसली! ...गेले ...तेही गेले समुद्राच्या तळाशी ...शिगेसारखे! मासाको अगतिकपणे गळा काढून रडू लागली. तो नोरीचा डबा पुन:पुन्हा तिच्या हातावर धडकत होता. अखेर तो पकडण्यासाठी तिनं कष्टानं हात पुढे केला, परंतु एका उसळत्या लाटेसरशी तो तिच्यापासून दूर फेकला गेला. आता कुठेतरी लांब, एखाद्या अनोळखी ठिकाणी जाऊन पडेल तो. मग एके दिवशी कुणालातरी तो सापडेल, आणि तो माणूस डबा उघडून ते कागद उत्सुकतेनं वाचेल! ...हीच होती ना आकिकोची इच्छा?

किती तास लोटले कोण जाणे! परंतु पाण्यातली धुमश्चक्री हळूहळू कमी होऊन शांत झालीशी वाटू लागली. पाण्यावर वर-खाली, मागे-पुढे हेलकावे खाणारी डोकी पाण्यात पटापटा शोषल्यासारखी गडप होत होती. काहींनी जाताना भयानं किंकाळ्या फोडल्या होत्या, तर काही जीवघेणं आक्रंदन करत गेले! काहींनी मात्र अलगद सारलं होतं स्वत:ला समुद्रतळाच्या भयाण अंधाऱ्या गर्तेत. खूप थकले होते ते. आता आणखी झगडण्याची शक्ती उरली नव्हती त्यांच्या अंगात. सारी हालचाल थांबवून त्यांनी शांतपणे मृत्यूच्या स्वाधीन केलं होतं स्वत:ला. विनातक्रार घास घेऊ दिला आपला त्या क्षुधित महासागराला!

पाण्यावर टेकलेला दाट धुक्याचा पडदा थोडासाही वर उचलला गेला नव्हता, या गोष्टीचं मासाकोला एका परीनं समाधानच वाटलं. धुक्याच्या मऊशार शुभ्र वेटोळ्यांमुळे रात्रीच्या गूढ अंधाराची भीषणता किंचित कमी झाली होती; आणि जरी पाण्यावर तरंगणाऱ्या, बुडून मरणाऱ्या शेकडो लोकांचे आक्रोश कानी येत असले, तरीही ते हृदयद्रावक दृश्य निदान त्यांना डोळ्यांनी स्पष्टपणे दिसत तरी नव्हतं! आवा मारूच्या या भयानक शोकांताचं वास्तव आणि पाण्यात बुडणाऱ्या माणसांची प्राणांतिक तडफड, या साऱ्यावर त्या दाट धुक्यानं मोठ्या दयाळूपणे पडदा पसरला होता!

तहानेनं जीव कासावीस झाला, तेव्हा तिच्या लक्षात आलं, की मुलांचीच नाही, तर आपलीही जीभ जड होत होत भप्प झाल्येय. मग त्यांनी तोंडं उघडून

धरली, तेव्हा धुक्यातला ओलावा आपसूक त्यांच्या जिभेवर पाझरू लागला.

अचानक काही यार्डांच्या अंतरावर जोरदार हालचाली सुरू झाल्यासारखी गडबड ऐकू येऊ लागली; आणि मृत्यूच्या त्या भयाण परिसरात आशेचे, आनंदाचे चीत्कार घुमू लागले. जणू त्यांच्या सुटकेचा क्षण जवळ आला होता! मघाशी जो प्रकाश त्यांना जाणवत होता, तो भास नसून खरा प्रकाश आहे आणि वेगानं आपल्या जवळ येतोय, हे त्या महासागरात आधारांना लटकणाऱ्या मरणोन्मुख माणसांना कळलं. आपल्या सुटकेसाठी जहाज आलंय, अगदी थोड्या अंतरावर आलंय, याची सर्वांना खात्री पटली. तरंगणाऱ्या, थकलेल्या माणसांचा मदतीसाठी आर्त आक्रोश सुरू झाला. ते जोरजोरात किंकाळ्या मारू लागले. बघता बघता माणसांचा लोंढाच्या लोंढा जिवाच्या आकांतानं सुटकेसाठी चढाओढ करत मागून पुढे वेगानं सरकू लागला. परंतु काही क्षणांतच पुढे जाणाऱ्या त्या लोंढ्यानं अचानक दिशा बदलली आणि सारा लोंढा पुन्हा जीव खाऊन मागे परतू लागला. उरल्यासुरल्या शक्तिनिशी ते जोरजोरात ओरडत होते, ''पळा, पळा!... हे सुटकेसाठी आलेलं जहाज नाहीये... शत्रूचीच पाणबुडी आहे ही. यांनीच आपली बोट उडवली. आता ते आपल्याला मारायला येतायत्. पळा... पळा...''

– मासाकोच्या अंगावर उलट्या दिशेनं येणारा माणसांचा लोंढा किंचाळत होता.

''पळा? ...कुठे? ...कुठे पळायचं?'' एका स्त्रीचं काळीज चिरत जाणारं आक्रंदन वातावरणात घुमलं, ''सगळ्या बाजूंनी मरणाच्या दाढेत अडकलोय आपण...''

मासाकोला मात्र आता ते शत्रू आहेत की मित्र, या गोष्टीची बिलकूल पर्वा नव्हती! आता आणखी गमावण्यासारखं शिल्लक उरलंच होतं काय?... समोर मृत्यू आपला घास घेण्यासाठी खोळंबून उभा असताना कसली आल्येय भीती नि कसला आनंद! नाही शत्रूनं मारलं, तरीही या बर्फाळ महासागरात आणखी थोड्या वेळानं आपण मरणारच आहोत. ...हे असं लटकून आणखी किती वेळ तग धरू शकणार आपण?

अचानक तिच्या लक्षात आलं, की मुलांचा सगळा भार आपल्या अंगावर पडलाय. ती दचकली. तिनं बारकाईनं पाहिलं, मुलं जवळजवळ बेशुद्ध पडण्याच्या स्थितीत आली होती. बिचाऱ्या मासाकोला आभाळ फाटल्यासारखं झालं! तिनं ते आधाराचं लाकूड घट्ट पकडलं आणि साऱ्यांचं ओझं सांभाळत ती जीव खाऊन मागे फिरणाऱ्या लोकांना ओलांडत नेटानं पुढे जाऊ लागली...

— तिला समोर एका पाणबुडीची काळी आकृती दिसत होती. आता ती इतक्या जवळ आली होती, की मासाकोला त्या पाणबुडीवरच्या माणसांची दबक्या

आवाजातली हाकाहाकी आणि गोंधळ ऐकू येऊ लागला. एकदा तर कुणाचं तरी हसणंदेखील ऐकू आलं तिला. मासाकोचं सारं शरीर शिसं भरल्यासारखं जड झालं होतं. आता एकूणच सगळं सहनशक्तीच्या पलीकडे गेलं होतं. पण तरीही तिच्या मनानं माघार घेणं नाकारलं. तिळातिळानं का होईना, पण ती त्या पाणबुडीच्या जवळ जवळ सरकू लागली. ...जास्तीत जास्त काय होईल? आपल्याला उचलून घेतलं जाईल, नाहीतर मारलं जाईल. तिला आता कशाचीच फिकीर नव्हती! जिवावर उदार होऊन ती धडपडत होती, ती केवळ मुलांसाठी! त्यांना लवकरात लवकर पाण्यातून बाहेर काढून कोरड्या, उबदार जागी पोचवायचं होतं तिला. मुलांचे मंदावत चाललेले श्वासोच्छ्वास आणि गोठून काळीनिळी पडलेली शरीरंच सांगत होती, की ती आणखी फार काळ नाही जिवंत राहू शकणार!

...एकूण, जपानला परतण्याच्या आपल्या हट्टापायी, या प्रवासापायी आपल्याला सर्वस्वाचं मोल द्यावं लागलंय!... आपल्या लाडक्या नवऱ्याला –शिगेला जलसमाधी मिळाली. दोन जिवलग मैत्रिणी गेल्या आणि आता अखेर, प्राणाहून प्रिय असणाऱ्या आपल्या मुलांनाही हा महासागर शोषून घेणार आहे! ...आणि ही... ही केवळ आपलीच चूक! ...आपलीच चूक! आवा मारूवर जागा मिळत नव्हती, तेव्हा शिगेला अशिष्ट मार्गाचा अवलंब करण्याचीही सक्ती केली आपण! ...का नाही युद्ध संपेपर्यंत सिंगापूरमध्येच थांबण्याचा निर्णय घेतला? शिगे हे परोपरीनं सांगत होता, मग का ऐकलं नाही आपण त्याचं? केवढा हट्ट केला! ...केवढं आकांडतांडव केलं!! ...आपली विवेकबुद्धीही वारंवार आपल्याला हेच सांगत होती ना? पण त्याकडेही दुर्लक्ष केलं आपण. अति लाड केले आपण आपल्या मनाचे! भीतीचं भांडवल केलं. ...का केला आपण हा सगळा अट्टहास? – त्या अथांग महासागरात, त्यांच्यात आणि मृत्यूत केवळ एका लाकडी तुकड्याचं अंतर उरलेलं असताना, मासाको पुन:पुन्हा स्वत:ला हा एकच जाब विचारत होती.

मासाको अगतिकतेनं रडू लागली. तिच्या थिजलेल्या चेहऱ्यावरून अश्रू ओघळले. तिच्या शरीरात आता ऊब अशी तेवढी एकच उरली होती. तिनं आपल्या शरीराची हालचाल करण्याचा प्रयत्न केला, परंतु ते गोठलेलं शरीर आता तिला साथ देईना! आपला शेवट जवळ आलाय, हे तिला कळून चुकलं...

– आणि त्याच क्षणी अंधूक होत चाललेल्या तिच्या दृष्टीला तो आशेचा धागा दिसला! तो एक दोर होता, टोकाला रबरी चाक बांधलेला. ते चाक आपल्या जवळ जवळ सरकतंय, असा काहीतरी भ्रम होऊ लागला तिला... पाणबुडीवरचे लोक बुडणाऱ्या माणसांना वाचवण्यासाठी त्यांच्या दिशेनं हे दोर फेकत होते. ती आनंदानं वेडीपिशी झाली! सारी शक्ती एकवटून तिनं स्वत:ला पुढे लोटण्याचा आणि ते चाक पकडण्याचा प्रयत्न केला. परंतु तिचे हात पाण्यावर पुढे-मागे हेलकावणाऱ्या

चाकापर्यंत पोचू शकत नव्हते. जीव खाऊन ती पुन्हापुन्हा प्रयत्न करत होती चाक पकडण्याचा; परंतु प्रत्येक वेळी ते चाक हुलकावणी देत तिच्यापासून दूर पळत होतं. ...ते चाक खरंच आहे, की आभास?

मासाको थकून गेली!

एकाएकी तिला आपल्या हातातलं लाकूड विलक्षण हलकं झाल्यासारखं वाटलं. तिनं दचकून पाहिलं... त्याच क्षणी तिच्या लक्षात आलं, की हिरो आणि ताइयोचान दोघंही नाहीयेत... त्या लाकडाला आता फक्त आपण एकट्याच उरलोय! ते रबरी चाक पकडण्याच्या प्रयत्नात आपली मुलांवरची पकड सैल झाली... दोन्ही बाळं सरळ खाली पाण्यात गेली!...

क्षणभर मासाको सुन्न झाली!

मात्र पुढल्याच क्षणी ते कठोर वास्तव लखलखत्या पात्यासारखं तिच्या काळजात घुसलं... "नाही!!... नाही!!..." मासाकोच्या जिवानं आकांत मांडला. तिच्या आर्त किंकाळ्या रात्रीच्या त्या भयाण, निष्प्राण वातावरणाला भेदून अवकाशात घुमल्या. पिसाटल्यासारखी ती आजूबाजूला शोधू लागली. पण कुठेच काही दिसेना. ...मुलं खाली कधी गेली, कशी गेली, याचा माग दाखवणारा हलकासा तरंगही उमटला नव्हता मागे! आक्रोश करता करता मासाको उन्मादात गेली! किंचाळता किंचाळता सारी शक्ती एकवटून ती स्वत:चे केस उपटू लागली... "संपलं सारं!... मी माझ्या नवऱ्याला मारलं, मुलांना मारलं, सगळ्या.... सगळ्यांना मारलं! मी.. मी.. शिगेचं का ऐकलं नाही?... तो सांगत होता मला, की युद्ध संपल्यावर जाऊ जपानला. तेच सुरक्षित आहे. मग का केला मी ताबडतोब निघण्याचा आततायीपणा?... सर्वनाश केला मी स्वत:च्या हातांनी माझ्या कुटुंबाचा... सर्वनाश केला मी! मी... मी... केला सर्वांचा नाश!..."

"मुलं कुठेयत माझी?" – तिचा स्वत:चाच आक्रोश पुन:पुन्हा तिच्या कानी येत होता. परंतु तिला उत्तर द्यायला तिथे होतं कोण? एकेक करत थकून सर्वांनीच जगण्याचा अट्टहास सोडला होता; आणि ते महासागराच्या गूढ, प्रशांत तळाशी चिरविश्रांती घेत होते. मासाकोच्या किंकाळ्यांचे पोकळ प्रतिध्वनी वाहात येऊन पुन्हा तिच्यावरच झडप घालू लागले. तिला झपाटून टाकू लागले!...

इतक्यात एक पांढऱ्या रंगाचं काहीतरी तिच्याजवळून वाहात पुढे जाऊ लागलं. तिनं झडप घालून ते पकडलं... वाटलं, आपलंच एक मूल सापडलं! खरोखर ते मूलच होतं पालथं पडलेलं. तिनं झपाट्यानं त्याला उताणं केलं. पण तो दुसराच कुणी एक लहान मुलगा होता. चेहरा पिरगळला गेला होता त्याचा... विचित्र! जणू मृत्यूचा भीषण मुखवटा... पण ती दचकून मागे सरली नाही. तोसुद्धा कुणाच्या तरी काळजाचा तुकडाच होता! हिरो आणि ताइयोचानसारखा...

ते रबरी चाक पुन्हा आपल्या दिशेनं येताना मासाकोला दिसलं. परंतु तिनं हातही पुढे केला नाही. जगण्याची इच्छाच आता संपुष्टात आली होती तिची.

वाऱ्याची एक हलकीशी झुळूक पाण्यावरून वाहत आली आणि तिच्या कानात कुजबुजली –

'दे सोडून आता हा सारा अट्टहास! पुढल्या सगळ्या गोष्टींची काळजी हा महासागर घेईल. ...खाली तुझी मुलं वाट पाहातायत् तुझी! स्वतःला अलगद सोपवून दे या सागरावर. बघ, किती शांत वाटेल तुला त्यांच्याकडे जाताना...'

'तू – तू मारून टाकलंस तुझ्या सगळ्या कुटुंबाला! आता तुला जगण्याचा काय हक्क आहे? तूही मर! ...आणि काय ग, तू आता जगणार तरी कोणासाठी?...'

कोण... कोण बोललं हे?... मासाकोनं दचकून डोळे उघडून पाहिलं.

परंतु त्या सर्व आवाजांवर मात करीत आणखी एक आवाज गरजला,

'बाई ग, तुला मरून कसं चालेल? तू तुझ्या म्हाताऱ्या आईवडलांना जपानमध्ये सोडून एकदा निघून गेलीस... आणि आता दुसऱ्यांदा त्यांना कायमचं सोडून जाऊन आपली जबाबदारी टाळणार आहेस का?... आणखी एक ऐक, तुला जगलं पाहिजे, ते आणखी एका गोष्टीसाठी. आवा मारूचं नेमकं काय झालं, कशी कशी बुडत गेली ती, काय तडफड झाली बुडणाऱ्यांची, ही सारी हकिगत आता तूच सगळ्या जगाला सांगायला हवीस! तूच एकमेव साक्षीदार उरल्येस या गोष्टीची, नाही का?'

तिच्या शरीरात उरलेला चेतनेचा शेवटचा अंश फडफडला, आणि त्यानं ते चाक पकडण्यासाठी अखेरची उसळी घेतली... परंतु नाही! त्या रबरी चाकानंही बराच वेळ वाट पाहिली होती तिची. ज्या क्षणी मासाकोनं ते पकडण्यासाठी अचानक झेप घेतली होती, त्याच क्षणी ते विलक्षण गतीनं मागे – पाणबुडीकडे खेचलं गेलं होतं.

"वाचवाऽऽ! वाचवाऽऽ!..." मासाको क्षीण आवाजात किंचाळू लागली. परंतु त्या प्रमत्त महासागरालाही त्वेषानं झोडपणाऱ्या वाऱ्यांनी तिचा आवाज गिळून टाकला. उलट त्या वाऱ्यांबरोबर महासागरात पडलेल्या पलीकडच्या माणसांचे आक्रोश तिच्या कानी आले. अजूनही स्वतःला निरर्थकपणे तगवून तरंगत ठेवणाऱ्या माणसांचं, मृत्यूच्या अखेरच्या वेदना भोगतानाचं करुण आक्रंदन होतं ते!

आपल्या शरीरातल्या ऊर्जेचा शेवटचा थेंब पाण्यात शोषला गेल्याचं मासाकोला जाणवलं. ...वेदनांतून उमटलेले आजूबाजूचे सारे आवाज हळूहळू मंद, हळुवार होत गेले. ते स्वर आता तिलाही भुलवू लागले!... व्यामोहाच्या सुरक्षित कोशात जाण्याची तिलाही प्रचंड ओढ लागली. ...आता वेदना संपली होती. तिनं खाली पाहिलं. शिगे आणि हिरो अतिशय आनंदी आणि हसतमुख चेहऱ्यांनी तिचीच वाट पाहात होते. दोघांनीही तिला कवेत घेण्यासाठी आपले बाहू पसरले होते. किती गाढ

समाधान! किती निरामय मन:शांती ही! जणू स्वर्गीय आनंदाची वृष्टी! ...मात्र त्याही क्षणी, ताइयोचान त्यांच्याबरोबर का नाही, असा विचार संदिग्धपणे तिच्या मनाला चाटून गेला. ...परंतु खालच्या लांबलचक, काळ्याशार बोगद्याच्या तोंडाशी उभा राहिलेला तिचा नवरा आणि मुलगा, दोघंही तिला खुणावून बोलावत होते. खूप घाई करत होते ते तिला. तिला आता दुसऱ्यांदा त्यांना गमावायचं नव्हतं. तिनंही त्यांच्या दिशेनं बाहू पसरले, आणि हसत हसत ती त्या दोघांच्या मिठीत शिरली. एकवार तिनं त्यांना समाधानानं हुंगलं आणि मग तिघेही हातात हात गुंफून त्या लांबलचक काळ्याशार बोगद्यातून अलगदपणे शाश्वताच्या प्रदेशाकडे निघाले.

१४

मेइलिंगचा निरोप घेऊन क्योको टेकडी उतरू लागली. मधेमधे वळून ती वर पाहात होती. मेइलिंग टेकडीच्या माथ्यावर उभी राहून तिला हात करीत होती. त्या दिवशी क्योकोला सुदैवानं खाली रस्त्यावर टॅक्सीही चटकन मिळाली. क्योकोची टॅक्सी वळणावरून दृष्टिआड होईपर्यंत मेइलिंग हात हलवून तिला निरोप देत होती.

मेइलिंग दिसेनाशी झाली, तशी क्योको सावरून बसली. आता कुठे जायचं?... ती विचार करू लागली. आत्ता या क्षणी तरी तिला हॉटेलमध्ये जायचं नव्हतं. तिथल्या त्या बंदिस्त खोलीत कुढत बसून जीव घुसमटला असता तिचा. दूर कुठेतरी मोकळ्यावर, एखाद्या शांत ठिकाणी जाऊन बसावंसं वाटत होतं तिला, जिथे मोकळा श्वास घेता येईल आणि असहायतेची भावना मनाला छळणार नाही! खरोखरच, इतके विचित्र ताण होते तिच्या मनावर, की खुल्या आकाशाखाली बसून शांतपणे सगळ्या गोष्टींचा नीट विचार करण्याची आज तिला गरज वाटत होती.

कुठे जावं बरं?... तिचं डोकं चालेना. पण मग अचानकच तिच्या लक्षात आलं, बोटॅनिकल गार्डन! खूप ऐकलं होतं तिनं त्या गार्डनविषयी! ती सिंगापूरला आली, त्याच दिवशी हॉटेलच्या लॉबीतल्या एका दारवानानं तिला सांगितलं होतं, की इथलं बोटॅनिकल गार्डन खूप प्रेक्षणीय आहे. अतिशय शांत, निवांत. तो म्हणाला होता, की तिथे खूप जुने, मोठमोठे वृक्ष आहेत; वेगवेगळ्या जातींच्या वनस्पती आहेत; आणि तिथले ऑर्किड तर इतके सुंदर आहेत, की पाहणारा अक्षरश: थक्क होऊन जातो!

आज क्योकोला अशाच एखाद्या शांत जागी एकांतात जाऊनच बसायचं होतं.

आज जे घडलं होतं, त्याची क्योकोनं आयुष्यात कधी कल्पनाही केली नव्हती!

...ती जपान टाउनमधल्या आपल्या आईवडलांच्या जुन्या घरात प्रत्यक्ष जाऊन बसली होती; आणि मेइलिंगशी बोलता बोलता, खोल विस्मृतीत गाडला गेलेला तिचा भूतकाळ, जादूची कळ फिरवल्यासारखा हळूहळू जिवंत झाला होता. बालपणीच्या अनेक सुप्त आठवणी जागृत होऊन दृष्टीसमोर तरळू लागल्या होत्या. तो अकल्पित भूतकाळ असा थेट भिडला होता तिला, की तिच्या भावविश्वात प्रचंड उलथापालथ झाली होती. मन पार थकून गेलं होतं तिचं! आता तिला एखाद्या शांत जागी एकांतात बसून आपल्या विस्कटलेल्या पूर्वायुष्याचे सारे विखुरलेले तुकडे सांधायचे होते; आणि यापुढे नेमकं काय करायचं, मन कसं आणि कुठे स्थिरावायचं, याचाही काहीतरी विचार करायचा होता.

आपले जन्मदाते कुणीतरी वेगळेच होते, हे दाहक सत्य स्वीकारणं फार अवघड जात होतं क्योकोला. मनाच्या उद्‌ध्वस्ततेची ही अनुभूती आजवर कधीच तिच्या वाट्याला आलेली नव्हती! ...काही क्षणांच्या अवधीत आपले आईवडील बदलणं, ही किती क्रूर आणि माणसाला एकाकी करून टाकणारी गोष्ट आहे! कुणाच्या तरी प्राक्तनात ही अशी जीवघेणी उलथापालथ असेल का? ...विचार करकरून क्योकोला आणखी हताश वाटू लागलं होतं.

त्यातल्या त्यात थोडी समाधानाची एक गोष्ट तिला कळली होती, की तिच्या 'त्या' आईवडलांची काही ती एकुलती एक मुलगी नव्हती; तिला एक भाऊसुद्धा होता. परंतु इथेही दुर्दैवच, की तिला ही गोष्ट समजण्याच्या कितीतरी आधी तोसुद्धा तिला दुरावला होता! ...आता आपल्या या न दिसलेल्या भावासाठी क्योकोचं मन आतल्या आत खंतावू लागलं होतं.

टॅक्सीतून उतरून क्योको बोटॅनिकल गार्डनच्या फाटकातून आत शिरली. हॉटेलमधल्या त्या दारवानाची शिफारस मात्र अगदी योग्य ठरली! ती अफाट मोठी बाग पाहून क्योको खरोखरच थक्क झाली! बागेत नीरव शांतता पसरली होती. विविध पक्ष्यांच्या, कीटकांच्या लयबद्ध सुरांचा त्या शांततेशी एक मधुरसा मेळ जमला होता. क्योकोला तो खूप शांतवणारा वाटला. अतिशय कलात्मकतेनं छाटलेल्या झुडपांची रसरशीत हिरवाई आणि रंगीबेरंगी फुलांचे सर्वत्र विखुरलेले ताटवे पाहून तर क्षणभर तिला आपल्या साऱ्या दु:खांचा विसर पडला. ती तशीच चालत आणखी आत गेली. पुढे सर्वत्र प्रचंड मोठमोठे वृक्ष पसरले होते. त्या उंच उंच वृक्षांच्या गर्द पर्णराजींच्या छत्र्यांनी सूर्याचं प्रखर ऊन वरच्या वर तोलून धरलं होतं, आणि खाली सर्वत्र थंडगार सावलीची बिछायत अंथरली होती. आज क्योकोला त्याचीच आत्यंतिक गरज होती.

...समोरच एक कृत्रिमरीत्या तयार केलेलं छोटंसं तळं होतं. त्या तळ्याशेजारच्या एका लाकडी बाकावर क्योको जाऊन बसली. तिथल्या थंडगार, हिरव्या सावलीत

तिचं शिणलेलं शरीर आणि मनही सुखावलं. समोर तळ्यात लालसर गुलाबी कमळांचे ताटवे तरंगत होते; आणि छोट्या छोट्या कासवांचे थवे इथेतिथे घुटमळताना मोठे मजेशीर दिसत होते.

एक दीर्घ श्वास घेऊन क्योकोनं पाय लांबवले आणि डोळे मिटून घेतले. तिला खूप वेळ तसंच, अगदी शांतपणे आपल्या समाधीत बसायचं होतं. परंतु पक्ष्यांच्या वाढत्या कलरवानं तिला तंद्रीतून बाहेर काढलं. वाऱ्याच्या झुळकीनं सळसळणारी पानंही जणू कुजबुजत्या स्वरात तिच्याशी बोलू पाहात होती. क्योकोनं मान उचलून वर पाहिलं. माथ्यावरचा दाट वृक्षराजीचा तो हिरवा पसारा तिच्या दृष्टीत मावेना. ते वैभव कौतुकानं न्याहाळत असतानाच अचानक समोरच्या वृक्षावर पक्ष्यांचा एक थवा दंगा करीत उतरला. उष्ण कटिबंधातल्या त्या पक्ष्यांचे तेजस्वी रंग आणि बसण्यातला दिमाख पाहून क्योको अचंबित झाली. नेमक्या त्याच वेळी बाजूच्या एका वृक्षावरून माकडाची दोन छोटी पिल्लं भीत भीत हळूच पानांआडून डोकावली आणि तिच्याकडे टुकूटुकू पाहू लागली. मात्र क्योकोनं हात पुढे करताच ती घाबरली आणि उड्या मारत आणखी वर पळाली.

अचानक चाकांच्या कर्रकर्र आवाजानं तिचं लक्ष वेधून घेतलं. एक लहान मुलगी तीन चाकी सायकल चालवत तिच्याच दिशेनं येत होती आणि तिच्या मागून तिची आई पळत होती. ते पाहून क्योको विस्मृतीत गेलेल्या जुन्या गोष्टी ताण देऊन आठवण्याचा प्रयत्न करू लागली. ...पण छे! तिला काहीच आठवेना! तिच्या मनात आलं, कदाचित आपणही लहानपणी आपल्या खऱ्या आईवडलांच्या बरोबर अशाच या बागेत येत असू आणि इथल्या विस्तीर्ण, गुळगुळीत रस्त्यांवरून अशीच भरधाव सायकल चालवत असू!... मग त्या वेळी आपले आईवडीलही आपण पडू नये, म्हणून आपल्या भोवतीनं असेच पळत असतील का?... असेच जपत असतील का तेही आपल्याला?... अवतीभवतीच्या उंच विशाल वृक्षांच्या खोडांवर, त्यांची वयं शंभर वर्षांच्या वर असल्याच्या पाट्या लटकत होत्या. क्योको आर्ततेनं त्या वृक्षांकडे पाहू लागली... तिला वाटलं, या सळसळणाऱ्या, कुजबुजणाऱ्या वृक्षांनी आपल्याशी बोलावं आणि आपल्या लहानपणीचं त्यांनी काय काय पाहिलंय, कसे खेळवत होते आपले आईवडील आपल्याला या बागेत, ते सारं आठवून सांगावं!

त्या निसर्गरम्य वातावरणातली प्रसन्न शांती क्योकोनं आपल्या दुखऱ्या मनात मुक्तपणे झिरपू दिली. खूप वेळ ती डोळे मिटून तशीच शांतपणे बसली होती. त्यानंतर एकाएकी ती ताड्कन उठून उभी राहिली. खंबीरपणे. ताठ. ही तिची नेहमीचीच रीत होती. जेव्हा जेव्हा म्हणून तिच्या मनात विचारांचा प्रचंड गुंता माजलेला असे, आणि तिला त्यातल्या महत्त्वाच्या मुद्यांची नीट छाननी करण्याची

गरज भासे, तेव्हा तेव्हा ती अशीच ताठ उभी राहायची आणि मग स्वत:शीच मोठ्यानं संवाद सुरू करायची. मोठ्यानं बोललेले स्वत:चे विचार कानांनी बारकाईनं ऐकले, की ते विचार, ती वस्तुस्थिती तिच्या डोळ्यांपुढे स्पष्ट उलगडायची. तिचेच विचार तिला अधिक स्पष्ट व्हायचे.

आत्ताही तिनं तसंच केलं.

पलीकडे थोड्या अंतरावर कुंपणाची काटछाट करणाऱ्या माळ्याचे हात अचानक कानी पडणाऱ्या त्या एकाच आवाजातल्या भाषणानं थांबले. पुढे होऊन तो चौकसपणे पाहू लागला...

एक परदेशी दिसणारी स्त्री तिथल्या तिथे चकरा मारत स्वत:शीच काहीतरी बोलत्येय, हे चमत्कारिक दृश्य पाहून तो चक्रावला, आणि हातातलं काम सोडून तिच्याकडे पाहातच बसला.

क्योकोनं स्वत:ला बजावलं – 'उद्या सकाळी उठल्यानंतर पहिलं काम म्हणजे पुन्हा जपानी संघटनेत जायचं आणि तिथे आपल्या जन्माची काही नोंद मिळू शकत असेल, तर ती मिळवायची. आपल्याप्रमाणेच आपल्या भावाच्या – हिरो सावादाच्याही जन्माची नोंद मिळवण्याचा प्रयत्न करायचा. दुसरं म्हणजे, मेइलिंग म्हणते त्याप्रमाणे, आपण सर्वजण जपानला जाण्यासाठी ज्या बोटीवर चढलो, त्या बोटीची चौकशी करायची. कदाचित जपानी संघटनेत त्या बोटीवरून जाणाऱ्या सर्व माणसांच्या नावांची व्यवस्थित नोंद असेल, आणि पुढे ते कुठे उतरले, त्यांचं काय झालं, याचेही सगळे तपशील मिळतील. आपण त्या सगळ्या गोष्टींची अगदी नीट शहानिशा करायची... आता सिंगापूरमध्ये आपल्या हातात पूर्ण दिवस असा फक्त एकच उरलाय. ...आणि जरी परत जपानी संघटनेत जाऊन त्या वृद्ध हारिमाबाईंकडे किंवा नोरिकोबाईंकडे पुन्हा चौकशी करणं कितीही नकोसं वाटत असलं, तरीही आता आपल्यापुढे दुसरा पर्याय नाही!'

तो माळी बिचारा काळजीत पडून, स्वत:शीच संवाद करत ताडताड चालणाऱ्या क्योकोकडे एकटक पाहात होता. अखेर पुरेसं धैर्य एकवटून तो तिच्यापाशी गेला आणि त्यानं हळुवार आवाजात विचारलं,

"...मॅडम... तुम्ही.... म्हणजे ठीक आहात ना? ...तुम्ही थोड्या...म्हणजे खूपच अस्वस्थ झालेल्या दिसताय!..."

"नाही, नाही! मी अगदी ठीक आहे. आता मी इथून तडक पहिली त्या संघटनेत जाते आणि माझ्या पूर्वायुष्याचा एक तुकडा हरवलाय नं, तो मिळतोय का पाहाते!... माझ्या आईनं मृत्युशय्येवर हीच शेवटची इच्छा व्यक्त केल्येय... कळलं?..." क्योको ठाम आवाजात उत्तरली आणि आपल्याकडे 'आ' वासून बघणाऱ्या माळ्याकडे पाठ फिरवून लांब लांब ढांगा टाकीत चालत सुटली.

"...हे परदेशी लोक असलेच असतात... विक्षिप्त!" – भांबावून गेलेला तो माळी मान हलवत स्वत:शीच पुटपुटला आणि क्योको गेली त्या दिशेनं कितीतरी वेळ पाहात उभा राहिला.

क्योको हॉटेलमध्ये आली, तेव्हा रात्र बरीच झाली होती. दिवसभरात बिचारी अक्षरश: अनेक दशकांतून फिरून आली होती... कधी अडखळत, चाचपडत, तर कधी भन्नाट वेगानं! दोन टोकांच्या भावनिक ताणांमध्ये तिचं मन एखाद्या निर्जीव वस्तूसारखं उलटंसुलटं फरफटलं होतं. आता मात्र ती पार गळून गेली होती. कुठलाही अधिक विचार करण्याचं त्राण तिच्यात उरलं नव्हतं.

खोलीत शिरल्याबरोबर तिनं फोन उचलला आणि स्वागतकक्षाचा नंबर फिरवला. तिला ताबडतोब, त्याच क्षणी जपानला आपल्या घरी फोन करायचा होता. आज एकाएकी तिचं मन मासाओशी आणि आपल्या लेकीशी – मायुमीशी बोलण्यासाठी तळमळू लागलं होतं. आजच्या फोनचा खर्च कितीही झाला तरी तिला त्याची बिलकूल पर्वा नव्हती. नुकत्या घडलेल्या सगळ्या घटनांनी तिची मन:स्थिती इतकी विचित्र झाली होती, की आपलं कुटुंबसुद्धा आपल्यापासून दुरावतंय की काय, अशी काहीतरी चमत्कारिक भीती तिचं मन ग्रासून टाकू पाहात होती. तिला फक्त घरी फोन करून ते दोघंही ठीक आहेत ना, आणि ते आपली अजूनही वाट पाहातायत् ना, एवढ्याच गोष्टींची खात्री करून घ्यायची होती.

क्योकोनं नवऱ्याशी आणि मुलीशी बोलून फोन खाली ठेवला मात्र, तिला रडू कोसळलं! त्या दोघांशी काही मिनिटंच बोलली ती; पण तेवढ्यानंही, दिवसभर भावनांचा कोंडमारा होऊन तिच्यावर जो प्रचंड ताण आला होता, तो जणू मोकळा झाला. ...आता क्योकोचं मन तिच्याही नकळत आपल्या आईपाशी – ममापाशी धावलं. तिला आपल्या ममाचं खूप वाईट वाटू लागलं. ...आपल्या मनावर आघात होऊ नये, म्हणून बिचारी आयुष्यभर स्वत:च्या मनावर एका भयानक गुपिताचं प्रचंड ओझं घेऊन जगली. दु:ख गिळून मुक्यानंच जगली आणि मुक्यानंच गेली!... क्योकोचं दु:ख भळभळू लागलं. रडता रडता ती स्वत:शीच म्हणाली, 'आपली जन्मदाती आई असेलही कुणी वेगळी, मला बिलकूल पर्वा नाहीये त्याची. माझ्या दृष्टीनं ती गोष्ट महत्त्वाची नाहीये. माझ्या मनात आई म्हणून माझ्या ममाचंच स्थान अढळ आहे. तीच माझी एकमेव आई असेल. अगदी आयुष्यभर!'

क्योकोनं फोन करण्यापूर्वीच मनाशी ठरवून टाकलं होतं, की मासाओला फोनवर यातलं काहीही सांगायचं नाही. कारण एकतर हा सगळा गुंता सांगायचा, तर त्याची सुरुवात नेमकी कुठून करायची हे तिला कळत नव्हतं; आणि एकदा जर ती त्या गुंत्यात शिरली असती, तर तो सांगून संपवायला इतका प्रचंड वेळ लागला

असता, की तोवर फोनचं बिल.... छे, छे, छे! तिनं तो विचारच डोक्यातून काढून टाकला, आणि ती मासाओला एवढंच म्हणाली, ''इथे सगळं ठीक आहे. इथे मी बऱ्याचशा गोष्टींचा शोध घेऊन त्या स्पष्ट केल्यात. पण आपण त्यासंबंधी आत्ता फोनवर काहीच नको बोलूया. जपानला आल्यानंतरच सगळं सविस्तर बोलू.''

त्या रात्री क्योकोनं अंघोळीचा टब गरम पाण्यानं भरला आणि त्यात जपानहून आणलेली जपानी स्पा पावडर शिंपडली. आज तिला खास तिच्या जपानी पद्धतीनं अंघोळ करायची होती. त्या वाफाळत्या पाण्यात ती बराच वेळ डोळे मिटून शांतपणे पडून राहिली. मनसोक्त... मात्र आता या क्षणी तिचं मन अकल्पितपणे मासाको सावादाभोवती रुंजी घालू लागलं होतं. मेइलिंग आणि नोरिको फुजिता – दोघींनीही तीच तिची खरी आई असल्याचं कितीही पुराव्यांनिशी सांगितलेलं असलं, तरी क्योकोला ते सारंच विलक्षण चमत्कारिक वाटत होतं. भावनिकदृष्ट्या तिला आई म्हणून स्वीकारणं, फार फार अवघड होतं क्योकोला! ...आपण खूप लहान आहोत आणि ग्रूपफोटोतली ती हसऱ्या चेहऱ्याची आकर्षक स्त्री आपल्याशी खेळत्येय, आपल्याला जवळ घेत्येय, असं एक कल्पनाचित्र मनाशी रंगवण्याचा तिनं खूप प्रयत्न केला. ...पण छे! त्यातलं काहीच खरं वाटेना. कुठल्यातरी परक्या स्त्रीची आपल्या खासगी आयुष्याला ओढूनताणून जोड दिल्यासारखं काहीतरी विसंगत वाटू लागलं तिला! तिला आठवत होतं तेव्हापासूनच तिचं सारं बालपण एका शांत, सोशिक वात्सल्यमूर्तीशी – चिएको तानाकाशी इतकं एकजीव झालं होतं, की तिथे मेइलिंगनं वर्णन केलेल्या मासाको सावादा नावाच्या हुशार, कार्यक्षम आणि लोभस व्यक्तिमत्त्वाच्या वगैरे स्त्रीला बिलकूल स्थान नव्हतं. अगदी बालपणीच्या त्या कल्पनाचित्रांतही नाही, आणि आता मोठेपणीही नाही!

परंतु तरीही, क्योकोच्या मनात आलं, की आपण कितीही नाही म्हटलं, तरी आपल्या आयुष्याच्या एका टप्प्यावर या खऱ्या आईनंच नऊ महिने पोटात वाढवून आपल्याला जन्म दिलाय, हे सत्य कसं नाकारता येईल? बाळपणी तिनंच आपल्याला कडे-खांद्यावर खेळवलं असेल, अंगाईगीतं गाऊन झुलवलं असेल! आणि आपण आजारी पडल्यावर आपल्याला मांडीवर घेऊन तीच जागली असेल ना रात्ररात्र? तिनं आपल्याला रात्री झोपवताना गोष्टी सांगितल्या असतील, पुस्तकं वाचून दाखवली असतील! ...क्योकोच्या मनानं उघडपणे कितीही नाकारलेलं असलं, तरी आता तिचाही जीव नकळत त्या आईत थोडा गुंतत चालला होता; आणि तिला कुठेतरी त्या विचारांचं सुखही वाटू लागलं होतं!

टबमधल्या सुवासिक वाफाळत्या पाण्यात तिची थकलेली गात्रं सुखावली आणि अज्ञात भूतकाळातली आनंददायी स्वप्नं डोळ्यांत खेळवताना झोपेची ग्लानी येऊन तिच्या पापण्या जडावल्या. आता जेवणासाठी उठून खाली जाणंही तिच्या

जिवावर आलं होतं. आज जेवणाला सरळ बुट्टी मारायची! ...तिनं ठरवून टाकलं.

— आणि अशा तंद्रीत ती असतानाच दरवाजावर खाड्‌कन थाप पडली. क्योको प्रचंड दचकली!

तिनं कान टवकारले. दाराबाहेर कुणाची तरी हलक्या आवाजातली कुजबुज तिच्या कानी आली. ....कोण असेल बरं? तो जाड्या अमेरिकन तर नसेल ना? ...नक्की, नक्की तोच! – तिच्या मनात आलं. ...तोच तर सारखा फिरतोय आपल्या मागेमागे. तिला त्याच धटिंगणाचा भास होऊ लागला. ती खूप घाबरली! ...आपल्या जिवाला काही धोका तर नाहीये ना? गेले काही दिवस आपण अक्षरश: वेड्यासारख्या सगळीकडे चौकश्या करत फिरतोय, आणि भूतकाळातल्या काही गोष्टी उकरून काढण्याचा प्रयत्न करतोय. कदाचित काही लोकांच्या दृष्टीनं ही गोष्ट त्यांना अडचणीत टाकणारी असू शकेल! त्यांच्या कुठल्या तरी हिताला बाधा आणणारी असेल. ...नक्की, या अमेरिकन माणसाचा त्या गोष्टींशी या ना त्या प्रकारे काहीतरी संबंध येत असावा. त्याशिवाय का तो स्वत:चे सगळे उद्योगधंदे सोडून आपला इतका पिच्छा पुरवतोय? ...भीतीनं क्योकोचं अंग शहारलं, आणि त्यासरशी ती घाईघाईनं टबच्या बाहेर आली. अंग पुसायचंसुद्धा भान तिला राहिलं नाही.

दाराबाहेरचे कुजबुजल्याचे आवाज थांबले, तेव्हा कुठे क्योकोच्या जिवात जीव आला. धीर करून ती हळूच बाथरूमच्या बाहेर आली. खोलीतल्या वातानुकूलकातून येणारा थंडगार हवेचा एक झोत सप्‌कन तिच्या ओल्या अंगावर बसला, तशी ती दचकली! तिच्या लक्षात आलं, आपण बाथरूममधून संपूर्ण विवस्त्र अवस्थेत बाहेर येऊन उभ्या राह्यलोय आणि आपल्या अंगावरून ओघळणारं पाणी खोलीभर होतंय. भिंतीवरच्या पूर्ण उंचीच्या आरशात पाणी निथळणारं, थंडीनं कुडकुडणारं आपलं विवस्त्र शरीर आणि भयग्रस्त मुद्रा पाहून क्षणभर तिचं मन खिन्न झालं! ...सतत कसली ना कसली तरी विचित्र भीती मनात घेऊनच वावरतोय आपण. किती हास्यास्पद आहे हे सगळं!

— पलंगावर पायथ्याशी एकावर एक रचलेल्या पांढऱ्याशुभ्र टॉवेलांची चळत तिच्या नजरेस पडली आणि अचानक तिला कोडं उलगडलं! ...इथल्या खोल्यांची व्यवस्था पाहणारी मदतनीस-स्त्री टॉवेल्स ठेवण्यासाठी इथे येऊन गेली असणार. नक्की! शंकाच नको! आता तिच्या मनावरचं सगळंच ओझं उतरलं, आणि ती निर्धास्तपणे वावरू लागली. तिनं ठरवलं, की व्यवस्थित तयार होऊन खाली जायचं आणि छानपैकी जेवून यायचं. इथे एकट्या खोलीत बसलो, की नाही नाही त्या चिंता मन घेरून टाकतात आणि आपण तासन्‌तास कुढत बसतो. खाली जेवणाच्या हॉलमधलं वातावरण कसं प्रसन्न आणि उत्साहवर्धक असतं! हॉल माणसांच्या गर्दीनं फुलून गेलेला असतो. स्त्री-पुरुषांचे हसण्या-बोलण्याचे आवाज,

लोकांची जा-ये, या सगळ्यात आपण विसरून जातो काही काळ आपले गंभीर प्रश्नही!

तिच्या जेवणाची ऑर्डर घ्यायला जो वेटर आला, त्यानं मोठ्या अभिमानानं तिला सांगितलं,

''मॅडम, आमच्या रेस्टॉरंटनं नुकताच एक जपानी शेफ आणलाय; त्यामुळे आता इथे आपल्याला खास जपानी पदार्थसुद्धा मिळू शकतील.''

क्योकोनं ताबडतोब तेंपुरा आणि सुशीची ऑर्डर दिली.

सुशीचा पहिला घास तोंडात घातल्याबरोबर तिला जाणवलं, की ह्या साध्या जपानी जेवणाला आपण खूप दिवस मुकलो होतो. चिनी आणि पाश्चिमात्य पद्धतीचं जेवण कितीही उंची आणि स्वादिष्ट असलं, तरी आपण फार दिवस नाही राहू शकत त्यावर!

जेवण झाल्यावर क्योको वर आपल्या खोलीत आली, आणि खिडकीजवळच्या खुर्चीत बसली.

...आजचा दिवस क्योकोच्या बाबतीत काही विलक्षणच ठरला होता! या एकाच दिवसात तिच्या आयुष्यातल्या अनेक महत्त्वाच्या घटना, जणू वेगानं तिच्यावर चालून आल्यासारख्या अनपेक्षितपणे घडल्या होत्या; गतायुष्याचे बंद दरवाजे एकापाठोपाठ एक खुले होऊन अनेक अज्ञात रहस्यं उलगडली होती. खूप भावनिक आघात पचवावे लागले होते आज तिला! मात्र तरीही रात्री क्योकोला झोप अगदी गाढ लागली. इतकी शांत, की भीतीचं वा अस्वस्थ करणारं एकही स्वप्न पडून ती दचकून उठली नाही.

दुसऱ्या दिवशी सकाळी ती जागी झाली, तेव्हा तिला खूप ताजंतवानं वाटत होतं. गेल्या कित्येक अस्वस्थ रात्रींनंतर आज रात्रभर भरपूर विश्रांती झाल्यामुळे आता पुन्हा तिच्यात धावपळ करण्याचा जोम आणि उत्साह आला होता. खिडकीचे पडदे बाजूला सारून तिनं बाहेर नजर टाकली. बाहेरच्या वाहत्या रस्त्याचं ते दृश्य आता तिच्या परिचयाचं झालं होतं. अचानक तिच्या लक्षात आलं, की सिंगापूरमधला आपला संपूर्ण असा हा शेवटचाच दिवस आहे. तिला खरंच वाटेना! ...किती पटकन गेले हे पाच-सहा दिवस. उद्या दुपारपर्यंत आपल्याला विमानतळावर पोचायला हवं. ठीक चार वाजता सुटणार आपलं विमान, की थेट जपानला! एकीकडे तिला घरी जाणार याचा आनंद वाटत असला, तरीदेखील या आलिशान रॅफल्स हॉटेलमधलं आपलं वास्तव्य संपणार, या सिंगापूरमध्ये काही दिवस जे आपण झपाटल्यासारखे काढले, ते सारं संपुष्टात येणार, याची तिच्या जिवाला चुटपुट लागली. ...मग तिनं ठरवलं, की आजच्या या शेवटच्या दिवसाचा आपण जास्तीत जास्त उपयोग करून घ्यायचा.

रेस्टॉरंटमध्ये शिरल्याबरोबर क्योकोनं चटकन सगळीकडे एक नजर फिरवली.

तो पीटर की जॉर्ज – जो कोणी होता, तो कुठेही दिसला नाही. मग ती निर्धास्तपणे आत गेली, आणि मागवलेले सहाच्या सहा क्रुआजाँ तिनं अगदी शांतपणे, चवीचवीनं खाल्ले. मात्र खाणं आटोपल्यावर उगीचच तिथे रेंगाळायला तिला बिलकूल सवड नव्हती. आजच्या दिवसात खूप कामं उरकायची होती तिला. त्यामुळे वीस-पंचवीस मिनिटांत ती तिथून उठली आणि तडक बाहेर येऊन टॅक्सीत बसली.

टॅक्सी जपानी संघटनेच्या दिशेनं धावू लागली. '...तिथे जाण्याची ही आपली शेवटची वेळ!' – क्योको मनात म्हणाली. टॅक्सीनं जेमतेम निम्मं अंतर काटलं असेल, अचानक क्योकोच्या लक्षात आलं, आज रविवार! ...बापरे! म्हणजे आज संघटनेचं ऑफिस बंद! आज तिथे कुणीच नसणार. ...प्रचंड घोटाळा झाला होता! क्योको अस्वस्थतेनं जागच्या जागी तगमगू लागली.

टॅक्सी जपानी संघटनेच्या इमारतीपाशी थांबली. क्योको जशी डोळ्यांत प्राण आणून बसली होती. तिनं जेव्हा पाहिलं, की संघटनेचं मुख्य दार उघडं आहे, तेव्हा तिला आश्चर्याचा सुखद धक्काच बसला. हे दार उघडं आहे, याचा अर्थ आत कुणीतरी आहे. सुटकेचा नि:श्वास टाकत तिनं मनातल्या मनात प्रार्थना केली, की नोरिकोबाई तरी आलेल्या असू देत, नाहीतर स्वागतकक्षातल्या त्या हारिमाबाई तरी. सुट्टीचा दिवस म्हणून झाडझूड करणारी मंडळीच फक्त आलेली नसली, म्हणजे मिळवली!

इमारतीत शिरण्यापूर्वीच खालच्या पायऱ्यांवरून तिला त्या दिसल्या. त्या वृद्ध हारिमाबाई. त्या त्यांच्या नेहमीच्या जागीच बसलेल्या होत्या; परंतु आज त्यांच्या हातात काहीतरी विणकाम होतं आणि त्यात त्या गुंग झालेल्या दिसत होत्या. खरं तर, त्या वृद्ध स्त्रीला पाहून क्योको हबकलीच! तिच्या मनात आलं, केवळ आपल्यामुळे या बाईंवर वरिष्ठांचा रोष ओढवलाय आणि आता तर नुकतीच त्या गोष्टीवरून त्यांची चौकशीसुद्धा झालेली असणार. तरीही हारिमाबाई आपल्याशी मनात काही अढी ठेवून वागणार नाहीत, असा क्योकोला का कुणास ठाऊक, पण आत कुठेतरी विश्वासही वाटत होता.

क्योकोची पावलं वाजताच हारिमाबाईंनी झटकन मान उचलून वर पाहिलं. विणकामातले हात थांबवत त्या म्हणाल्या,

"या, या! ...खरं तर आज आमचा सुट्टीचा दिवस. संघटनेचं हे ऑफिस रविवारी अधिकृतपणे कधीच उघडत नाही आम्ही. मात्र काही तातडीच्या गोष्टी असतील, तर त्या पाहाण्यापुरती मी रविवारीसुद्धा येते. तुमचंही काही महत्त्वाचं काम असेल, आणि ते आजच्या आज होण्याची गरज असेल, तर तुम्ही मला ते अगदी नि:संकोचपणे सांगू शकता!"

"थँक्यू!" क्योको म्हणाली.

मात्र, त्याच वेळी तिच्या लक्षात आलं, की परवाच्या प्रकाराबद्दल या बाईंची क्षमा मागावी किंवा काही स्पष्टीकरण द्यावं, अशी खरोखरच काही गरज दिसत नाहीये. जे घडलंय त्यावर आता पडदा टाकावा, अशीच या बाईंची इच्छा दिसत्येय. त्यामुळे मनातले सारे अपराधी भाव बाजूला सारत क्योकोही सहजपणे म्हणाली,

"हो, मला माहित्येय, आज रविवार आहे. परंतु मला जी माहिती हव्येय, त्यासाठी मी थांबू शकत नाहीये, कारण आजचा हा माझा इथला शेवटचा दिवस आहे. उद्या मी जपानला परत निघाल्येय."

"काही हरकत नाही. आपण ही तातडीची सेवा समजू." हारिमाबाई म्हणाल्या.

आज पहिल्यांदा क्योकोला त्या बाईंच्या चेहऱ्यावर एक पुसटशी स्मितरेषा उमटलेली दिसली.

"खरं सांगू का," त्या म्हणाल्या, "तुम्ही आज याल, असं कुठेतरी मला वाटत होतंच. शिवाय नोरिकोमॅडमही काल मला, कदाचित आज तुम्ही इथे ती यादी पाहायला याल, असं बोलल्या होत्या."

क्योकोनं हारिमाबाईंनी पुढे केलेले कागद हातात घेतले आणि झर्रकन त्यावर एक नजर टाकली. दोन दिवसांपूर्वी नोरिकोबाईंनी हॉटेलमध्ये तिला जी नावांची यादी दिली होती, अगदी तशीच यादी होती ही नावांची. परंतु जेव्हा तिनं ते कागद बारकाईनं न्याहाळले, तेव्हा तिच्या लक्षात आलं, ...नाही! ...ही यादी वेगळी आहे. या यादीत प्रत्येक पानावर वरच्या बाजूला 'आवा मारू' असे शब्द ठळकपणे लिहिलेले आहेत!

'आवा मारू' हे शब्द वाचल्याबरोबर, कधीतरी आपला या नावाशी संबंध आलेला आहे, असं काहीतरी क्योकोच्या मनाला चाटून गेलं. मात्र नेमक्या कोणत्या संदर्भात आपण ऐकलं होतं हे नाव, ते काही केल्या तिला स्मरेना! पण मग स्मृतीला थोडा ताण दिल्यानंतर तिला एकाएकी आठवलं, की शाळेत इतिहासाच्या तासाला आपण हे नाव ऐकलंय. अगदी बरोबर! आता तिला स्पष्ट आठवू लागलं...

— सदैव निरुत्साही असणाऱ्या एक बाई आपल्याला इतिहास शिकवायला होत्या. रटाळपणे बोलतच राहायच्या त्या. एकदा एका तासाला त्या युद्धाच्या काळातल्या कुठल्याशा बोटीची कथा सांगत होत्या. इतकी नीरस होती त्यांची ती गोष्ट, की वर्गातल्या एकाही मुलीचं त्यांच्या बोलण्याकडे लक्ष नव्हतं. परंतु त्यांच्या बोलण्यातलं 'आवा मारू' हे बोटीचं नाव तेवढं तिच्या कानावरून गेलं होतं.

मात्र ते नाव तिच्या स्मृतीला एवढं चिकटून राहिलं होतं, याला दुसरीच एक गोष्ट कारणीभूत ठरली होती...

ज्या दिवशी बाईंनी शाळेत ती गोष्ट सांगितली, त्या दिवशी रात्री जेवताना गप्पा

मारता मारता क्योको आईला, ‘आमच्या इतिहासाच्या बाई आम्हांला एका बोटीची कथा कशी रटाळपणे सांगत होत्या, आणि तिकडे आम्ही सगळ्या मुली कशा आपापले उद्योग करण्यात मग्न होतो,’ याची गंमत सांगू लागली. बोलता बोलता मधेच तिनं आईला, ‘तू ऐकलंयस का ग आवा मारू हे बोटीचं नाव?’ – असं सहजगत्या विचारलं. त्यावेळी तिच्या आईची जी विचित्र प्रतिक्रिया झाली, ती पाहून क्योको दचकलीही आणि संभ्रमातही पडली! एरवी तिची आई तिच्या अभ्यासातल्या, शाळेतल्या प्रत्येक गोष्टीत मनापासून रस घ्यायची. परंतु त्या दिवशी मात्र क्योकोचा प्रश्न ऐकून ती एकदम गप्प झाली. क्षणभर अंतर्मुख होऊन, स्वत:च्या विचारात हरवल्यासारखी ती उठली आणि सरळ खोलीबाहेर निघून गेली. एकही शब्द न बोलता. आजवर तिची आई जेवताना अशी कधीच वागली नव्हती. थोड्या वेळानं ती परत आली आणि तिनं ठरवून आल्यासारखी एकदम दुसऱ्याच कुठल्यातरी विषयावर बोलायला सुरुवात केली. मात्र ती आपल्याकडे पाहायचं टाळत्येय, हे क्योकोच्या लक्षात आल्यावाचून राहिलं नाही. आपली आई नेमकी कशामुळे दुखावली गेल्येय, हेच तिला कळेना. पण ती दुखावली गेली होती, हे मात्र निश्चित. कारण तिचे डोळे रडल्यासारखे दिसत होते! त्यांचं पुढलं जेवणही मग जवळजवळ गप्पपणे, थोड्याशा ताणातच उरकलं; आणि मग रात्री झोपेपर्यंत तो ताण तसाच राहिला.

– कागदांवरचे ‘आवा मारू’ हे शब्द डोळ्यांना भिडताक्षणीच क्योकोच्या डोळ्यांसमोर तो सर्व प्रसंग उभा राहिला.

“तुम्ही ‘आवा मारू’ हे नाव ऐकलंय का?” – हारिमाबाईंच्या शब्दांनी ती तंद्रीतून बाहेर आली.

“हं! ...म्हणजे लहानपणी, शाळेत असताना इतिहासाच्या तासाला हे नाव कधीतरी कानावरून गेल्याचं पुसटसं स्मरतंय मला. पण अगदी प्रामाणिकपणे सांगू का, मला त्याबद्दल काहीही माहिती नाहीये.” – कित्येक दशकांपूर्वी शाळेत ऐकलेल्या त्या शब्दाचा संदर्भ आठवण्याचा प्रयत्न सोडून देऊन क्योको म्हणाली.

“ठीक आहे! आता मी काय सांगते ते ऐका. ...आवा मारू ही एक जपानी बोट होती. महायुद्धाच्या अखेरच्या पर्वात ही दुर्दैवी बोट सिंगापूरहून जपानला जात असताना, चीनच्या किनाऱ्यापासून काही अंतरावर, पॅसिफिक महासागरात बुडाली. तुमच्या हातात जे कागद आहेत, ती त्या बोटीतून जपानला चाललेल्या लोकांची यादी आहे...”

क्योकोचं हृदय वेगानं धडधडू लागलं. शेजारच्या खुर्चीचा आधार घेत ती मटकन खुर्चीवर बसली. तिचं डोकं सैरभैर झालं होतं. मात्र त्याच क्षणी तिला, या नावाचा उल्लेख आपण आणखी कुठे ऐकला होता, तेही आठवू लागलं....

– एकदा शाळेतले त्यांचे शेवटचे पीटीचे तास अचानक काही कारणानं रद्द झाले, आणि ती घरी लवकर आली. दारातूनच तिला दिसलं, की आपल्या आईच्या काही जुन्या मैत्रिणी आल्यात आणि आई त्यांच्याशी गंभीरपणे काहीतरी बोलत्येय. ती क्षणभरच थांबली असेल दारात, पण तेवढ्यात तिच्या कानी जे पडलं, त्यावरून तिला कळलं, की त्या सगळ्याजणी 'आवा मारू' नावाच्या बोटीबद्दल अतिशय तळमळीनं काहीतरी बोलतायत्. ते नाव ऐकताच क्योको ऐटीत पुढे गेली आणि तिनं सगळ्यांना ओरडून सांगितलं, "मलासुद्धा तुमची आवा मारू चांगली माहित्येय, बरं का! आत्ता काही महिन्यांपूर्वीच आमच्या इतिहासाच्या बाईंनी धडा शिकवताना त्या बोटीची गोष्ट सांगितली. ...म्हणजे आमच्या अभ्यासातच आहे ना ती बोट!..."

क्योकोचे ते शब्द कानी पडताच तिची आई गर्रकन मागे वळली. तिचा चेहरा विलक्षण पांढराफटक पडला होता. कठोर स्वरात ती क्योकोला म्हणाली,

"किती वेळ उभी आहेस गं तू इथे? ...आणि मोठ्या माणसांच्या गप्पा अशा चोरून ऐकायच्या असतात का? बरं नाही असं वागणं!"

क्योकोला तोंडावर चपराक मारल्यासारखं झालं! आपल्या ममानं इतक्या मैत्रिणींसमोर आपला नाहक पाणउतारा करावा, ही गोष्ट तिच्या जिव्हारी झोंबली. उलटी पळत ती आपल्या खोलीत शिरली. ...का केला असेल ममानं आपला एवढा अपमान? – बिचारी गोंधळून गेली होती. ओक्साबोक्शी रडत तिनं मनातल्या मनात शपथ घेतली, 'पुन्हा म्हणून त्या अभद्र 'आवा मारू' या शब्दाच्या जवळपाससुद्धा फिरकणार नाही! कारण काय ते ममालाच ठाऊक; पण पाहून ठेवलंय, ते नाव उच्चारलं, की तिचं डोकंच फिरतं! ...अक्षरश: बिथरून जाते ती!'

...आणि आज इतक्या वर्षांनंतर, जपानपासून हजारो मैल दूर, या सिंगापूरमध्ये जपानी संघटनेसारख्या एका सार्वजनिक संस्थेच्या आतल्या दालनात, तोच लहानपणी भाबडेपणे उच्चारलेला वादग्रस्त शब्द पुन्हा आपल्याला अवचित गाठतो? काय म्हणावं या दैवयोगाला!...

परंतु तो दैवयोग आता क्योकोच्या लक्षात येऊ लागला होता!

"ठीक आहे! मला वाटतं, प्रथम मी तुम्हांला आवा मारूविषयी थोडी अधिक माहिती द्यावी." क्योको थोडी सावरलेली दिसताच हारिमाबाई काळजीपूर्वक एक-एक शब्द उच्चारीत पुन्हा बोलू लागल्या, "१९४५ साली, युद्धाच्या अखेरच्या पर्वात सिंगापूरमध्ये येऊन राहिलेल्या जपानी लोकांची अवस्था फार विचित्र झाली होती. जगात महायुद्ध पेटलं होतं; जपानचा पराभव नजरेच्या टप्प्यात आला होता. इथल्या जपानी लोकांना काहीही करून जपानचा पूर्ण पाडाव होण्यापूर्वी ही भूमी सोडून ताबडतोब जपानला पळायचं होतं. त्यांना जेव्हा समजलं, की आवा मारू नावाची एक बोट जपानी लोकांना जपानला घेऊन जाण्यासाठी तिथून येत आहे,

तेव्हा त्या बोटीवर जागा मिळवण्यासाठी त्यांची अक्षरश: झुंबड उडाली. हजारो जपानी कित्येक दिवस रांगा धरून उभे होते!

"परंतु त्यातल्या जेमतेम दोन हजार लोकांचीच निवड होऊ शकली. तरीही ही संख्या बोटीच्या क्षमतेपेक्षा जास्तच होती. मुळात ही बोट एक हॉस्पिटल शिप होती; म्हणजे आपत्कालात वैद्यकीय सेवा पुरवणारं बोटीतलं हॉस्पिटल होतं. आणि या बोटीला जपानला सुरक्षितपणे जाऊ देण्याची हमी देण्यात आलेली होती. त्यामुळे अशा बोटीवर प्रवेश मिळाला, हे त्या निवड झालेल्या लोकांना आपलं परमभाग्यच वाटत होतं!

"२८ मार्च १९४५ या दिवशी दुपारी आवा मारूनं सिंगापूर सोडलं. खूप गाजावाजा झाला त्याचा. परंतु दुर्दैवानं ही बोट जपानला कधीच पोचू शकली नाही. ...अर्ध्यावरच आटोपला तिचा प्रवास! याचं कारण, १ एप्रिल १९४५ या दिवशी, म्हणजे सिंगापूरहून निघाल्यापासून बरोब्बर पाचव्या दिवशी ती भयानक दुर्घटना घडली! ...चीनच्या किनाऱ्यापासून काही अंतरावरून जात असता, एका अमेरिकन पाणबुडीनं बोटीवर टॉर्पेडो, म्हणजे पाण्याखालून जाणारे संहारक तीर डागले आणि बोट उडवली. दोन हजारांहून अधिक निवडक दुर्दैवी लोकांना पोटात घेऊन काही मिनिटांच्या अवधीतच आवा मारूनं महासागराचा तळ गाठला! उद्ध्वस्त होऊन. जवळजवळ सगळ्या माणसांना जलसमाधी मिळाली. अत्यंत यातनामय मृत्यू झाला त्यांचा!...

"आमच्या इतिहासातली ही एक अत्यंत क्रूर आणि दु:खद घटना आहे, असं आम्ही मानतो; परंतु या घटनेला इतिहासात उचित असं आदराचं स्थान नाही लाभू शकलं!..."

भावनातिरेकानं हारिमाबाईंचा चेहरा लालबुंद झाला होता.

क्योको सारे प्राण एकवटून हारिमाबाईंचा शब्दन्‌शब्द ऐकत होती. ...आता तिला आतून जाणवू लागलं, की आपल्या कुटुंबाच्या इतिहासाचे धागे आवा मारूच्या भोवतीनं घडलेल्या घटनांमध्येच घट्ट गुंतलेले आहेत! हारिमाबाई ती दुर्दैवी कहाणी आणखी पुढे सांगत होत्या, परंतु क्योकोचं मन केव्हाच त्यातून बाहेर पडलं होतं. लहानपणच्या विस्मृतीत गाडल्या गेलेल्या काही घटना अवचित जागृत होऊन तिच्या मन:चक्षूंसमोर उभ्या राहिल्या...

— क्योको आणि तिची आई घराच्या पुढच्या अंगाला असलेल्या तातामीच्या खोलीत झोपत असत. दोघींची अंथरुणं शेजारी-शेजारी असायची. थोडी मोठी झाल्यावर क्योकोच्या लक्षात येऊ लागलं, की आपली आई रात्री कधीकधी झोपेत दचकून ओरडते आणि उठून बसते; तर कधी भयंकर स्वप्न वगैरे पडल्यासारखी घाबरून झोपेतच विचित्र आवाजात रडते!

एकदा मध्यरात्री क्योकोला दचकून जाग आली, ती आईच्या विचित्र किंकाळ्यांनी! प्रचंड घाबरून ती झोपेतच अंथरुणावर थाड्थाड् हातपाय आपटत होती. आक्रोश करत रडताना तिच्या तोंडून धड शब्दही फुटत नव्हते. तरीही, "वाचवा! वाचवा!... ...कुणीतरी मदत करा... आम्हांला... खाली नका जाऊ देऊ ऽऽ," – असं काहीतरी तिचं असंबद्ध बरळणं क्योकोच्या कानी पडलं.

घाबरून क्योकोच्या काळजाचं पाणी पाणी झालं होतं!

आणखी एकदा मध्यरात्री क्योकोला अशीच दचकून जाग आली, तेव्हा तिची आई सगळं अंथरूण अंगावर ओढून घेऊन त्याखाली लपल्यासारखी पडली होती. हातपाय पोटाशी घट्ट आवळून घेतलेले. थंडीनं ती प्रचंड थडथडत होती. अर्धवट झोपेत विचित्र हेल काढून असहायपणे रडत ती म्हणत होती, "खूप... खूप थंड आहे! बर्फासारखं आहे... बर्फासारखं.... आता नाही सहन होत मला..."

क्योकोही भेदरून थरथर कापत रडू लागली. तरीही धीर एकवटून ती आईजवळ गेली आणि तिला गदागदा हलवत काकुळतीला येऊन म्हणाली, "ममा...ममा... ऊठ नं! ममा, जागी हो ग, मम्माऽऽ! काय झालं ग तुला?..."

– तशी तिची आई विजेचा झटका बसल्यासारखी भानावर आली. सारं लक्षात येऊन तिनं घाबरलेल्या क्योकोला कुशीत ओढलं, आणि तिला थोपटून शांत करत म्हणाली, "खूप....खूप भयानक स्वप्न पडलं ग बाळा, मला!... ही अशी घाबरवणारी स्वप्नं ना, पडतातच ग कधीकधी माणसाला! चिंता असतात ना त्याच्या मनात.... पण मी झोपेत काही बोलले असेन, तर ते सोडून दे. ...तू ऐकलं नाहीस ना काही? ...झोपेतलं बरळणं ग ते! बाकी काऽऽही नाही."

मोठ्या कष्टानं क्योकोनं त्या आठवणींच्या पकडीतून स्वतःला सोडवून वर्तमानात फरफटत आणलं; कारण आता हारिमाबाई जे सांगत होत्या, त्यातला एक शब्दसुद्धा तिला चुकवायचा नव्हता.

"...या संघटनेचं एक मुख्य काम त्यावेळी असंही होतं, की इथून – म्हणजे सिंगापूरहून जपानला परत जाणाऱ्या लोकांच्या नावांच्या याद्या करणं आणि त्यांच्याविषयीच्या तपशिलांच्या नोंदी ठेवणं. ...कुणी बोटीनं गेले, तर कुणी थायलंडमार्गे आगगाडीनंही गेले. बोटीत जागा न मिळालेल्यांना सिंगापूरमधून बाहेर पडण्याचा आणखी दुसरा कुठला मार्गच उपलब्ध नव्हता. पण त्या सर्वांच्या नोंदी मात्र संघटनेनं अगदी काटेकोरपणे ठेवलेल्या आहेत. युद्धानंतर प्रत्येक जपानी माणसाच्या बाबतीत योग्य तो खुलासा करण्याचा हा महत्त्वाचा उपाय होता. १९४५ मध्ये सिंगापूरहून निघालेल्या आवा मारू या बोटीवर चढलेल्या प्रवाशांच्या नावांची यादी, हा त्याच जबाबदारीचा एक भाग आहे."

हारिमाबाईंनी आपल्या बोलण्याला पूर्णविराम दिल्यासारखा एक दीर्घ श्वास

घेतला आणि त्या क्योकोकडे प्रश्नार्थक मुद्रेनं पाहू लागल्या.

त्याच वेळी आत कुठेतरी घंटा वाजू लागली. ती वाजतच राहिली, तशा हारिमाबाई घाईघाईनं उठल्या.

"...मला वाटतं, मला आत बोलावलंय. आत जपानी संघटनेच्या विश्वस्तांची सभा चालू आहे. माफ करा, पण मला आता तिथे जायलाच हवं. ...ही यादी आहे ना, ती केवळ मूळ यादीची प्रत आहे. त्यामुळे तुम्ही ही तुमच्यापाशी ठेवू शकता. ...आता मात्र मला मनापासून वाटतंय, की तुम्ही ज्याचा शोध घेताय, ते सारं तुम्हांला नक्की मिळेल. माझ्या शुभेच्छा आहेत तुम्हांला!..."

क्योको त्यांचे मनापासून आभार मानणार होती; परंतु त्यापूर्वीच ती वृद्ध स्त्री झपाझप चालत त्या दालनाचं झुलतं दार ढकलून आत निघून गेली. क्योको त्या झुलणाऱ्या दाराकडे पाहात काही क्षण गोंधळल्यासारखी उभीच राहिली.

आता क्योको तिथे एकटीच होती. ...ती आणि तिच्या हातातली ती आवा मारूवरच्या माणसांच्या नावांची यादी. त्या यादीवरून हळुवारपणे हात फिरवत असता एकाएकी क्योकोच्या मनात, आपण आयुष्यात खूप काहीतरी मोलाचं गमावून बसलोय, अशी एक तीव्र कळ उठली आणि तिचा कंठ दाटून आला.

क्योको जड पावलांनी तिथून बाहेर पडली. त्या इमारतीलगत असलेल्या छोट्याशा बागेत तिला एक लाकडी बाक दिसला. ती त्या बाकावर जाऊन बसली. तिला ती यादी पुन्हा एकवार बारकाईनं पाहायची होती. एकूण दोन हजार पंचेचाळीस प्रवाशांच्या नावांची लांबलचक यादी होती ती. परंतु सुदैवानं काही मिनिटांतच तिला हवी असणारी नावं सापडली. शेवटून तिसऱ्या पानावर साधारण तळाशी होती त्या सहा लोकांची नावं. एकापाठोपाठ एक सलगपणे. तिच्या ममानं मृत्युशय्येवर असताना तिच्या हाती सोपवलेल्या अगम्य रहस्याचे खरे महत्त्वाचे धागे याच तर सहा व्यक्तींमध्ये दडलेले होते! ...तिला बेचैन करणाऱ्या कोड्याचे कळीचे तुकडे!

सारे प्राण डोळ्यांत एकवटून क्योको वाचू लागली – चिएको तानाका आणि मोरी तानाका या नावांपुढे क्रमाने, एक हजार पाचशे पंचावन्न आणि एक हजार पाचशे छप्पन्न असे क्रमांक घातलेले होते; आणि त्यांच्यानंतर ती नावं होती... शिगे सावादा आणि मासाको सावादा. या दोन नावांच्या नंतर आणखी दोन नावं होती – हिरो सावादा आणि क्योको सावादा. या दोन्ही नावांपुढे कंसात 'मुले' असा शब्द होता.

काही क्षण क्योको त्या यादीतल्या नावांकडे एकटक पाहात होती. डोळ्यांना जे दिसत होतं, त्याचा ती अर्थ लावण्याचा प्रयत्न करत होती. एखाद्या निष्काळजी डॉक्टरनं शस्त्रक्रिया करताना एका माणसाचे अवयव दुसऱ्याच्या धडाला लावावेत, तसं सगळं काहीतरी पराकोटीचं विसंगत वाटत होतं तिला! ...या यादीतली क्योको

सावादा आपणच आहोत का? आणि तसंच जर असेल, तर आपण सावादा का? तानाका का नाही? ...आयुष्यभर आपण क्योको तानाका का झालो? आपली नोंद 'शिगे आणि मासाको सावादा यांचं अपत्य' अशी का? 'मोरी आणि चिएको तानाका यांचं अपत्य' अशी का नाही? ...आणि हा हिरो सावादा – ज्याचा उल्लेख मेइलिंगनं आपला भाऊ म्हणून केला, तो हाच का? ...हे सारं खरं मानायचं, की कुठल्यातरी धांदरट कारकून बाईनं निष्काळजीपणानं आपल्या माथ्यावर मारलेला हा चुकीचा शिक्का आहे? सहज शक्य आहे, हेही! त्या बाईला या गोष्टीचं मोल वाटण्याचं काय कारण?

...पण मग तिच्या डोळ्यांसमोर मेइलिंग आणि नोरिकोबाई या दोघींचे चेहरे उभे राहिले. त्यांनी तर ठामपणे, अगदी निर्वाळा देऊन सांगितलं होतं,

– 'चिएको आणि मोरी तानाका या दांपत्याला मूल नव्हतं.'

– 'चिएको आणि मोरी तानाका बोटीवर चढले, तेव्हा त्यांच्यापाशी एकही मूल नव्हतं, अशी स्पष्ट नोंद आहे आमच्याकडे....'

– 'तू जे जोडपं दाखवत्येस ना, ते तुझे आईवडील नाहीयेत. हे जे दुसरं जोडपं दिसतंय, ते तुझे खरे आईवडील आहेत. मी पाह्यलंय ना प्रत्यक्ष डोळ्यांनी या लोकांना!'

— या दोघीजणी तर कुणी निष्काळजी कारकून नाहीत ना? जिवंत साक्षीदार आहेत या आपल्या पूर्वायुष्याच्या! याचा अर्थ, त्यांनी सांगितलं ते निश्चितपणे सत्य आहे! आपण लाख प्रार्थना केल्या असतील मनात, की ही कुणाची तरी चूक म्हणून सिद्ध होऊ देत. पण अखेर सारं फोल ठरलं! कितीही तगमग करणारं असलं आपल्या मनाची, तरी निखळ सत्य हेच आहे!

क्योकोचं मन दु:खानं कळवळू लागलं. ...का? माझ्याच आयुष्यात का हा असा सत्यापलाप? किती निर्दय आहे हा चकवा! आजवर ज्या गोष्टींची कल्पनाही केली नव्हती, नव्हे, जे आत्तापर्यंत अस्तित्वातही नव्हतं आपल्या दृष्टीनं, ते सारं – पार अपरिचित बेदरकारपणे घुसलं आपल्या आयुष्यात, आणि मोलाचं स्थान पटकावून बसलं; आणि ज्याच्या खरेपणाची आजवर कधी मनात शंकाही नव्हती, तो सारा भ्रम ठरला!...

...ठीक आहे! जे सत्य म्हणून निर्विवाद सिद्ध झालंय, ते स्वीकारण्यावाचून आता गत्यंतर नाही! – क्योकोनं स्वत:च्याच मनाला समजावलं. ...जर शिगे आणि मासाको सावादा हेच आपले खरे जन्मदाते असतील, तर आपल्याला ही गोष्ट इथेच सोडून देता येणार नाही. आपल्या या आईवडलांचं आणि भावाचं नेमकं काय झालंय, हे शोधून काढल्याशिवाय आता आपलं पाऊल इथून निघणं शक्य नाही!

त्याच क्षणी, क्योकोला मागच्या बाजूला रेतीच्या रस्त्यावर कुणाच्या तरी

पावलांची चाहूल लागली. तिनं चटकन मागे वळून पाहिलं. मागे जेमतेम दोन हातांच्या अंतरावर मेइलिंग उभी होती. तिच्याकडे एकटक पाहात. मेइलिंगच्या डोळ्यांतले काळजीचे ढग पाहून क्योकोला दु:ख अनावर झालं.

"मेइलिंग! पार दुभंगून गेल्येय ग मी!.." तिला पुढे बोलवेना. उठून मेइलिंगकडे जात ती असहायपणे रडू लागली.

मेइलिंगचं अंत:करण हेलावलं.

क्योकोचे हात घट्ट धरून तिला थोपटत मेइलिंग म्हणाली, "माझा अंदाज होताच, तू इथे असशील म्हणून! तू खूप अस्वस्थ झालेली असशील, हेही माहीत होतं मला. ...उद्या तू जपानला जाण्यापूर्वी मला तुला आणखी एकदा भेटायचंच होतं." बोलता बोलता भावविवश होऊन ती क्षणभर थांबली आणि पुढे म्हणाली, "क्योको, आणखीही बऱ्याच गोष्टी आहेत गं, ज्या मी तुला काल नाही सांगू शकले. पण नंतर मला अगदी तीव्रतेनं वाटलं, की नाही... त्या तुला सांगायलाच हव्यात!"

"...तर मग इथेच बोलूया का आपण? हॉटेलपेक्षा इथेच अधिक मोकळेपणानं बोलू शकू आपण." डोळ्यांतले अश्रू पुसत क्योको म्हणाली.

मेइलिंगनं तिला आधार दिला आणि दोघीजणी बाकावर येऊन बसल्या.

मेइलिंग आपल्याला भेटायला आली, याचा क्योकोला खूप आनंद झाला होता. तिला एक गोष्ट कळून चुकली होती, की आज या जगात, क्योको सावादाचं पूर्वायुष्य – बालपण प्रत्यक्ष पाहिलेली अशी मेइलिंग ही एकमेव व्यक्ती अस्तित्वात आहे; त्यामुळे आपल्याला जे बालपण स्मरतंय तो भ्रम नाहीये, ते सत्य आहे, याचा निर्वाळा केवळ मेइलिंगच देऊ शकेल. खेरीज, ज्या रहस्याच्या मागे आपण धडपडत इथवर आलोय, ते रहस्यही केवळ मेइलिंगच उलगडू शकेल!

"तू आवा मारूविषयी माहिती मिळवायला इथे आलीस, होय ना?" क्योकोच्या मनातल्या सर्व विचारांना छेद देत मेइलिंग थेट मुद्द्याला भिडली, "आता तुला सगळं सांगते माझ्या मनातलं.

"....तुला माहित्येय, माझ्या वडलांनी आपल्या आयुष्यात जपानी समाजासाठी इतकी वर्षं काम केलं, की कधीकधी ते स्वत:ला चिनीपेक्षाही जपानी जास्त समजायचे. मैत्रीला जागणारं, दुसऱ्याची काळजी घेणारं आणि अतिशय संवेदनशील असं व्यक्तिमत्त्व होतं त्यांचं. त्यामुळे तुझ्या खऱ्या आईवडलांशी, म्हणजे सावादांशी परिचय झाल्यानंतर अल्पावधीतच त्यांची अगदी घनिष्ठ मैत्री जुळली. खूप जिव्हाळ्याचे संबंध होते त्यांचे तुमच्या कुटुंबाशी; आणि नंतर तुझ्या दुसऱ्या आईवडलांशी – तानाकांशीही त्यांची मैत्री झाली.

"जपाननं युद्धात हा प्रदेश जिंकून सत्तेखाली आणला असतानाच्या काळात

जपान्यांसाठी काम करीत राहाणं, ही गोष्ट आम्हांला किती जड गेली असेल, याची आता तू कल्पना करू शकशील. आमच्या स्वत:च्या समाजात आम्ही पुरे देशद्रोही ठरलो होतो. अर्थात, यातलं काहीच खरं नव्हतं. माझे वडील जपानी समाजासाठी सुतारकाम करीत राहिले, याचं साधं कारण म्हणजे, युद्धाच्या आधीपासूनच ते तेच – फक्त त्याच प्रकारचं काम करत होते. त्यांनी त्याव्यतिरिक्त दुसरं काही कधी केलंच नव्हतं. त्यापेक्षा वेगळं जगणं ठाऊकच नव्हतं त्यांना. पुढे तुमच्या कुटुंबाशी परिचय झाल्यानंतर त्यांनी, विशेषत: तुझ्या आईकडून जपानी शैलीतले खूप बारकावे शिकून घेतले; आणि मग तर ते त्यात अगदी तरबेज झाले! जपानी शैलीची घराची अंतर्गत सजावट आणि लाकडी फर्निचर हेच त्यांचं क्षेत्र झालं.

"माझ्या वडलांना जेव्हा तुझ्या वडलांकडून, म्हणजे सावादांकडून कळलं, की तुमची ही दोन्ही कुटुंबं आणि इथला अर्ध्याहून अधिक जपानी समाज – तुम्ही सगळे आवा मारू नावाच्या बोटीनं जपानला चाललाय, तेव्हा त्यांना खूप समाधान वाटलं; कारण जपानला जाण्याची तुम्हां लोकांची तळमळ ते पाहात होते. ...पण आमच्या दृष्टीनं म्हणशील, तर या अनपेक्षित कलाटणीनं ते आतून पार ढासळल्यासारखे झाले होते. याचं कारण, तुमच्या जाण्याचा दुसरा अर्थ असा होता, की आम्ही – म्हणजे मी आणि माझे वडील – पार उद्ध्वस्त होणार होतो! तुम्ही लोक इथून गेल्यानंतर, जपानी समाजाचा आश्रय आणि संरक्षण नसताना, तुमच्यासाठी काम करणारे आम्ही उघड्यावरच पडणार होतो नं? कोण असणार होता आमचा वाली? आमचा समाज तर कायमच आम्हांला 'जपान्यांचे लाचार कुत्रे' म्हणून हिणवायचा! त्यामुळे तुम्ही इथनं गेल्यानंतरसुद्धा त्यांना आमच्याशी संबंध ठेवण्याची बिलकूल इच्छा असणार नाही, हे माझ्या वडलांना अगदी स्पष्ट कळून चुकलं होतं!"

– आत्ता, इतक्या वर्षांनंतरसुद्धा हे सारं बोलताना मेइलिंगच्या मनावर खूप ताण येत असल्याचं क्योकोला स्पष्ट जाणवत होतं. क्षणभर थांबून मेइलिंगनं एक दीर्घ श्वास घेतला आणि ती पुन्हा बोलू लागली,

"ते मला नेहमी सांगायचे, की तुझ्या आईवडलांच्या मनात आम्हां दोघांनासुद्धा त्यांच्याबरोबर जपानला नेण्याची खूप इच्छा होती. त्यांनी तसा प्रयत्नही केला; पण त्यांना ते नाही शक्य झालं. ...आणि बरोबरच होतं नं ते! जिथे जपानला पळू पाहणाऱ्या खुद्द सर्व जपानी लोकांनाही त्या बोटीवर जागा नाही मिळू शकली, तिथे जपानी नसलेल्या आमच्यासारख्या इथल्या माणसांना घेऊन ते त्यांच्या वाटच्या जागा कशा फुकट घालवतील?"

— त्या क्लेशदायक आठवणींचं प्रतिबिंब मेइलिंगच्या चेहऱ्यावर स्पष्ट उमटलं होतं. काही क्षण ती त्या आठवणींमध्ये हरवून गेली. परंतु अचानक तिचे डोळे चमकले, आणि क्योकोच्या हातावरची तिच्या बोटांची पकड घट्ट झाली. ती म्हणाली,

"...मी तेव्हा लहान होते, तरी मला तो दिवस अगदी स्पष्ट आठवतोय. आवा मारू सिंगापूरला आली, तेव्हा तुझ्या आईवडलांनी – म्हणजे सावादांनी आपल्या सगळ्यांना केप्पेल बंदरावर नेलं होतं; बोट आत बंदरात येताना कशी दिसते, ते दाखवायला. आपण तिघंही अगदी टिंगूमिंगू होतो गं तेव्हा. तिथे माणसांची हीऽऽ गर्दी! त्यातनं समोरचं काय दिसणार आपल्याला? परंतु तुझ्या वडलांनी आपल्या तिघांनाही आळीपाळीनं खांद्यावर घेतलं. मोठ्या अहमहमिकेनं त्यांच्या खांद्यावर चढून बसत होतो आपण. तिथून मग सगळं दृश्य अगदी छान बघता आलं आपल्याला. मला आठवतंय, इतकी अवाढव्य बोट एवढ्या जवळून बघताना छाती अगदी दडपून गेली होती आपली! पण तरीही खूप उत्तेजित होऊन आपण तिघंही अगदी मोठमोठ्यानं ओरडत होतो.

"परंतु माझे वडील मात्र आपल्याबरोबर आले नव्हते. कसे येणार? त्या बोटीबद्दल त्यांच्या मनात प्रचंड धास्ती निर्माण झाली होती! जी बोट आपल्या जगण्याचा एकमेव आधार असलेल्या माणसांना घेऊन जायला आल्येय, जी त्यांच्याबरोबर आपल्या जगण्यातला सगळा आनंद घेऊन जाणार आहे, ती बोट ते कसे बघू शकले असते? ..तुम्ही लोक गेल्यानंतर इथे राहून अनिश्चित भविष्याला तोंड कसं द्यायचं, या आणि अशाच विचारांनी त्यांना वेड लागायची पाळी आली होती!

"अखेर, तुमच्या जाण्याचा दिवस येऊन ठेपलाच. मी त्यावेळी जरी लहान होते, तरी मला एवढं निश्चित समजत होतं, की त्या दिवशी माझे वडील अतिशय निराश आणि खचल्यासारखे झाले होते. खूप दु:ख झालं होतं त्यांना. पण आपण मात्र खरंच वेडे होतो गं! प्रचंड उत्साह संचारला होता आपल्या तिघांच्या अंगात. तुला आणि हिरोला तर कधी एकदा त्या अवाढव्य बोटीत चढतो, असं झालं होतं. मला काही तुमच्याबरोबर बोटीत चढायला मिळणार नव्हतं; तरीदेखील तुमचं एवढं मोठ्ठं साहस आपण जवळून बघणार, यानंच मी हुरळून गेले होते. आवा मारू धक्क्यापाशी उभी होती, तोवर हा आनंद टिकला. परंतु बोट धक्क्यापासून दूर गेली, तशी मी भानावर आले; आणि मला वस्तुस्थितीची जाणीव झाली, की आपले सोबती आपल्याला सोडून निघून गेलेले आहेत! पण तरीही, कायमचं दुरावणं म्हणजे नेमकं काय, हे कळण्याइतके मोठे नव्हतो आपण. माझ्या मनात तर तिळमात्रही शंका नव्हती. मला असंच वाटत होतं, की तुम्ही सगळेजण थोड्या दिवसांसाठीच जपानला चाललाय आणि नंतर पुन्हा तुम्ही इथेच, आपल्या घरी येणार! तू परत आल्यानंतर या साहसी सफरीच्या गमतीजमती सांगशील, म्हणून मी उलट तुझी वाट पाहाणार होते...

"तुझी आणि हिरोची माझ्या मनातली शेवटची आठवण म्हणजे, तुमची आवा मारू समुद्रात दूर दूर जात असता, बोटीच्या डेकवर तुमचे दोघांचे हळूहळू दोन

छोटे रंगीत ठिपके झाले; आणि ते ठिपके उड्या मारत होते. मी एकटक तुमच्याकडे पाहात होते. पण मग हळूहळू ते ठिपके आणि पाठोपाठ तुमची बोटही दिसेनाशी झाली. जड अंत:करणानं आम्ही दोघे घरी आलो. माझ्या वडलांचा चेहरा पार उतरला होता. रात्री त्यांनी तत्परतेनं रेडिओ लावला आणि रेडिओपाशी बसून ते जपानी समाजाच्या बातम्या ऐकू लागले. बातम्यांतही सांगितलं, की आवा मारू या बोटीनं सिंगापूर सोडलंय आणि आता ती जपानच्या रोखानं निघाल्येय. या बोटीच्या प्रवासातली प्रत्येक गोष्ट निर्धारित वेळेनुसार होत्येय, हे ऐकून त्यांनी समाधानाचा नि:श्वास टाकला होता. बोटीच्या प्रवासासंबंधीच्या ताज्या बातम्या ऐकण्यासाठी माझे वडील रोज रेडिओजवळ जाऊन बसायचे. ते तो रेडिओ लावूनच ठेवायचे. बातम्यांमधलं आवा मारूसंबंधीचं एकही वाक्य चुकू नये, यासाठी त्यांची केवढी धडपड असायची!''

क्षणभर थांबून मेइलिंगनं क्योकोचा हात घट्ट धरला आणि ती पुढे म्हणाली,

''तुम्ही गेलात, त्याला चारपाच दिवस झाले असतील. त्या दिवशी सकाळी मी लवकर उठले होते, कारण आमच्या शाळेत क्रीडामहोत्सव होता. माझं उंच उडीतलं कौशल्य सर्वांना दाखवायला मी अगदी आतुर झाले होते. घाईघाईनं सारं आवरून मी धावत खाली जेवणाच्या खोलीत नाश्त्यासाठी आले. पटकन थोडं खाऊन पळणार होते मी; पण खाली गेल्यावर मला वेगळंच दृश्य दिसलं!... माझे वडील खुर्चीवर, धप्कन कोसळले असावेत, असे काहीतरी वेडेवाकडे बसले होते आणि तोंड दाबून रडत होते! घळाघळा अश्रू ओघळत होते त्यांच्या डोळ्यांतून. तुला सांगते क्योको, माझ्या आयुष्यात मी पहिल्यांदा आणि एकदाच माझ्या वडलांच्या डोळ्यांत अश्रू पाहिले. माझा माझ्या डोळ्यांवर विश्वास बसेना! कारण वडीलच आम्हांला नेहमी शिकवायचे, की मन खंबीर ठेवा, कणखर राहा; आपल्या दु:खाचं, आपल्यातल्या न्यूनांचं प्रदर्शन कधीही कुणापुढे करू नका. ...आणि असे माझे वडील स्वत:च घळाघळा रडत होते!

''मी भयंकर घाबरले. धावत त्यांच्यापाशी गेले आणि मोठ्यानं रडत, ओरडत विचारलं, 'पपा, पप्पा! काय झालं? ...काय झालं?' – त्यांनी वळून माझ्याकडे पाहिलं आणि अनावर दु:खानं ते आपली मान इतक्या जोरजोरात हलवायला लागले, की त्यांचं डोकं मोडून पडतंय की काय, या भीतीनं मी किंचाळत सुटले!

''ते आपल्या कपाळावर हात मारून घेत होते. थोड्या वेळानं त्यांनी माझ्याकडे पाहिलं... 'नाही, नाही बेटा! तू आता यापुढे तुझ्या दोस्तांना – हिरोला आणि ताइयोचानला पुन्हा कधीही पाहू शकणार नाहीस...' दाटलेल्या गळ्यानं ते जेमतेम एवढंच बोलू शकले.

'' 'का पण?... असं का बोलताय तुम्ही?...' मी त्यांना गदागदा हलवत

ओरडून विचारलं, 'ते तर जपानला गेलेत आणि थोड्याच दिवसांनी परत येणारेत ते. त्यांनी मला वचनच दिलंय तसं! ...आणि तुम्ही असं का सांगताय? ....सावादा अंकल-आंटी, तानाका अंकल-आंटी, सगळ्यांनी वचन देऊन सांगितलंय मला, की थोडे दिवस जपानला राहून ते लग्गेच परत येणारेत.'

"परंतु माझे वडील पुन्हा पुन्हा दु:खानं मान हलवत होते. मात्र त्यांनी तोंडातून ब्रसुद्धा काढला नाही!...

"पुढे दिवसांमागून दिवस सरले, वर्षं उलटली. आयुष्य आपलं आपल्या गतीनं पुढे जातच होतं. परंतु मी मात्र बालपणीच्या माझ्या दोन जिवलगांना – हिरो आणि क्योकोला, जिला आम्ही ताइयोचान म्हणायचो – कधीच विसरू शकले नाही. त्यांच्या आठवणी सदैव माझ्या मनात जागृत असायच्या. त्यात आणखी एक महत्त्वाची गोष्ट अशी घडली, की युद्ध संपल्यानंतर आम्ही तुमच्या घरातच राहायला गेलो. इथल्या जपानी लोकांनी तुमचं हे घर माझ्या वडलांना भेट म्हणून दिलं होतं. तुमच्या घरात राहायला गेल्यानंतर तर काय, माझा क्षण नि क्षण तुमच्या आठवणीत चिंब भिजलेला असायचा! एका दृष्टीनं तुमच्या घरात राहण्याचा मला आनंदच होता; कारण आता मी विसरते म्हटलं तरी तुम्हांला विसरू शकत नव्हते! माझं उरलेलं सारं बालपण, ज्या घरात, घराच्या अवतीभवती आपण खेळलो-बागडलो, त्या आठवणींमध्ये सरलं. ...तुला आठवतंय का गं, बागेतल्या त्या छोट्याशा लाल झोपाळ्यावर आपण किती मोठमोठ्यानं आरडाओरडा करत हसायचो-खिदळायचो, उंच उंच झोके घ्यायचो! आणि त्या झोक्यावरून आपल्या तिघांत कधीकधी भांडणंही किती व्हायची!... मी ते सारं आठवत बसायची...

"मी साधारण तेरा वर्षांची असताना, अचानक एके दिवशी मला ते कार्ड सापडलं. तुम्ही इथून गेलात ना, त्यावेळी तू ते खास माझ्यासाठी बनवून मला भेट म्हणून दिलं होतंस. त्यावर एका बोटीचं चित्र काढलं होतंस तू. मोठ्ठी बोट आणि त्याच्या डेकवर नाचणारी तीन लहान मुलं. ते चित्र बघता बघता मला आठवलं, की वडील म्हणाले होते, 'ताइयोचान आणि हिरो तुला पुन्हा कधीही दिसू शकणार नाहीत...' परंतु का, ते त्यांनी मला कधीच सांगितलं नव्हतं. त्या दिवशी मला त्याचं उत्तर हवंच होतं!

"मी धावत वडलांकडे गेले. मी त्यांना स्पष्टच विचारलं, की हिरो आणि ताइयोचान मला पुन्हा कधीही दिसू शकणार नाहीत, असं जे तुम्ही म्हणाला होतात, त्याचा अर्थ काय?... मला वाटलं होतं, की ते सांगायची टाळाटाळ करतील. कमीत कमी 'नंतर सांगेन' तरी म्हणतील. पण आश्चर्याची गोष्ट म्हणजे, त्यांनी अगदी ताबडतोब मला ती दुर्दैवी घटना सांगून टाकली. त्यावेळी पहिल्यांदा मला आवा मारूच्या बाबतीत नेमकं काय घडलं ते कळलं. मग मला उलगडा झाला,

की त्या दिवशी स्वयंपाकघरात आपले वडील का कोसळले होते ते! ...का तोंड दाबून रडत होते! ...त्या गोष्टीला बरीच वर्षं लोटली होती, तरीदेखील त्या दिवशी मला ती दुर्घटना सांगताना त्यांचे डोळे भरून आले होते. दाटल्या गळ्यानं, आवंढे गिळत गिळत त्यांनी मला सांगितलं, की आवा मारूला सुरक्षित प्रवासाची हमी मिळालेली असूनही अमेरिकन पाणबुडीनं बोटीवर अत्यंत संहारक पाणतीर डागले आणि बोट उद्ध्वस्त करून बुडवली! सिंगापूर सोडल्यापासून पाचच दिवसांनी घडली ती घटना. अगदी हाताच्या बोटांवर मोजण्याइतकी माणसं वाचली असतील. बाकी सर्वजण त्या भयाण रात्री पॅसिफिक महासागराच्या उदरात गडप झाले!

"हे ऐकून मी तर ओक्साबोक्शी रडू लागले. त्या दिवशी मला कळून चुकलं, की माझ्या मनात जी एक संदिग्धशी आशा उरली होती, की आज ना उद्या, कधी ना कधीतरी तर तू आणि हिरो जपानहून इथे यालच, तिचा आता चक्काचूर झालाय! वडील म्हणत होते ते बरोबरच होतं. तुम्ही मला पुन्हा कधीही दिसणार नव्हतात. खूप खूप रडले मी त्या दिवशी!

"पुढे वर्षांमागून वर्षं उलटली. मीही मोठी झाले. मला वाटत होतं, की काळाच्या ओघात माझ्या मनातल्या तुमच्या स्मृती हळूहळू पुसट होत जातील. दु:ख थोडं कमी होईल. पण नाही!... तसं नाही घडलं! उलट मी झपाटल्यासारखी त्या आवा मारूच्या मागे लागले. मनात सतत तोच विचार. त्या बोटीच्या बाबतीत काय घडलं, ती नेमकी कशी बुडाली, कुठे बुडाली, यासंबंधी जी जी माहिती मिळेल, ती ती मी वेड्यासारखी वाचायची! ...आणि हे सगळं कशासाठी, तर केवळ माझ्या हरवलेल्या सोबत्यांचं काय झालं असेल, ते समजून घेण्यासाठी!..."

– मेइलिंगचा गळा दाटून आला. तिच्या डोळ्यांतून अश्रू वाहू लागले. क्योको तिच्या हातांवरून हळुवारपणे हात फिरवत होती.

मेइलिंगनं डोळे पुसले. सद्गदित स्वरात ती म्हणाली,

"माफ कर, क्योको! ...काल मी तुझ्याशी खोटं बोलले. आवा मारूच्या बाबतीत काय घडलं, ते मला बिलकूल ठाऊक नाही, असं सांगितलं मी तुला. पण अगदी खरं सांगू, तुझा माझ्या सांगण्यावर विश्वास बसेलच, याची मला खात्री नव्हती. त्यामुळे मी विचार केला, की ही गोष्ट तुला जपानी संघटनेकडून कळली, तर अधिक बरं! म्हणजे मग तुझ्या मनात किमान त्या घटनेच्या खरेपणाविषयी काही संदेह तरी उरणार नाही!

"कल्पना कर ग, आपल्या घराच्या मागे राहणाऱ्या दोन बायकांनी जेव्हा मला सांगितलं, की एक जपानी स्त्री माझा शोध घेत्येय, आणि तिच्याकडे पूर्वी इथे राहणाऱ्या दोन कुटुंबांचा खूप जुना फोटो आहे, तेव्हा मला केवढा मोठा धक्का बसला असेल!... तरीदेखील ती तू असशील, अशी पुसटशीही शंका माझ्या मनात

आली नाही! मी जास्तीत जास्त, म्हणजे काय विचार केला माहित्येय, युद्धकाळात सिंगापूरमध्ये राहणाऱ्या एखाद्या कुटुंबाची कुणीतरी नातेवाईक असेल जपानला राहणारी, आणि आता तिला त्या कुटुंबांबद्दल काहीतरी माहिती हवी असेल! पण झालं असं, की तू मला भेटायला आलीस नं, त्याच्या आदल्या दिवशी संध्याकाळी, आपल्या जपानी संघटनेतल्या हारिमामॅडम अचानकच मला सुपरमार्केटमध्ये भेटल्या. त्यांनी मला सांगितलं, की जपानहून एक स्त्री काही गोष्टींच्या शोधात इथे आल्येय. युद्धकाळात तिचं कुटुंब इथे सिंगापूरमध्ये राहात होतं म्हणे! ...त्यांनी जेव्हा त्या स्त्रीचं नाव क्योको तानाका असल्याचं सांगितलं, त्या क्षणी, तुला सांगते क्योको, माझ्या काळजाचा ठोका चुकला!... ती 'तूच' तर नसशील ना, असा एक वेडा विचार माझ्या मनात चमकून गेला! तुला सांगते, मी अक्षरशः रात्रभर वेड्यासारखी याच एका गोष्टीचा विचार करत बसले होते. वेगवेगळ्या शक्यतांचा विचार केला मी... पण शेवटी मी असा निष्कर्ष काढला, की ही गोष्ट तर अशक्य कोटीतली आहे! हा सगळा निव्वळ आपल्या कल्पनेचा खेळ आहे! हारिमामॅडम म्हणतायत् ती क्योको तानाका म्हणजे कदाचित त्या तानाका कुटुंबाच्या नात्यातली कुणीतरी स्त्री असणार. फक्त नाव तेच आहे! ...आणि मुख्य म्हणजे आपल्या क्योकोचं नाव क्योको सावादा होतं; ही तर तानाका आहे!''

बोलता बोलता मेइलिंगचा चेहरा कसनुसा झाला. ती म्हणाली,

''तू मला पुन्हा भेटू शकशील, ही तर कल्पनासुद्धा माझ्या मनाला कधी शिवली नव्हती! याचं कारण, आवा मारूवरची जी थोडीफार माणसं वाचली असं म्हटलं जात होतं, त्यात तुमच्यापैकी कुणी असू शकेल, असं आमच्या मनातही कधी आलं नव्हतं!... असं का, कोण जाणे! कारण काहीही असेल, पण नाही आलं आमच्या मनात, एवढं खरं!

''परंतु जेव्हा मी तुला रस्त्यावरून आपल्या जुन्या घराच्या दिशेनं चालत येताना पाहिलं ना, तेव्हा मी अक्षरशः हादरले!... कारण... तुझी चालण्याची लकब मला कुठेतरी गाढ परिचयाची वाटली. ...आणि जेव्हा तू जवळ आलीस आणि तुझा चेहरा दिसला, तेव्हा... काय सांगू क्योको तुला, माझं हृदय धडधडायला लागलं! भूतकाळातल्या साऱ्या स्मृती, एखादा धबधबा कोसळावा, तशा माझ्या मनात उतरल्या. आणि मला आतून जाणवलं – कसं ते विचारू नकोस, पण जाणवलं, की ती तूच आहेस!.. माझी जिवलग मैत्रीण... क्योको!!''

भूतकाळाच्या उदरात दडलेल्या त्यांच्या एकत्रपणाच्या जाग्या झालेल्या स्मृतींनी दोघींचीही मनं ओथंबून आली!... सारे अडसर गळून पडले आणि दोघी मैत्रिणींनी एकमेकींना घट्ट मिठी मारली. जणू मधली सगळी वर्षं विरून गेली होती!...

१५

वसंतऋतूतली ती सकाळ फार आल्हाददायक होती. आज वातावरणातही एक आगळंच चैतन्य जाणवत होतं. मायुमीला वाटलं, आज आपली आई आपल्याला आसाकुसामधल्या बागेत घेऊन चालल्येय. वसंतऋतूत त्या बागेतला चेरीच्या गुलाबी छटांच्या शुभ्रसफेत फुलांचा बहर पाहाणं, हा मोठा विलोभनीय अनुभव असे. सारे लोक ते सौंदर्य पाहण्यासाठी तिथे लोटत. मायुमीची आईही दरवर्षी तिला त्या प्रसिद्ध बागेत घेऊन जाई. त्यामुळेच, त्या दोघीजणी शिबा कोएनपर्यंत – शिबा पार्कपर्यंत गेल्यावर, क्योकोनं जेव्हा झोजोजी मंदिराच्या दिशेनं झपाझप चालायला सुरुवात केली, तेव्हा मायुमीला आश्चर्य वाटलं आणि ती मनातून खट्टूही झाली.

"मम्मा, अगं आपण मंदिराकडे का निघालोय?" – तिनं आईला विचारलं. अठरा वर्षांच्या मायुमीला मंदिरामध्ये जाण्यात काही विशेष स्वारस्य राहिलं नव्हतं. आणि खासकरून आज तर तिला मनातून सुमिदा नदीकाठच्या चेरीच्या बहराच्या धमाल वातावरणात जायचं होतं.

मायुमी यापूर्वी फक्त एकदाच - तीही लहानपणी या झोजोजी मंदिरात आलेली होती. मात्र, आज तिचं मन चेरीच्या बागेत जाण्यासाठी कितीही आतुर झालेलं असलं, तरी मंदिराच्या भव्य प्रवेशद्वाराकडे मान उंचावून पाहण्याचा मोह ती आवरू शकली नाही. लाल रंगाचं ते आकर्षक प्रवेशद्वार पाहून तिच्या मनात त्या वास्तूविषयी काहीसा दरारायुक्त आदर निर्माण झाला.

"...तसं हे स्थळ अगदीही दुर्लक्ष करण्यासारखं खास नाहीये म्हणा!" आईच्या मागोमाग मंदिराच्या प्रांगणातून जात असता ती मनातल्या मनात काहीशा नाखुशीनं पुटपुटली.

मंदिराकडे जाणाऱ्या मार्गावर दोन्ही बाजूंना लहान मुलांच्या दगडी मूर्तींच्या रांगा होत्या. प्रत्येक मूर्तीच्या डोक्यावर लाल रंगाची विणलेली टोपी आणि गळ्यात तसलंच एक लाळेरं घातलेलं होतं. मायुमी स्तंभित होऊन त्या ओळीनं मांडलेल्या मूर्तींकडे पाहातच बसली.

क्योकोनं तिच्या खांद्यावर थोपटलं आणि म्हणाली, "मायुमी, विचित्र वाटतंय ना तुला हे सारं पाहून! पण ज्या आईवडलांची मुलं गर्भावस्थेतच गेली किंवा मृतावस्थेत जन्माला आली, त्यांनी आपल्या त्या बाळांच्या आठवणींखातर या मूर्ती उभारलेल्या आहेत."

मायुमीनं त्या छोट्या बाळांकडे पाहिलं. त्यांचे डोळे अर्धवट मिटलेले होते; आणि त्यांच्या दु:खी आईवडलांनी त्यांच्यापुढे मऊमऊ फरची छोटी छोटी खेळणी आणि खाऊ म्हणून रंगीत गोळ्या, मिठाई वगैरे ठेवलेली होती. मायुमीचं अंग शहारलं! तिच्या मनात आलं, हे झोजोजी मंदिर कितीही सुंदर असलं, तरी आनंदानं भेट द्यायला यावं, असं हे स्थळ निश्चित नाही. आपल्या आईनंही इथे फार वेळ थांबू नये. मुळात, तिच्या मनात आलं, वसंतऋतूतला चेरीचा बहर पाहण्यासाठी अधीर झालेल्या मुलीला आईनं अशा उदास जागी काय म्हणून आणावं?...

क्योको मायुमीला घेऊन त्या दगडी मूर्तींच्या रांगा ओलांडून पलीकडे गेली. पुढे दाट वृक्षराजीच्या पडद्याआड विस्तीर्ण हिरवळीवर एक मोठं स्मारक दिसत होतं, त्याच्यासमोर येऊन त्या थांबल्या. काळ्याशार संगमरवरी पाटीच्या स्वरूपात उभारलेलं स्मारक होतं ते आणि त्याच्या दोन्ही बाजूंना एकाखाली एक अशी नावं लिहिलेली होती. दोन्ही बाजू गच्च भरल्या होत्या, इतकी नावं होती त्या स्मारकावर. त्या दगडी स्मारकाच्या मागे एकच भलामोठा क्रूस होता.

काळ्याशार रंगाचं ते भव्य संगमरवरी स्मारक पाहून मायुमीच्या मनातला वसंतऋतू कुठल्याकुठे पळून गेला. तिच्या मनात त्या स्मारकाविषयी प्रचंड कुतूहल निर्माण झालं. ...कुणाची असतील ही एवढी नावं? ती झपाट्यानं पुढे होऊन ती नावं वाचू लागली. बहुतेक ठिकाणी संपूर्ण कुटुंबातल्या माणसांची नावं एकाखाली एक ओळीनं आलेली होती. एक कुटुंब संपलं की दुसरं. दुसरं संपलं की तिसरं... तिच्या मनात सखेद आश्चर्य दाटून आलं! तिनं आईकडे पाहिलं. तिच्या आईची नजर डावीकडच्या वरच्या कोपऱ्यातल्या नावांवर खिळली होती, आणि ओठ भावनातिरेकानं थरथरत होते.

"...शिगे सावादा – मासाको सावादा – हिरो सावादा" – क्योको मनातल्या मनात नावं वाचत होती, "हे माझे खरे आईवडील. ...माझे प्रिय आईवडील आणि हा माझा सख्खा, लाडका भाऊ..."

– क्योकोचं हृदय भरून आलं. तिच्या मनात आलं, आज इथे आपल्या भावाच्या नावाखाली आपलंसुद्धा नाव असतं; परंतु नियतीच्या मनात काही वेगळंच होतं.

ती आणि तिची मानलेली आई – चिएको तानाका, या दोघीजणी आवा मारूच्या त्या भीषण अरिष्टातून वाचल्या होत्या. पॅसिफिक महासागरात मृत्यूच्या दाढेत फेकल्या गेलेल्या दोन हजारांहूनही अधिक लोकांपैकी वाचलेल्या मूठभर लोकांमध्ये या दोघींची वर्णी लागली होती. काही वर्षांपूर्वी क्योकोनं सिंगापूरला जाऊन हे रहस्य उघडकीस आणलं होतं.

— विचारात हरवलेल्या क्योकोनं भानावर येऊन पर्समधून रुमाल काढला आणि जड अंत:करणानं ती महासागराच्या उदरात गडप झालेल्या आपल्या कुटुंबीयांच्या नावांवरचे धुळीचे कण हळुवारपणे पुसू लागली. तिचे डोळे अश्रूंनी डबडबले होते. मागे उभी असलेली मायुमी बराच वेळ आपल्या आईला निरखत होती. आईच्या चेहऱ्यावर साकळलेलं अतीव प्रेम, दु:ख आणि वेदना पाहून ती विलक्षण संभ्रमात पडली. नंतर जेव्हा तिची आई डोळ्यांतले अश्रू आवरत, भावविवश होऊन त्या नावांवरून हळुवारपणे आपली बोटं फिरवू लागली, तेव्हा मात्र तिच्याच्यानं अजिबात राहवलं नाही. आईच्या खांद्यावर हलकेच हात ठेवत तिनं मृदू स्वरात तिला विचारलं,

"ममा, काय झालंय गं एवढं? ...कोण होते हे लोक? हे तुझ्या मित्रमैत्रिणींपैकी कुणी आहेत, की आजीच्या?..."

"अं?... हो, हो! आमच्या दोघींच्याही..." – अनावर हुंदके दडपण्याचा प्रयत्न करीत क्योको उत्तरली.

सिंगापूरहून जपानला परतताना विमानप्रवासात क्योकोच्या मनात उलटसुलट विचारांचं काहूर माजलं होतं. विमानाचे पाय जपानला टेकण्यापूर्वी तिला एक महत्त्वाचा निर्णय घ्यायचा होता, तो म्हणजे इथे आल्यावर ज्या गोष्टींचा आपल्याला शोध लागला, ज्या गोष्टी आपण खोदून काढल्या, त्या सगळ्या जशाच्या तशा मासाओला सांगायच्या की नाही! तीन तास विचारांशी झगडून अखेर व्यथित मनानं तिनं निर्णय घेतला, की आपल्या आईचं हे रहस्य आपल्याजवळच ठेवायचं. त्याची वाच्यता कुठेही करायची नाही!!

...अखेर तिच्या मनाला एक गोष्ट पटली होती, की आपल्या कुटुंबाची ही कहाणी विलक्षण गुंतागुंतीची आणि तरीही अतिशय उत्कट आणि नाजूक आहे! आपल्या हरवलेल्या पूर्वायुष्याच्या मनात रसरसून जागृत झालेल्या स्मृती, स्मरणात पुन्हा फुलून आलेलं आपलं बालपणीचं ते हळवं भावविश्व, आपल्याला उलगडलेलं

आपल्या जन्माचं रहस्य आणि या सगळ्यात गुंतलेल्या आपल्या भावनांची गहनता आणि आर्तता, हे सारं शब्दांतून व्यक्त होण्याच्या पलीकडचं आहे! अगदी मासाओलासुद्धा त्याची अनुभूती आपण पूर्णार्थानं नाही देऊ शकणार! त्यामुळे तिनं ठरवलं, की हे सारं आपलं आपल्यापाशीच राहू दे. मासाओला असू दे त्याच्या नित्याच्या आखीवरेखीव जगातच. कदाचित इतक्या गुंतागुंतीच्या भावनिक बाबी आजवर त्यानं कधी अनुभवल्याच नसतील!

– क्योकोचा निर्णय झाला होता.

त्यामुळे घरी आल्यानंतर जेव्हा ती सगळा वृत्तान्त सांगायला बसली, तेव्हा तिनं मासाओला सांगितलं, की त्या फोटोतली ती माणसं तिच्या आईवडलांचे अगदी घनिष्ठ स्नेही होते आणि ती मुलं अर्थात त्यांचीच होती. पुढे मायुमी मोठी झाल्यावर जेव्हा कधी हा विषय निघाला, तेव्हा तिलाही तिनं हेच सांगितलं होतं. आणि आईच्या ओळखपत्राविषयी तिनं सांगितलं, की युद्ध संपण्याच्या सुमारास आपल्या ममाला चारआठ दिवसांसाठी सिंगापूरला आपल्या मैत्रिणींकडे जाऊन यायचं होतं, म्हणून तिनं हा एक परवाना तयार करून घेतला होता.

क्योकोनं जरी तिच्या समजुतीप्रमाणे अगदी समर्थनीय असं चित्र उभं केलेलं असलं, तरी मासाओचा त्यावर खरोखरच विश्वास बसलेला नव्हता! तरीही त्यानं तिच्या साऱ्या वृत्तान्तात रस घेत ते सगळं सहज स्वीकारलं. आणि मुख्य म्हणजे पुढे आणखी खोदून खोदून चौकश्या करून तिला पेचात पाडलं नाही!

मासाओच्या मनाच्या याच मोठेपणाच्या क्योको फार प्रेमात असे!

क्योकोनं तो फोटो, आईचं ओळखपत्र आणि आवा मारूवरच्या प्रवाशांच्या नावांची ती यादी, हा सारा ऐवज त्या पत्र्याच्या छोट्या पेटीत बंद केला.

इथूनच तर एके दिवशी प्रारंभ झाला होता त्या रहस्याचा!

तिनं ठरवलं होतं, की मायुमी पुरेशी मोठी झाल्यावर तिला आपल्या कुटुंबाचं हे गौप्य नक्की सांगायचं. ओल्या जखमा भरून येण्यासाठी काही काळ जाऊ देणं तर आवश्यकच होतं!

ती पत्र्याची पेटी जिथून काढली होती, तिथेच पुन्हा ठेवायची! – तिनं ठरवलं. मात्र जेव्हा ती ती पेटी भिंतीच्या त्या खोबणीत सारू लागली, तेव्हा तिला त्या खोबणीत – अगदी आत, एका कोपऱ्यात काही कागद खोचून ठेवलेले दिसले. क्योको चमकली! ...गेल्या वेळी जेव्हा आपण ती पेटी बाहेर काढली, तेव्हा आपल्या हे कसं काय लक्षात आलं नाही?... तिनं हलक्या हातानं हळूहळू ते कागद बाहेर खेचले. ती एक छोट्या आकाराची दुमडलेली वही होती. धुळीनं इतकी माखलेली, की तिचा मूळचा रंग कोणता होता, हेदेखील ओळखणं कठीण होतं. घाईघाईनं त्यावरची धूळ झटकून तिनं अधीरपणे ती वही उघडली. तिच्या आईनं

स्वत:च्या हातानं लिहिलेली बरीच पानं होती त्यात. क्योकोनं तिथेच बसकण मारली आणि ती घाईघाईनं वही वाचू लागली –

..हळूहळू शेवटच्या आर्त किंकाळ्याही विरल्या; आणि मग सर्वत्र काळीकुट्ट गहन, गूढ शांतता पसरली. रात्र भयाण चढली होती. वर आभाळात फिकुटलेला चंद्र दबकत, दबकत पुढे सरकत होता. त्याचा अंधूक प्रकाश त्या नि:स्तब्ध पाण्यावर पसरू लागला. गेल्या काही तासांत याच गूढ पाण्यानं आपली पाशवी तृष्णा भागवण्याकरता, जगण्यासाठी तडफडणाऱ्या, आक्रोश करणाऱ्या हजारो जिवांना गिळंकृत केलेलं होतं. परंतु त्याचा थोडासादेखील लवलेश आता त्याच्या मायावी चेहऱ्यावर दिसत नव्हता!

त्या निश्चल पाण्यावर एका ठिकाणी मात्र जोरदार खळबळ माजली होती. अजूनही जिवंत राहिलेली ती शेवटची तीन माणसं चंद्रप्रकाशानं अचूक टिपली होती. ते तीन जीव एका वस्तूला लोंबकळत आपले प्राण वाचवण्याचा शर्थीनं प्रयत्न करत होते. लाटांशी झुंजून झुंजून त्यांची शक्ती आता संपुष्टात आली होती. ज्या वस्तूला त्यांच्या श्वासाचा धागा चिकटलेला होता, ते होतं एक छोटंसं लाकडी टेबल. पाशवी शक्तीच्या लाटा, तो टीचभर लाकडाचा तुकडा तीन अर्धमेल्या देहांच्या ओझ्यासकट कसाही उलटापालटा नाचवीत खेळवत होत्या.

त्या तिघांमधला पुरुष सर्वांत जास्त वजनाचा होता. त्या सैतानी लाटांशी चाललेल्या झटापटीत त्याला कळून चुकलं, की आपलं वजन या टेबलाला पेलत नाहीये; आपण जर याला लोंबकळत राहिलो, तर आणखी काही क्षणांनी आपण सगळेचजण या टेबलाबरोबर पाण्याखाली जाऊ.

"माझ्या या पोरीला सांभाळ... पाण्याबरोबर वाहात सुदैवानं माझी पोर नेमकी माझ्याच हाती आली... हिला आयुष्य लाभू दे..." – अस्फुट स्वरात तो विनवू लागला, "कृपा कर माझ्यावर, पण माझ्या या बाळाची आई होऊन तिला सांभाळ..."

तो बोलणारा पुरुष होता शिगे, आणि जिला तो विनवत होता, ती स्त्री मी होते!

माझा गोठलेला चेहरा ताणत, सारी शक्ती एकवटून मी आक्रोश करू लागले... मान हलवत मी त्याला जोरजोरात नकार दिला, "नाही, नाही शिगे... नाही! हे असलं काहीतरी करू नकोस!... हे असं काहीही होणार नाहीये, शिगे... हे सगळं दु:स्वप्न आहे, भिववणारं, होय ना? शिगेऽऽ

बोल...''

शिगेला पकडून ठेवण्याच्या माझ्या धडपडीनं ते टेबल उलटलं आणि पाण्यात गेलं, ते आम्हां सगळ्यांना पाण्यात लोटूनच. ...शिगेनं हात सोडले होते... मलाही वाटलं, संपलं आता सारं. तडफडणाऱ्या माझ्या छोटीला मी घट्ट मिठीत घेतलं आणि डोळे मिटून घेतले... प्रतीक्षा करत होते मी त्या अखेरच्या क्षणांची! मलाही ते सारं असह्य होत होतं. सहनशक्तीच्या पलीकडे गेलं होतं सारं! परंतु तसं व्हायचं नव्हतं. दुर्दैवानं ते टेबल हलकं झालं आणि हळूहळू त्याचा तोलही सांभाळला गेला. आता, जेमतेम धुगधुगी उरलेल्या आम्ही दोघीजणीच त्याला लटकत होतो. त्या काळ्याकुट्ट मायावी पाण्यानं शिगेला गिळून आपली पिपासा शांत केली होती!

''पपा...पप्पा!..'' – मला घट्ट बिलगलेली माझी पोर पुन:पुन्हा आकांत करत होती. त्या क्रूर बर्फाळ पाण्यात असहायपणे तडफडत, आपल्या दुर्बळ शरीरानं मृत्यूशी झगडण्याचा तिचा केविलवाणा प्रयत्न चालला होता.

मी तिला एका हातानं माझ्या अंगाशी आणखी घट्ट कवटाळून धरलं. वाटत होतं, की माझ्या शरीरातली रक्ताची, प्रेमाची सारी ऊब तिच्या शरीरात शोषली जावी. त्या क्षणी मला कळून चुकलं, की आपल्याला प्रयत्न सोडून चालणार नाही; या पोरीसाठी तरी आपल्याला जिवंत राहायलाच पाहिजे. ...हिच्यावर तर आपण पूर्वीपासूनच आईसारखं प्रेम करतोय! ...पण आता हिच्या वडलांना आपण वचन दिलंय, आयुष्यभर हिला सांभाळण्याचं. तिच्यावर आईच्या मायेची पाखर घालण्याचं!... आपला मोरी तर गेला! आता या जगात आपल्याला केवळ हा एकच पाश उरलाय...

माझी गारठलेली ती बाळी विचित्र आवाजात गळा काढून रडत होती. ''शूऽऽ! उगी, उगी हं बाळा! रडायचं नाही. तुझे पप्पा आपल्यासाठी मदत मिळवायला गेलेत... आत्ता एवढ्यात येतील हं ते!'' मी आपली तिची समजूत घालत होते.

– परंतु तिला रडणं आवरताच येत नव्हतं. आपल्या क्षीण आवाजात तिचा 'मम्माऽऽ...' 'पप्पाऽऽ...' एवढाच आलटून पालटून धोशा चालला होता. रात्रभर पोर आक्रोश करत होती. माझं हृदय पिळवटून निघत होतं, पण मी तरी काय करू शकत होते? ...अखेर थकून तिचे डोळे मिटले आणि त्या टेबलाच्या फळीवर जवळजवळ बेशुद्धावस्थेत गेल्यासारखी ती

निपचित पडली.

आता माझी जबाबदारी वाढली होती! मी जीव खाऊन माझ्या उरल्या-सुरल्या शक्तिनिशी एका हातानं माझ्या छोटीला आणि दुसऱ्या हातानं टेबलाला गच्च पकडून ठेवलं होतं. परंतु थोड्या वेळानं मला जाणवलं, की तिचा श्वासोच्छ्वास हळूहळू उथळ आणि अनियमित होत चाललाय, आणि आपणही याहून पुढे नाही रेटून नेऊ शकणार! ...माझंही शरीर त्या बर्फाळ पाण्यात गोठून संवेदनाहीन अवस्थेला जाऊन पोचलं होतं. हळूहळू एका विचित्र ग्लानीनं मला घेरलं. अर्धवट गुंगीच्या त्या अवस्थेत मला शांत वाटू लागलं होतं. आता कसलीच जाणीव होत नव्हती मला.... थंडी नाही, वेदना नाही, भीती नाही... जणू सारी तडफड आता निमाली होती. जणू माझा जीव या हाडामांसाच्या शरीराचे सारे विकार घेऊन देहाच्या पलीकडे गेला होता! आता करण्यासारखं काही उरलंच नव्हतं. ...फक्त वाट पाहाणं ...मृत्यूची. मी माझ्या होत्या-नव्हत्या शक्तिनिशी शुद्ध हरपलेल्या माझ्या बच्चूला घट्ट पकडून ठेवलं होतं, आणि काकुळतीला येऊन परमेश्वराची प्रार्थना करत होते, की परमेश्वरा, आम्हां दोघींना एकाच वेळी मरण येऊ दे!

खूप दुरून काही आवाज कानी येऊ लागले. कुणीतरी बोलत होतं. ...कोण होतं ते? ...आणि हळुवार आवाजातली गुणगुण... मी हात लांब केला... टेबल?... टेबल सुटलं होतं हातातून!... मी ओरडण्याचा प्रयत्न करत होते. पण तोंडून आवाज फुटेना! ...पण ...पण हे मऊमऊ काय आहे? सगळीकडे मऊ आणि कोरडं?...

मला वाटलं, मी मेले आणि स्वर्गात गेल्येय. मी हळूच डोळे किलकिले केले... काही चेहरे अगदी जवळून मला निरखत होते. दोन पुरुष आणि दोन स्त्रियांचे चिंतातुर उबदार चेहरे... अगदी निकट जाणवू लागले ते मला! आणि मग एकाएकी मला कळून चुकलं, की आपण जिवंत आहोत!... अगदी पूर्णपणे! आपल्याला उबदार मऊमऊ ब्लँकेटांमध्ये गुंडाळून ठेवलंय. माझ्या डाव्या पायात मला प्रचंड वेदना जाणवू लागली. ठिकठिकाणी कापले गेलेले हात खूप दुखत होते. पण त्याचाही आनंदच झाला मला. कारण ही सारी तर जिवंतपणाची लक्षणं होती! माझे हात, माझे पाय सगळं जागच्या जागी होतं. वेदनेनं ठणकत होतं. मी जिवंत होते आणि मला सर्व जाणवू शकत होतं.

— अचानक मला माझ्या छोटीची, माझ्या लेकीची आठवण झाली.

माझ्या जगण्याचं एकमेव प्रयोजन!

"माझं बाळ... माझी मुलगी कुठेय?..." माझ्या जखमी घशातून, जखमी तोंडातून जेमतेम चार शब्द उमटले.

आमची सुटका करणाऱ्या त्या माणसांनी मला परोपरीनं सांगितलं, की तुमची मुलगी अगदी सुखरूप आहे. परंतु मी काहीही ऐकण्याच्या मनःस्थितीत नव्हते. अंगावरचं ब्लँकेट मी ढकलण्याचा प्रयत्न करू लागले, तेव्हा मात्र त्या लोकांनी मला अलगद उचलून तिच्यापाशी नेलं.

पोरीला पाहीपर्यंत माझ्या जिवात जीव नव्हता! ती झोपेत होती. मी खाली वाकून तिच्याकडे पाहातच राहिले. तिचं अंग ठिकठिकाणी कापून उललं होतं; बोटीच्या अवशेषांचे, लाटांचे तडाखे बसून बसून तिची कोवळी त्वचा हिरवी-निळी-काळी पडली होती. तिची ती दशा पाहून मी ओक्साबोक्शी रडू लागले. ...मात्र त्याच क्षणी मी मनात शपथ घेतली, की हे माझं बाळ आहे! या बाळावर मी आयुष्यभर पोटच्या पोरीसारखं प्रेम करीन. तिच्यासाठी जीव पाखडीन मी माझा, पण तिच्या स्मृतीतून हा भीषण अनुभव मी पुसून टाकीन! ...या वयाच्या कुठल्याही जिवाला भोगायला लागू नयेत, असे भयानक भोग आलेत हिच्या वाट्याला. पण मी हिला त्या सावटातून दूर नेईन. सुखात ठेवीन मी हिला माझ्या पंखाखाली आयुष्यभर...

त्याच क्षणी तिनं डोळे किलकिले केले आणि आपले हात माझ्या दिशेनं लांबवले. मी पुढे झेपावले आणि तिचा फुलासारखा नाजूक, कृश देह माझ्या कुशीत ओढला. ती अजूनही भीतीनं थरथरत होती. तिला थोपटत, भावविव्हल स्वरात, सुजलेल्या गळ्यातल्या वेदनांची पर्वा न करता, मी तिचं आवडतं गाणं हळूहळू गुणगुणू लागले...

माझ्या बाळाचे जड झालेले डोळे पुन्हा एकवार किंचितसे उघडले आणि ओठांतल्या ओठांत ती पुटपुटली, "मम्मा, मम्मा तू इथेच आहेस?..."

तिचा 'मम्मा' हा शब्द ऐकताच माझं गाणं जणू गळ्यातच अडकलं. कंठ दाटून आला माझा. आता मात्र हुंदके थोपवणं शक्य नव्हतं मला! तिचा छोटासा हात माझ्या ओल्या चेहऱ्यावरून माझे ओठ, नाक, डोळे चाचपत फिरू लागला. माझं हृदय प्रेमानं ओथंबून आलं.

"हो गं, हो! ही बघ तुझी मम्मा, इथेच आहे..." हुंदके देत मी म्हणाले आणि तिला घट्ट कुशीत ओढून घेतलं.

कुणाचाही विश्वास बसणार नाही, असा नियतीचा खेळ होता हा सारा! मृत्यूच्या दाढेतून आम्ही दोघी कशा निसटलो?...

साऱ्या प्रतिकूल परिस्थितीत मृत्यूशी झुंजत असताना, एका तैवानी मासेमारी बोटीवरच्या माणसांच्या आम्ही नजरेस पडलो आणि त्यांनी वेगानं येऊन आम्हांला समुद्रातून उचलून घेतलं. फार थोडी धुगधुगी उरली होती आमच्या दोघींच्या शरीरात. चार दिवसांनी आम्हांला एका जपानी जहाजावर हलवण्यात आलं आणि अखेरीस आम्ही जपानला पोचलो.

माझा प्रिय नवरा आणि जिवलग मैत्रीण, दोघांनाही कायमची मुकले होते मी; तरीही एका गोष्टीचा मात्र मनात विलक्षण आनंद होता माझ्या, की आता मला एक मुलगी होती. अखेर दैवानं माझ्या ओंजळीत आईपणाचं अमूल्य सुख टाकलं होतं! ज्या सुखाची उणीव कशानंही भरून काढता आली नसती, असं सुख आता मी अनुभवत होते!!

जपानमध्ये आल्यानंतरच्या पहिल्याच रात्री मी माझ्या प्रिय पतीसाठी घरातच एक पवित्र स्मृतिस्थान तयार केलं आणि त्याच्यासमोर बसून डोळ्यांतले अश्रू पुसत त्याला हळूच सांगितलं, ''मोरी, आता आपल्याला एक मुलगी आहे रे! आपल्या काळजाचा तुकडा!...''

कुणीतरी खांद्यांभोवती हळुवारपणे हात लपेटून थोपटलं, तेव्हा क्योको आपल्या तंद्रीतून भानावर आली. ''..मम्मा, तुझ्या डोळ्यांत हे अश्रू का?'' मायुमी काळजीनं आपल्या आईला विचारत होती.

''काही नाही ग, बाळा! तुझ्या आजीनं मला एकदा ह्या तिच्या खास मैत्रिणीविषयी खूप काही सांगितलं होतं. तिच्या सगळ्या कुटुंबाशीच तुझ्या आजीचे दाट मैत्रीचे आणि जिव्हाळ्याचे संबंध होते. अगदी सख्ख्या बहिणींसारखे! आज इथे, या स्मारकावर त्यांची नावं वाचली आणि खूप वाईट वाटलं मला, आपण त्यांना कधी भेटूही नाही शकलो याचं...'' डोळे पुसत क्योको म्हणाली.

मायुमीनं मान हलवली. तिला ते स्पष्टीकरण अर्थातच पटलं होतं. तिनं सहजपणे पुढली नावं वाचायला सुरुवात केली. परंतु तिच्या दृष्टीनं त्या सगळ्याला काय अर्थ होता? ती निव्वळ नावं होती. स्मारकाच्या दोन्ही बाजू गच्च भरून निव्वळ नावं, ज्यांना ना ती ओळखत होती, ना त्यांच्याशी तिचा काही संबंध होता! थोडी नावं वाचून मायुमीनं कंटाळून तो नाद सोडला आणि ती फिरत फिरत थोडी बाजूला गेली.

मायुमी गेलेली पाहून क्योकोनं अश्रू पुसले आणि त्या काळ्या संगमरवरी स्मारकावरची 'ती नावं' तिनं पुन्हा एकवार हळुवारपणे वाचली. ... तिचं हृदय दाटून आलं. आपल्या दोन्ही हातांची पोकळ ओंजळ करून तिनं ती हलकेच तोंडावर टेकवली आणि भावविव्हल होऊन दाटलेल्या कंठानं त्या ओंजळीत

कुजबुजत ती म्हणाली,

“पपा, ममा, हिरो.... तुम्ही सगळे कुठे गेलात?... तुमचं काय झालं ते मला सगळं कळलं. खूप खूप उशिरा कळलं. ...आपण आयुष्यात एकत्र नाही राहू शकलो. खूप वर्षं तुम्ही मला माहीतही नव्हतात. पण त्यानंतर मात्र तुम्ही सदैव माझ्या हृदयातच आहात. पपा, मम्मी आपलं हे रक्ताचं नातं आहे! अतूट आहे हा बंध. मृत्यूसुद्धा तो नष्ट करू शकणार नाही!...”

– क्योकोला पुढे बोलवेना. भरल्या डोळ्यांनी तिनं पुन्हा एकवार त्या नावांवरून मायेनं हात फिरवला आणि हळूच ओठांशी नेला.

त्यानंतर एकदा अखेरचे अश्रू पुसून क्योको मायुमीकडे गेली आणि तिचा हात हाती घेऊन जड अंत:करणानं झोजोजी मंदिरातून बाहेर पडली.

शोध-प्रयास

आवा मारू सुमारे तीन दशकं पॅसिफिक महासागराच्या तळाशी आपल्या जलसमाधीत पडून होती. कुणालाही तिचा थांगपत्ता लागलेला नव्हता. १९७७ साली 'चायना साल्व्हेज कंपनी' या बुडालेल्या बोटींच्या अवशेषांचा आणि त्यातल्या मालमत्तेचा शोध घेणाऱ्या एका कंपनीला चीनच्या किनाऱ्यापासून दहा मैलांवर ही उद्ध्वस्त झालेली बोट शोधून काढण्यात यश आलं.

या चिनी साल्व्हेज कंपनीनं ह्या शोधमोहिमेत आपल्या हाती काय काय आलं, ते जाहीर केलं नव्हतं. मात्र तीन वर्षांच्या शोधकार्याच्या अखेरीस १९८० मध्ये त्यांनी या दुर्घटनेतल्या ३६८ बळींचे अवशेष आणि १६८३ व्यक्तींच्या वैयक्तिक चीजवस्तू जपान सरकारकडे सुपूर्द केल्या.

त्यानंतर आवा मारू पुन्हा काही काळ काळाच्या पडद्याआड लोपली. मात्र १९८६ मध्ये फ्रेड ताकाकी नावाच्या एका जपानी आणि फिलिपिनो वंशाच्या व्यक्तीनं पुन्हा या प्रकरणात उडी घेतली. आवा मारूत बरीच संपत्ती असून ती त्या बोटीबरोबर समुद्रतळाशी गाडली गेलेली आहे, अशी जी वदंता सर्वत्र पसरलेली होती, त्या संपत्तीचा आणि एकूणच आवा मारूचा त्याला कसून शोध घ्यायचा होता; आणि त्यानं तो घेतलाही. समुद्रतळाशी वाळूत तीस फूट खोलीवर त्याला ती बुडालेली बोट गाडली गेलेली आढळली. परंतु आश्चर्याची गोष्ट म्हणजे इतक्या वाताहतीनंतरही ती बरीचशी शाबूत अवस्थेत होती!

आवा मारूबद्दल अनेक तर्क लढवले जात होते. .... ती खरोखरच हॉस्पिटल शिप होती का? की युद्धनौका होती? जर ती युद्धनौकाच असेल, तर मात्र शत्रूनं ती पाणतीर डागून उद्ध्वस्त करणं, हे एका दृष्टीनं समर्थनीय होतं! परंतु ताकाकीला त्या उद्ध्वस्त जहाजात वैद्यकीय प्रयोगशाळा आढळल्या; तसंच हॉस्पिटलला

आवश्यक अशी उपकरणं वगैरे साधनसामग्रीही बरीच मिळाली. अगदी कसून शोध घेऊनसुद्धा त्याला त्यात कुठेही तोफा किंवा कोणत्याही प्रकारचं लष्करी वा आरमारी युद्धसाहित्य वा शस्त्रास्त्रं सापडली नाहीत. याचा अर्थ, ती दुर्दैवी बोट खरोखरच आपत्कालात वैद्यकीय सेवा पुरवणारी हॉस्पिटल शिपच होती.

फ्रेड ताकाकी आणि त्याच्या सहकाऱ्यांना वास्तविक आवा मारू उद्ध्वस्त झाली, त्या क्षेत्रात विस्तृत प्रमाणावर ही शोधमोहीम राबवायची होती. परंतु आर्थिक मर्यादेमुळे त्यांच्या योजनेलाही मर्यादा पडली. मात्र अतिशय लहान प्रमाणात राबवलेल्या या मर्यादित शोधकार्यात देखील दोन हजारांहून अधिक वस्तू त्यांच्या हाती आल्या. त्यात शेकडो चिनी बनावटीच्या प्लेट्स होत्या, कप होते; आणि विशेष म्हणजे त्यात त्यांना मिंग, चिंग आणि सुंग या राजवंशांच्या कालापासूनच्या अनेक मातीच्या कलाकृती, भांडी आदी वस्तूही मिळाल्या.

फ्रेड ताकाकी आणि त्याचे सहकारी, त्यांच्या मर्यादेत येणारं क्षेत्र तीन वर्षं अक्षरश: पिंजून काढत होते. त्यात त्यांना अनेक लाकडी पेट्या मिळाल्या. त्यातल्या एका पेटीमध्ये प्रत्येकी शंभर ग्रॅम वजनाच्या सोन्याच्या अकरा मोठाल्या कांड्या होत्या. आणखी 'खजिना' मिळेल यासाठी त्यांनी खूप शिकस्त केली, परंतु आणखी सोनं काही सापडलं नाही. मात्र पुरातन कालातल्या काही वस्तू मोठ्या प्रमाणात मिळाल्या. त्यात सुमारे एक हजार वर्षांपूर्वीचे अनेक मोठमोठे पितळी बर्नर्स होते.

ताकाकींना शेवटपर्यंत आशा वाटत होती, की या बुडालेल्या बोटीत आपल्याला कुठेतरी भरपूर सोनं आणि हिऱ्यांचा खजिना मिळेल. परंतु या बाबतीत त्यांचा अपेक्षाभंग झाला. मात्र त्यांना कथील, पितळ, शिसं, जस्त, टिटॅनियम आणि प्लॅटिनमचे हजारो गज सापडले.

दुर्दैवानं, मोठ्या प्रमाणावरील शोधकार्यासाठी आवश्यक असलेल्या अधिक प्रभावी तंत्रांच्या, अत्याधुनिक साधनसामग्रीच्या आणि मुख्य म्हणजे निधीच्या अभावी, ताकाकी आणि त्याच्या सहकारी गटाला समुद्रतळात फार खोलवर जाऊन या फुटलेल्या बोटीचा आणि त्यातल्या संपत्तीचा शोध घेता आला नाही. त्यांचं शोधकार्य, जहाज उद्ध्वस्त झालं, त्याच्या अगदी भोवतीच्याच क्षेत्रात केवळ वरवरच्या स्तरांपुरतंच मर्यादित राहिलं.

परिणामी, आवा मारूत मोठा 'खजिना' दडलेला आहे, यासंबंधीच्या तर्कांना पुन्हा उधाण आलं. 'बुडालेल्या जहाजावर अब्जावधी डॉलर्स किंमतीचं सोनं, प्लॅटिनम, हिरे आणि पैशात किंमत करता येणार नाही, असे संस्कृतीचे काही अवशेष आणि कलाकृती वगैरे आहेत; आणि या सर्व गोष्टी जपाननं दक्षिण-पूर्व आशियातील जिंकलेल्या प्रदेशातून लुटलेल्या आहेत', अशा वदंता ठामपणे पसरू लागल्या.

शिवाय असंही बोललं जाऊ लागलं, की आवा मारूवरच्या या अमूल्य खजिन्यात चीनहून आणलेले इतिहासपूर्वकालीन आदिमानवाचे – 'पेकिंग मॅन'चे खडकातले अवशेष होते आणि आता ते बोटीच्या भग्नावशेषांत गडप झालेले आहेत. जोवर बोटीमधली मालमत्ता शोधून काढण्यासाठी एखादी फार मोठी मोहीम प्रत्यक्षात राबवली जाणार नाही, तोवर या गोष्टी अज्ञातच राहणार.

लोकांना पछाडणारं आवा मारूचं हे 'भूत' आणि त्यावरचा बहुचर्चित खजिना वाताहत झालेल्या त्या बोटीसोबत अजूनही महासागराच्या तळाशी पडून आहे; कदाचित १ एप्रिल १९४५ च्या त्या काळ्या धुक्याच्या रात्री नियतीच्या खेळीत दुःखद अंत झालेल्या शेकडो दुर्दैवी जिवांची भुतं त्यांना सोबत करत असतील!

परिणती

आवा मारू पॅसिफिक महासागरात उद्ध्वस्त होऊन बुडाली, ती केवळ लोलिनच्या चुकीमुळे. अर्थात, त्यासाठी त्यांची ताबडतोब लष्करी न्यायालयाकडून चौकशी सुरू झाली. सुनावणीच्या वेळी त्यांनी न्यायालयात असा युक्तिवाद केला, की बोटींना युद्धसाहित्य नेण्यास बंदी असूनसुद्धा आवा मारू दारूगोळा, शस्त्रास्त्रं आदी युद्धसामग्री घेऊन जपानला चालली होती; आणि म्हणून सुरक्षित प्रवासासाठी देण्यात आलेला संरक्षणाच्या हमीचा हक्क गमावून बसली होती. परंतु न्यायालयानं असा निर्णय दिला, की संरक्षणाच्या हमीच्या करारात, आवा मारूत कोणत्या प्रकारचा माल लादून न्यावा, यावर कुठलाच निर्बंध घातलेला नव्हता. त्यामुळे त्या बोटीवर बेकायदा युद्धसामग्री होती किंवा काय, हा प्रश्नच उद्‌भवू शकत नाही.

आवा मारूला सुरक्षित प्रवासाच्या हमीचं संरक्षण मान्य झालेलं होतं, ही गोष्ट न्यायालयानं कबूल करूनसुद्धा लोलिन यांचा केवळ 'वरिष्ठांच्या आज्ञांचं उल्लंघन', एवढाच गुन्हा शाबीत झाला आणि त्याबद्दल त्यांना दोषी ठरवलं गेलं. शिक्षा म्हणून त्यांना केवळ नाविक दलाच्या सचिवाकडून एक गंभीर ताकीदपत्र दिलं गेलं. एवढंच नव्हे तर, पुढे रिअर ॲडमिरल या पदी बढती मिळतानासुद्धा ही 'शिक्षा' कुठेही आड आली नाही. १ एप्रिल १९४५ च्या त्या भयाण रात्री हजारो लोकांना ज्याच्या चुकीपायी प्राणास मुकावं लागलं, त्याला त्याबद्दल सुनावलेली शिक्षा कोणती, तर केवळ एक सज्जड ताकीद!

मात्र सर्व जपान्यांना ठामपणे वाटत होतं, की आवा मारू ही बोट जाणीवपूर्वक बुडवली गेली आणि लोलिनवरची लष्करी न्यायालयीन कारवाई हा निव्वळ एक शब्दांचा फसवा खेळ होता. हजारो माणसांना मृत्यूच्या जबड्यात ढकलणाऱ्या त्या नाविक अधिकाऱ्याला त्याबद्दल केवळ सक्त इशाऱ्याची फुटकळ शिक्षा दिली जावी; आणि कळस म्हणजे काहीही अडचण न येता पुढे त्याला बढतीही मिळावी,

या गोष्टीनं संतापलेल्या लोकांचं निव्वळ समाधान करण्यासाठी हा चौकशीचा फार्स केला गेला, याबद्दल जपान्यांची अगदी खात्रीच पटली.

आवा मारूच्या विनाशाच्या या प्रकरणानं जपानी आणि अमेरिकन यांच्या नात्याला संघर्षाची धार आली. युद्धाच्या अखेरच्या पर्वात अमेरिका युद्धकैद्यांसाठीच्या अटी अधिक सक्त होऊ नयेत, याची पुरेपूर दक्षता घेत होती. याचा अर्थ, त्यांनी आवा मारूच्या विनाशाची जबाबदारी स्वीकारली होती. पुढे अमेरिकेनं जपानला युद्धकाळात झालेल्या या हानीची भरपाई करून देण्याचंही कबूल केलं. थोड्याच काळात याची बातमी सर्वत्र झाली. परंतु अमेरिकेनं लवकरच या प्रकरणावर पडदा टाकला; आणि आपल्या एका हल्ल्यात हजारो निरपराध जिवांना काही मिनिटांच्या अवधीत नाहक प्राण गमवावे लागलेले आहेत, याचा त्यांना सोईस्कर विसरही पडला.

जपानी लोकांना आवा मारूची दुर्घटना मनातून पुसून टाकणं तितकंसं सोपं नव्हतं. महायुद्ध संपल्यानंतर आणि युद्धातल्या त्यांच्या दारुण पराभवानंतर, युद्धोत्तर काळातल्या जपान सरकारनं अमेरिकेकडे, त्यांनी युद्धात झालेल्या या हानीची भरपाई देण्याचं जे आश्वासन जपानला दिलं होतं, ते पूर्ण करण्याची मागणी केली आणि ते सातत्यानं त्याचा पाठपुरावा करत राहिले. दोन राष्ट्रांमध्ये प्रदीर्घ राजनैतिक वाटाघाटींना सुरुवात झाली आणि त्याचा शेवट एका निर्णायक करारात झाला. तो असा, की टोकियोनं आवा मारूसंबंधीचे सारे दावे मागे घ्यावेत आणि त्या मोबदल्यात वॉशिंग्टननं त्यांना काही कोटी डॉलर्स जपानच्या पुनर्रचनेसाठी आर्थिक मदत म्हणून आणि खेरीज कर्ज म्हणूनही द्यावेत. बळी पडलेल्यांच्या कुटुंबीयांना त्यांच्या सरकारकडून अगदीच किरकोळ नुकसानभरपाई दिली गेली; आणि दोन्ही पक्ष आवा मारूच्या दुर्घटनेवर पडदा टाकायला तयार झाले. परंतु मृतांचे नातेवाईक आणि मित्रमंडळी मात्र यातली कोणतीच गोष्ट विसरू शकणार नव्हते!

आज टोकियोतील झोजोजी मंदिराच्या आवारातल्या एका कोपऱ्यात वृक्षांच्या घनदाट छायेखाली एक काळंशार संगमरवरी पाटीच्या स्वरूपातलं स्मारक विसावलंय. आवा मारूच्या दुर्दैवी विनाशाची आठवण आहे ती! त्या स्मारकाला भेट देणाऱ्या पर्यटकांना खूपदा तिथे फुलांच्या परड्या ठेवलेल्या दिसतात. तैवानच्या सामुद्रधुनीत शेकडो फूट खाली, तळाशी चिरविश्रांती घेत असलेल्या आपल्या जिवलगांसाठी शोक करणाऱ्या त्यांच्या कुटुंबीयांनी आणि मित्रमैत्रिणींनी ठेवलेल्या असतात त्या.

१ एप्रिल १९४५च्या त्या काळ्या रात्री, सिंगापूरहून जपानला निघालेले सारे प्रवासी– स्त्रिया, पुरुष, मुलं आणि जहाजावरचे सर्व कर्मचारी अशा एकूण २०४५ दुर्दैवी जिवांसह महासागराच्या तळाशी गेलेली आवा मारूवरची 'संपत्ती' आणि सोबतची अनेक रहस्यं लपलेलीच राहणार आहेत. आजवर झालेल्या दोन शोधमोहिमांना या मालमत्तेचा थांग लागला नाही. कदाचित आवा मारूला भेट देण्याची आणखी एक वेळ जवळ येऊन ठेपल्येय....

◆